ഗ്രീൻ ബുക്സ്

മലയാളത്തിന്റെ സുവർണ്ണകഥകൾ

ഉറൂബ്

യഥാർത്ഥ നാമം പി.സി. കുട്ടിക്കൃഷ്ണൻ.
1915 ജൂൺ എട്ടിന് പൊന്നാനിയിൽ ജനനം.
പിതാവ്: കാരംകുന്നത്ത് വാഴപ്പള്ളി കരുണാകരൻമേനോൻ.
മാതാവ്: പരുത്തുള്ളി ചാലപ്പുറത്ത് പാറുക്കുട്ടിയമ്മ.
ആകാശവാണിയിൽ പ്രൊഡ്യൂസറായിരുന്നു.
കേന്ദ്ര-കേരള സാഹിത്യ അക്കാദമി അവാർഡുകൾ ലഭിച്ചു.

കൃതികൾ: *ഉമ്മാച്ചു, മിണ്ടാപ്പെണ്ണ്, സുന്ദരികളും സുന്ദരന്മാരും, കുഞ്ഞമ്മയും കൂട്ടുകാരും, അണിയറ, അമ്മിണി, ചുഴിക്കു മുൻപേ ചുഴി (നോവൽ). തുറന്നിട്ട ജാലകം, താമരത്തൊപ്പി, നീർച്ചാലുകൾ, ഗോപാലൻനായരുടെ താടി (കഥകൾ). പിറന്നാൾ (കവിതാസമാഹാരം). നീലക്കുയിൽ, രാരിച്ചൻ എന്ന പൗരൻ, മിണ്ടാപ്പെണ്ണ്, ഉമ്മാച്ചു, അണിയറ തുടങ്ങി തിരക്കഥകൾ, പ്രബന്ധങ്ങൾ, നാടകങ്ങൾ എന്നിങ്ങനെ 32 കൃതികൾ.*

1979 ഏപ്രിൽ 10ന് അന്തരിച്ചു.

മലയാളത്തിന്റെ സുവർണ്ണകഥകൾ
ഉറൂബ്

കഥകൾ തെരഞ്ഞെടുത്തത്:

ഇ. ഹരികുമാർ

ഗ്രീൻ ബുക്സ്

green books private limited
little road, ayyanthole, thrissur- 680 003
ph: 0487-2361038
website: www.greenbooksindia.com
e-mail: info@greenbooksindia.com

(malayalam)
malayalathinte suvarnakathakal
(katha)
by
uroob

first published december 2012
reprinted april 2014

cover design : rajesh chalode

branches:
thrissur 0487-2422515
palakkad 0491-2546162
kannur 0497-2763038

isbn : 978-81-8423-215-8

GBPL/462/2012/X001

മുഖക്കുറി

മലയാള കഥാസാഹിത്യത്തിലെ ഉജ്ജ്വലമായ
ഒരു കാലഘട്ടത്തിന്റെ പ്രതിനിധിയാണ് ഉറൂബ്
എന്ന പി.സി. കുട്ടിക്കൃഷ്ണൻ. വൈവിധ്യം നിറഞ്ഞ
ഒരു കഥാലോകമാണ് അദ്ദേഹത്തിന്റേത്.
ഒരു കാലഘട്ടത്തിന്റെ ചരിത്രവും സമ്പന്നമായ
അനുഭവജീവിതവും കൂടിക്കലർന്നതാണ്
അദ്ദേഹത്തിന്റെ സൃഷ്ടികൾ.
മലയാള സാഹിത്യത്തിലെ സുവർണ്ണകഥകളുടെ
അവിഭാജ്യമായ ഒരു ഘടകമാണ് ഉറൂബ്.

കൃഷ്ണദാസ്
മാനേജിങ് എഡിറ്റർ

സുന്ദരികൾ മാത്രമല്ല, ശക്തരും
ഇ. ഹരികുമാർ

മലയാള കഥാസാഹിത്യത്തിൽ ആദ്യമായി നൂതന സങ്കേതങ്ങൾ ആവിഷ്കരിച്ച ഒരെഴുത്തുകാരനാണ് ഉറൂബ് എന്ന ശ്രീ. പി.സി. കുട്ടികൃഷ്ണൻ. അദ്ദേഹത്തോടൊപ്പം എസ്.കെ. പൊറ്റെക്കാട്ടുമുണ്ടായിരുന്നു. കഥ പറഞ്ഞു തരിക, ആ കഥനത്തിലൂടെ നമ്മെ അവരോടൊപ്പം നടത്തുക, അതായിരുന്നു ഉറൂബിന്റെ ശൈലി. അതിൽ നമ്മെ ആകർഷിച്ച് ഒപ്പം കൊണ്ടുപോകാൻ കഴിവുള്ള ഭാഷയുണ്ട്. ഭാഷയിലെ പൈഡ് പൈപ്പറായിരുന്നു അദ്ദേഹം. ഏറ്റവും ഇഷ്ടമുണ്ടായിരുന്ന ഒരു കാര്യമാകട്ടെ ചുറ്റും വട്ടമിട്ടിരിക്കുന്ന സുഹൃത്തുക്കളുടെ നടുവിലിരുന്ന് കൈയ്യും കലാശവും കാട്ടി, പലപ്പോഴും മുറുക്കിക്കൊണ്ട് നാട്ടുവർത്തമാനം പറയുന്നതുമാണ്. ആ സംസാരത്തിൽ കവിതയുണ്ട്, നാടകീയതയുണ്ട് സാരസ്യമുണ്ട്. ഉറൂബിന്റെ കഥകൾ വായിക്കുമ്പോൾ നമുക്കുണ്ടാവുന്ന അനുഭവവും മറിച്ചല്ല. ഒരു കഥ അദ്ദേഹം പറഞ്ഞ് ഫലിപ്പിക്കുകയാണ്. മറ്റുള്ളവർക്കുണ്ടായ അനുഭവമാണെങ്കിൽക്കൂടി അത് സ്വന്തം അനുഭവം പോലെ തന്മയത്വത്തോടെ പറയുവാനുള്ള ഈ കഴിവായിരിക്കണം അദ്ദേഹത്തെ മഹാനായ ഒരു കഥാകാരനാക്കിയത്. ടെന്നിസന്റെ 'പൗരാണിക നാവിക'ന്റെ യാത്രക്കാരനെപ്പോലെ നാമാകട്ടെ അദ്ദേഹത്തിനു മുമ്പിൽനിന്ന് ഒഴിഞ്ഞുമാറാൻ കഴിവില്ലാതെ ഉറച്ചുപോകുകയുമാണ്. അവസാനം പുസ്തകമടച്ചു വെയ്ക്കുമ്പോൾ നമുക്കു തോന്നുന്ന വികാരം കുറച്ചുകൂടി ആകാമായിരുന്നു എന്നാണ്.

കഥാസാഹിത്യത്തിൽ ആദ്യമായി തന്റേടികളായ സ്ത്രീകളെ അവതരിപ്പിച്ചത് ഉറൂബാണെന്നു തോന്നുന്നു. ലളിതാംബിക അന്തർജ്ജനത്തിന്റെയും കടത്തനാട്ട് മാധവിയമ്മയുടെയും കഥാപാത്രങ്ങളെക്കാൾ ശക്തരായ സ്ത്രീകഥാപാത്രങ്ങളെ ഉറൂബ് സൃഷ്ടിച്ചിട്ടുണ്ട്. അത് പ്രകടമായി കാണുന്നത് നോവലുകളിലാണെങ്കിലും തുടക്കം ചെറുകഥകളിലാണ്. 'സർവ്വേക്കല്ല്' എന്ന കഥയിലെ കുഞ്ഞിത്തേയി ഒരുദാഹരണം മാത്രം. അമ്മാവനും സ്വന്തം ഭർത്താവും തമ്മിലുള്ള അസംബന്ധ നാടകത്തിൽ

അവളൊരു വെറും കാഴ്ചക്കാരിയായി നിന്നില്ല. ഒരു കാലത്ത് കേരളത്തിൽ നിലവിലുണ്ടായിരുന്ന മരുമക്കത്തായ സമ്പ്രദായത്തിന്റെ കൊള്ളരുതായ്മകളിൽ ഒന്നായിരുന്നു അമ്മാവനും മരുമകനും കൂടി സ്വത്തിനു വേണ്ടിയുള്ള തർക്കം. രണ്ടുപേരും അവനവന്റെ മരുമക്കൾക്കു സ്വത്തുണ്ടാക്കാനാണ് സ്വന്തം മക്കളുടെ ചെലവിൽ തർക്കിക്കുന്നത് എന്നത് ഒരു കാലത്ത് വളരെ അപഹാസ്യമായിരുന്ന ഒരു സംഭവമാണ്. ഇതൊരു അസംബന്ധനാടകമായി തോന്നാം, പക്ഷേ മരുമക്കത്തായം പ്രബലമായിരുന്ന കാലത്ത് വളരെ സാധാരണമായിരുന്ന ഒരു സംഭവം മാത്രം. ഇതിൽ അവസാനം മരുമകൾ ജയിച്ചത് അവളുടെ കടുംപിടുത്തമൊന്നു കൊണ്ടു മാത്രമായിരുന്നു. 'എന്റെ കുട്ടിയ്ക്ക് സ്വത്തുണ്ടാക്കാൻ അമ്മാവൻ അവന്റെ അച്ഛനെ കളഞ്ഞു, അല്ലെ?' അമ്മാവന്റെ മുമ്പിൽ നേരിട്ട് വരാൻകൂടി ഭയപ്പെട്ടിരുന്ന ഒരു കാലത്താണ് ഇതു സംഭവിച്ചതെന്നോർക്കണം. അതിന് അമ്മാവന്റെ മറുപടി, 'അച്ഛനില്ലെങ്കിലും ജീവിക്കാം, പക്ഷെ ഭൂമിയില്ലെങ്കിൽ പറ്റുമോ?' എന്നായിരുന്നു. അതാകട്ടെ മരുമക്കത്തായത്തിന്റെ സാമ്പത്തിക സാമൂഹ്യ അടിത്തറയാണുതാനും. അന്നെല്ലാം കുട്ടികൾ അച്ഛനെ കാണുന്നത് വല്ലപ്പോഴുമായിരിയ്ക്കും. അച്ഛൻ ഭാര്യവീട്ടിൽ സംബന്ധത്തിന് വരുമ്പോഴേയ്ക്ക് മക്കൾ ഉറക്കമായിട്ടുണ്ടാവും. അച്ഛൻ നോക്കി നടത്തുന്നത് അയാളുടെ വീടാണ്, അവിടെയുള്ള സ്വന്തം പെങ്ങന്മാരെയും അവരുടെ മക്കളെയും, അതായത് മരുമക്കളെ. അതു കഴിഞ്ഞിട്ടേ അയാൾക്ക് സ്വന്തം ഭാര്യയും മക്കളുമുള്ളൂ. എന്തൊരു സാമൂഹ്യബന്ധം! കുഞ്ഞിത്തേയി ജീവനവസാനിപ്പിക്കാൻ പോകുന്നുവെന്ന ഭീഷണിയൊന്നു മാത്രമാണ് ഈ അസംബന്ധ യുദ്ധത്തിന് വിരാമമിട്ടത്. വളരെ ശക്തമായ കഥ. അന്ത്യം ഉദ്ദേശ്യത്തെത്തന്നെ തോൽപിക്കുന്ന ഈ കഥ മലയാളത്തിലെ നല്ല കഥകളിലൊന്നാണ്.

ഒരു കൊച്ചുകുട്ടിയുടെ സ്നേഹം മൂലം സമുദായം കല്പിച്ചു നൽകിയ ഒറ്റപ്പെടലിൽ നിന്നു രക്ഷ തേടിയ ധാത്രിയെന്ന സ്ത്രീയുടെ കഥയാണ് 'പൊന്നമ്മ'. പക്ഷേ അതിന്റെ തീവ്രത അവളെ എത്തിച്ചത് ഒരു കൊടും ദുരന്തത്തിലാണ്. 'നീർച്ചാലുകൾ' എന്ന സമാഹാരത്തിലെ ഈ കഥ ഹൃദയഹാരിയാണ്.

അതേ സമാഹാരത്തിലാണ് 'കൊടുങ്കാറ്റിൽ' എന്ന കഥയുമുള്ളത്. പൊന്നാനിയിലെ അഴിമുഖത്ത് എല്ലാ വർഷക്കാലത്തും ഓരോ പ്രശ്നങ്ങളുണ്ടാവാറുണ്ട്. ധീരോദാത്തത പ്രകടിപ്പിയ്ക്കാൻ അവസരം നൽകിക്കൊണ്ട് അതെല്ലാ വർഷംതോറും അരങ്ങേറുന്നു. മഴക്കാലത്ത് ഭാരതപ്പുഴയിൽനിന്നു കുത്തിയൊഴുകുന്ന മണ്ണും മണലും അവസാനം അടിഞ്ഞുകൂടുന്നത് അഴിമുഖത്താണ്,

കാരണം അപ്പോൾ സമുദ്രനിരപ്പും വളരെ കൂടുതലായിരിക്കും. അങ്ങിനെ അടിഞ്ഞുകൂടുന്ന മണ്ണും മണലും ഒരു തിട്ടായിവന്ന് അഴിമുഖത്തെ അടയ്ക്കുന്നു. പുഴവെള്ളം കടലിലേയ്ക്കൊഴുകാതാകുന്നു. ഫലമോ പുഴയിലെ നിരപ്പ് ക്രമാതീതമായി വന്ന് സമതലങ്ങളെ വെള്ളത്തിലാഴ്ത്തുന്നു. എത്രയോ പേരുടെ പാർപ്പിടങ്ങൾ നഷ്ടമാകുന്നു. ആ വെള്ളപ്പൊക്കത്തിലും, കുത്തിയൊഴുക്കിലും പെട്ട് മൃഗങ്ങളുടെയും ചിലപ്പോൾ മനുഷ്യരുടേയും ശവശരീരങ്ങൾ വയലുകളിലൂടെ ഒഴുകിപ്പോകുന്നതു കാണാം. അങ്ങിനെയുള്ള സന്ദർഭത്തിൽ അഴി മുറിക്കുക എന്ന കടുത്ത സാഹസം ഏറ്റെടുക്കുന്നത് കടപ്പുറത്തെ പൂശ്ലാന്മാരാണ്. അഴിമുഖത്ത് വന്നടിഞ്ഞ തിട്ട് മുറിച്ച് പുഴയെ സ്വതന്ത്രയാക്കുക. വല്ലാത്തൊരു സാഹസകൃത്യമാണത്. ചിലപ്പോൾ കുത്തിയൊഴുകുന്ന പുഴയോടൊപ്പം അവരും ഒലിച്ച് പോയെന്നു വരും. എല്ലാ വർഷവും ധീരസാഹസികതയുടെ കഥകൾ കേൾക്കാം. ഉറൂബിന്റെ കഥയിൽ അങ്ങിനെയുണ്ടാവുന്ന ഒരു തുരുത്തിൽ പെട്ടുപോയ ഒരു വഞ്ചിയിലെ ഇരുപത്തഞ്ചോളം യാത്രക്കാരെ രക്ഷിച്ച കഥയാണ്. രോമാഞ്ചത്തോടെയല്ലാതെ ഈ കഥ വായിക്കാൻ പറ്റില്ല.

ഉറൂബിന്റെ കഥകൾ വൈവിദ്ധ്യം നിറഞ്ഞവയാണ്. ഒരേ കഥകൾ പല വിധത്തിൽ പറയുകയല്ല, പറയുന്നതെന്തിലും പുതുമയുണ്ടാവണമെന്ന നിഷ്കർഷ വേണമെന്ന ശാഠ്യമുണ്ടായിരുന്നു അദ്ദേഹത്തിന്.

അതുപോലെ താൻ പറയാൻ പോകുന്ന കാര്യത്തെപ്പറ്റി കണിശമായ അറിവുണ്ടാകണമെന്നും അദ്ദേഹം കരുതിയിരുന്നു. നീലഗിരി മലകളിലെ തന്റെ വാസത്തിന്റെ പശ്ചാത്തലത്തിൽ കുറേ കഥകളെഴുതിയിട്ടുണ്ട് അദ്ദേഹം. എല്ലാം ചായത്തോട്ടങ്ങളിലെ പാവപ്പെട്ടവരുടെ കഷ്ടപ്പാടുകൾ കൊണ്ട്, വേദനകൊണ്ട് തീവ്രമായവയാണ്. കഷ്ടപ്പാടുകളിൽനിന്നും അടിമത്തത്തിൽനിന്നും എങ്ങിനെയെങ്കിലും ഓടിപ്പോയി രക്ഷപ്പെടാനുള്ള വാഞ്ച ഒരു ചെറുപ്പക്കാരിയെ എത്തിച്ച ദുരന്തത്തെപ്പറ്റി എഴുതിയതാണ് 'നനഞ്ഞ ഒരു രാത്രി' (വെളുത്ത കുട്ടി) എന്ന കഥ. അതിലെ ചെറുപ്പക്കാരൻ കഥാകൃത്തുതന്നെയാണ്.

ഇതിൽനിന്നെല്ലാം വളരെ വ്യത്യസ്തമായ കഥയാണ് 'സഖറിയാസ് എന്ന പുണ്യവാളന്റെ കഥ' (മൗലവിയും ചങ്ങാതിമാരും). നന്മയും തിന്മയും ഒരേ വ്യക്തിയിൽ ഒരേ സമയം കുടികൊള്ളുന്നുവെന്ന അറിവാണ് ഈ കഥ. അതുപോലെ പലപ്പോഴും മഹത്വം ഒരു വ്യക്തി ആർജ്ജിക്കുന്നതായിരിക്കണമെന്നില്ലെന്നും ആരോപിക്കപ്പെടുന്നതാകാമെന്നുമാണ് ഈ കഥയുടെ സന്ദേശം.

പാപപുണ്യങ്ങളെപ്പറ്റിയുള്ള ധാരണകൾ തിരുത്തുകയാണ് ഈ കഥ ചെയ്യുന്നത്. കള്ളനും തട്ടിപ്പറിക്കാരനുമായ ഒരാളെ, സ്വന്തം അനുജനെ കൊലപാതകക്കുറ്റത്തിൽനിന്ന് രക്ഷിച്ച് ആ കുറ്റം സ്വയം ഏറ്റുവാങ്ങി തൂക്കിലേറിയെന്ന ഒരേ കാരണത്താൽ, കഥയിലല്ലെങ്കിലും നമ്മുടെ മനസ്സിൽ പുണ്യവാളനായി അവ രോധിക്കുന്നു. കഥയിലുള്ള പുണ്യവാളനാകട്ടെ നമുക്കു മുമ്പിൽ ഒരു കീറാമുട്ടിയായി നിലകൊള്ളുകയും ചെയ്യുന്നു. അവസാനം പുണ്യവാളനെ അടക്കം ചെയ്ത ശവകുടീരം പൊളിച്ച് അദ്ദേഹ ത്തിന്റെ തിരുശേഷിപ്പ് വിവിധ രാജ്യങ്ങളിലേയ്ക്കു കൊണ്ടു പോകുന്ന രംഗമുണ്ട്. വളരെ ഗൗരവമായി ചിത്രീകരിച്ച ആ സംഭവങ്ങൾക്കു പിന്നിൽ ഉറൂബ് എന്ന മനുഷ്യൻ അമർത്തിച്ചിരി ക്കുന്നതിന്റെ ദൃശ്യമാണ് നാം കാണുക. സംഭാഷണത്തിലെന്ന പോലെ കഥകളിലും നമുക്ക് ഉടനീളം അനുഭവപ്പെടുന്ന നർമ്മം ലോലവും സൂക്ഷ്മവുമാണ്. ഈ കഥയിലെ ക്രാഫ്റ്റ് എടുത്തു പറയേണ്ടതാണ്. ഒരു കാവ്യം പോലെ, സംഗീതം പോലെ, സങ്കീർത്തനം പോലെ അനുഭവിക്കാവുന്നതാണ് ഈ കഥ.

സ്ത്രീ! എന്നു നമ്മൾ പറഞ്ഞുപോയേക്കാവുന്ന ഒരു സന്ദർഭ മാണ് 'വാടകവീടുകൾ' (വെളുത്ത കുട്ടി) എന്ന കഥയിലുള്ളത്. വാടക ബാക്കിവച്ച കാരണം മുറിയിൽനിന്നു പുറത്താക്കിയ മുട്ടാള നായ വീട്ടുകാരന്റെ നേരെ വിപരീതമാണ് സൗന്ദര്യവും മധുര മൊഴികളും കൊണ്ട് അയാളെ സ്വീകരിച്ച് അഭയം നൽകിയ വീട്ടു കാരി. പക്ഷേ കാര്യങ്ങളുടെ കിടപ്പിനെപ്പറ്റി കവിക്കുണ്ടായിരുന്ന ധാരണ മാറ്റിമറയ്ക്കുന്നതായിരുന്നു കഥാന്ത്യം. സ്ത്രീ എന്ന പ്രഹേളിക ഇത്രയും ഭംഗിയായും തീക്ഷ്ണമായും അവതരിപ്പിച്ച മറ്റൊരു കഥ മലയാളത്തിലില്ല.

നൂറ്റുപതോളം കഥകളിൽനിന്ന് എതാനും കഥകൾ മാത്രം തെര ഞ്ഞെടുക്കുകയെന്നത് ഒരു സാഹസമാണ്. എന്നെ,യെന്നെ എന്നു പറഞ്ഞ് മുമ്പിലേയ്ക്ക് ഇരച്ചു കയറുന്നവയാണ് മിക്ക കഥകളും. തിരഞ്ഞെടുപ്പുകാരൻ വിഷമിക്കുകയേയുള്ളൂ. സ്ഥലപരിധികാ രണം മറ്റു കഥകളെ നിഷ്കരുണം പുറംതള്ളി പ്രതിനിധ്യാത്മക മായ എതാനും കഥകൾ മാത്രമെടുക്കുകയാണ് ചെയ്തിട്ടുള്ളത്. വളരെ നല്ല പല കഥകളും ഉൾപ്പെടുത്താൻ അതുകൊണ്ട് കഴി ഞ്ഞിട്ടില്ല.

ഉറൂബിന്റെ പല കഥകളും അവയെഴുതിയ കാലത്ത് ജീവിച്ചിരി ക്കുന്ന കഥാപാത്രങ്ങളെയും സംഭവങ്ങളെയും അവലംബിച്ചെഴു തിയവയാണ്. കുഞ്ഞമ്മയും കൂട്ടുകാരും എന്ന നോവലിലെ ഒരുമാതിരി എല്ലാ കഥാപാത്രങ്ങളും അന്ന് പൊന്നാനിയിൽ

സാംസ്കാരിക രംഗത്ത് സജീവമായിരുന്ന വ്യക്തികളാണ്. ഇട ശ്ശേരി, അക്കിത്തം, ടി. ഗോപാലക്കുറുപ്പ്, തുടങ്ങിയവർ. പേരുകൾ അന്യോന്യം മാറ്റിയിട്ടുണ്ടെന്നു മാത്രം. അവരുടെ വ്യക്തിത്വ ത്തിനോ സ്വഭാവത്തിനോ മാറ്റമില്ല. അതുപോലെ ഗോപാലൻ നായരുടെ താടി എന്ന കഥയിലും എതാണ്ട് ഇതേ കഥാപാത്രങ്ങ ളാണുള്ളത്. 'ബിസിനസ്സുകാര'നിലെ റഹിം സാഹിത്യകാരന്മാരും കലാകാരന്മാരും സംഗീതജ്ഞരും കൂട്ടുകാരായിട്ടുള്ള പി.കെ.എ. റഹിം ആവാനാണ് സാധ്യത. കാരണം ആ നല്ല ബിസിനസ്സുകാ രന്റെ സ്റ്റോക്കിൽ പെട്ടവരിൽ എം. ഗോവിന്ദനും, എം.വി. ദേവനു മൊക്കെയുണ്ട്. അന്നത്തെ സാംസ്കാരിക പ്രവർത്തനങ്ങളിൽ ഒരു വലിയ പങ്കുണ്ട് എന്നതിനാൽ ഉറൂബുതന്നെ സ്വയം കഥാ പാത്രമായിട്ടുള്ള കഥകളുമുണ്ട്. 'പതിനാലാമത്തെ മെമ്പർ' (മൗലവിയും ചങ്ങാതിമാരും). ഏതു കഥയെടുത്താലും അതിനു പിന്നിൽ മഹാനായ ഒരു വ്യക്തി പ്രകാശം പൊഴിക്കുന്നത് കാണാം. അതുകൊണ്ടുതന്നെ ഓരോ കഥയും ഒരു മഹദ്സൃഷ്ടി യാവുന്നു.

ഇതൊരു പൊന്നാനിക്കാരന്റെ സൃഷ്ടികളാണ്. പൊന്നാനിക്കളരി യിൽ നിന്നുകൊണ്ടാണദ്ദേഹം സൃഷ്ടി നടത്തിയിരുന്നത്. ജോലിയ ന്വേഷിച്ച് വയനാട്ടിലും നീലഗിരിത്തോട്ടങ്ങളിലും പിന്നെ ആകാശ വാണിയിലും കുങ്കുമത്തിലും മനോരമയിലും പ്രവർത്തിച്ചിരുന്ന പ്പോഴൊക്കെ അദ്ദേഹത്തിന്റെ വേരുകൾ പൊന്നാനിയിലാഴ്ന്നി റങ്ങി നിലകൊള്ളുകയായിരുന്നു. പൊന്നാനിയ്ക്കു പുറത്തുള്ള വാസം, പ്രത്യേകിച്ച് വയനാട്ടിലും നീലഗിരിയിലും ചായത്തോട്ട ങ്ങളിലുമുണ്ടായ അനുഭവങ്ങൾ അദ്ദേഹത്തിന്റെ കഥകളെയും നോവലുകളെയും ചൈതന്യവത്താക്കി. ഉമ്മാച്ചുവിലെ മായനാ യാലും, സുന്ദരികളും സുന്ദരന്മാരും എന്ന നോവലിലെ സ്കൂൾ മാസ്റ്ററായാലും, ഈ പുസ്തകത്തിലെ നിരവധി കഥകളിലാ യാലും അനുഭവസമ്പത്തിന്റെ വായനാസുഖം നമ്മൾക്കു ലഭ്യമാ കുന്നു. ഓരോ കഥകളും ഓരോരോ കാലഘട്ടത്തിന്റെ സ്മരണ നമ്മിലുയർത്തിക്കൊണ്ടുവരുന്നത് ഹൃദ്യമാണ്. ആ കാലഘട്ട ങ്ങളിൽ ജീവിച്ചുപോന്ന വ്യക്തികൾ പുതിയ തലമുറയ്ക്ക് പരിച യമുണ്ടായി എന്നു വരികയില്ല, പക്ഷേ ഇങ്ങിനെയും കുറേ മനുഷ്യർ നമുക്ക് മുമ്പെ ഈ മണ്ണിൽ ജിവിച്ചിരുന്നു എന്നറിയു ന്നത് താല്പര്യമുളവാക്കുന്നു. ഒരു ചില്ലിക്കാശ് തുമ്പില്ലാതെ ചെല വാക്കിയാൽ സ്വർഗ്ഗത്തിൽ ചെന്നാൽ ഒരു പറ കണ്ണീരു വീഴ് ത്തേണ്ടി വരും എന്നു പറയുന്ന ലുബ്ധനായ കാരണവർ അച്ഛനും അമ്മയുമില്ലാത്ത സ്വന്തം പൗത്രിക്ക് വേണ്ടത്ര ചികിത്സ കൊടു ക്കാതെ മരിക്കാൻ വിടുന്നത് കണ്ടുനിൽക്കേണ്ടി വന്ന ഒരു ചെറുപ്പ ക്കാരന്റെ കഥ ഇന്ന് ആരും വിശ്വസിച്ചില്ലെന്നു വരും. ചേതനയറ്റു

കിടക്കുന്ന പൗത്രിയുടെ ശരീരത്തിനു മുമ്പിൽനിന്ന് ആ കാരണവർ വിലപിച്ചത് 'എത്ര കഷ്ടപ്പെട്ടുണ്ടാക്കിയ കാശാണ്, ഒക്കെ തുമ്പില്ലാതെ പോയി' എന്നാണ്. ചിന്നമ്മുവിനെ പ്രാണനു തുല്യം സ്നേഹിച്ച ആ ചെറുപ്പക്കാരന് അതു താങ്ങാൻ കഴിയുന്നില്ല. 'ദുഷ്ടൻ അവളെ കൊന്നു' എന്ന് ആ ചെറുപ്പക്കാരനോടൊപ്പം നമ്മളും പറഞ്ഞുപോകും.

ഓരോ കഥ വായിച്ചു കഴിഞ്ഞാലും അതിലെ കഥാപാത്രങ്ങൾ നമ്മെ ഒരു ബാധ പോലെ പിൻതുടരുന്നു. കഥ വെറുതെ പറഞ്ഞു പോവുകയല്ല, അനുഭവിപ്പിക്കുകയാണ് അദ്ദേഹം ചെയ്യുന്നത്.

മനുഷ്യബന്ധങ്ങളെപ്പറ്റി അദ്ദേഹം വളരെയധികം ചിന്തിച്ചിരുന്നു. 'പൂട്ടിയിട്ട വീടുകൾ' എന്ന കഥ വളരെ ഹൃദ്യമായി തോന്നുന്നത് മനുഷ്യമനസ്സിന്റെ ആഴങ്ങളിലേയ്ക്ക് കടക്കാനുള്ള ആ കഴിവാണ്. കാലിൽ അവശതയുണ്ട് എന്നതുകൊണ്ട് അമ്മുക്കുട്ടിക്ക് വന്ന വിവാഹാലോചനകളെല്ലാം അലസിപ്പോയി. ഒരു ഗതിയുമില്ലാതായപ്പോൾ അച്ഛൻ അവളെ സ്ഥലത്തെ വലിയ തറവാട്ടിന്റെ ഉരൽപുരയിൽ തള്ളിയതാണ്. എല്ലാവരും അവളെ വിളിച്ചിരുന്നത് ചണ്ണക്കാലിയെന്നായതുകൊണ്ട് അവൾതന്നെ സ്വന്തം പേര് മറന്നുപോയ സ്ഥിതിയാണ്. പക്ഷേ അവിടുത്തെ കാരണവരുടെ 'കുരുത്തംകെട്ട' മരുമകൻ ഒരു ദിവസം യാദൃശ്ചികമായി അവളെ കാണുകയാണ്. 'ആര് അമ്മുകുട്ടിയോ? അമ്മുകുട്ടി സുന്ദരിയായിരിക്കുന്നല്ലോ' എന്നു ചോദിക്കുന്നു. ആ ചോദ്യം അവളുടെ മനസ്സിലും ജീവിതത്തിലും ഉണ്ടാക്കുന്ന മാറ്റങ്ങളാണ് കഥ. ആ മനുഷ്യനെപ്പറ്റി പറഞ്ഞുകേൾക്കുന്ന കഥകൾ പേടിപ്പെടുത്തുന്നതാണ്. അവയിലൊന്ന് ഒന്നരക്കൊല്ലം ഒപ്പം പൊറുത്ത സ്ത്രീയെ ചവുട്ടിക്കൊന്ന കഥയാണ്. അതെല്ലാം അറിഞ്ഞിട്ടും അവളുടെ മനസ്സിൽ വലിയൊരു വേലിയേറ്റമുണ്ടാകുകയാണ്. ഒരു സ്ത്രീകഥാപാത്രത്തെ ഇത്രയും സ്വാഭാവികമായും തന്മയത്വത്തോടും കൂടി അവതരിപ്പിക്കാൻ മറ്റൊരു കഥാകാരനും കഴിഞ്ഞിട്ടില്ലെന്നാണ് എന്റെ അറിവ്. കഥയുടെ പരിസമാപ്തി എന്തായിരിയ്ക്കുമെന്ന് വായനക്കാർക്ക് വിട്ടുകൊടുത്തുകൊണ്ട് കഥ നിർത്തിയിരിക്കയാണ് ഉറൂബ്. അങ്ങിനെയൊരു സമാപ്തിയുണ്ടാക്കാൻ ഒരു കഥാകൃത്തിന് വളരെ മനഃസാന്നിദ്ധ്യം ആവശ്യമാണ്.

ഉറൂബിന്റെ കഥകൾ ഒരു കാലഘട്ടത്തിന്റെ കഥകളാണ്. അദ്ദേഹം എഴുതിത്തുടങ്ങിയ കാലത്തുതന്നെ അസ്തമിച്ചു തുടങ്ങിയ ഏറനാടൻ ഭൂപ്രദേശങ്ങൾ, അവിടുത്തെ പേരുകേട്ട നായർ തറവാടുകളുടെ കഥകൾ, ഇവയെല്ലാം ചരിത്രത്തിന്റെ അവശിഷ്ടങ്ങളാണ്. ഒരു നൂറു വർഷം മുമ്പ് വള്ളുവനാട് താലൂക്കിലുണ്ടായിരുന്ന സാമൂഹ്യ സാമ്പത്തിക ചിത്രം കിട്ടണമെങ്കിൽ ഉറൂബിന്റെ

കഥകൾ വായിച്ചാൽ മതി. പക്ഷേ ഉറൂബിന്റെ സാഹിത്യം ആ കാലത്തിലോ ദേശത്തിലോ മനുഷ്യരിലോ ഒതുങ്ങിനിൽക്കുന്നില്ല. കാലത്തിന്റെ വളർച്ചക്കൊത്ത് വന്ന മാറ്റങ്ങൾ, അത് ഇന്ന് എവിടെ എത്തിനിൽക്കുന്നു എന്നതുകൂടി ഈ കഥകൾ വ്യക്തമാക്കുന്നു. വെറുമൊരു സാഹിത്യകൃതി എന്ന പേരിൽ ഈ കഥകളെ അവലോകനം ചെയ്യുന്നത് പാകപ്പിഴയാകും. ഇത് മനുഷ്യവളർച്ചയുടെ ചരിത്രമാണ്, മാനവികതയ്ക്കുള്ള ഉദ്ബോധനവും.

ഉറൂബ് സാഹിത്യത്തിൽ പ്രവേശിച്ചത് തൊള്ളായിരത്തി മുപ്പതുകളിലാണ്. വല്ലാത്തൊരു കവിതാഭ്രമവുമായി നടന്നിരുന്ന ചെറുപ്പക്കാരനെ ഇതര സാഹിത്യ വിഭാഗങ്ങളിലേയ്ക്ക് നയിച്ചത് ഇടശ്ശേരിയായിരുന്നു. വിശാലമായ ജീവിതസമസ്യയെ ചിത്രീകരിക്കാൻ കവിതയ്ക്കാവില്ലെന്നു തോന്നിയതാവണം അദ്ദേഹം ഇടശ്ശേരിയുടെ ഉപദേശം സ്വീകരിച്ചു കഥകളിലേയ്ക്കും പിന്നീട് വളരെ വിശാലമായ കാൻവാസുമായി നോവലുകളിലേയ്ക്കും പ്രവേശിച്ചത്. ഉറൂബിന്റെ നോവലുകൾ പഠിക്കാനാഗ്രഹിക്കുന്നവർ ആദ്യം ചെയ്യേണ്ടത് അദ്ദേഹത്തിന്റെ ചെറുകഥകൾ പഠിക്കുകയാണ്. ഈ കഥകളാണ് വിശാലമായ ആ ലോകത്തേയ്ക്കുള്ള വാതായനങ്ങൾ. അധികം അറിയപ്പെടുന്നില്ലെങ്കിലും ഉറൂബിന്റെ നാടകങ്ങൾ വളരെ തീക്ഷ്ണമായ അനുഭവങ്ങൾ പകർന്നുതരാൻ പര്യാപ്തമാണ്. അതിൽ ഏറ്റവും മികച്ചത് 62ൽ ചൈനീസ് ആക്രമണത്തിന്റെ പശ്ചാത്തലത്തിലെഴുതിയ 'തീ കൊണ്ട് കളിക്കരുത്' എന്ന നാടകമാണ്. എം. ഗോവിന്ദന്റെ 'നീ മനുഷ്യനെ കൊല്ലരുത്' എന്ന നാടകത്തിനോടൊപ്പം മഹത്തായ യുദ്ധവിരുദ്ധ നാടകമായി ഇതു നിലകൊള്ളുന്നു. പിന്നീട് വളരെ വിജയകരമായ സിനിമകൾക്ക് തിരക്കഥയെഴുതിയിട്ടുണ്ട് അദ്ദേഹം. 'നീലക്കുയിൽ', 'രാരിച്ചൻ എന്ന പൗരൻ' 'നായര് പിടിച്ച പുലിവാൽ'. 'കുരുക്ഷേത്രം' തുടങ്ങിയവ.

ഉറൂബിന്റെ സാഹിത്യത്തെ വില മതിക്കാൻ അദ്ദേഹത്തിന്റെ കഥകൾ വളരെ അനുപേക്ഷണീയങ്ങളാണ്. കാരണം ഈ കഥകളിലാണ് ഉറൂബിന്റെ സ്വത്വം അടങ്ങിയിരിക്കുന്നത്. ഉറൂബ് എന്ന നോവലിസ്റ്റിനൊപ്പമോ അതിനേക്കാൾ ഒരുപടി മുന്നിലായോ ഉറൂബ് എന്ന കഥാകൃത്ത് നിൽക്കുന്നതിന്റെ കാരണവുമതാണ്.

■

കഥകൾ

പൊന്നമ്മ

തന്റെ അയൽപക്കത്ത് ഒരു കുടുംബം വന്നു താമസമാക്കിയത് 'ധാത്രി' അറിയായ്കയില്ല. പക്ഷേ, അവൾ അതിൽ വളരെയൊന്നും ശ്രദ്ധവച്ചില്ല. ഒന്നാമത്, അവർ കാഴ്ചയിൽത്തന്നെ വലിയ പണക്കാരല്ല; പിന്നെ ആ ചെറിയ ഉദ്യോഗസ്ഥന് ഒരു ഭാര്യയും കുട്ടിയുമുണ്ട്. ഇവ രണ്ടും ഒരാൾക്കുള്ള ഏറ്റവും ചീത്ത ഗുണങ്ങളായേ അവൾക്കു വിചാരിക്കാൻ കഴിയൂ. അവളുടെ അഭിപ്രായത്തിൽ, അയാൾ ദാമ്പത്യത്തെ സംബന്ധിച്ച് ഒരു സ്ഥാപിത താത്പര്യക്കാരനാണ്, ഒരരിപ്പിറാവ്! അവൾക്കിഷ്ടം ഒരു തേനീച്ചയെയാണ് – ഏതു പൂവിനും അതിനെ സംബന്ധിച്ച് ഒരാശ വച്ചുകൊണ്ടിരിക്കാമല്ലോ! അയാൾ അവളുടെ പടിക്കലൂടെയാണ് നിത്യവും ആഫീസിലേക്കു പോവുക. അപ്പോഴൊക്കെ അവൾ ഓർത്തു; "ഒരു മന്തനാണ് അയാൾ!"

ഇതുകൊണ്ട്, ധാത്രി തന്റെ വലക്കണ്ണികൾ മുറുക്കിയില്ലെന്നോ ആ കുടുംബജീവിതത്തിനു ചുറ്റും പതിയിരിപ്പു നടത്തിയില്ലെന്നോ അർത്ഥമാക്കരുത്. അങ്ങനെ നിരാശയായിരിക്കത്തക്കതല്ലാ, അവളുടെ പ്രകൃതി വിശേഷം. ഭാര്യ ഭരണഘടനാസംബന്ധിയായ ഒരു രക്ഷാവ്യവസ്ഥമാത്രം, അതിനുള്ളിലും വിപ്ലവകാരികളുണ്ടാവാം. എന്നല്ല, അത്തരം എത്ര വിപ്ലവകാരികളെ അവൾ കണ്ടിട്ടുണ്ട്! അയാളെ സംബന്ധിച്ച് അവളുടെ വിചാരം ഇതായിരുന്നു 'വലിയ ഗുണമൊന്നുമില്ല; എന്നാലും ആയതായില്ലേ!'

അയൽപക്കത്തെ ആ ഗൃഹാധിപനെപ്പറ്റി അവൾ മനസ്സിലാക്കിയത് കുറെയൊക്കെ നേരാണ്. കുഞ്ഞുണ്ണിമേനോൻ ഒരരിപ്പിറാവാണ് – തന്റെ കൂടു വിട്ടു പോകുന്നതിൽ ഏറ്റവും പേടിയുള്ള ഒരരിപ്പിറാവ്. തന്റെ ഭാര്യയും കുട്ടിയും, ആഫീസുറിക്കാർട്ടുകളും – കഴിഞ്ഞു, അയാളുടെ പ്രപഞ്ചമായി. കുഞ്ഞുണ്ണിമേനോൻ സുഭഗനാണ്; പക്ഷേ, അയാൾ അതറിഞ്ഞിട്ടില്ല.

ഇതൊക്കെ ഇരുന്നിട്ടും, തന്റെ അയൽപക്കക്കാരിയുടെ രൂപവിശേഷത്തിൽ, അയാളുടെ കൺ ചെന്നിരുന്നു. അവൾ മേലേക്കിടയിലുള്ള ഒരു സുന്ദരിയാണ്. ആ സ്നിഗ്ദ്ധപക്ഷ്മങ്ങളായ മിഴികളിൽ പ്രകൃതിതന്നെ

സുറുമയിട്ടു കൊടുത്തിരുന്നു; അന്തർജനസഹജമായ ഒരു നിഷ്കാപട്യവും ഉരൽപ്പുരപ്പെണ്ണിന്റെ കന്നത്തവും അവയിലുണ്ടെന്ന് അയാൾ കണ്ടുപിടിച്ചു. എന്നല്ല, ആകർഷകമായ വിധത്തിൽ അവ പരസ്പരം ഇണങ്ങിച്ചേർന്നു. തലേന്നു മുഴുവൻ കുടിയും കൂത്തുമായി കഴിഞ്ഞ ഒരാളുടേതുപോലെ, അവളുടെ കൺപോളകൾ, പലപ്പോഴും ഒട്ടൊന്ന് അടഞ്ഞുകൊണ്ടാണ് - അധികമധികം മനോഹരമാവാൻവേണ്ടിമാത്രം. അപ്പോൾ ആ കണ്ണുകൾക്കുചുറ്റും ഹൃദയഹാരിയായ ഒരുതരം വിഷാദച്ഛായ പറ്റിക്കിടന്നു. ഒരു നോട്ടത്തിന് കുഞ്ഞുണ്ണിമേനോന് ആ കണ്ണുകളിലെ ഭാവം ഇതാണെന്നു തോന്നി: 'ഞാൻ എത്ര പാവമാണ്!' അയാൾ ഒന്നുകൂടി ഊന്നി നോക്കിപ്പോയി; അപ്പോൾ അത് ഇങ്ങനെയാണ്: 'ഞാൻ നിങ്ങളെ എത്രമേൽ കൊതിക്കുന്നു!' അയാൾ ചുറ്റിക്കളഞ്ഞു. എല്ലാം കൂടി അയാൾ മനസ്സിലാക്കിയത് ഇതാണ്: 'പേടിക്കേണ്ട ഓമനത്തം.'

എന്നിട്ടും അവൾക്കു മുപ്പത്തഞ്ചു കഴിഞ്ഞിരിക്കുന്നുവെന്നും, ആ ഉരുണ്ട കവിളുകളിലെ പനിനീർപ്പു അത്രയൊന്നും വാടിയിട്ടില്ലെന്നും അയാൾ സൂക്ഷിച്ചു. എന്നല്ല, അറ്റത്ത് ഞാവൽപ്പഴത്തിന്റെ നിറത്തിലുള്ള കല്ലുകൾ പതിച്ച ലോലാക്കുകൾ, ഓരോ മുഖചലനത്തിലും അവളുടെ സ്വച്ഛകപോലങ്ങളിൽച്ചെന്നു തട്ടി, അവയിൽ പരഭാഗശോഭ ചേർക്കുന്നത് അയാൾ നോക്കിക്കണ്ടു. അവളുടെ വെളുത്തു കൊഴുത്ത കൈത്തണ്ടകൾ, ഒരു തീവണ്ടി ജനാലയ്ക്കുള്ളിലൂടെയോ മാളികമുകളിലെ വെൺമാടത്തിന്റെ ചുറ്റഴികളിലൂടെയോ ഒന്നു കണ്ടാൽ മതി ഒരാളുടെ കണ്ണുകൾ അവിടെ വിടാതെ കൂടിക്കളയുന്നു. പക്ഷേ ചായക്കൂട്ടുകൊണ്ട് തുടുപ്പിരട്ടിച്ച ആ കീഴ്ചുണ്ട് അത്ര തടിച്ചതല്ലായിരുന്നുവെങ്കിൽ നന്നായേനേ എന്ന് അയാൾ വിചാരിച്ചു; അതു കണ്ടപ്പോൾ അയാൾക്കൊരു വെറുപ്പു തോന്നി. അവളുടെ താടിയെല്ലുകൾക്കടുത്തെവിടെയോ ഒരു പന്തികേടുള്ളതായി, അംഗരാഗവിശേഷങ്ങൾക്കിടയിലൂടെയും കുഞ്ഞുണ്ണിമേനോൻ കണ്ടുപിടിച്ചു - ഒരു മരവിപ്പ്! അതു കണ്ടെത്തിയപ്പോഴാകട്ടെ, തഴമ്പിന്മേൽ കൈതട്ടിയാലുള്ള ഒരനുഭവം അയാൾക്കുണ്ടായി. "അറയ്ക്കുന്ന ജന്തു" അയാൾ പിറുപിറുത്തു: "ഒരു പകർച്ചവ്യാധിയാണ് അടുത്തുവന്നുകൂടിയിരിക്കുന്നത്."

പക്ഷേ, ആ വേശ്യ ദയാശീലയാണെന്ന് അയാൾ കണ്ടു. കണ്ണുപൊട്ടൻ, കുഷ്ഠരോഗി, അനാഥഗർഭിണി - മനുഷ്യത്വത്തിന്റെ അത്തരമുള്ള ദുർബലതകളുടെ നേരെയെല്ലാം അവളുടെ മനസ്സലിയും. അവർക്കൊക്കെ എന്തെങ്കിലും കൊടുക്കുന്നത് അയാൾതന്നെ കണ്ടിട്ടുണ്ട്. ഇതെന്തൊരദ്ഭുതമാണ്; ദയാശീലയായ വേശ്യ!

അതു നേരായിരുന്നു. അത്തരം പാവങ്ങൾക്ക് എന്തെങ്കിലും കൊടുക്കാതെ പറഞ്ഞയപ്പാൻ ധാത്രിയെക്കൊണ്ടാവില്ല. എന്തിനാണെന്നു തനിക്കുതന്നെ നിശ്ചയമില്ല; എന്നാലും അവൾക്ക് അതൊരു സുഖമായിരുന്നു. അത്തരം ദയനീയരെ നോക്കി അവൾ പലപ്പോഴും നെടുവീർപ്പിട്ടു.

"എന്താ ചെയ്യുക? ജനിച്ചുപോയി..." അത്തരക്കാരിൽപ്പെട്ട പലർക്കും അവൾ മാർഗ്ഗനിർദ്ദേശം ചെയ്തിട്ടുണ്ട്. കണ്ടാൽ കൊള്ളാവുന്ന തെരുവു തെണ്ടികളായ വല്ല പെൺകിടാങ്ങളും വന്നാൽ അവർക്കു രണ്ടു മുക്കാലോ ഒരണയോ എറിഞ്ഞുകൊടുത്തുകൊണ്ട് അവൾ പറയും: "അസത്തുപെണ്ണേ, കുറച്ചു തുടച്ചുമിനുക്കി നടക്കരുതോ? എന്നാൽ നിനക്കു വല്ലതും കിട്ടും." ആ വാക്കുകൾക്കിടയിൽ അമർഷമുണ്ടോ?

ധാത്രിയുടെ ഭൂതകാലമെന്തായിരുന്നുവെന്ന് വലിയ അറിവൊന്നുമില്ല. ഒരു കാമുകന്റെ കൂടെ ചാടിപ്പോന്നവളും അവനാൽ പരിത്യജിക്കപ്പെട്ടവളുമായ ഒരു തറവാട്ടുകാരിയാണെന്നു വരാം; അല്ലെങ്കിൽ ഏതോ തെരുവുതെണ്ടിപ്പെണ്ണാവാം; അതുമല്ലെങ്കിൽ, ഒരു ദരിദ്രയായ ബാലവിധവ. ഒരു പട്ടണത്തിലെത്തുമ്പോൾ അവരിൽപ്പലരും ഇന്നിലയിലാവാറുണ്ടല്ലോ: ഏഴെട്ടു കൊല്ലമായി അവൾ ഈ പട്ടണത്തിൽ വന്നുകൂടിയിട്ട്. അവളുടെ നാട്ടുകാരനാണെന്നു പറയുന്ന ഒരു കുരുമുളകു കച്ചവടക്കാരൻ പറഞ്ഞത് ഇങ്ങനെയാണ്.

"അവൾ ഒരില്ലത്തെ 'ഇരിക്കണെമ്മ'യുടെ അച്ഛനില്ലാത്ത മകളാണ്. പക്ഷേ, അവിടെ ആരും അതിനെപ്പറ്റി ആക്ഷേപിക്കാറില്ല. അവളുടെ മൂക്കിനും അപ്ഫൻ നമ്പൂതിരിയുടേതിനും തമ്മിൽ എന്തോ സാമ്യമുള്ളത് നിങ്ങൾ സൂക്ഷിച്ചുവോ?"

അവൾ ഇന്ന് ഒറ്റയ്ക്കാണ്. പലരായും ഇടപെട്ടുകൊണ്ടും, എന്നാൽ ആരുമായും സവിശേഷബന്ധമില്ലാതെയുമാണ് ആ ജീവിതം. ആദ്യകാലങ്ങളിൽ പലരും - ഉണ്ടികക്കച്ചവടക്കാർ, കമ്പനി ഉടമസ്ഥന്മാർ, വക്കീലന്മാർ, പോലീസുദ്യോഗസ്ഥന്മാർ, കോളേജു വിദ്യാർത്ഥികൾ ധാത്രിയുമായി വേഴ്ചയുറപ്പിക്കുവാൻ ശ്രമിച്ചു. അവളാകട്ടെ, എല്ലാവരെയും സ്വീകരിച്ചു: എന്നാൽ ആരേയും സവിശേഷമായൊട്ടില്ലതാനും.

ധാത്രിയെ സംബന്ധിച്ച ഇത്തരം കാര്യങ്ങളിൽ കുഞ്ഞുണ്ണിമേനോൻ അജ്ഞനായിരുന്നു; അതിലധികം അജ്ഞരായിരുന്നു അയാളുടെ കുടുംബാംഗങ്ങൾ. ഒന്നുമാത്രം അയാൾക്കറിയാം. അവൾ വലിയ പണക്കാരിയാണ്. പക്ഷേ, തന്റെ മകൻ ദാസൻ അവളുടെ വീട് ചൂണ്ടിക്കാണിച്ചുകൊണ്ട്, "അച്ഛാ ആ വല്യേ വീടിന്റെ മുകളിൽ കേറിനിൽക്കാൻ നല്ല രസമുണ്ടാവും, ഇല്ലേ?" എന്നു ചോദിച്ചപ്പോൾ അയാൾ ആലോചനാപൂർവമായ ഒരു മൗനം സ്വീകരിച്ചു. അയാളുടെ ഭാര്യ കല്യാണിക്കുട്ടിയമ്മയാകട്ടെ, അങ്ങനെ ഒരു വീട് അടുത്തുണ്ടെന്നു മനസ്സിലാക്കിയിട്ടുണ്ടോ എന്നേ സംശയമാണ് - അതു മനസ്സിലാക്കുന്നതുകൊണ്ട്, അവരുടെ ഭർത്താവിനോ മകനോ ഒരു നന്മയും വരാൻ പോകുന്നില്ലല്ലോ!

ധാത്രി ഒരു ധനികയാണ്; വാസ്തവമാണ്. അവളുടെ സംഭാഷണം ഗ്രാമീണമായ ഒരു പഴക്കച്ചുവയോടുകൂടിയതാണെങ്കിലും കൊഞ്ചി

ക്കൊണ്ടുള്ളതായിരുന്നു. അതു പലർക്കും കമ്പംകേറി. അവളാകട്ടെ ആ കമ്പത്തെ ഫലപ്രദമായി ഉപയോഗപ്പെടുത്തി. കാമുകന്മാരോട് അവൾ നിർദ്ദയമായി കണക്കു പറഞ്ഞു. വിൽക്കുന്നതിനു പിടിപ്പതും വില കിട്ടണം. ധാത്രി വിചാരിച്ചു: 'തന്നുകൂടേ ആ പിശുക്കൻ കഴുതകൾക്ക്. നൂറുനൂറു കണക്കിൽ കൊണ്ടുവരട്ടെ.' അങ്ങനെ അവളുടെ നെടുവീർപ്പുകൾ വികാരോഷ്മളങ്ങളും ആനന്ദസുരഭിലങ്ങളുമായിരുന്ന കാലത്ത് അവൾ കഴിഞ്ഞുകൂടുവാനുള്ള വകയുണ്ടാക്കി. അതു നന്നായി. അവൾ എങ്ങനെ ഉണ്ടായവളെന്നല്ല, എങ്ങനെ ഉള്ളവളെന്നാണ് ആളുകൾ നോക്കുക എന്നു പക്ഷേ, അവൾക്കു മനസ്സിലായിട്ടുണ്ടാവാം.

കാലം കഴിഞ്ഞുപോയി. അവൾ സുഖിച്ചു, സുഖത്തെ നുണച്ചു നുണച്ചിറക്കി. ഒരിക്കലും ആലോചിക്കാൻ നിന്നില്ല. കുതിരയെ ആകാവുന്നേടത്തോളം വേഗത്തിൽ ഓടിച്ചു - ഒരിക്കലും കടിഞ്ഞാണൊന്നു വലിക്കാതെ. അതുകൊണ്ട് അവൾ വിചാരിച്ചതിനുമുമ്പേ കൊടുമുടിയിലെത്തി. ഇനി എങ്ങോട്ടാണ് ഓടിക്കുക? - ഇനി എങ്ങനെയാണ് സുഖിക്കുക?

അത്തരം ജീവിതങ്ങൾക്കു കൊള്ളാത്ത ഒരു പണി അവൾ ചെയ്തു- അവൾ ആലോചിച്ചു. ഈ സുഖങ്ങൾ വൈചിത്ര്യഹീനങ്ങളായി. കാമുകന്മാർ വരുന്നു, പോകുന്നു. അവൾ പണം സമ്പാദിക്കുന്നു. അത്, ശ്വാസം കഴിക്കുന്നതുപോലെ, ഒരു സാധാരണ സംഭവം. ഇത്രയൊക്കെ ഉണ്ടായിട്ടും ധാത്രിയുടെ ഹൃദയം എന്തോ ഒന്നിനു കരഞ്ഞുകൊണ്ടിരുന്നു. അതെന്താണ്? ദാമ്പത്യത്തെയും പ്രേമത്തെയും കുറിച്ചുള്ള ആശയാണോ? തീർച്ചയായിട്ടും അല്ല - അവൾക്ക് അവളോടു പുച്ഛമാണ്, അല്ലെങ്കിൽ, അങ്ങനെയാണ് അവൾ പറഞ്ഞത്: "ഒരു ഭാര്യയായാൽ - ഉം കെട്ടിയിട്ട പട്ടിയായി പിന്നെ."

പിന്നെ, എന്താണത്? അവൾക്കുതന്നെ നിശ്ചയമില്ല. പഠിച്ചു മറന്ന ഒരു കാര്യം പോലെയായിരുന്നു അത്.

ധാത്രി അന്നു തന്റെ മണിമച്ചിലെ ജാലകത്തിനടുത്ത് ഇരിക്കുകയായിരുന്നു. അപ്പോഴും അസംതൃപ്തമായ ഹൃദയത്തിന്റെ തേങ്ങൽ അവളെ അലട്ടുന്നുണ്ട്. പെട്ടെന്ന്, അയൽവീട്ടിൽ നിന്ന് ഒരു പാട്ടു കേട്ടു. അവൾ ചെവികൊടുത്തു. അത് ഒരു കുട്ടിയുടെ കൊഞ്ചിക്കൊണ്ടുള്ള രാഗാലാപമായിരുന്നു.

"അച്ഛാ, നമ്മുടെ നാരോത്തിന്മേൽ
തിത്തൈലും ചില മയിലാട്ടം"

എന്നു തുടങ്ങുന്ന ആ ഉൾനാടൻ പാട്ട് അവളെ വല്ലാതെ രസിപ്പിച്ചു. തുടർന്നു കൊണ്ടുള്ള ആ ഗാനം അവളുടെ മനസ്സിലെ ആ അജ്ഞാതമായ അസംതൃപ്തിയെ ഒന്നുകൂടി ഉദ്ദീപ്തമാക്കി. അവളുടെ കണ്ണുകൾ അയൽവീട്ടിലേക്കു പറന്നു: 'ആരാണത്?'

അത് കുഞ്ഞുണ്ണിമേനോന്റെ വീട്ടിൽനിന്നാണ്. ആ മുറ്റത്തതാ, നാലഞ്ചു വയസ്സുള്ള ഒരു കുട്ടി നിൽക്കുന്നു. വെളുത്തു തുടുത്തു വട്ടത്തിലുള്ളതാണ് അവന്റെ മുഖം. ഒരു ഭാഗവതരുടെ ഭാവവിശേഷത്തോടെ അവൻ നിന്നു പാടുകയാണ്; തന്റെ ദരമീലിതങ്ങളായ നേത്രങ്ങൾ അന്തരീക്ഷത്തിനുനേരെ ഉയർത്തിക്കൊണ്ടുനിൽക്കുന്ന അവൻ സംഗീതലഹരിയിൽ മുങ്ങിയിരിക്കുന്നു. ആ കൊച്ചു കൈവിരലുകൾ കുപ്പായത്തുമ്പത്ത് തിരുപ്പിടിക്കുന്നു. പാട്ടുപാടുമ്പോൾ അവന്റെ നുണക്കുഴികൾ അധികമധികം സ്പഷ്ടമായി കാണാം. എന്തൊരോമനത്തം! ശബ്ദം ഉയരുംതോറും ആ കൊച്ചുമുഖം തുടുത്തുതുടുത്തേവന്നു – അതൊരു വിടർന്നുവരുന്ന പനിനീർപ്പൂവാണെന്നു തോന്നും!

അവൻ ആ പാട്ട് കുറെനേരം നീട്ടി നീട്ടിപ്പാടി; പിന്നീട് അതു ചുരുങ്ങിവന്ന് ഒരു പറയലായി മാറി. അപ്പോഴേക്കും അടുത്തുകൂടെ പോയ ഒരു തന്ത നായ അവന്റെ ശ്രദ്ധയെ അപകടത്തിലാക്കി. ആ ധീരൻ അകത്തേക്കൊരോട്ടം.

ധാത്രി അവനെത്തന്നെ നോക്കിക്കൊണ്ടിരുന്നു. നല്ല ചന്തമുള്ള കുട്ടി! എന്തു രസമുള്ള പാട്ട്!

അവൻ വീട്ടിനുള്ളിലേക്കു പോയിക്കഴിഞ്ഞിട്ടും ആ കൊച്ചുമുഖം അവളുടെ ഭാവനയിൽ നിന്നു: എന്നല്ല, ആ നുണക്കുഴികളുള്ള കവിളുകളെപ്പറ്റി ആലോചിക്കുന്നതിൽ എന്തോ ഒരു സുഖം.

പിറ്റേന്ന്, ദാസൻ മുറ്റത്തിരുന്നു കളിക്കുകയാണ്. ഒരു കടലാസുകപ്പലിനെ മണലിലൂടെ പായിപ്പാനുള്ള വിദഗ്ദ്ധമായ ശ്രമത്തിൽ ഏർപ്പെട്ടിരിക്കയായിരുന്നു അയാൾ. കൊമ്പത്തിട്ട ചരടൊന്നു പിടിച്ചുവലിക്കാൻ തുടങ്ങുമ്പോഴേക്കും ആ കപ്പൽ മറിഞ്ഞുകളയുന്നു. അവൻ പല സാന്ത്വനങ്ങളും പറഞ്ഞുനോക്കി; "എന്റെ കുഞ്ഞിക്കപ്പലല്ലേ, ഒന്നു നേരേ നിന്നോളൂ." പക്ഷേ, ആ കപ്പലിന്റെ ദുർവാശി നോക്കണം: വലിക്കാൻ തുടങ്ങേണ്ട താമസം, അതു പിന്നെയും മറിഞ്ഞുവീണു. അവൻ ശകാരിക്കാൻ തുടങ്ങി: "നോക്ക് ഞാൻ വലിച്ചൊരേറങ്ങോട്ട് എറിയും. അപ്പോ കപ്പലും പോവും, സാമാനോം പോവും, അതുണ്ടാവുംന്ന്." അങ്ങനെ കുറച്ചുനേരം കഴിഞ്ഞു. ഒടുവിൽ കാര്യം മനസ്സിലാകാത്ത ആ ബുദ്ധിശൂന്യനെ അവൻ ഉപേക്ഷിച്ചു. അതെടുത്തു പറമ്പിലേക്കൊരേറ്. എന്നിട്ട് അതിനുനേരേ തിരിഞ്ഞുനിന്ന് ഒരു പട്ടാളസലാം കൊടുത്ത്, അകത്തേക്കു കടന്നുപോവുകയും ചെയ്തു.

അവന്റെ ഈ ഭാവവിശേഷങ്ങളൊക്കെ നോക്കിക്കൊണ്ട് ധാത്രി തന്റെ ജാലകത്തിനടുക്കൽ നിൽക്കുകയാണ്. അവളുടെ ഉള്ളിലേക്ക് ഒരു പുതുജീവൻ കടന്നുകൂടിയപോലെ തോന്നുന്നു. എന്തെന്നില്ലാത്ത ഒരാഹ്ലാദാവേശം. ആ കുട്ടിയെ ഒന്നടുത്തുകിട്ടിയാൽക്കൊള്ളാമെന്ന് അവൾ കൊതിച്ചു. പക്ഷേ, ആ വീട്ടുകാരുമായി ഇടപെടുവാൻ അവൾ

ഇഷ്ടപ്പെട്ടില്ല. അല്ലെങ്കിൽ ധൈര്യപ്പെട്ടില്ല. അവർ തന്റെ തൊഴിലിനെ സൂചിപ്പിച്ചുകൊണ്ടു സംസാരിച്ചാലോ! അവന്റെ ആ പാട്ട് അപ്പോഴും അവളുടെ ശ്രോത്രപുടങ്ങളിൽ മൂളിക്കൊണ്ടിരുന്നു. ആ രൂപം അപ്പോഴും കണ്ണിൽനിന്നു മറഞ്ഞില്ല. അവൾ ആഗ്രഹിച്ചു. 'അവൻ ഒന്നിങ്ങോട്ടു വന്നെങ്കിൽ! ഒരു കുട്ടിയുണ്ടാവുന്നത് എത്ര നല്ലതാണ്!'

ധാത്രിക്ക് അന്ന് സുഖിതമായ ഒരസ്വാസ്ഥ്യം തോന്നി. അവൾ കസേലയിൽനിന്നു സോഫയിലേക്കും സോഫയിൽനിന്ന് ആട്ടുകട്ടിലിലേക്കും മാറിമാറിയിരുന്നു. ഒറ്റയ്ക്കിരുന്നു മനോരാജ്യം വിചാരിപ്പാൻ വല്ലാത്തൊരു രസം. ദാസന്റെ ആ പാട്ട് അവൾ പലപ്പോഴും മൂളി. കുറച്ചൊന്നു പരുത്ത ഒച്ചയാണെങ്കിലും അവൾക്കു സംഗീതം വശമുണ്ട്. പക്ഷേ, ആ നാടൻപാട്ടിനോളം മധുരമായി മറ്റൊരു പാട്ടുണ്ടെന്ന് അവൾക്കു തോന്നിയില്ല. അന്ന് തന്റെ അരികിൽ കിടക്കുന്ന തലയിണയിലേക്കു കയ്യെടുത്തു വച്ചപ്പോൾ അവൾ വിചാരിച്ചു: "ഇങ്ങനെയാണ് അമ്മമാരുടെ അടുക്കൽ കുട്ടികൾ കിടക്കുക!"

വൈകുന്നേരമായി. അവൾ തളത്തിൽ ചെന്നിരുന്നു. ചില്ലുവാതിലിലൂടെ പാതയിലേക്കു നോക്കി. മോട്ടോർകാറുകളും കുതിരവണ്ടികളും റിക്ഷകളും ഒന്നിനു പിറകെ ഒന്നായി ഓടി. ആളുകൾ വന്നുപോയി. അവൾ ഒന്നിലും സവിശേഷമായി ശ്രദ്ധിച്ചില്ല. പെട്ടെന്ന്, ആ നിരത്തിന്റെ അരികിലൂടെ പോകുന്ന ഒരാൾ അവളുടെ ശ്രദ്ധയെ ആകർഷിച്ചു. അത്, ദാസന്റെ അച്ഛനായിരുന്നു. ഇന്ന് അയാളെക്കുറിച്ച് അവൾക്കു പുച്ഛം തോന്നിയില്ല. എന്നല്ല, അവൾ വിചാരിച്ചു; 'ഞാൻ എന്തോ വിചാരിക്കുന്നു. പക്ഷേ, അയാൾ നല്ലൊരു മനുഷ്യനാവാം.' അയാൾ കടന്നുപോയി. അവളുടെ മനസ്സ് വീണ്ടും ഏതോ സ്വപ്നവീഥികളിലൂടെ സഞ്ചരിക്കുകയായി.

ഉടനെ, തെരുവിൽനിന്ന് ഒരു കരച്ചിൽ കേട്ടു. അവൾ അങ്ങോട്ടു നോക്കി. ഒരു തെണ്ടിപ്പെണ്ണ് അവളുടെ കുട്ടിയെ തല്ലുകയായിരുന്നു. ഓരോ അടി കൊള്ളുമ്പോഴും ആ കുട്ടി വളയുകയും പിരിയുകയും ഉച്ചത്തിൽ നിലവിളിക്കുകയും ചെയ്തു. അത് ഉറക്കെയുറക്കെ കരയുന്നതിനനുസരിച്ച് ആ തള്ള ഊക്കിലൂക്കിൽ തല്ലുകയും ചെയ്തു. ആ കുട്ടി തന്റെ മെലിഞ്ഞ കൈകളെക്കൊണ്ട് തല്ലുന്ന അമ്മയെത്തന്നെ കെട്ടിപ്പിടിച്ചു. അപേക്ഷാപൂർണ്ണമായ ആ കണ്ണുകൾ അങ്ങോട്ടുതന്നെ തിരിച്ചു. ധാത്രിക്ക് വല്ലാത്ത അസ്വാസ്ഥ്യം തോന്നി. അവൾ ആ കുട്ടിയെ വിളിച്ച് എന്തോ ഭക്ഷണം കൊടുത്തു. എന്നിട്ട് പറഞ്ഞു: "അസത്ത് പെണ്ണ്!" ആ കുഞ്ഞിന്റെ മുഖം പ്രഫുല്ലമായി. അമ്മയും മകനും കടന്നു പോയി.

അപ്പോൾത്തന്നെ, ഒരമ്മയെയും ചന്തമുള്ള രണ്ടു പെൺമക്കളെയും വഹിച്ചുകൊണ്ട് ഒരു ജടുക്ക അതിലെ കടന്നുപോയി. അവൾ വിചാരിച്ചു: "ഭാഗ്യം ചെയ്ത സ്ത്രീ! അന്നപ്പിടകളെപ്പോലെയുള്ള കുട്ടികൾ!"

ഇതിനുമുമ്പും ഇത്തരം കുട്ടികളും ഇത്തരം അമ്മമാരും ഇതിലേ കടന്നുപോയിട്ടുണ്ടാവില്ലേ? ഇതേവരെ, താൻ അതൊന്നും നോക്കാഞ്ഞതെന്തേ? അന്ന് ആദ്യമായി അവൾ മനസ്സിലാക്കി, താൻ ഏകാകിനിയാണെന്ന്. എല്ലാവർക്കുമുണ്ട് കുട്ടികൾ, ആ തെണ്ടിപ്പെണ്ണിന്നുപോലും! 'കഷ്ടം, എനിക്കൊരു കുട്ടിയില്ലല്ലോ! ഞാൻ ആരുടെയും അമ്മയല്ല.'

ഇനി അതിനെക്കുറിച്ച് ആശിച്ചിട്ടു ഫലമില്ല. തന്റെ ഫലോത്പാദനശക്തിയെ താൻതന്നെ കെടുത്തിക്കളഞ്ഞു. അവൾ വിചാരിച്ചു: 'ഈശ്വരൻ മനുഷ്യനു തന്ന വരമാണത്.'

പക്ഷേ, അവൾക്ക് 'ഈശ്വരന്റെ വരം' ഇനി ഉപയോഗശൂന്യമാണ്. അതു കഴിഞ്ഞുപോയി. അവൾ കൈപ്പടങ്ങളിൽ തല ചായ്ച്ചുകൊണ്ട് വളരെനേരം ചിന്തിച്ചു – എന്തൊക്കെ?

ഒടുവിൽ, ഒരു നെടുവീർപ്പോടെ അവൾ പിറുപിറുത്തു. "ഒടുക്കം, ആരുമില്ല, അതേ, ആരുമില്ല."

ഈ സമയത്തെല്ലാം അവളുടെ ഭാവനയിൽ ദാസന്റെ കൊച്ചുമുഖം പ്രതിഫലിച്ചിരുന്നു – ആ നുണക്കുഴികളും ആ തലയാട്ടലും ആ കൊഞ്ചിപ്പറയലും എല്ലാം.

രാത്രി പത്തുമണിയായി. തെരുവിലെ ശബ്ദം കുറഞ്ഞുകുറഞ്ഞു വന്നു. വിദ്യുദ്ദീപങ്ങൾ പ്രശോഭിക്കുന്ന മച്ചിൽ ധാത്രി ഏകാകിനിയായി ഇരിക്കുന്നു. ആ മുറിക്കു നടുവിലിട്ടിട്ടുള്ള വെണ്ണക്കൽ മേശ, തട്ടിന്മേൽ തൂക്കിയ വിവിധ വർണ്ണത്തിലുള്ള അലുക്കിൻകൂട്ടങ്ങളെ പ്രതിഫലിപ്പിച്ചുകൊണ്ട്, ഒരു നിശ്ചലമായ കൊച്ചു തടാകംപോലെ കിടക്കുന്നു. നഗ്നമായ ഒരു സ്ത്രീപ്രതിമ തങ്കത്താലവും ഏറ്റിക്കൊണ്ട് അടുത്തുതന്നെ നിൽക്കുന്നു. ഒളിമിന്നുന്ന കസേരകൾ, പച്ചപ്പട്ടുവിരിച്ച സോഫകൾ, വില്ലീസുകിടക്ക, തങ്കപ്പൂക്കൾ പിടിപ്പിച്ച നീരാളങ്ങൾ, ആഭരണങ്ങൾ, പൂക്കൾ–ബഹളമയമായ ആഡംബരമായിരുന്നു ആ മുറിയിൽ.

എന്നാലും അവിടമെങ്ങും നിശ്ചലവും മൂകവുമായിരുന്നു. നിശീഥിനിയുടെ നേർത്ത നിശ്വാസങ്ങൾ കിളിവാതിലഴികളിലൂടെ കടന്നുവന്നു. അത് അവളുടെ കുറുനിരകളെയും തട്ടിന്മേലുള്ള അലുക്കൻകൂട്ടങ്ങളെയും മെല്ലെയൊന്നു തൊട്ടിളക്കി. ധാത്രി ആ ജാലകത്തിനുള്ളിലൂടെ നോക്കിക്കൊണ്ടിരുന്നു–ഒരേ ദിക്കിലേക്ക്. അവിടെ മുഴുവൻ ഇരുട്ടാണ്. അവൾ പലതിനെക്കുറിച്ചും സ്വപ്നം കണ്ടു. നാട്ടിൻപുറങ്ങൾ, നെല്ലുകുത്തുന്ന പുരകൾ, അവസാനമില്ലാതെ ഒഴുകിപ്പോകുന്ന പുഴകൾ, ഇത്തിൾ നീറ്റുന്ന പുരകൾ, തലേന്നു വണ്ടിയിൽക്കയറിപ്പോയ 'അന്നപ്പിടകൾ'– പലതും. എല്ലാറ്റിനും രസകരമായത്, അവൾക്കു പൂതനാമോക്ഷം കഥ ഓർമ്മ വന്നതാണ്. വിഷം പുരട്ടിയ മുലകളിൽ പറ്റിക്കിടക്കുന്ന ആ ഉണ്ണിക്കൃഷ്ണൻ അവളുടെ സങ്കല്പങ്ങളിൽ വരാനെന്തേ? എന്നല്ല, ആ ഉണ്ണിക്കൃഷ്ണന് ദാസന്റെ മുഖച്ഛായയില്ലേ?

എന്തിനെന്നറിയാതെ, ധാത്രി അസ്വസ്ഥയായി. മനസ്സ് ചക്രവാളങ്ങൾക്കു പിന്നിൽ ചക്രവാളങ്ങളെ സൃഷ്ടിച്ചുകൊണ്ടു കടന്നുപോയി. പെട്ടെന്ന് പിന്നിൽനിന്ന് ഒരു ശബ്ദം കേട്ടു. അത് അവളുടെ കുറിഞ്ഞിപ്പൂച്ചയാണ്. കസവുകൊണ്ടുണ്ടാക്കിയ അതിന്റെ കഴുത്തുപട്ട വെളിച്ചത്തു കിടന്നുമിന്നി. അവൾ അതിനെപ്പിടിച്ചു മടിയിൽവച്ചു. മെല്ലെ മെല്ലെ അതിന്റെ പുറം തടവിക്കൊടുത്തു. വല്ലാത്തൊരു ഓമനത്തം തോന്നി. ധാത്രി അതിന്റെ കഴുത്തുപട്ടമേൽ തിരുപ്പിടിച്ചു. അവൾ അത് അമർത്തിയോ? ആ പൂച്ചക്കുട്ടി പിടഞ്ഞുകരഞ്ഞു. തിരുപ്പിടിക്കൽ അതിനെ വേദനപ്പെടുത്തിയിരുന്നു. അവൾ ഒരു മിനുട്ടുനേരം അതുതന്നെ ചെയ്തുകൊണ്ടിരുന്നു. പിന്നീട്, അതിനെ വിട്ടയച്ചു: "പാവം!"

പരിചാരിക വന്നു പറഞ്ഞു: "അമ്മാ ഒരാൾ വന്നിട്ടുണ്ട്."

"വരാൻ പറയൂ." അവളുടെ ആ തടിച്ച കീഴ്ച്ചുണ്ടിൽ പുഞ്ചിരി വിരിഞ്ഞു പോയി. ഒരു നിമിഷം അവൾ എന്തോ ആലോചിക്കുന്നതു പോലെ കാണപ്പെട്ടു. എന്നിട്ട്, പരിചാരികയെ വിളിച്ചുപറഞ്ഞു: "അല്ലെങ്കിൽ...പിന്നെ...അതെ...എനിക്കു സുഖമില്ലെന്നു പറഞ്ഞേക്ക്."

കുറച്ചു കഴിഞ്ഞപ്പോൾ അകന്നകന്നുപോകുന്ന ഒരു കുതിരവണ്ടിയുടെ ശബ്ദം ധാത്രി കേട്ടു. പെട്ടെന്ന് അവൾ വിചാരിച്ചു "അയ്യേ ഞാൻ എന്തൊന്നാണ് കാണിച്ചത്!"

പക്ഷേ, അവൾ ജാലകത്തിനടുക്കെച്ചെന്ന് അയൽവീട്ടിലേക്കു നോക്കി. അവിടെ വിളക്കു കെടുത്തിക്കഴിഞ്ഞിരുന്നു.

പിറ്റേന്ന് കാലത്ത് എഴുന്നേറ്റപ്പോൾത്തന്നെ ധാത്രി ഉറച്ചു, അന്ന് ദാസനെ അടുത്തു കാണണമെന്ന്. എന്തപമാനം വന്നാലും ആ കുട്ടിയെ ഒന്നെടുത്തു കിട്ടിയേ കഴിയൂ.

നേരം പത്തുമണി കഴിഞ്ഞു. കുഞ്ഞുണ്ണിമേനോൻ ആഫീസിലേക്കു പോയി. ധാത്രി ആ വീട്ടിലേക്ക് അങ്ങോട്ടുചെന്നു. അസ്വാസ്ഥ്യത്തോടു കൂടാതെയല്ലാ അവൾ അങ്ങനെ ചെയ്തത്. ഒരു നൂറുതവണ അതിനു മടിച്ചു. എങ്കിലും ആ പ്രചോദനം ശക്തിതരമായിരുന്നു.

വളരെ ശാന്തപ്രകൃതിയും വായാടിത്തം കുറഞ്ഞവളുമായതുകൊണ്ടോ എന്തോ കല്യാണിക്കുട്ടിയമ്മ തന്റെ അയൽപക്കക്കാരിയെക്കുറിച്ച് ഒരറിവും സമ്പാദിച്ചുവച്ചിരുന്നില്ല. പക്ഷേ, ധാത്രി ക്ഷണത്തിൽ അങ്ങോട്ടു കടന്നു പരിചയപ്പെട്ടു. സന്ദർഭങ്ങളെ തന്നോടിണക്കുന്നതിൽ ചിരപരിചിതമായ പാടവമുള്ളവളാണ്. അവർ പരസ്പരം കുശലം പറഞ്ഞു.

ദാസൻ അവിടെ നിന്നു കളിക്കുന്നുണ്ട്. ധാത്രി അവന്റെ കൈ കടന്നു പിടിച്ചു. അവൻ അവളുടെ മുഖത്തേക്കു നോക്കി ചോദിച്ചു: "നിങ്ങളേതാ?"

"നിന്റെ ഒരയൽപക്കക്കാരി" ധാത്രി ചിരിച്ചുകൊണ്ട് ഉത്തരം പറഞ്ഞു. അവളുടെ ഹൃദയമിടിപ്പ് ക്രമമായി വർദ്ധിച്ചിരുന്നു. അവൾ മടിയിൽനിന്ന്

ഒരു പാവക്കുട്ടിയെ എടുത്ത് അവനു കാട്ടി. അവൻ അമ്മയുടെ മുഖത്തേക്കു നോക്കി - അതു വാങ്ങാമോ? അമ്മ ഒരു ഭാവവും കാട്ടിയില്ല. ഒടുവിൽ ധാത്രിയുടെ നിർബന്ധം മൂത്തപ്പോൾ അവൻ അതു വാങ്ങി. അവൾ കല്യാണിക്കുട്ടിയമ്മയുടെ നേരെ നോക്കി പറഞ്ഞു: "ഞാൻ നിത്യവും നിങ്ങളുടെ മകന്റെ കളി കാണാറുണ്ട്. മിടുക്കനാണ്." പക്ഷേ, പെട്ടെന്ന് അവൾക്കു തോന്നി, അങ്ങനെ പറഞ്ഞതു നന്നായില്ലെന്ന്.

"നല്ല മിടുക്കനാണ്! അറുപോക്കിരി!" - കല്യാണിക്കുട്ടിയമ്മ പുഞ്ചിരിയോടെ പറഞ്ഞു. എന്നാലും തന്റെ മകനെ അങ്ങനെ പ്രശംസിച്ചതിൽ അവർക്കു വലിയ സന്തോഷമുണ്ടായി.

ദാസനാകട്ടെ, ആ പാവക്കുട്ടിയുടെ ചന്തം നോക്കുകയാണ്. അത് അവനു നന്നേ പിടിച്ചു. അത്രയും ഭംഗിയുള്ള ഒന്ന് അതിനുമുമ്പ് അവനു കിട്ടിയിട്ടേ ഇല്ല. അതുകൊണ്ട് ആ പാവയെ കൊണ്ടുവന്നുതന്ന സ്ത്രീക്ക് കാര്യമായ ചില മാന്യതകളുണ്ടെന്ന് അവൻ വിശ്വസിച്ചു. അവൻ ആ പാവയെ മടിയിൽക്കിടത്തി; മാറത്തണച്ചു. ശിരസ്സിലേറ്റി, നൃത്തംവച്ചു. എന്തു ചന്തമുള്ള പാവ! ഇതു തന്ന ഈയമ്മ എത്ര ഭംഗിയുള്ളവളാണ്!

ധാത്രി അവന്റെ കളികൾ സശ്രദ്ധം നോക്കിക്കൊണ്ടുനിന്നു. അവൾ രോമാഞ്ചം കൊള്ളുകയാണ്. അവളുടെ ഹൃദയാന്തർഭാഗത്തുനിന്ന് ഒരു മന്ത്രിക്കൽ: 'എന്റെ കുട്ടീ!' അതു നീണ്ടുനീണ്ട ഒരു നേർത്ത രാഗവിശേഷമായി.

അവൾ കല്യാണിക്കുട്ടിയമ്മയോട് യാത്ര ചോദിച്ചു; അതോടൊപ്പം ദാസനെ കൂട്ടിക്കൊണ്ടുപോകുവാനുള്ള അനുവാദവും.

"അവനെ ഒന്നു കുളിപ്പിക്കണം. കണ്ടില്ലേ വേഷം? മണ്ണിലാറാടിയിരിക്കുന്നു" അവർ മറുപടി പറഞ്ഞു. "ഞാൻ കുളിപ്പിച്ചോളാം" - ധാത്രി ശങ്കിച്ചുകൊണ്ടു പറഞ്ഞു. "അതൊന്നും വേണ്ട. വേഗത്തിൽ ഇങ്ങോട്ടയച്ചാൽ മതി."

ആ വാക്ക് ദാസനു നന്നെ പിടിച്ചു. ആ നല്ലവളായ സ്ത്രീയുടെ കൂടെ പോകുന്നതിൽ അവന് ഒരുത്സാഹം തോന്നി. പടിക്കൽനിന്നേ അവർ സംഭാഷണം തുടങ്ങി, അവനു ധാത്രിയെ പണ്ടേ പരിചയമാണെന്നപോലെ.

കല്യാണിക്കുട്ടിയമ്മ വിചാരിച്ചു: "നല്ല സ്വഭാമാണെന്നു തോന്നുന്നു."

വീട്ടിലെത്തിയ ഉടനെ ധാത്രി അവനെ സ്വന്തം കൈകൊണ്ടു കുളിപ്പിച്ചു. ഒരു പന്തീരാണ്ടിനിപ്പുറം അവൾ ഒരു കുട്ടിയെ കുളിപ്പിച്ചിട്ടില്ല. അവന്റെ ആ ചുരുൾമുടി ചീകിവച്ചുകൊടുത്തു. നുണക്കുഴികളാൽ ചന്തമെഴുന്ന കവിളുകളിൽ പൗഡറിട്ടു. അവളുടെ അഭിപ്രായത്തിൽ ഒരു 'കൊച്ചുസുന്ദര'നാക്കി. മിഠായിയും മധുരപലഹാരങ്ങളും അവനു ധാരാളമായി കിട്ടി; അതിലും മധുരമുള്ള ലാളനകളും. അവൾ ആ നാലഞ്ചു

വയസ്സുള്ള കുട്ടിയെ എടുത്തുകൊണ്ടേ നടന്നു. അത് അവനെ വിഷമിപ്പിക്കുകയായിരുന്നു. അവൻ പറഞ്ഞു: "ഞാൻ നടന്നോളാം."

"വേണ്ട. കാലിൽ ചളിയാവില്ലേ?" അവളുടെ സ്വരം കൊഞ്ചിക്കൊണ്ടുള്ളതായിരുന്നു. അവൾ ആട്ടുകട്ടിലിൽ ചെന്നിരുന്നു. അവനെ എടുത്തു മടിയിൽവച്ചു; എന്നിട്ട് കാലിന്റെ പെരുവിരൽ നിലത്തൂന്നി മെല്ലെ മെല്ലെ ആടി. അവൾ അവനെ മാറോടണച്ചുകൊണ്ടു പറഞ്ഞു: "എന്റെ മോൻ, ഒരു പാട്ടുപാട്." പറഞ്ഞു കഴിയേണ്ട താമസമേയുള്ളു, ദാസൻ തന്റെ ആ ചരിത്രപ്രസിദ്ധമായ പാട്ടു തുടങ്ങി: "അച്ഛാ നമ്മുടെ നാരോത്തിന്മേ..."

ധാത്രി അതു ശ്രദ്ധാപൂർവം കേട്ടു. ഹാ, ജീവിതം എത്ര സുന്ദരവും ആനന്ദപ്രദവുമാണ്! പ്രപഞ്ചത്തിലെ മുഴുവൻ പ്രകാശവും ആ മുറിയിൽ വന്നു നിൽക്കുന്നുവെന്ന് അവൾക്കു തോന്നി. ദാസൻ പാട്ടവസാനിപ്പിച്ചപ്പോൾ ധാത്രി അവന്റെ മുഖം പിടിച്ചുപൊക്കി. അതിൽ അമർത്തി ചുംബിച്ചു. ആ കുട്ടിയുടെ കണ്ണുകളിലേക്കും നിമിഷങ്ങളോളം സൂക്ഷിച്ചു നോക്കിക്കൊണ്ടിരുന്നു. എത്ര നിഷ്കളങ്കങ്ങളാണ് ആ കണ്ണുകൾ!

ദാസൻ ആ ചുംബനപ്പാട് തുടച്ചുകളഞ്ഞു. എന്നിട്ട്, കട്ടിലേക്കു ചൂണ്ടിക്കാണിച്ചുകൊണ്ട് ചോദിച്ചു: "അതൊക്കെ നിങ്ങളുടെ പണ്ടമാണോ?" അവൾ ചില ആഭരണങ്ങൾ അവിടെ വച്ചിരുന്നു.

"അതെ." അതിനെപ്പറ്റി സംസാരിക്കുവാൻ വലിയ രസമില്ലാത്ത പോലെ ധാത്രി തുടർന്നു: "ഇങ്ങോട്ടു നോക്കൂ, ദാസൻ എന്നെ എന്താണു വിളിക്കുക?"

"നിങ്ങളെ ഞാൻ..." അവൻ ആലോചനാപൂർവം തുടർന്നു: "നിങ്ങള്ന്ന്."

ആ വാക്ക് അവൾക്ക് ഒട്ടും രസിച്ചില്ല. അവൾ ഒരു പരിഭവസ്വരത്തിൽ ചോദിച്ചു: "എന്റെ മോന് എന്നെ അമ്മ എന്നു വിളിച്ചുകൂടേ?"

"വിളിക്കാം, വിളിക്കാം; ഞാൻ ഇനി നിങ്ങളെ അമ്മ എന്നേ വിളിക്കൂ." ധാത്രി അവനെ പിടിച്ചു മാറോടണച്ചു - ഹൗ, അമ്മയ്ക്കെന്തു സുഖമാണ്; എന്തു സുഖം!

ദാസനാകട്ടെ, ആ പണ്ടമെല്ലാം വാരിയെടുത്ത് ഓരോന്നായി അവളെ അണിയിച്ചു. ഒരു ക്രമവുമില്ലാതെ കഴുത്തിൽ ഒഢ്യാണവും തലയിൽ മാലയും. ധാത്രി അവന്റെ ഓരോ അംഗചലനവും സൂക്ഷിച്ചുനോക്കി.

"നിങ്ങളെ ഇപ്പോ... അല്ല, അമ്മയെ ഇപ്പോ നല്ല ചന്തമുണ്ട്" എല്ലാം അണിയിച്ചു കഴിഞ്ഞപ്പോൾ അവൻ പറയാൻ തുടങ്ങി. "എത്ര പൊന്നാണ് നിങ്ങൾക്ക്. പൊന്നുകൊണ്ടേ ഉള്ള ഒരമ്മ - പൊന്നമ്മ." അവൻ കൗതുകകരമായ വിധത്തിൽ മുഖം കോട്ടിക്കൊണ്ടു വിളിച്ചു: "എന്റെ പൊന്നമ്മേ..."

ധാത്രി അവനെ വീണ്ടും വിറയ്ക്കുന്ന കൈകളെക്കൊണ്ടു വാരിയെടുത്ത് ആ കൊച്ചുമുഖം തന്റേതിനോടു ചേർത്തുപിടിച്ചു. അവളുടെ നിശ്വാസങ്ങൾ അത്യൗഷ്മളങ്ങളായി അവനു തോന്നിയിരിക്കണം, മാറിടമാകട്ടേ, നിശ്വാസഖിന്നമായും; പക്ഷേ, ആ ഭാഗ്യഹീനയുടെ മുലകൾക്ക് ചുരക്കാൻ വയ്യായിരുന്നു.

ദാസൻ നിത്യവും ധാത്രിയുടെ വീട്ടിൽച്ചെല്ലും. 'പൊന്നമ്മ'യെ അവനു വലിയ ഇഷ്ടമായിരിക്കുന്നു. ധാത്രിക്കാണെങ്കിൽ ഒരു ലഹരിതന്നെ. അവൾക്ക് ജീവിതം പുതുതാവുന്നുവെന്നും പരിപൂർണ്ണമാവുന്നുവെന്നും തോന്നി. ഹൃദയത്തിലെ ആ അസ്പഷ്ടരോദനം കുറഞ്ഞേ വന്നു. അവൾ എപ്പോഴും ദാസനെപ്പറ്റിത്തന്നെ മനോരാജ്യം വിചാരിച്ചു. തന്റെ കുറുഞ്ഞിപ്പൂച്ച ഒന്നു തുള്ളുന്നതു കണ്ടാൽ അവളോർക്കും: 'എന്റെ മോന് അങ്ങനെയൊരു തുള്ളിക്കളിയുണ്ട്.' ഒരു കസവുനാട വല്ലേടത്തും കിടക്കുന്നതു കണ്ടാൽ അവൾ അതെടുത്തുവയ്ക്കും. 'അവനു കാളയെ കെട്ടി വലിക്കാൻ നന്ന്.'

ദാസനാകട്ടെ, പൊന്നമ്മയെക്കുറിച്ചുള്ള വർത്തമാനമേയുള്ളു - വീട്ടിലും കൂട്ടാളികളുടെ ഇടയിലും ഉണ്ണുമ്പോഴും ഉറങ്ങുമ്പോഴുമൊക്കെ.

അങ്ങനെ ഒരാഴ്ച കഴിഞ്ഞു. അപ്പോഴാണ് കുഞ്ഞുണ്ണിമേനോൻ മനസ്സിലാക്കിയത്, മകന്റെ പുതിയ വേഴ്ചയെപ്പറ്റി. അയാൾ അമ്പരക്കുക തന്നെ ചെയ്തു. എന്നല്ല തന്റെ ഭാര്യയെപ്പറ്റി വിചാരിച്ചു: "ഇവൾക്ക് ഒരുത്തിരി കഥയില്ലല്ലോ." ഉടനെ, കല്യാണിക്കുട്ടിയമ്മയെ വിളിച്ചു ചോദിച്ചു: "ദാസൻ എങ്ങോട്ടാണ് പോകുന്നത്?"

"ആ ധാത്രിയമ്മടെ വീട്ടിലേക്കാ."

"ഇത്ര ആലോചനയില്ലാതെയായാലോ, കല്യാണിക്കുട്ടി?"

"എന്താപ്പോ? ആയമ്മ വളരെ നല്ല കൂട്ടത്തിലാണ്. ദാസനെ വലിയ ഇഷ്ടാണ്."

"നിനക്കറിയാമോ?" അയാൾ ഒരു പതിഞ്ഞസ്വരത്തിൽ തുടർന്നു: "അവൾ തേവ്ടിശ്ശിയാണ്."

തന്റെ മകന്റെ ആ വലിയ ഗുണകാംക്ഷിയെപ്പറ്റി ഭർത്താവല്ല അങ്ങനെ പറഞ്ഞിരുന്നതെങ്കിൽ അവർ തീർച്ചയായും വിശ്വസിക്കില്ലായിരുന്നു. അദ്ദേഹം പറഞ്ഞ നിലയ്ക്ക് അതു തെറ്റാവാൻ നിവൃത്തിയില്ല.

അതുകൊണ്ട് അന്ന് ദാസൻ പുറപ്പെട്ടപ്പോൾ അവർ ശാസിച്ചു: "മതി, അങ്ങോട്ടൊന്നും പോകേണ്ട. എപ്പോഴും തെണ്ടൽ! അച്ഛൻ തല്ലും." അവിചാരിതമായി വന്ന ഈ ആജ്ഞ ദാസനെ അമ്പരപ്പിച്ചു. തന്റെ 'പൊന്നമ്മ'യുടെ അടുത്തു പോകുന്നതുകൊണ്ട് എന്താണ് തരക്കേട്? അതുകൊണ്ട്, അവൻ ഒരിക്കൽക്കൂടി പറഞ്ഞു: "അമ്മേ, ഞാൻ പൊന്നമ്മയുടെ വീട്ടിലേക്കാണ്."

“മനസ്സിലായി, മൂപ്പരേ.” അമ്മ പറഞ്ഞു: “അവിടെ ഒതുങ്ങി ഇരുന്നോളൂ.”

ദാസനു വല്ലാതെ ശുണ്ഠി വന്നു. പൊന്നമ്മ അവനെ കാത്തിരിപ്പുണ്ടാവും, പാവം! അവന് അമ്മയോടും വിരോധം തോന്നി. “അമ്മയ്ക്കു പൊന്നമ്മയോളം പണ്ടം ഇല്ലാന്നുവച്ചിട്ട്, എന്നെ പോവാതാക്കണോ?” അവൻ പോയി ഉമ്മറത്തിണ്ണമേൽ അമർന്നിരുന്നു - എന്നല്ല, ഒരു പ്രതിഷേധമെന്ന നിലയിൽ തന്റെ കുപ്പായത്തിനുണ്ടായിരുന്ന ഒരു ചെറിയ കീറലിൽ വിരലിട്ട് അതു കുറെക്കൂടി വലിയതാക്കി - അമ്മയ്ക്കു വ്യസനമാവട്ടെ.

ധാത്രി ദാസന്റെ വരവും പ്രതീക്ഷിച്ചുകൊണ്ടിരിക്കുകയായിരുന്നു. തീനാള നിറത്തിലുള്ള സാരിയും വിലപിടിച്ച ആഭരണങ്ങളുമണിഞ്ഞ്, ഒരു പതുപ്പെഴുന്ന പച്ചപ്പട്ടുവിരിപ്പോടുകൂടിയ സോഫയിൽ ചാരിക്കിടക്കുകയാണ് അവൾ. ഒരു കാൽ മടക്കിക്കുത്തിയിരിക്കുന്നു; മറ്റേക്കാൽ തൂക്കിയിട്ട് ആട്ടുകയാണ്. ഒരു നേർത്ത മൂളിപ്പാട്ട് അവളിൽനിന്നു പുറപ്പെട്ടു. അവളുടെ മനോരാജ്യം മുഴുവൻ ആ കുട്ടിയെ സംബന്ധിച്ചായിരുന്നു - ആ കൊച്ചുവിരുതന് എന്തെല്ലാം വർത്തമാനങ്ങളുണ്ടാവും പറയുവാൻ! മണിക്കൂറുകൾ കഴിഞ്ഞു; സൂര്യൻ താണുതാണുപോയി. എന്നിട്ടും അവൻ വന്നില്ല. അവൾക്ക് അങ്ങോട്ടുചെല്ലുവാൻ തോന്നി. പക്ഷേ, അവൾ പരിചാരികയെ പറഞ്ഞയച്ചതേയുള്ളു. പരിചാരിക മടങ്ങിവന്നു പറഞ്ഞു: “കുട്ടിയെ പറഞ്ഞയപ്പാൻ തത്കാലം നിവൃത്തിയില്ലത്രേ.”

ധാത്രി അമ്പരന്നുപോയി. അവൾക്കു പരിചാരികയെ ‘അസത്തേ’ എന്നു വിളിക്കുവാനാണ് തോന്നിയത്. പക്ഷേ, വേഗത്തിൽ സമനില പ്രാപിച്ചു. അവൾ മനസ്സിലാക്കി, ‘അപ്പോൾ അവരും അറിഞ്ഞു...’

തീവ്രമായിരുന്നു ആ അടി. ഇനി ഒരിക്കലും അവനെ കാണാൻ തരപ്പെടില്ല? എത്രമേൽ ആലിംഗനം ചെയ്താലും മതിയാവാത്ത ഒരാളെ ഒന്നു കാണാൻപോലും കിട്ടില്ലെന്നുവച്ചാൽ എന്തു വേദനയാണ് - ഹൃദയം കൈമോശം വന്ന ഒരു ജീവിതം! അവൾ മോഹാലസ്യപ്പെട്ടില്ല - ആ തീവ്രവേദനയനുഭവിക്കാൻ വേണ്ടിമാത്രം.

പിറ്റേന്നും ധാത്രി കാത്തു. അവൻ വന്നില്ല. അവൾ ജാലകത്തിനുള്ളിലൂടെ നോക്കി. അവൻ കുണ്ഠിതപ്പെട്ടുകൊണ്ട് ആ മുറ്റത്തുനിൽക്കുകയാണ്. കുപ്പായമഴിച്ചു തോളിലിട്ടിട്ടുണ്ട്. ആ മേനിയിൽ നിറച്ചും പൊടിയാണ്. നഖവും കടിച്ചുകൊണ്ട് അവൻ ഒരേ ദിക്കിലേക്കുതന്നെ നോക്കിനിന്നു. ധാത്രിക്ക് ആ വീട്ടുകാരോടും കലശലായി ദേഷ്യം വന്നു. “എന്ത സത്തുക്കളാണ്, അവര്. അവനിങ്ങോട്ടു വന്നതുകൊണ്ട് എന്താണൊരാപത്ത്. ഞാനവരുടെ കുട്ടിയെ കടിച്ചുതിന്നുമോ...? അവനവന്റേതാവണം!”

ഒരാഴ്ചകൂടി കഴിഞ്ഞു. അതിനിടയിൽ അവൾ പല കാമുകന്മാരെയും മടക്കിയയച്ചു; പലരുടെ നേരെയും ശുണ്ഠിയെടുത്തു; എപ്പോഴും

പരിചാരികയെ ശകാരിച്ചു – എല്ലാവരോടും കർക്കശമായി പെരുമാറി. ദാസനുവേണ്ടി ഒരുക്കിവച്ചിരുന്ന കളിക്കോപ്പുകൾ ഓരോന്നായെടുത്ത് അവൾ ചതച്ചു. കീറി കയ്യിലിട്ടു ഞെരിച്ചു പാതയിലേക്കെറിഞ്ഞു. എന്നിട്ട് വണ്ടിക്കുതിരകളും വഴിക്കാരും അവയെ ചവിട്ടിമെതിക്കുന്നതു നോക്കിക്കൊണ്ടേ നിന്നു. ധാത്രി തന്നോടുതന്നെ പറയുകയാണ്. "ആ കുട്ടി പോയാൽ എനിക്ക് ഒരു കുന്തവുമില്ല. ഇപ്പോൾ കാശിനു നാല് കുട്ടികളെക്കിട്ടും. അവർ വലിയ പ്രമാണിമാര്."

അവൾ ആ വിചാരത്തിൽ ഉറച്ചുനിൽക്കാൻ നോക്കി; പലപ്പോഴും നിൽക്കുക തന്നെ ചെയ്തു. എങ്ങനെയെങ്കിലും ജീവിക്കണമല്ലോ.

വൈകുന്നേരം മൂന്നുമണി കഴിഞ്ഞു. ആഫീസുകളിൽനിന്നു തിരിച്ചു പോകുന്ന ഉദ്യോഗസ്ഥന്മാരുടെ വണ്ടികൾ പാതയിൽ ശബ്ദകോലാഹലമുണ്ടാക്കി. ധാത്രിയുടെ അറയിലെ ജാലകത്തിൽ തൂക്കിയ വെള്ളപ്പട്ടു നീരാളം, പോക്കുകതിരുകളേറ്റു തുടുത്തു. കുറച്ചുദിവസമായിട്ട് അവൾ നീക്കാറില്ല; അതിലെ നോക്കിയാൽ ആ കുട്ടിയുടെ വീടു കണ്ടു കളയും.

അവൾ ആ നീരാളത്തിലേക്കുതന്നെ നോക്കിക്കൊണ്ടിരുന്നു. അതു വീണ്ടും തുടുക്കുകയാണ്. ദാസന്റെ കവിളുപോലെ! ധാത്രി കട്ടിലിൽനിന്ന് എഴുന്നേറ്റു; മെല്ലെ ജനാലയ്ക്കടുക്കൽ ചെന്നുനിന്നു. എന്നിട്ട്, ആ നീരാളമൊന്നു നീക്കി. അതാ, അപ്പുറത്തുണ്ട് അവൻ ഒറ്റയ്ക്കിരുന്നു കളിക്കുന്നു.

ധാത്രിയുടെ വിക്ഷോഭം അനിയന്ത്രിതമായിരുന്നു. അവൾ ഒന്ന് ഒച്ചയനക്കി. ദാസന്റെ കണ്ണുകൾ അങ്ങോട്ടുചെന്നു. അവൾ ചുറ്റും നോക്കി, അവനെ മാടി വിളിച്ചു – കുറച്ചുകൂടി പതുങ്ങിക്കൊണ്ടാണെങ്കിൽ ഒരു വേശ്യ കാമുകനെ വിളിക്കുംപോലെയാവും; കുറച്ചുകൂടി പ്രകടമാണെങ്കിൽ ഒരമ്മ മകനെ എന്നപോലെയും.

ദാസനും നാലുപുറവും നോക്കി. എന്നിട്ട്, ഒരൊറ്റ ഓട്ടം, അവന്റെ പൊന്നമ്മയുടെ അടുത്തേക്ക്! ആ കൊച്ചുവിരുതൻ ധാത്രിയുടെ വീട്ടിൽ എത്തിക്കഴിഞ്ഞു. അങ്ങനെ ചെയ്തതിൽ അവനു രണ്ടുതരത്തിലുള്ള കൃതാർത്ഥത തോന്നി. ഒന്നാമത് പൊന്നമ്മയെ കാണാം; പിന്നെ, അമ്മയെ പറ്റിക്കാനും കഴിഞ്ഞുവല്ലോ.

കണ്ടപ്പോഴേക്കും ധാത്രി അവനെ വാരിയെടുത്തു. അവന്റെ അച്ഛനുമ്മമ്മയ്ക്കും അതിലുള്ള അനിഷ്ടത്തെപ്പറ്റി അവൾ ഓർത്തതേ ഇല്ല. വിചാരത്തിന്റേതായ ലോകം അവളിൽനിന്നു പോയിക്കഴിഞ്ഞിരുന്നു; അവൾ ഇപ്പോൾ വികാരത്തിന്റെ ഉജ്ജ്വലസാമ്രാജ്യത്തിലാണ്. അവൾ ചുറ്റുപാടുകളെ മറന്നു. അവനെമാത്രം നോക്കി; അവനെ മാത്രം കണ്ടു.

"എന്റെ മോൻ" – ആ കുഞ്ഞിക്കവിളിൽ ഒരുമ്മവച്ചുകൊണ്ട് അവൾ തുടർന്നു. "എന്തേ ഇതുവരെ വരാഞ്ഞത്?"

"അമ്മ സമ്മതിക്കില്ല" അവൻ വ്യസനത്തോടെ പറഞ്ഞു. പക്ഷേ, അവൾ ആ ഉത്തരം ശ്രദ്ധിച്ചതേ ഇല്ല. അവനു വിശക്കുന്നുണ്ടോ എന്നും

സുഖമല്ലേ എന്നും അതുപോലുള്ള ഒരായിരം കാര്യവും-പലതും അവനു തന്നെ അറിയില്ല-അവൾ ചോദിച്ചു. അവൻ എന്തൊക്കെയോ പറഞ്ഞു. അവളാകട്ടെ, ഒന്നിനും ചെവികൊടുത്തില്ല.

ഏതാനും നിമിഷത്തിന് ആ മുറിയിൽ ഒരു നിശ്ശബ്ദത വ്യാപിച്ചു. ദാസൻ ആ ചുമരിൽ തൂങ്ങുന്ന ഒരു ചിത്രം നോക്കിക്കൊണ്ടിരിക്കയാണ്. അവളാകട്ടെ അവനെയും. ധാത്രി അവന്റെ തുടുത്ത കവിളിലേക്കു നോക്കി; മന്ദമന്ദം അവിടെ തടവി. ധാത്രിയുടെ കണ്ണിൽ ഒരാനന്ദത്തിന്റെ തീനാളം പാറിക്കളിച്ചു. പക്ഷേ, അതു ക്ഷണത്തിൽ കെട്ടുപോയി.

"ദാസാ, മോനേ." അവന്റെ താടിക്ക് തൊട്ടുകൊണ്ടു ചോദിച്ചു: "നിനക്ക് എന്നെ ഇഷ്ടമുണ്ടോ?"

"പിന്നെയോ! എനിക്കു പൊന്നമ്മയെ നല്ല ഇഷ്ടമുണ്ട്."

ധാത്രി എന്തോ ആലോചിച്ചുകൊണ്ട് തുടർന്നു: "ഞാൻ മരിച്ചാൽ നീ കരയുമോ?"

"അയ്യേ ഇല്ലില്ല." - കരയുന്നത് പൗരുഷക്കേടാണെന്ന് അവൻ പണ്ടേ ധരിച്ചുവെച്ചിരുന്നു.

"കരയണം" അവൾ ദുഃഖസങ്കുലമായ ഒരു സ്വരത്തിൽ പറഞ്ഞു: "നീ കരയണം, ഞാൻ മരിച്ചാൽ."

"അപ്പോ, പൊന്നമ്മ എന്തിനാ മരിക്കണ്?" അവൻ വലിയ ഉത്സാഹത്തോടെ പറഞ്ഞു: "അരിപ്പൂവിന്റെ കായില്ലേ, അതും കാഞ്ഞിരക്കുരും കൂടി വറത്തിട്ടു കുറെ ദിവസം തിന്നാപ്പിന്നെ മരിക്കില്ലാത്രെ. അങ്ങേലെ ലക്ഷ്മിക്കുട്ടി പറഞ്ഞതാണ്. അവള് പറയണതൊക്കെ ശരിയാ. അവൾക്ക് എന്നെ വലിയ ഇഷ്ടം; എനിക്ക് അവളെയും വലിയ ഇഷ്ടാണ്."

"എന്നേയോ ലക്ഷ്മിക്കുട്ടിയെയോ നിനക്കധികം ഇഷ്ടം?" ധാത്രി സോത്കണ്ഠം ചോദിച്ചു.

"അതെന്റെ പൊന്നമ്മെത്തന്നെ."

അവൾ ദാസനെ കെട്ടിപ്പിടിച്ചു പോയി. ആ ആഹ്ലാദാവേശം ഞരമ്പുകളിൽക്കിടന്ന് ഓളംവെട്ടി. അവളുടെ ശ്വാസഗതി ക്രമാധികമായി വർദ്ധിച്ചു. ദേഹത്തിലാകെ ഇടിമിന്നൽ നീന്തിക്കളിക്കുന്നപോലെ തോന്നി. അവന്റെ ആ തുടുത്ത കവിൾ എത്ര ആവേശപ്രദമാണ്! ധാത്രി അവിടെ ഒന്നു ചുംബിച്ചു. അതോടൊപ്പം ദേഹത്തിലാകെ ഒരു വിറ. അവൾ ആ കവിളിൽ മെല്ലെ ഒന്നു കടിച്ചു - ഇളംവെള്ളരിക്കയിൽ പല്ലു തട്ടുമ്പോഴത്തെ ഒരനുഭവം അവൾക്കുണ്ടായി. അവൾ അറിഞ്ഞില്ലാ, ആ പല്ലുകൾ അവിടെ കുറച്ചമർന്നുപോയി. ദാസൻ പിടഞ്ഞു. നിലവിളിച്ചു. അദ്ഭുതം, അവൾ എന്നിട്ടും പല്ലമർത്തി. കുട്ടി അത്യുച്ചത്തിൽ നിലവിളിച്ചു. അവൾ കേട്ടുവോ?

ധാത്രി മുഖമുയർത്തിനോക്കി. അതാ കുറച്ചു ചോര! അവൾ ആ രക്തമൊലിക്കുന്നിടം വീണ്ടും വീണ്ടും ചുംബിച്ചു. ആ കനത്ത കീഴ്ചുണ്ടിൽ ഒരു പുഞ്ചിരി വിരിഞ്ഞു - ചുകന്ന പുഞ്ചിരി. അവൻ അവളുടെ മുഖത്തേക്കു നോക്കിയില്ല; അതു നന്നായി. ആ കണ്ണുകളിലെ തീനാളം അവനെ പേടിപ്പെടുത്തിയേനേ!

ഒരു നിമിഷം കഴിഞ്ഞു. അവൾക്കു ബോധം വീണു. അവൾ വിറകൊണ്ടു. ഒരക്ഷരവും ഉരിയാടുവാൻ വയ്യായിരുന്നു. ആ രക്തത്തുള്ളികൾ അവളെ ഭയപ്പെടുത്തി. സാരിത്തുമ്പുകൊണ്ട് അവൾ അതു തുടച്ചുകൊടുത്തു. പക്ഷേ, ദാസൻ അവളുടെ കൈ തട്ടിക്കളഞ്ഞു.

പരിചാരിക മുറിയിലേക്കു വന്നു. പിന്നാലെയുണ്ട്, കുഞ്ഞുണ്ണി മേനോനും - അയൽവീട്ടിൽ കേൾക്കത്തക്കവണ്ണം അത്ര ഉച്ചത്തിലായിരുന്നു ദാസന്റെ നിലവിളി.

ധാത്രി അനങ്ങാതെ നിന്നു, തികച്ചും ഒരു കുറ്റവാളിയെപ്പോലെ. കുഞ്ഞുണ്ണി മേനോൻ ആകെയൊന്നു നോക്കി. അയാൾ മറ്റെപ്പോഴത്തെക്കാട്ടിലും മാന്യനായി ധാത്രിക്കു തോന്നി. അയാൾ ദാസനെ എടുത്തു പോകാൻ തുടങ്ങുമ്പോൾ ഒന്നു തിരിഞ്ഞുനോക്കി-വെട്ടാൻ നിൽക്കുന്ന കാട്ടുപോത്തിന്റെ നോട്ടമായിരുന്നു അത്.

ധാത്രിയുടെ ഹൃദയം കത്തിക്കഴിഞ്ഞ കരിക്കട്ടപോലെ, ഇരുണ്ടു.

■

കൊടുങ്കാറ്റിൽ

എന്തു ഭയങ്കരമായ ഒരു രാത്രിയായിരുന്നു അത്! ചീറിയടിക്കുന്ന കൊടുങ്കാറ്റുകൊണ്ട് നാടുമുഴുവൻ കിടന്നു കുലുങ്ങുകയായിരുന്നു. കരാളമായ ആ ഇരവ് എന്തെല്ലാം നാശങ്ങളാണ് വരുത്തിവയ്ക്കുകയെന്ന് എല്ലാവരും ഭയപ്പെട്ടുകൊണ്ടിരുന്നു. തിരമാലകൾക്കു പിൻപേ തിരമാലകളെന്നവണ്ണം ഞങ്ങളുടെ പുരയിടത്തിനുമീതെ അലറിപ്പോകുന്ന കാറ്റുകൾ നിലംപതിപ്പിക്കുന്ന വൃക്ഷങ്ങളുടേയും വീടുകളുടേയും ചടപടശബ്ദം കൂടെക്കൂടെ ഞങ്ങളെ ഞെട്ടിച്ചുകൊണ്ടിരുന്നു. ആ ഭാഗത്ത് ഒരു മരം വീഴുമോ, ഈ ഭാഗത്ത് പുരച്ചുമർ ഇടിഞ്ഞു വീഴുമോ എന്ന് ഓരോ നിമിഷത്തിലും വേവലാതിപ്പെട്ടുകൊണ്ടിരുന്നു ഞങ്ങൾ. പെട്ടെന്ന്, ഒരു കാറ്റുവന്ന് ഞങ്ങളുടെ മോന്തായം പിടിച്ചൊന്നു കുലുക്കി. ഭഗവാനേ, ഞങ്ങൾ വിറച്ചുപോയി. അച്ഛൻ അമ്പരന്നു. അമ്മ കൊച്ചനുജനെ മാറോടു ചേർത്തുപിടിച്ചു. മുത്തശ്ശി നാമം ജപിച്ചുകൊണ്ടിരുന്നു. ഒരു നിമിഷം; ആ കാറ്റ് അപകടമൊന്നും കാട്ടാതെ കടന്നുപോയി. ഇങ്ങനെ പുലരുന്നതുവരെ 'വായിൽ പ്രാണനു'മായി ഞങ്ങൾ കഴിച്ചുകൂട്ടി.

കടൽപ്പുറത്തുനിന്ന് ഒരു നാഴികയേ ഞങ്ങളുടെ വീട്ടിലേക്കുള്ളൂ. അതുകൊണ്ട് സാമാന്യം നല്ല കാറ്റുകളുമായി പരിചയപ്പെട്ടവരാണ് ഞങ്ങൾ. പക്ഷേ, ഈ കാറ്റ് – ഹാ അതൊരു സംഹാരതാണ്ഡവമായിരുന്നു!

പുലരാറായപ്പോഴേക്കും കാറ്റൊന്നടങ്ങി. ശരിക്കും പന്ത്രണ്ടു മണിക്കൂർ നേരത്തെ ഭയങ്കരതാണ്ഡവത്തിനുശേഷം അതൊന്നു തളർച്ച തീർക്കുകയാണെന്നു തോന്നും. ഞങ്ങളുടെ ഉള്ളിടിപ്പ് അപ്പോഴും തീർന്നിരുന്നില്ല. ഞങ്ങളിൽ ഓരോരുത്തരുടേയും ആലോചന മറ്റോരോ ദിക്കിലായിരുന്നു – ബന്ധുക്കൾക്കും അയൽവീട്ടുകാർക്കുമെല്ലാം വല്ല അപകടങ്ങളും പറ്റിയോ, ആവോ? എല്ലാവരും നിശ്ശബ്ദരായി മുഖത്തോടുമുഖം നോക്കിയിരുന്നു. കൊച്ചനുജൻമാത്രം പൊട്ടിച്ചിരിച്ചുകൊണ്ട് മടക്കിവച്ച കോസറികൾക്കുമേൽ കുത്തിമറിഞ്ഞു കളിച്ചു.

സൂര്യൻ ഒരു നുകപ്പാടുയർന്നു. പക്ഷേ, വെയിലിന് അല്പവും

പ്രകാശമുണ്ടായിരുന്നില്ല; അതു നന്നേ ഈറനായിരുന്നു. സൂര്യൻ ഒരു ഘോഷാസ്ത്രീയെപ്പോലെ, കാറുകൾക്കു പിന്നിൽ മറഞ്ഞുനിന്നു.

ഞങ്ങൾ മുറ്റത്തിറങ്ങി ചുറ്റുപാടും നോക്കി. ദയനീയവും ഭയങ്കരവുമായ ഒരു കാഴ്ചയായിരുന്നു അവിടെ. ഞങ്ങൾ താമസിക്കുന്നതിനു പടിഞ്ഞാറുവശം മുഴുവൻ പാവപ്പെട്ട ചെറുമക്കളുടെ പുരയിടങ്ങളാണ്. അവയിൽ മിക്കതും ഓലയെല്ലാം പറന്നുപോയി ഇല്ലിയും കോലും മാത്രമായി, അസ്ഥികൂടങ്ങളെപ്പോലെ, നിലംപൊത്തിയിരുന്നു. വളപ്പിലുള്ള വൃക്ഷങ്ങളെല്ലാം തലങ്ങും വിലങ്ങുമായി വീണുകിടക്കുന്നു. അവയിൽനിന്നു തെറിച്ച നാളികേരക്കുലകളും ഓലകളും ചക്കയും മാങ്ങയുമെല്ലാം അവിടമെങ്ങും ചിന്നിയിട്ടുണ്ട്.

അറബിക്കടലിന്റെ ദിഗന്തഭേദിയായ പെരുമ്പറയടിയൊച്ച അപ്പോഴും ചെവിയിൽ വന്നലച്ചുകൊണ്ടിരുന്നു. എന്തസഹ്യമായ ശബ്ദം!

ഇങ്ങനെ ചുറ്റുമുള്ള സങ്കടമയങ്ങളായ കാഴ്ചകളും നോക്കിക്കൊണ്ട് നില്ക്കുമ്പോഴുണ്ട് നമ്മുടെ കുഞ്ഞിക്കണ്ണൻമാസ്റ്റർ പടികയറി വരുന്നു. “അപകടമൊന്നും പറ്റിയില്ലല്ലോ?” എന്നു ചോദിച്ചുകൊണ്ടാണ് അദ്ദേഹം കോലായിലേക്കേറിയത്.

“ഇല്ല; അവിടേയാ.” ഞാൻ ചോദിച്ചു.

“എന്റെ വീടിന് കേടൊന്നും പറ്റിയിട്ടില്ല. പക്ഷേ, അയൽപക്കത്ത് ഇനി കുടികളൊന്നും ബാക്കിയില്ല. മരങ്ങളുടെ കാര്യമൊന്നും പറയേണ്ട. എന്തൊരു കഥയാണിതെന്റെ മേന്നേ! നിങ്ങൾ ബോട്ടിന്റെ വർത്തമാനം കേട്ടുവോ?”

“ബോട്ടിന്റെയോ?”

“അതെ. ഇവിടെനിന്ന് തി-യ്ക്കു പോകുന്ന ബോട്ട് അഴിമുഖത്തുള്ള ഒരു മേട്ടിൽച്ചെന്ന് തറഞ്ഞിരിക്കുന്നുവത്രേ.”

“നേരോ!”

“ഉവ്വെന്ന്” മാസ്റ്റർ തുടർന്നു: “എന്നല്ല അതിൽ നിറയെ പെണ്ണുങ്ങളും കുട്ടികളുമുണ്ടുപോൽ. ഞാൻ വഴിക്കുവച്ചു കേട്ടതാണ്. ആളുകൾ തുരുതുരെ ഓടുന്നുണ്ട്. നമുക്കൊന്നു ചെന്നുനോക്കുക.”

“ശരി” ഞാനും പുറപ്പെട്ടു. ഞങ്ങൾ വേഗത്തിൽ നടന്നു. വഴിയിൽക്കണ്ട കാഴ്ചകളെപ്പറ്റി ഒന്നും പറയാൻ വയ്യ. നിരത്തിൽ പലേടത്തും വൃക്ഷങ്ങളും കമ്പികളും അറ്റുവീണു. വാഹനഗതാഗതങ്ങൾ തടസ്സപ്പെട്ടിരുന്നു. ഞങ്ങളാകട്ടെ, മരത്തടികളെ കയറിമറിഞ്ഞും ചുള്ളിക്കൊമ്പുകളെ ഒടിച്ചുതാഴ്ത്തിയും ഒരുവിധം യാത്രചെയ്തു. ഒരു വളപ്പിലെ വൃക്ഷത്തലപ്പുകൾ പൊട്ടിപ്പറന്നു മറ്റൊരു വളപ്പിൽച്ചെന്നു വീണിരിക്കുന്നു. വീടുകളുടെ ഉമ്മറത്തെ ഇരിപ്പിടങ്ങളുണ്ട് കാവച്ചാലിൽ കിടക്കുന്നു. അടുത്ത തോട്ടിലൂടെ ഒരമരപ്പന്തൽ അങ്ങനെ ഒഴുകിപ്പോകുന്നുണ്ട്. “കഷ്ടം, ഈ

പുരകളിലെ ആളുകളുടെ നിലയെന്തോ! ദൈവത്തിന് ഇങ്ങനെ കണ്ണില്ലാതായാൽ" - മാസ്റ്റർ നെടുവീർപ്പിട്ടു.

അദ്ദേഹം പറഞ്ഞവസാനിച്ചപ്പോഴേക്കും ഞങ്ങൾക്കെതിരേ ഒരു മഞ്ചൽ വരുന്നതുകണ്ടു. അമാലന്മാർ മൂളിക്കൊണ്ട് നടക്കുന്നതുകൊണ്ട്, അതിനുള്ളിലുള്ളത് ഒരു ജീവനുള്ള ആളാണെന്ന് ഞങ്ങൾ മനസ്സിലാക്കി. അത് അടുത്തുവന്നു. ആ മഞ്ചലിന്റെ പിൻപേ മെലിഞ്ഞുനീണ്ട ഒരു മുഹമ്മദീയസ്ത്രീ നടക്കുന്നുണ്ട്. അവരുടെ ഒക്കത്ത് ഒന്നര വയസ്സു പ്രായമായ ഒരു കുട്ടി ഇരിക്കുന്നു. പത്തുവയസ്സു താഴെയുള്ള വേറെ മൂന്നു കുട്ടികൾ അവരുടെ പിന്നാലെയുമുണ്ട്?

"എന്താണത്?" ഞാൻ മാസ്റ്ററോടു ചോദിച്ചു.

"മനസ്സിലായില്ല; ചോദിക്കാം." കുഞ്ഞിക്കണ്ണൻമാസ്റ്റർ ആ മഞ്ചലിനു തൊട്ടടുത്ത് നടന്നിരുന്ന ഒരു വെള്ളത്താടിക്കാരനായ വൃദ്ധമുഹമ്മദീയനോടു ചോദിച്ചു. അയാൾ കാര്യം പറഞ്ഞുതന്നു. "എന്റെ മേഷ്ട്രേ, അതു ഞമ്മടെ ബീരാൻകുട്ട്യല്ലേ - മുഴേന്റെ ബീരാങ്കുട്ടി. ഒരു കല്ല് ബാരിക്കു ബീണ്, ചീക്കിലേക്കാ." ഞങ്ങൾക്കു കാര്യം മനസ്സിലായി. അന്വേഷണത്തിൽ, ആ നാലു കുട്ടികൾക്കും ഒരു തള്ളയ്ക്കും കൂടിയുള്ള ഒരേ താങ്ങാണ് വീരാൻകുട്ടി എന്നറിഞ്ഞു. അയാളുടെ വാരിയെല്ലുകൾ നുറുങ്ങിയിരുന്നു.

ഞങ്ങൾ നിശ്ശബ്ദരായി മുന്നോട്ടുതന്നെ തിരക്കിനടന്നു. ആ ബോട്ട് എന്തായി എന്ന് ഞങ്ങൾക്കൊരു വിവരവും കിട്ടിയിട്ടില്ല. അതു ചെന്നു തറഞ്ഞുകൂടിയ മണൽത്തിട്ടു കുറേശ്ശെക്കുറേശ്ശെയായി അലിഞ്ഞുപോകുന്നുവെന്നു വഴിയിൽവച്ച് ഒരു പോലീസുകാരൻ ഞങ്ങളോടു പറഞ്ഞു. കുഞ്ഞിക്കണ്ണൻമാസ്റ്റർ കലശലായി പരിഭ്രമിച്ചപോലെ കാണപ്പെട്ടു.

അദ്ദേഹം നടക്കുകയല്ലാ, മിക്കവാറും ഓടുകതന്നെയായിരുന്നു. മുപ്പതോളം ആളുകളുടെ ജീവൻ അങ്ങനെ അപകടത്തിലായിരിക്കുന്ന ഒരു സന്ദർഭത്തിൽ കുഞ്ഞിക്കണ്ണൻമാസ്റ്ററെപ്പോലെ ഹൃദയാലുവായ ഒരാൾ പറന്നില്ലെങ്കിലേ അദ്ഭുതപ്പെടുവാനുള്ളൂ. ഞാനും കാലു നീട്ടിവച്ചു.

ഞങ്ങൾക്കു കടന്നുപോകേണ്ടത് ഒരു പള്ളിയുടെ ഓരത്തിലൂടെയാണ്. അതിന്റെ ഒരു മൂലയിലെ ഓട് മിക്കതും പറന്നുപോയിരുന്നു. അങ്ങനെ കൊടുങ്കാറ്റ് ആ ഈശ്വരന്റെ ഇരിപ്പിടത്തോട് ഒരു സവിശേഷതയും കാട്ടാഞ്ഞതിൽ എനിക്ക് എന്തോ ഒരു സന്തോഷം തോന്നി. ആ പള്ളിയുടെ ശവപ്പറമ്പിൽ മൂന്നോ നാലോ കുഴികൾ നിരത്തിക്കുത്തുന്നത് ഞങ്ങൾ കണ്ടു. ഒരു വലിയ വൃക്ഷം മറിഞ്ഞുവീഴുകയാൽ മണ്ണടിഞ്ഞുപോയ ഒരു കുടുംബത്തിനാണത്രേ അവ - അതേ, രണ്ടു പിഞ്ചുപൈതങ്ങളും അവരുടെ മാതാപിതാക്കന്മാരും!

"നാലുകുഴി ഒന്നിച്ച്" കുഞ്ഞിക്കണ്ണൻമാസ്റ്റർ പറഞ്ഞു.

ഞാൻ ഒന്നും മിണ്ടിയില്ല.

പാതാറിനോടടുക്കുംതോറും ജനക്കൂട്ടത്തിന്റെ ഇരമ്പം കേൾക്കാറായി. ഞങ്ങൾ കോടതിനിരത്തിലുള്ള വഴിത്തെരുവിലേക്കു കടന്നു. അവിടെ നിന്നു നോക്കിയാൽ പുഴ കാണാം. മലവെള്ളം വന്ന് ഇരുകരയും കവി ഞ്ഞുനില്ക്കുന്ന അത് ഒരു രക്തപ്പുഴയാണെന്നേ തോന്നൂ. ഇടയ്ക്കിടെ ചില വെൺനുരകൾ അസ്ഥിഖണ്ഡങ്ങളെപ്പോലെ നീന്തിക്കളിച്ചിരുന്നു.

ഞങ്ങൾ പാതാറിലെത്തി. എന്തൊരാൾത്തിരക്കായിരുന്നു അവിടെ! മണൽവാരിയിട്ടാൽ കീഴ്പോട്ടുതിരില്ല. ആളുകൾ അമ്പരന്നമട്ടിലുള്ള ആംഗ്യവിശേഷങ്ങളോടെ പരസ്പരം പതിഞ്ഞസ്വരത്തിൽ ഓരോന്നു പറഞ്ഞു. എല്ലാവരുടേയും ഈ 'കുശുകുശെ'പ്പറയലുകൾകൊണ്ടുതന്നെ, അവിടെ ഒരായിരം തേനീച്ചക്കൂടിളകിയപോലെ ശബ്ദായമാനമായിരുന്നു. കുഞ്ഞിക്കണ്ണൻമാസ്റ്റർ ആൾത്തിരക്കിലേക്കു തിക്കിക്കടന്നു; ഞാൻ പിന്നാലെയും.

ഞങ്ങൾ ഒരുവിധം പാതാറിനറ്റത്തു ചെന്നു. പക്ഷേ, കുഞ്ഞിക്ക ണ്ണൻമാസ്റ്ററുടെ തോളിലിട്ടിരുന്ന വേഷ്ടി കാണ്മാനില്ല. മാസ്റ്ററാകട്ടെ, അതിൽ ഉദാസീനനുമായിരുന്നു. പെട്ടെന്നുവന്ന ഒരു കാറ്റ് ഞങ്ങളുടെ മുഖത്തേക്കു നനഞ്ഞ മണൽ നല്ലവണ്ണം വാരിയെറിഞ്ഞു. വാസ്തവ ത്തിൽ, എനിക്കു കലശലായി വേദനിച്ചു. ഞങ്ങൾ അഴിമുഖത്തേക്കു നോക്കി, അതാ ആ ബോട്ട് മണൽത്തിട്ടിൽ നില്ക്കുന്നു. കരയിൽനിന്നു സുമാർ രണ്ടര ഫർലോങ്ങേ അങ്ങോട്ടുണ്ടാവുള്ളൂ. പക്ഷേ, അതിനിട യിൽ കിടക്കുന്നതോ, ചീറിക്കുതിക്കുന്ന തിരമാലകൾ!

ഒരു പതിനഞ്ചടി സമചതുരമേ ആ തുരുത്തിനുള്ളൂ. അതിൽ തറ ഞ്ഞുനില്ക്കുന്ന ബോട്ടിന്റെ രണ്ടറ്റവും വെള്ളത്തിലായിരുന്നു. നടുമാത്രം മണലിൽ പൂഴ്ന്നുകിടക്കുകയാണ്. ആ തിട്ടിന്റെ ഒരു ഭാഗത്ത്, പുഴയുടെ ചെന്നിറത്തിലുള്ള ഓളങ്ങൾ തങ്ങളുടെ കാളക്കഴുത്തുയർത്തി മുട്ടുന്നു; മറുഭാഗത്താകട്ടെ, അറബിക്കടലിലെ ഗജാകൃതിയിലുള്ള നീലത്തിരമാ ലകൾ വപ്രക്രീഡ നടത്തുന്നു. ഇരുഭാഗത്തുനിന്നുമുള്ള ഈ സമ്മർദ്ദ ത്തിൽ ആ തുരുത്ത് എത്രനേരം നില്ക്കും?

കൂറ്റൻ തിരമാലകൾ ഞങ്ങളുടെ അടുത്തേക്കു ചീറിക്കൊണ്ടുവന്നു. അവ ഞങ്ങളുടെ കാല്ക്കൽ വന്ന് ഒരലറിച്ചയോടെ പൊട്ടിച്ചിതറി. ഭീമാ കാരനായ ഒരു രാക്ഷസൻ നീന്തിവന്നു കരയ്ക്കു കയറിനിന്ന് പൊട്ടിച്ചി രിക്കുകയാണെന്നു തോന്നി.

പക്ഷേ, ഇതൊന്നും നോക്കാൻ അപ്പോൾ സമയമില്ല. അതാ, ആ ബോട്ട് അപകടത്തിന്റെ ഒത്ത നടുക്കു നില്ക്കുന്നു. ആ തിട്ടാകട്ടേ, ഓരോ നിമിഷത്തിലും അലിഞ്ഞലിഞ്ഞുപോകുന്നു. ആർക്കുമാർക്കും ഒന്നും പറ യാൻ വയ്യാത്ത ഒരു നിലയിലായിരുന്നു. പലരും വീർപ്പടക്കിക്കൊണ്ട് നിന്നു. തങ്ങൾ ഒരു വീർപ്പുവിട്ടാൽ ആ ബോട്ട് അധികം താണെങ്കിലോ എന്ന് അവർ പേടിക്കുന്നതുപോലെ തോന്നി. കുഞ്ഞിക്കണ്ണൻമാസ്റ്റർ അടു ത്തുള്ള ഓരാളോടു ചോദിച്ചു: "അവരെ രക്ഷിക്കാൻ വഴിയൊന്നുമില്ലേ?"

“എന്താ കാട്ടുന്ന്? ഇക്കാറ്റും ബസറും ഇങ്ങനെ നിക്കുമ്പോ എങ്ങനെ മേഷ്ട്രേ വഞ്ചി താത്തും? ഒരു ചെറുമനുഷ്യന് അങ്ങെത്താങ്കയ്യോ?”

“വല്ലാതെ തിരയുണ്ടല്ലേ? മാസ്റ്റർ ചോദിച്ചു.

“പക്കെ, പടച്ചോന്റെ കുതറത്തുണ്ടായിട്ട്, അതോണ്ടൊന്നുല്ലാച്ചോളി. ഇബ്ബസറല്ലേ തിരിച്ചല്.”

അപ്പോഴേക്കും ഞങ്ങളുടെ പിന്നിൽ നിന്നിരുന്ന ഒരു വയസ്സൻ മുന്നോട്ടുവന്നു. അയാൾ തികച്ചും കറുത്തിട്ടാണ്. നന്നേ കൂന്നിരിക്കുന്നു. അയാളുടെ നീണ്ട വെള്ളത്താടിയിൽ ചില ഇഴകൾ മുറുക്കിത്തുപ്പൽ ഒലിച്ചു ചുകന്നിരിക്കുന്നു. കുറേശ്ശെ ഒരു വിറ ആ വൃദ്ധന്റെ വടിയെന്തി കൈയുകളെ ബാധിച്ചിട്ടുണ്ട്. ആ വൃദ്ധനെ കണ്ടപ്പോൾ ഞങ്ങളുമായി സംസാരിച്ചുനിന്നിരുന്ന ആ യുവമുഹമ്മദീയൻ അയാളുടെ അടുത്തേക്കു ചെന്നു. “ക്കാ, മായൻകുട്ടി അബടെല്ലേ?”

“ണ്ടുണ്ണി. എന്താ ഇബടെ ബിസേസം, മൊയമ്മതേ?”

“ആ ബോട്ട് ആ തിരുത്തിമ്മേ ചെന്നു കേറിരിക്കണ്. കുഞ്ഞുകുട്ട്യോള് ഒരെമ്പാടുണ്ട് അയില്.”

“നേരാണ്ണി!” ആ വൃദ്ധൻ അമ്പരന്നപോലെ ചോദിച്ചു: “ഇന്നിട്ടാ ഇങ്ങള് ബാല്യക്കാര് ഇങ്ങനെ നോക്കിക്കണത്?”

“ക്കാ, ന്ന് കടല്ണ്ടില്ലേ?” ആ ചെറുപ്പക്കാരൻ തല ചൊറിഞ്ഞു കൊണ്ടു പറഞ്ഞു.

“അത് സരി. പക്കെ, മ്മള് കടലണ്ട് പേടിക്കേ്?”

ആ വൃദ്ധന്റെ സംഭാഷണം അയാൾ കടലോരങ്ങളിൽ താമസിക്കുന്ന മീൻപിടിത്തക്കാരിൽ ഒരാളാണെന്ന് ഞങ്ങൾക്കു മനസ്സിലാക്കിത്തന്നു. ഒരുപക്ഷേ, യൗവനത്തിൽ താൻ ഈവിധം എത്ര അപകടങ്ങളിൽനിന്ന് ആളുകളെ രക്ഷിച്ചിട്ടുണ്ടെന്ന അഭിമാനമായിരിക്കും ആ വൃദ്ധനെക്കൊണ്ട് അങ്ങനെ പറയിച്ചത്. ആ കിഴവൻമാസ്റ്ററുടെ നേരെ തിരിഞ്ഞുപറഞ്ഞു. “ഞമ്മക്ക് മേഷ്ട്രേ, ഇതിലൊരു കൈയും ശെയ്യാ ബയ്യാതായി. ഞമ്മടെ കാലോക്കെ കയിഞ്ഞില്ലേ?”

“ഇനിയെന്താ, ഒരു വഴി, കാരണവരേ?” മാസ്റ്റർ ചോദിച്ചു.

“ആട്ടെ.” കുറച്ചുനേരം ആലോചിച്ചുകൊണ്ട് ആ വൃദ്ധൻ തുടർന്നു: “മൊമ്മതേ, യ്യ് ആ മായനോടും മുയ്തീനോടും ഇബട വരാൻ പറയ്. ഉം മണ്ടുണ്ണി.”

മുഹമ്മദ് പാഞ്ഞുപോയി.

ആ തുരുത്ത് അപ്പോഴും അലിയുകയാണ്. അവിടെയുള്ള ആളുകളെപ്പറ്റി വ്യക്തമായ ഒരു വിവരവും ആർക്കുമുണ്ടായിരുന്നില്ല. പലപല ഊഹങ്ങളും ഞങ്ങളുടെ ചുറ്റും പ്രചരിക്കുന്നുണ്ട്. ചിലർ പറയുന്നു, അതിൽ മുക്കാൽഭാഗവും പെണ്ണുങ്ങളാണെന്ന്; ചിലർ കുട്ടികളാണെന്ന്.

ഇനി ചിലർ പറയുന്നത് എണ്ണക്കച്ചവടക്കാരനായ കുറെ മുഹമ്മദീയരാണെന്ന്. എന്തായാലും അതിൽ നിറയെ മനുഷ്യാത്മാക്കളുണ്ട്. അവരുടെ ജീവിതങ്ങളാകട്ടെ, ഓരോ നിമിഷത്തിലും അധികമധികം അപകടത്തിലാവുകയാണ്. വേഗത്തിൽ എന്തെങ്കിലും ചെയ്യാതെ വയ്യ. പക്ഷേ, ആരാണ് ആ കോൾകൊണ്ട കടലിൽ വഞ്ചിയിറക്കുക?"

പെട്ടെന്ന്, ഭയങ്കരമായ ഒരു നിലവിളി ഞങ്ങളുടെ ചുറ്റും വ്യാപിച്ചു. ഒരൊറ്റ നിലവിളി. പിന്നെ നിശ്ശബ്ദം. ആളുകൾ ആ ബോട്ടിലേക്ക് തുറിച്ചുനോക്കിക്കൊണ്ടു നില്ക്കുകയാണ്. ഞാനും അങ്ങോട്ടു നോക്കി. അവിടെനിന്ന് ആ പാവപ്പെട്ട മനുഷ്യർ വസ്ത്രങ്ങൾ പൊക്കി എന്തൊക്കെയോ ആംഗ്യങ്ങൾ കാട്ടുന്നു - മനുഷ്യാത്മാവിന്റെ ഒടുക്കത്തെ പിടച്ചിലുകൾ!

ചൂഴവും കുത്തിമറിയുന്ന തിരമാലകളിൽ ആ കൊച്ചുദ്വീപ് ഇടിഞ്ഞിടിഞ്ഞു പോകുന്നുണ്ട് മുപ്പതോളമുള്ള മനുഷ്യായുസ്സിന്റെ ഏകാവലംബം അടർന്നുപോവുകയാണ്. ഞങ്ങൾ നോക്കിനില്ക്കുന്നു; അതെ, വെറുതെ നോക്കിനില്ക്കുകയല്ലാതെ ഞങ്ങൾക്കൊന്നും ചെയ്യാനില്ല.

കഷ്ടം, അതിനുള്ളിൽ അമ്മമാരുണ്ടാവാം - വിദ്യാലയത്തിലോ ആശുപത്രിയിലോ ഉള്ള തങ്ങളുടെ കുട്ടികളെ കാണ്മാൻ പോകുന്ന അമ്മമാർ; പെൺകിടാങ്ങളുണ്ടാവണം - അവർ ഭർത്താവിന്റെ അടുത്തേക്കോ, ഉദ്യോഗസ്ഥലത്തേക്കോ പോവുകയാവാം. എന്തെല്ലാം ആലോചനകൾ അവരുടെ മനസ്സിലുണ്ടാവണം. ഒരുപക്ഷേ, എന്റെ പെങ്ങളുടെ പ്രായത്തിലുള്ളവരും ആ കൂട്ടത്തിലുണ്ടാവില്ലേ? ആങ്ങളമാർ അവരെ ആശങ്കാകുലരായി പ്രതീക്ഷിച്ചുകൊണ്ടിരിക്കുന്നുണ്ടാവില്ലേ? അക്കൂട്ടത്തിൽ കിഴവന്മാരുണ്ടായിക്കൂടെന്നുണ്ടോ? അവരാവാം അതിലുള്ള യുവാക്കളെ സമാധാനിപ്പിക്കുന്നത്. ചുരുക്കത്തിൽ മനുഷ്യജാതിയുടെ എല്ലാ പ്രായത്തിലും എല്ലാ നിലകളിലുമുള്ളവർ അതിനുള്ളിലുണ്ടെന്നു വരാം. അവരിതാ, കുറേശ്ശെക്കുറേശ്ശെയായി മരിക്കുന്നു. ഈശ്വരനല്ലാതെ മറ്റാരും തുണയില്ലാത്ത അവരുടെ ഹൃദയസ്ഥിതി ഇപ്പോൾ എന്തായിരിക്കും? ഈ ഭയങ്കരമായ ദുരന്തം കാണാൻ വയ്യാതെ അവരിൽ പലരും കൺചിമ്മിയിട്ടുണ്ടാവില്ലേ? അതോ അവർ കൺതുറിച്ചു ചുറ്റുപാടും നോക്കുന്നുണ്ടാവുമോ? ഞങ്ങളെയും നോക്കുന്നുണ്ടാവുമോ - കർമ്മാസമർത്ഥരായി നില്ക്കുന്ന ഞങ്ങളെയും?

വീണ്ടും ആൾക്കൂട്ടത്തിനിടയിൽനിന്നു നിലവിളി പൊങ്ങി. അതാ, പിന്നെയും അവർ വസ്ത്രങ്ങൾ പൊക്കിക്കാട്ടുന്നു. അവരുടെ തുരുത്തിന്റെ ഒരു വശവും കൂടി ഇടിഞ്ഞുവീണിട്ടുണ്ടാവണം. ഭഗവാനേ, ഞങ്ങളെന്തു ചെയ്യട്ടെ!

ആളുകൾ പരസ്പരം നോക്കി. അക്കൂട്ടത്തിൽ വഞ്ചിക്കാരുണ്ട്, കപ്പൽപ്പണിക്കാരുണ്ട്. പക്ഷേ, ആ സമയത്ത് ആർക്കും വഞ്ചിയിറക്കാൻ ധൈര്യമില്ല. എല്ലാവരും മരവിച്ചപോലെ കാണപ്പെട്ടു.

ആലോചിക്കാതിരിക്കുമ്പോൾ വന്നുകൂടുന്ന ഓരോ അപകടങ്ങൾ. ഇന്നലെ, ഈ നേരത്ത്, അവരും ഞങ്ങളെപ്പോലെ സുരക്ഷിതരായിരുന്നു. അതിലെ ഓരോ അമ്മമാരും സ്വന്തം കുട്ടികൾക്കുവേണ്ടി ഭക്ഷണം പാകം ചെയ്യുകയോ ഉടുപ്പുതുന്നുകയോ ആയിരുന്നു. ഓരോ അച്ഛന്മാരും തങ്ങളുടെ പൈതങ്ങൾക്ക് ഭക്ഷണത്തിനായി ജോലി ചെയ്തുകൊണ്ടിരുന്നിട്ടുണ്ടാവാം. ആ കുഞ്ഞുങ്ങളാകട്ടെ, താന്താങ്ങളുടെ മുറ്റത്ത് ഓടിപ്പാഞ്ഞു നടന്നിരിക്കയാവണം. ഇന്നോ? ആ നിർഭാഗ്യരിതാ, അപാരവും അഗാധവുമായ മരണഗഹ്വരത്തിലേക്ക് ആണ്ടാണ്ടു പോകുന്നു. ആ കാറ്റു പുറപ്പെടുന്ന സമയത്തുതന്നെ എന്തിനേ അവർ ബോട്ടുവിട്ടത്? അല്ലെങ്കിൽ ആ ഭാഗ്യഹീനരായ യാത്രികനെന്തിനേ ആ സന്ധ്യാസമയത്ത് ബോട്ടിലേറിയത്? എന്തോ? ഒക്കെ ഈശ്വരേച്ഛയാണ്. അവിടേന്നുണ്ടാക്കിയ കുരുക്ക് അവിടന്നുതന്നെ അഴിക്കുകയും ചെയ്തുകൊള്ളും. പക്ഷേ, ആ മേട് അലിഞ്ഞലിഞ്ഞു പോകുന്നുവല്ലോ.

വീണ്ടും കേട്ടു ആൾക്കൂട്ടത്തിന്റെ ബഹളം. ഞങ്ങൾ തിരിഞ്ഞു നോക്കി. ഞങ്ങളുടെ അടുത്തുനിന്നിരുന്ന ആ വൃദ്ധന്റെ അരികെ രണ്ടുപേർ നില്ക്കുന്നതു കണ്ടു. ആ 'പുയസ്സിലാന്മാർ' കറുത്തിരുണ്ടവരും ദൃഢകായരുമാണ്. ഒരുത്തൻ ഒരൊത്ത ആളാണ്; മറ്റേവനാകട്ടെ, ഒരു കുള്ളൻ. ആദ്യത്തേവന് ഒരു നാല്പത്തഞ്ചു വയസ്സുണ്ട്, മറ്റേവന് ഇരുപത്താറിൽ കവിയില്ല. മൂത്തവൻ വൃദ്ധനോടു ചോദിച്ചു: "എന്താ, ബാപ്പാ ഇവിടെ നിക്കണ്?"

"അതെ, ഈ തെരക്കിലെന്തിനാ മൂത്താപ്പാ?" ഇളയവനും ചോദിച്ചു.

"ന്റെണ്ണീ! ആ ബോട്ടിന്റെ കാര്യം കണ്ടില്ലേ? എന്താ ഇപ്പോ വേണ്ടിയത്?"

ആ ചോദ്യത്തിൽ ആ ബോട്ടിനെ രക്ഷിക്കേണ്ട സകല ഉത്തരവാദിത്വവും തങ്ങൾക്കാണെന്നു തോന്നും. വാസ്തവത്തിൽ ആ വയസ്സന്റെ വിശ്വാസം അതുതന്നെയാണെന്ന് ആ കണ്ണുകൾ വെളിപ്പെടുത്തി.

"എങ്ങിനയാ, വാപ്പാ ഇപ്പോ വഞ്ചി താത്ത്?" മായൻ ചോദിച്ചു.

"എടാ മായനേ, മൺമറഞ്ഞ മഹതീങ്ങളില്ലേ? പത്തുമുപ്പതെണ്ണാടാ അബടെ കെടക്കണത്."

ഉടനെ, മായന്റെ അടുത്തേക്ക് ആളുകൾ തടിച്ചുകൂടി. പലർക്കും അയാളെ പ്രോത്സാഹിപ്പിക്കാൻ മോഹമുണ്ട്. പക്ഷേ, അലച്ചിരമ്പുന്ന കടലിനുനേരെ ഒന്നു നോക്കുമ്പോൾ ആർക്കും ഒന്നും പറയാൻ തോന്നുന്നില്ല. അടുത്തുനിന്നിരുന്ന കണ്ണൻമാസ്റ്റർ ആ കിഴവനോടു ചോദിച്ചു:

"ഇവർക്കിപ്പോൾ വഞ്ചിയിറക്കുവാൻ കഴിയുമോ?"

"എറക്കല്ലാതെ എന്താ ചെയ്യാ, മേഷ്ട്രേ!" ആ വൃദ്ധൻ പറഞ്ഞു.

"ഇവർ നിങ്ങളുടെ മക്കളാണോ?" കുഞ്ഞിക്കണ്ണൻമാസ്റ്റർക്കു ചോദിക്കാതിരിപ്പാൻ കഴിഞ്ഞില്ല.

"അതെ. ഈ മായൻ ന്റെ മോനാ; മറ്റോൻ ഓന്റെ മോനാ – എന്റെ പേരക്കുട്ടി."

ഞാൻ അറിയാതെ ഒന്നു നെടുവീർപ്പിട്ടു. ഓരോ നിമിഷവും ജനങ്ങളുടെ ക്ഷമ പരീക്ഷിക്കുന്നതായിരുന്നു. ഒടുവിൽ കുഞ്ഞിക്കണ്ണൻ മാസ്റ്റർ അപേക്ഷിച്ചു.

"മായൻ, ഒരുവിധം നിവൃത്തിയുണ്ടെങ്കിൽ വഞ്ചിയിറക്കൂ. പടച്ചവൻ നിങ്ങളെ തുണയ്ക്കും."

"ശരി." മായൻ സമ്മതിച്ചു. "പടച്ചവനില്ലേ മീതെ."

"പക്കേ, ആപ്പീസറുടെ സമ്മതം വേണ്ടേ?" മുയ്തീൻ ഇടയിൽ ക്കടന്നു പറഞ്ഞു. കുറച്ചുനേരത്തെ സംഭാഷണംകൊണ്ട്, അവർ ഇച്ഛി ക്കുന്നത് പോർട്ട് കൺസർവേറ്ററുടെ അനുവാദമാണെന്ന് ഞങ്ങൾക്കു മനസ്സിലായി. ഉടനെ ഞങ്ങളുടെ കൂട്ടത്തിൽനിന്ന് ഒരാൾ സൈക്കിളുമെ ടുത്ത് ആ ഉദ്യോഗസ്ഥന്റെ വീട്ടിലേക്കു പറന്നു.

വീണ്ടും ഉത്കണ്ഠാകുലമായ ഒരന്തരീക്ഷം അവിടമെങ്ങും വ്യാപിച്ചു. നിമിഷങ്ങൾ ഒന്ന്, രണ്ട്, മൂന്ന് – അങ്ങനെ പോയി. ഞങ്ങളുടെ സൈക്കിൾ ക്കാരൻ തിരിച്ചുവരാത്തതിൽ ഞങ്ങൾ വല്ലാതെ വേവലാതിപ്പെട്ടു. വീണ്ടും ചിലർ സൈക്കിളെടുത്തു പോയി. അടുത്ത്, സൈക്കിളും പിടിച്ചുനിന്നി രുന്ന ഒരു മധ്യവയസ്കനോട് കുഞ്ഞിക്കണ്ണൻമാസ്റ്റർ പറഞ്ഞു: "നിങ്ങളും ഒന്നു പോവൂ, വേഗം തിരിച്ചുവരണം."

"എന്റെ സൈക്കിൾ വേണമെങ്കിൽ ആർക്കെങ്കിലും എടുക്കാം. എനിക്ക് തടിവിറച്ചിട്ട് സൈക്കിളിൽ കയറിക്കൂടാ."

പിന്നെയും കഴിഞ്ഞു ഒന്നുരണ്ടു നിമിഷങ്ങൾ. വഞ്ചി കൊണ്ടുവന്നു കെട്ടി. മായൻതന്നെയാണ് അപ്പണി ചെയ്തത്. മുയ്തീൻ അവനെ സഹാ യിച്ചു.

അപ്പോഴേക്കും ആദ്യംപോയ സൈക്കിൾക്കാരൻ പറന്നെത്തി. മാസ്റ്റർ ചോദിച്ചു: "അനുവാദപത്രമെവിടെ?"

ആ ചെറുപ്പക്കാരന് കിതപ്പുകൊണ്ടു മിണ്ടാൻ വയ്യായിരുന്നു. അയാൾ പറഞ്ഞൊപ്പിച്ചു. "ആ ജന്തു തരുന്നില്ല. അയാൾ ഊണ് കഴിച്ചിട്ട് ഇങ്ങോട്ട് വരുന്നുണ്ടുപോൽ!"

"എന്ത്? മാസ്റ്റർ അമ്പരപ്പോടെ ചോദിച്ചു: "നീ അയാളോട് സ്ഥിതി മുഴുവൻ പറഞ്ഞില്ലെന്നുണ്ടോ?"

"ഉവ്വ്. ആ നീചൻ തരണ്ടേ? അയാളുടെ ഉത്തരവാദിത്വം അയാൾക്ക റിയാം പോൽ."

ഉടനെ, ആളുകൾ ബഹളംകൂട്ടാൻ തുടങ്ങി. "അവനെപ്പിടിച്ചു നാലു കൊടുക്കാമായിരുന്നില്ലേ.", "അപ്പന്നിയെ തച്ചുകൊല്ലണം", "അച്ചെകുത്താനെപ്പിടിച്ച് ഈ കടലിൽ മുക്കണം" മറ്റും. ഒടുവിൽ

ഇത്രയൊക്കെയായിട്ട് ഒന്നും ചെയ്യാൻ കഴിയാതെ വരുമോ? കുഞ്ഞിക്കണ്ണൻമാസ്റ്റർ മായനെ വിളിച്ചുപറഞ്ഞു: “നിങ്ങൾ വഞ്ചിയിറക്കിക്കൊള്ളൂ. ഇതുകൊണ്ടു വരുന്ന കേസ്സിൽ ഞാൻ മാറിട്ടോളാം.”

മായൻ മടിച്ചുനില്ക്കുന്നതു കാണായി. ആർത്തിരമ്പുന്ന ആ കടലിനെ അയാൾക്കു പേടിയില്ല. പക്ഷേ, ഗവണ്മെണ്ട് - അതു മറ്റൊരു കാര്യമാണല്ലോ!”

അപ്പോഴേക്കും അവിടെ നിന്നിരുന്ന ചെറുപ്പക്കാരായ ഗവണ്മെണ്ടുദ്യോഗസ്ഥന്മാരെല്ലാംകൂടി മായനെയും അയാളുടെ മകനെയും ധൈര്യപ്പെടുത്തി. ഭാഗ്യമെന്നു പറയട്ടെ, അവർ വഞ്ചിയിക്കാൻ ഒരുമ്പെട്ടു.

ആ തിട്ട് അപ്പോഴും കിടന്നലിയുകയാണ്; അതിനുള്ളിലുള്ള ആത്മാക്കളോ? അവർ ഉരുകുകയാവണം.

മായർ വടക്കുപടിഞ്ഞാട്ടു തിരിഞ്ഞു മുട്ടുകുത്തി. പിന്നീട് ബാപ്പയുടെ കൈയൊന്നു പിടിച്ചു ‘മണത്തു’. ഒടുവിൽ പങ്കായവുമെടുത്ത് തോണിയിലേക്കു ചാടിക്കയറി. മുയ്തീൻ മറുതലയ്ക്കിരുന്ന് അമരം പിടിച്ചു.

തോണി നീങ്ങി. ആരും ഒന്നും മിണ്ടുന്നില്ല. വീർപ്പുവിടുന്നതുപോലുമില്ല. വാസ്തവത്തിൽ അതിഭയങ്കരമായ ഒരു കാഴ്ചയായിരുന്നു അത്. തിരമാലകൾ അവരുടെ തോണിയെ പത്തും പതിനഞ്ചും അടി ഉയരത്തേക്കു കൊണ്ടുപോകുന്നു, പൊടുന്നനെ താഴത്തേക്കിടുന്നു. തിരകളുടെ മറവിലേക്കുപോയ അവരുടെ തോണി ചിലപ്പോൾ ഒന്നുരണ്ട് മിനിട്ടുനേരത്തിനു കാണ്മാനേ കഴിയില്ല. വീണ്ടും അവർ പൊങ്ങിവരും. ധീരന്മാരായ ആ മനുഷ്യാത്മാക്കൾ മരണത്തെ മുറിച്ചുകടക്കുകയായിരുന്നു.

ഓരോരിക്കലും അവർ തിരയുടെ മറവിലേക്കു പോകുമ്പോൾ ഞങ്ങൾ വെറുങ്ങലിക്കും. അവിടെ നില്ക്കുന്ന ആയിരമായിരം ഹൃദയങ്ങളിൽനിന്നും ഒരേ പ്രാർത്ഥന പൊങ്ങി: “ഭഗവാനേ, അവരെ രക്ഷിക്കണേ! അല്ലാഹ്, അവരെത്തുണയ്ക്കണേ!” ഈശ്വരൻ ഈ പ്രാർത്ഥന കേൾക്കുകയില്ലേ?

ഞങ്ങളുടെ അടുത്തുതന്നെ നിശ്ചേതനനായി നില്ക്കുന്ന അവരുടെ വൃദ്ധപിതാവിന്റെ അപ്പോഴത്തെ മുഖഭാവമെന്താണെന്ന് എനിക്കു നോക്കാൻ കഴിഞ്ഞില്ല. അയാൾ ശ്വാസം കഴിക്കുന്നുണ്ടോ?

ഒടുവിൽ അവരുടെ തോണിയതാ, ആ തുരുത്തോട് അടുത്തടുത്തു ചെല്ലുന്നു. ഇനി പത്തുവാരയേ ഉള്ളൂ, ഇനി അഞ്ചുവാര, പത്തടി, അതാ അവരവിടെ എത്തി. എന്തായാലും ഞങ്ങൾ ഒന്ന് അഴിഞ്ഞു നിശ്വസിച്ചു.

പക്ഷേ, അപകടം അപ്പോഴും അതേ നിലയിൽത്തന്നെയാണ്; എന്നല്ല കുറച്ചുകൂടി കൂടിയിട്ടുമുണ്ട്. രണ്ടാത്മാക്കളെക്കൂടി ആ മരണപ്പരപ്പിലേക്കു വലിച്ചെറിഞ്ഞിരിക്കയാണല്ലോ!

നിമിഷങ്ങൾ കഴിയുന്തോറും ഞങ്ങളുടെ ഉത്കണ്ഠ വർദ്ധിച്ചു. ഒരു പതിനഞ്ചു മിനിട്ട് അങ്ങനെ കഴിഞ്ഞിട്ടുണ്ടാവണം. അവരുടെ തോണി ഇളകി. അതിൽ നിറയെ ആളുകളുണ്ടെന്ന് ഞങ്ങൾക്കു കാണാമായി. ഇക്കുറി കുറെക്കൂടെ അപകടകരമാണ്. നിറയെ ആളുകളെയും കയറ്റിക്കൊണ്ടുവരുന്ന ആ വഞ്ചി അക്കണ്ട തിരമാലകളെയും താണ്ടിയാണ് വരേണ്ടതെന്ന് ആലോചിച്ചപ്പോൾ എന്റെ ആശ മിക്കവാറും ചത്തു. ഞാൻ അങ്ങനെ നോക്കിനിന്നു, ഒന്നും മനസ്സിലാവാതെ, സ്പർശബോധം പോലുമില്ലാതെ.

മഴ കുറേശ്ശെ ചാറിയിരുന്നു. പക്ഷേ, ഒരുത്തരും കുട തുറന്നുപിടിച്ചില്ല. അതിനെപ്പറ്റി ഒരാലോചനയെ അപ്പോൾ ഉണ്ടായിരുന്നില്ല. കടൽക്കാറ്റ് ഞങ്ങളെ മരവിപ്പിച്ചിരുന്നു. കുഞ്ഞിക്കണ്ണൻമാസ്റ്റർ നല്ലവണ്ണം വിറയ്ക്കുന്നുണ്ട്. പെട്ടെന്ന്, ഞങ്ങളുടെ അടുത്തുനിന്ന് ഒരു ശബ്ദം കേട്ടു: "ജാ മഹതീങ്ങളേ ഞമ്മളെച്ചതിച്ചോ!" അത് ആ വൃദ്ധപിതാവിന്റേതായിരുന്നു. അതാ, ആ വഞ്ചി ഒരു തിരത്തിരിപ്പിൽപ്പെട്ടിരിക്കുന്നു.

രണ്ടുമിനിട്ടു നേരത്തിന് സൂചി വീണാൽ കേൾക്കാവുന്ന നിശ്ശബ്ദത. വീണ്ടും ആ വഞ്ചിത്തലപ്പു വെളിയിൽ വന്നു. അവർ പറന്നുവരികയാണ്. ഞങ്ങൾക്ക് ആ വഞ്ചിയിലുള്ള ആളുകളെ നന്നായിക്കാണാം. അവരുടെ തലകൾ ഒറ്റപ്പെട്ടൊറ്റപ്പെട്ടു കാണാറാകുന്നു. ഇപ്പോൾ, അതിലുള്ള സ്ത്രീകളേയും കുട്ടികളേയും പുരുഷന്മാരേയുമൊക്കെ തിരിച്ചറിയാം. മായന്റെ പങ്കായംപിടിച്ച കൈയിലെ മാംസപേശികൾ ദ്രുതതരമായി ചലിക്കുന്നു. അവർ അടുത്തെത്തി.

വഞ്ചി പാഞ്ഞുവന്ന് കരയിലേക്കു കയറി. ജനക്കൂട്ടം ആർത്തുവിളിച്ചു. കുഞ്ഞിക്കണ്ണൻമാസ്റ്റർ, തന്റെ തണുത്തുവിറയ്ക്കുന്ന കൈകളെക്കൊണ്ട് മായന്റെ കൈയിൽനിന്നു പങ്കായം വാങ്ങി. മായനാകട്ടെ, ചൂണ്ടാണിവിരൽ കൊണ്ട് നെറ്റിയിലെ വിയർപ്പു തുടച്ചിട്ടു. ഇറ്റിറ്റുവീഴുന്ന ആ വിയർപ്പുതുള്ളികൾ മുത്തുമണികളെക്കാൾ മനോഹരമായി ഞങ്ങൾക്കു തോന്നി.

എനിക്ക് ആ രണ്ടു ധീരന്മാരെയും കെട്ടിപ്പിടിക്കുവാൻ തോന്നി; മാസ്റ്ററാകട്ടെ, അതു പ്രവർത്തിക്കുകതന്നെ ചെയ്തു.

ഒന്നര മണിക്കൂറിനുശേഷം, ഞങ്ങൾ തിരിച്ചുപോരുമ്പോഴുണ്ട്, പോർട്ട് കൺസർവേറ്റർ പാതാറിലേക്കു വരുന്നു. എനിക്കയാളെ എന്താണ് ചെയ്യേണ്ടതെന്ന് അസ്സലായറിയാമായിരുന്നു. പക്ഷേ, ബി.എ. പാസ്സായ ഒരുദ്യോഗസ്ഥന്റെ സംസ്കാരവും ഹൃദയാലുത്വവും സേവനബുദ്ധിയുമൊക്കെ ചോദ്യംചെയ്യാൻ പാടില്ലാത്തതാണെന്ന് ഞാൻ ഓർക്കേണ്ടതല്ലേ!

■

കുറിഞ്ഞിപ്പൂച്ച

നിറനിലാവുള്ള ഒരു രാത്രിയായിരുന്നു അന്ന്. നമ്മുടെ മനസ്സിലെ പടുനിഴലുകൾകൂടി തളങ്ങളിലേക്ക് ഉൾവലിയത്തക്കവണ്ണം അത്രയും വലിയ പ്രകാശധോരണി. ഞാനും എന്റെ സുഹൃത്ത് കുട്ടിശങ്കരനുംകൂടി കടൽപ്പുറത്തേക്കു പോകയാണ്. അതേവരെ യന്ത്രങ്ങളുടെ ഭയങ്കരശബ്ദത്തിലും വേലക്കാരുടെ ആവലാതികൾക്കിടയിലും തന്നെത്താൻ കുഴിച്ചുമൂടിയിട്ടുള്ളവനും സ്വന്തം തലയിലെഴുത്തിനെയൊഴിച്ചു മറ്റൊന്നിനെയും ശകാരിക്കുവാൻ തരംകിട്ടായ്കയാൽ ശുണ്ഠികയറിയവനുമായ ഒരാൾക്ക് അത്രയും ആശ്വാസപ്രദമായി മറ്റൊന്നുണ്ടാവാൻ വയ്യ.

ഞങ്ങൾ കടൽപ്പുറം നിരത്തിലേക്കു തിരിഞ്ഞു. അടുത്തുള്ള കൊപ്പരപ്പാണ്ടികശാലയിൽനിന്നു നാഴികമണി മുട്ടുന്നതു ഞാൻ എണ്ണി. 'മണി ഒമ്പതായി."

"അത് ഉറൂബാണ്" കുട്ടിശങ്കരൻ പറഞ്ഞു. ഞങ്ങൾക്ക് അന്നു കുറച്ചു ചുറ്റിത്തിരിയേണമെന്നുള്ള ദിവസമാണ്. ഞങ്ങൾ മണൽത്തിട്ടയിലേക്കിറങ്ങുമ്പോൾ ഒരു യുവാവും ഒരു യുവതിയും നിരത്തിലേക്കു കയറിവന്നു. അവർക്കെതിരെ സൈക്കിൾവട്ടും ഉരുട്ടിക്കൊണ്ടു വരുന്നുണ്ട് ഒരു മാപ്പിളക്കുട്ടി. പെട്ടെന്ന് അവന്റെ കൈയിലുണ്ടായിരുന്ന വടിക്കഷ്ണം ചക്രച്ചാലിൽനിന്നു തെറ്റലും ചക്രം ഉരുണ്ടുരുണ്ട് ആ പെൺകിടാവിന്റെ കാലിൽച്ചെന്നു കയറലും അവൾ പിമ്പോട്ടു തുള്ളിച്ചാടലുമെല്ലാം ഒരു നിമിഷത്തിനുള്ളിൽ കഴിഞ്ഞു. ആ യുവാവ് പൊട്ടിച്ചിരിച്ചു. അവളും പല്ലു വെളിക്കു കാട്ടി. എങ്കിലും തന്റെ ചക്രവുമെടുത്ത് മറ്റൊരു വഴിക്കു വച്ചടിക്കുന്ന ആ ചെക്കനെ രോഷരൂക്ഷമായി ഒന്നു തിരിഞ്ഞുനോക്കാതിരിപ്പാൻ അവൾക്കു കഴിഞ്ഞില്ല. യുവാവ് വീണ്ടും ചിരിച്ചു. അവർ രണ്ടാളും ആഹ്ലാദത്തോടെ കടന്നുപോയി. ഇതു നോക്കി നില്ക്കുകയായിരുന്നു ഞങ്ങൾ. കടലിനടുക്കലേക്കു നടക്കുമ്പോൾ കുട്ടിശങ്കരൻ അഭിപ്രായപ്പെട്ടു. "ഭാഗ്യവാന്മാർ..."

"അതെന്തേ?" - ഞാൻ ചോദിച്ചു.

"ഒന്നുമില്ല... ഭാഗ്യവാന്മാർ."

"നിങ്ങൾ അവരെ അറിയുമോ?"

"ഇല്ല" - എന്റെ സുഹൃത്തു പറഞ്ഞു.

അവരെ അറിയില്ല; എന്നിട്ടും അവരെ ഭാഗ്യവാന്മാരാക്കിവിടുന്നതിൽ അയാൾ ഒട്ടുമൊരു പിശുക്കു കാണിച്ചില്ല. അതു നന്നായി.

"അവർ ദമ്പതികളാണെങ്കിൽ" ഞാൻ അഭിപ്രായപ്പെട്ടു: "തെറ്റായ മേൽവിലാസത്തോടെയാണ് സഞ്ചരിക്കുന്നത്. മറിച്ച്, കാമിനികാമുകന്മാരാണെങ്കിൽ, ഒരു മര്യാദയാണ് കാണിക്കുന്നത്."

എന്റെ സ്നേഹിതൻ പുഞ്ചിരികൊണ്ടു. ഞങ്ങൾ ഒരിടത്ത് ഇരുന്നു. വെൺചന്ദ്രികയിൽ കിടന്നു തിളങ്ങുന്ന ആ വിസ്തീർണ്ണമായ മണൽപ്പുറം സ്വച്ഛഗംഭീരമായ ഒരു പരിസരമായിരുന്നു. തിരമാലകൾ ഊക്കോടുകൂടി ഉയരുകയും ഉടഞ്ഞുതകർന്നു താഴുകയും ചെയ്യുന്നു. അവ കരയ്ക്കു വന്നു പൊട്ടിച്ചിരിച്ചുകൊണ്ടു കിടന്നുരുളുന്നതു കാണുമ്പോൾ, തിരുവാതിരക്കുളിക്കിറങ്ങിയ പെൺകിടാങ്ങളെ നാം സ്മരിച്ചുപോകും.

കുട്ടിശങ്കരൻ നിശ്ശബ്ദനായിരുന്നു; ഞാനും. കഴിഞ്ഞ കാലത്തിന്റെ മധുരസ്മരണകളും ഭാവിയിലെ സുപ്രതീക്ഷകളും തമ്മിൽ കൂട്ടിയിണക്കിക്കൊണ്ടു മനസ്സ് അങ്ങനെ ബഹുദൂരം സഞ്ചരിക്കുകയാണ്. അവ്യക്തങ്ങളും സംഗീതാത്മകങ്ങളുമായ ചില നിഴൽപ്പാടുകൾ എന്റെ മനസ്സിലേക്ക് ഓരോന്നായി വന്നുചേർന്നു. ഓരോന്നായി നീങ്ങിപ്പോയി.

"കുട്ടിശങ്കരാ..." ഞാൻ വിളിച്ചു.

"ഉം."

"ഞാൻ ഒന്നു ചോദിക്കട്ടെ?"

"ഉം."

"നിങ്ങൾ എപ്പോഴെങ്കിലും അനുരാഗംകൊണ്ടു കഷ്ടപ്പെട്ടിട്ടുണ്ടോ?"

അയാൾ തല ഉയർത്തി എന്റെ നേരെ നോക്കി. ഞാൻ ചോദ്യം ആവർത്തിച്ചു.

"ഞാൻ..." കുട്ടിശങ്കരൻ ആലോചനാപൂർവം മറുപടി പറഞ്ഞു: "അനുരാഗംകൊണ്ടു കഷ്ടപ്പെട്ടിട്ടില്ല. എങ്കിലും..."

"എങ്കിലും?"

"ഒരിക്കൽ എനിക്ക് അനുരാഗമില്ലാത്തതുകൊണ്ടു കഷ്ടത വന്നിട്ടുണ്ട്."

"നേരോ!" അങ്ങനെയൊന്നു ചോദിക്കാതെ തരമില്ല. മൃദുലവികാരങ്ങൾക്ക് ഒട്ടും ഇഷ്ടമില്ലാത്തതാണ് കുട്ടിശങ്കരന്റെ ഹൃദയം എന്നാണ്, ഞങ്ങൾ സഹപാഠികളായിരുന്ന കാലം മുതൽക്കേ എനിക്കുള്ള അഭിപ്രായം. "അതെപ്പോഴാണ്?"

"പറയാം." എന്റെ സുഹൃത്തു തുടർന്നു: "ഇതേവരെ ഞാനും ആലോചിച്ചുകൊണ്ടിരുന്നത് അതിനെപ്പറ്റിയാണ്. രസം തോന്നുന്നുണ്ട്. ഞാൻ അതു പറഞ്ഞുതരാം."

ഞാൻ ഉത്കണ്ഠിതനായി. മുല്ലപ്പൂമാലകൾ ചൂടിയ തിരകൾ എത്ര വേഗത്തിലാണ് ഓടിയോടി വരുന്നത്. കുട്ടിശങ്കരൻ തുടങ്ങി: “എനിക്കന്ന് അഞ്ചോ ആറോ വയസ്സുണ്ട്. അക്കാലത്തെപ്പറ്റി എനിക്ക് ഇന്നും നല്ല ഓർമ്മയാണ്. യൗവനത്തിനുശേഷമുണ്ടായതു പലതും ഞാൻ വിസ്മരിച്ചിരിക്കുന്നു. പക്ഷേ, ബാല്യത്തിന്റെ സ്മരണകൾ ചുടലയിൽവച്ചേ എന്നെ വിട്ടുപിരിയുകയുള്ളൂ. ഒരു മുറിയൻകാലുറയും കുടുക്കിടാത്ത ഷർട്ടുമായിരുന്നു എന്റെ സാധാരണവേഷം. ആ ഷർട്ടിന്റെ പോക്കറ്റ് ഒരിക്കലും ഒഴിഞ്ഞിരിക്കയില്ല. തീപ്പെട്ടിച്ചിത്രങ്ങളും വെള്ളാരംകല്ലുകളും വാലിയക്കാരത്തിയുടെ മകൻ കുഞ്ചു കൊണ്ടുവന്നു സമ്മാനിച്ച ഒരു കവിടിയും ഏട്ടത്തിയുടെ പെട്ടിയിൽനിന്നു കട്ടെടുത്ത സിഗരറ്റുക്കിന്റെ ഒരടപ്പും അമ്മാമൻ അപ്പം വാങ്ങാൻ തന്ന കാശും വലിയച്ഛന്റെ വിശറിമേൽ നിന്നു സ്വകാര്യത്തിൽ അടർത്തിയെടുത്ത തീത്തകിടും ടവ്വലെന്നു നാമകരണം ചെയ്തിട്ടുള്ള ഒരു തുണിക്കഷണവും മറ്റും മറ്റുംകൂടി. എന്റെ കുപ്പായക്കീശ വീർപ്പിച്ചുപോന്നു. അത് അങ്ങനെ വീർത്തിരിക്കണം; അല്ലെങ്കിൽ എനിക്കൊരു മനസ്സമാധാനമുണ്ടാവില്ല.

ഞാനൊരു പമ്പരവികൃതിയായിരുന്നു. എന്നിട്ടും എല്ലാവർക്കും എന്നെ ഇഷ്ടമായിരുന്നു. നാട്ടുകാർ എന്നെ കുട്ടിശങ്കരൻ എന്നും അമ്മ കുട്ടിയെന്നും വിളിച്ചു. അച്ഛൻ ഓരോരിക്കൽ ഓരോ പേരു വിളിക്കും. ഞാൻ എല്ലാറ്റിനും വിളികേട്ടു പോന്നു.

അങ്ങനെ മധുരമായ ഒരു കാലഘട്ടം. ഒരു ദിവസം ഞാൻ മുറ്റത്തു നിന്നു കളിക്കുകയാണ്. പെട്ടെന്ന് വലിയമ്മായിയുണ്ട് പടികടന്നു വരുന്നു. അവരുടെ കൂടെ വേറെയും ആളുകളുണ്ടായിരുന്നു എന്നാണ് ഓർമ്മ. അമ്മായി ഞങ്ങളുടെ വീട്ടിൽനിന്നു സ്വന്തം വീട്ടിലേക്കു പോയിട്ടു മൂന്നു മാസത്തിൽ അധികമായി. പ്രസവിക്കാൻ പോയതാണ്. അവരുടെ കൈത്തണ്ടയിൽ ഇളകുന്ന ഒരു കൊച്ചുമാറാപ്പുമുണ്ട്.

“എന്താ, കുട്ടാ ഈ കീശയിലൊക്കെ?” അമ്മായി വീർത്തിരിക്കുന്ന എന്റെ പോക്കറ്റിന്മേലേക്ക് നോക്കിക്കൊണ്ടു ചോദിച്ചു.

“ഇതോ” - ഞാൻ പോക്കറ്റ് ഒന്നുകൂടി പിടിച്ചു വീർപ്പിച്ചു.

“അതെ.”

“ഇതിലൊരു ആനക്കുട്ടിയാണ്; അമ്മായി നോക്കൂ, ഇതിന്റെ തുമ്പിക്കൈ.” ഞാൻ പോക്കറ്റിൽനിന്നു പല്ലു പൊട്ടിയ ഒരു താക്കോലിന്റെ തലപ്പു കുറച്ചു വെളിക്കുകാട്ടി.

എല്ലാവരും പൊട്ടിച്ചിരിച്ചു.

“അമ്മായിയുടെ കൈയിലെന്താ, അമ്മായി.” ഞാൻ ആ ഇളകുന്ന മാറാപ്പ് ചൂണ്ടിക്കാട്ടി.

“ഇത് ആനക്കുട്ടിയൊന്നുമല്ല, മൂപ്പരേ” - അമ്മായി ചിരിച്ചു. “ഇതൊരു കുറിഞ്ഞിപ്പൂച്ചയാണ്; കുട്ടനുവേണ്ടി കൊണ്ടുവന്നതാണ്.”

എല്ലാവരും വീണ്ടും പൊട്ടിച്ചിരിച്ചു.

ഞങ്ങൾ അകത്തേക്കു കടന്നു. അവിടെവച്ചു ഞാൻ അമ്മായിയുടെ കുറിഞ്ഞിപ്പൂച്ചയെ ആദ്യമായി കണ്ടു. അതു വെളുവെളുന്നനെയുള്ള ഒരു പെൺകുട്ടിയാണ്; കൈയും കാലും കുടഞ്ഞു കളിക്കുന്നു, കണ്ണിൽ മഷി യെഴുതിയിട്ടുണ്ട്. നല്ല ചന്തമുള്ള കുട്ടി.

അവൾ തൊട്ടിലിൽക്കിടന്നു കൈയും കാലും കുടഞ്ഞു കളിച്ചു. ഞാൻ ആ തൊട്ടിൽ മെല്ലെ മെല്ലെ ആട്ടിക്കൊടുത്തു. അപ്പോഴെല്ലാം എനിക്ക് വലിയൊരു അഭിമാനം തോന്നി. എന്നിലും താഴെ ഒരാൾ ആ വീട്ടിലു ണ്ടല്ലോ – എന്നെ 'ഏട്ടൻ' എന്നു വിളിക്കേണ്ട ഒരാൾ. അവൾ വലുതാ വട്ടെ. പാവാടയും ജാക്കറ്റും ധരിച്ച് ഈ വീട്ടിലൊക്കെ നടക്കും; അന്നു ഞാൻ അവളോടു പലതും ആജ്ഞാപിക്കും. ലക്ഷ്മി കുറച്ചു വെള്ളമെ ടുത്തു കൊണ്ടുവാ. എന്റെ കാലുറയും ഷർട്ടും കൊണ്ടുവാ – അങ്ങനെ ഓരോന്ന്. കൂട്ടാക്കിയില്ലെങ്കിൽ ശകാരിക്കും. എന്നിട്ടും അനുസരിക്കാ ഞ്ഞാൽ തല്ലും.

കാലം പറന്നുപോയി. അവൾ പാവാടയും ജാക്കറ്റും ഉടുത്തുനടക്കാൻ തുടങ്ങി. പക്ഷേ, അന്ന് അവളോട് എന്തെങ്കിലും പറയാൻ എനിക്കു ഇഷ്ട മുണ്ടായില്ല. അവളെക്കൊണ്ട് എനിക്കു വലിയ പൊറുതികേടായി. ഞങ്ങൾ രണ്ടാളും ഒന്നിച്ചിരിക്കുന്നതു കണ്ടുകൊണ്ടു വരും, അയൽപ ക്കത്തെ ഒരമ്മ. ഉടനെ പറഞ്ഞു: "എന്താ, ഭർത്താവും ഭാര്യയും കൂടിയി രുന്ന് ആലോചിക്കുന്നത്?"

എനിക്കു കലശലായി ശുണ്ഠിവന്നു. അതിൽ അപമാനകരമായി എന്തോ ഉണ്ട് എന്നൊരു തോന്നലായിരുന്നു. വീട്ടിലുള്ളവരാണെങ്കിൽ ഇതേറ്റുപാടി. ഇളയമ്മ വലിയൊരു ഉല്ലാസശീലയാണ്. അവർ ലക്ഷ്മിയെ പിടിച്ചു മടിയിൽ ഇരുത്തും. എന്നിട്ട്, മുറ്റത്ത് ഏതോ നിരുപദ്രവമായ കളിയിൽ ഏർപ്പെട്ടിരിക്കുന്ന എന്നെ 'ഭർത്താവേ' എന്നു വിളിക്കുവാൻ പറഞ്ഞുകൊടുക്കും. അതു കേൾക്കേണ്ട താമസം, ആ മൂധേവിപ്പെണ്ണ് വിളിക്കുകയായി: "എന്റെ ഭർത്താവേ..."

എനിക്കു കലികയറും. ഞാൻ ഓടിച്ചെന്ന്, ഇളയമ്മയുടെ തടുത്തുവ യ്ക്കലിനെ കൂട്ടാക്കാതെ, അവളുടെ തലയ്ക്ക് ഒരു കിഴുക്കു കൊടുക്കും. ഉടനെ കേൾക്കാം അവളുടെ നിലവിളി – പേ....

അപ്പോഴേക്കും മുത്തശ്ശിയും അമ്മായിയുംകൂടി പഞ്ചായത്തിന് എത്തു കയായി. "കുട്ടാ, നീ എന്തിനാണ് ആ പെണ്ണിനെ ഇങ്ങനെ വേദനിപ്പിക്കു ന്നത്?" മുത്തശ്ശി വിചാരണ തുടങ്ങും.

"അവളെന്തിനാ വേണ്ടാത്തതൊക്കെ പറയുന്നത്?" ഞാൻ വാദിച്ചു നിന്നു.

"അവള് പറഞ്ഞാൽ നിന്റെ മേൽപറ്റുമോ? നീ ഒരു വലിയ കയ്യാം കളിക്കാരനായിരിക്കുന്നു."

ഞാൻ നിശ്ശബ്ദനായി സഹിച്ചു.

അമ്മായിയാണ് പിന്നെ സമാധാനിപ്പിക്കാനെത്തുക: "അതൊന്നും അത്ര സാരമില്ല. കുട്ടൻ നല്ലവണ്ണം ശാസിച്ചു വളർത്തിക്കൊള്ളൂ. ഭർത്താക്കന്മാര് ഭാര്യമാരെ ശാസിക്കുക സാധാരണയല്ലേ."

എനിക്ക് അമ്മായിയെ തല്ലിക്കൊല്ലാൻ തോന്നി. ഓ, ഒരു ഭാര്യ. ഇങ്ങനെയുണ്ടോ ഒരു കനകക്കട്ട. ഞാൻ ഉറപ്പിച്ചു പറഞ്ഞു: "അമ്മായിയുടെ മകളെ ഇവിടെ ആർക്കും വേണ്ട."

"വേണ്ടേ?" അമ്മായി തുടങ്ങി: "ഇനി വേണം എന്നു പറയില്ലല്ലോ? അവൾ വലുതാവട്ടെ, മണിപോലത്തെ പെണ്ണാവും. അപ്പോൾ കുട്ടൻ പിന്നാലെ നടക്കും. അമ്മായി ലക്ഷ്മിയെ എനിക്കു തരില്ലേ, തരില്ലേ അമ്മായി എന്ന്. അപ്പോൾ തൊടാൻ കിട്ടില്ല; കണ്ടോ."

എല്ലാവരും പൊട്ടിച്ചിരിച്ചു; ലക്ഷ്മിപോലും. ഞാൻ അവിടെനിന്ന് ഓടിപ്പോയി.

ഇത്തരം നൂറു രംഗങ്ങളല്ല ഉണ്ടായിട്ടുള്ളൂ. ഓരോ രംഗം കഴിയുമ്പോഴും ലക്ഷ്മിയോടുള്ള പരിഭവം വർദ്ധിച്ചുവന്നു. ലക്ഷ്മിയാകട്ടെ ഇതിലെല്ലാം നിർല്ലേപയായിരുന്നു. ഒരു നാണംപോലുമില്ലല്ലോ.

അഞ്ചാംപുരിയിലെ ഈ വർത്തമാനം കുറേശ്ശെ ഉമ്മറത്തേക്കും പറന്നു. ഒരു ദിവസം അമ്മാമൻ ലക്ഷ്മിയോടു ചോദിക്കുന്നതു കേട്ടു. "പെണ്ണേ, നിന്റെ ഭർത്താവെവിടെ - ആ പോക്കിരി?"

"കുട്ടേട്ടനോ?" - അവൾ ഉടനെ ചോദിച്ചു. ആ അശ്രീകരപ്പെണ്ണിനു ലജ്ജയുമില്ല.

"അതേ" - അമ്മാമൻ അതിന് ആടിനിന്നു.

"കുട്ടേട്ടൻ മുകളിലുണ്ട്; പിന്നെ കുട്ടേട്ടൻ പോക്കിരിയൊന്നുമല്ല അച്ഛാ."

അവളുടെ ഒരു സേവപറയൽ. ഞാൻ പോക്കിരിയായാൽ അവൾക്കെന്തു ചേതം? ഞാൻ പോക്കിരിയാണ് - അതെന്റെ ഇഷ്ടം.

അവളെക്കൊണ്ടു വലിയ ഉപദ്രവമായിരുന്നു. ഈ അസത്തുപെണ്ണ് എനിക്ക് ഇങ്ങനെയൊരു ദുഷ്പേരു വരുത്തിവച്ചുവല്ലോ എന്നൊരു വിചാരമായിരുന്നു.

ലക്ഷ്മി എന്തിനാണ് എന്റെ വീട്ടിൽ ഇങ്ങനെ ചടഞ്ഞുകൂടിയിരിക്കുന്നത്? സ്വന്തം വീട്ടിലേക്കു പോവരുതോ. കുളിക്കുന്നേടത്തും അമ്പലത്തിൽ പോകുമ്പോഴും. ഉണ്ണാനിരിക്കുമ്പോഴും പഠിക്കാൻ ഇരിക്കുന്നേടത്തും എല്ലാമുണ്ട് ഈ പെണ്ണ്. എന്തിന്? എനിക്കു ദുഷ്പേരു വരുത്താൻ. ഞാൻ എത്ര ചീത്തപറഞ്ഞാലും പിച്ചിയാലും, നുള്ളിയാലും തല്ലിയാലും ലക്ഷ്മി ഒഴിഞ്ഞുപോവില്ല. ചണ്ടിക്കുളത്തിൽ കല്ലെറിഞ്ഞ മാതിരി, തത്കാലം ഒന്നകന്നു നില്ക്കും; പിന്നെയും അടുത്തുകൂടും. ഇതൊരു വലിയ വിഷമമായല്ലോ.

ഞാൻ ഇംഗ്ലീഷു പാഠപുസ്തകങ്ങൾ വായിക്കുമ്പോൾ മേശയ്ക്കടുത്തുവന്നു താടിക്കു കൈയുംകൊടുത്ത് എന്റെ വായിലേക്ക് ഇങ്ങനെ മിഴിച്ചു നോക്കിനിന്നിട്ട് അവൾക്കെന്താണ് കിട്ടാനുള്ളത്? ഇത് ഒരു വലിയ വിഷമമായല്ലോ.

അവളെ ഉപദ്രവിക്കാൻ കിട്ടുന്ന ഒരു തഞ്ചവും ഞാൻ പാഴാക്കിയില്ല. അവളുടെ പാവാടയും ജാക്കറ്റും തോരാനിട്ടേടത്തുചെന്ന്, അതിലെങ്ങാനും ചെറിയൊരു കീറലുള്ളതായി കണ്ടാൽ ആ കീറൽ കുറെക്കൂടി വലുതാക്കിത്തീർക്കുക, അവളുടെ പുതുസ്ലെയ്റ്റുപെൻസിൽ സ്വകാര്യത്തിൽ പൊട്ടിച്ചുവയ്ക്കുക, മുടിപ്പിൻ എടുത്തു കിണറ്റിൽ നിക്ഷേപിക്കുക – അങ്ങനെ പലതും. ആ അസത്തുപെണ്ണ് ഗതിമുട്ടി ഇവിടെനിന്നു കടന്നുപോണം. ഭാര്യയാണത്രേ, ഭാര്യ. എന്തൊരു കനകക്കട്ടയാണ്.

ദ്രോഹം വർദ്ധിച്ചുകൊണ്ടുവന്നു. അവളും സ്കൂളിലേക്കു വരാൻ തുടങ്ങി. ഞാൻ അവളെ കൂട്ടിക്കൊണ്ടു പോകണം. വീട്ടിൽ കൊണ്ടുവന്നാക്കണം. ചിലപ്പോഴൊക്കെ അവൾ പുറപ്പെടുന്നതിനുമുമ്പേ, ഞാൻ പുസ്തകമെടുക്കലും നടക്കലും കഴിയും. ഒരു ദിവസമെങ്കിലും ഈ ഉപദ്രവം ഒഴിഞ്ഞുകിട്ടേണമല്ലോ. അവളുടെ വാലിയക്കാരനൊന്നുമല്ല ഞാൻ; ഇതവൾ മനസ്സിലാക്കട്ടെ.

“അങ്ങനെ പലതും കഴിഞ്ഞു...” എന്റെ സ്നേഹിതൻ ഒന്നു നിർത്തി. അടുത്തുള്ള കൊപ്പരപ്പാണ്ടികശാലയിലെ നാഴികമണി മുട്ടി.

“മണി പത്തായി” – ഞാൻ പറഞ്ഞു.

“അത് ഉറൂബാണ്” – കുട്ടിശങ്കരൻ വിശദീകരിച്ചു.

നീലപ്പാവാടയും ചുറ്റി ചിരിച്ചുകളിച്ചുനടക്കുന്ന ഒരു പെൺകിടാവിനെപ്പോലെ ഒരു കൊച്ചുകുതിര. ഞങ്ങളുടെ അടുത്തേക്കു വന്നു. ചന്ദ്രൻ കുറെക്കൂടി പ്രസന്നനായപോലെ തോന്നി. എന്റെ സുഹൃത്തു തുടർന്നു: “അക്കാലം അങ്ങനെ കഴിഞ്ഞു. ഞാൻ മുതിർന്നു; അവളും. പക്ഷേ, എന്റെ മനോഭാവത്തിന് ഒരു മാറ്റവും വന്നില്ല. യൗവനം അവളിൽ വരുത്തിയ മനോജ്ഞങ്ങളായ മാറ്റങ്ങളെ നോക്കിക്കണ്ടു. ആ കവിളുകളിൽ പനിനീരിതളുകളും, കണ്ണിൽ നീലത്താമരയിതളും വേണമെങ്കിൽ കണ്ടെത്താം; ഒന്നരമണിക്കൂറിന്റെ വേലയായ ആ വൃത്തമൊത്ത സിന്ദൂരപ്പൊട്ടു തീർച്ചയായിട്ടും അവളുടെ നെറ്റിക്ക് ഒരു കൊള്ളാവുന്ന അലങ്കാരമാണ്. നീലകുന്തളങ്ങളിൽ പരഭാഗശോഭ ചേർക്കുന്ന മുല്ലപ്പൂമാലയെ തികച്ചും അഭിനന്ദിക്കേണ്ടതാണ്. അതുകൊണ്ട് ഞാൻ അവളെ ഇഷ്ടപ്പെട്ടുകൊള്ളേണമെന്നില്ലല്ലോ.

എന്റെ വീട്ടിലുള്ള മറ്റു പെൺകിടാങ്ങളിൽകവിഞ്ഞു ലക്ഷ്മിയിൽ ഒരു സവിശേഷതയും ഞാൻ കണ്ടില്ല. ലക്ഷ്മിയുടെ സത്സ്വഭാവങ്ങളും ദുഃസ്വഭാവങ്ങളും ഒരുപോലെ എനിക്കറിയാം. എനിക്ക് ഒരു പുതുമയും അവളിൽ കാണ്മാൻ കഴിഞ്ഞില്ല.

എന്നിട്ടും അമ്മായിക്കും മറ്റുള്ളവർക്കും ആ പ്രതീക്ഷ ഉണ്ടായിരുന്നു. അതു വേദനാകരവുമായിരുന്നു. ഞാൻ ഏറ്റവുമധികം ഭയപ്പെട്ടിരുന്നത് ലക്ഷ്മിയുടെ പെരുമാറ്റത്തിലുള്ള സവിശേഷതകളെയാണ്. അവൾ പലപ്പോഴും പാഠപുസ്തകങ്ങളുമായി എന്റെ മുറിയിൽ കയറിവന്ന് ആവശ്യപ്പെട്ടും, "കുട്ടേട്ടൻ ഇതൊന്നു പറഞ്ഞുതരൂ."

എന്തൊരു ദ്രോഹം. അവൾക്ക് അമ്മാമനോടോ അച്ഛനോടോ ചോദിക്കാവുന്നതാണ്. ഞാൻ ആ അപേക്ഷയെ നിരസിക്കുകയാണെങ്കിൽ ഉടനെ അവൾ അമ്മായിയെ ശുപാർശയ്ക്കു കൂട്ടിക്കൊണ്ടുവരും. "കുട്ടൻ ആ പാഠമൊന്ന് അവൾക്ക് പറഞ്ഞുകൊടുത്തേക്കൂ."

"എനിക്കു തലവേദനയാണ് അമ്മായി, അമ്മാമനോടു ചോദിച്ചോട്ടെ" - ഞാൻ ഒഴിഞ്ഞുമാറാൻ നോക്കും.

"അച്ഛൻ വെറുതെ ദേഷ്യപ്പെടുകയേ ഉള്ളൂ, അമ്മേ" - അവൾ ഇടയിൽ കടന്നു പറയുകയായി. എനിക്കാപ്പെണ്ണിനെ ഒരിടിയിടിക്കാൻ തോന്നും.

"കുട്ടൻ ഒന്നു പറഞ്ഞുകൊടുത്തേക്കൂ. കുട്ടേട്ടൻ പറഞ്ഞാൽ മധുരം കൂടൂലോ" - അമ്മായിയുടെ മിനുക്കുവാക്കാണത്.

അമ്മായിയല്ല ആജ്ഞാപിച്ചതെങ്കിൽ ഞാൻ നിരസിച്ചേനെ. എന്തു ചെയ്യും?

ഒരു ദിവസം ലക്ഷ്മി എന്റെ മുറിയിൽ കടന്നുവന്നു ചോദിച്ചു: "കുട്ടേട്ടൻ ഇപ്പുസ്തകം വായിച്ചിട്ടുണ്ടോ?"

"എന്താണ് പുസ്തകം?"

"റോമിയോ ആന്റ് ജൂലറ്റ്; വായിച്ചിട്ടുണ്ടോ?"

"ഉണ്ട്."

"റോമിയോവിനെയോ ജൂലറ്റിനെയോ കുട്ടേട്ടനധികം പിടിച്ചത്."

"രണ്ടാളേയും പിടിച്ചിട്ടില്ല."

"രണ്ടാളേയും?"

"രണ്ടാളെയും."

"കുട്ടേട്ടന് ഒരാളെയും ബോധിക്കില്ല..."

അവൾ എന്റെ മുറിയിൽനിന്നു മുഖം കനപ്പിച്ചുകൊണ്ടാണ് കടന്നുപോയത്. ഞാൻ കലശലായി പൊട്ടിച്ചിരിച്ചു.

ഇമ്മട്ടിലുമുണ്ട് പല രംഗങ്ങളും. അവൾക്കും ആ പ്രതീക്ഷ ഉണ്ടായിരുന്നുവോ? ഉണ്ടെങ്കിൽത്തന്നെ എന്നോടുള്ള സ്നേഹമല്ല ആ പ്രതീക്ഷയ്ക്കു പ്രേരണ നല്കിയത് എന്നാണ് എന്റെ അറിവ്. അവൾ അതേവരെ ജീവിച്ചത് എന്റെ വീട്ടിലാണ്; ഇനിയും ഇവിടെത്തന്നെ കഴിഞ്ഞുകൂടിക്കളയാം എന്നൊരാശയാണത്.

എന്തായാലും ഞാനിതിൽ ഉപേക്ഷാഭാവം കൈകൊണ്ടു. ഒരു വിചാരം മാത്രം ഉണ്ടായിരുന്നു - അവളെ ആരെങ്കിലും വിവാഹം കഴിച്ചെങ്കിൽ.

ഒടുവിൽ അതൊത്തു. ലക്ഷ്മിക്കൊരു വിവാഹാലോചന വന്നു. സുമുഖനും സുശീലനുമാണ് ആ യുവാവ്. "മി. രാഘവനെ നിങ്ങൾ അറിയില്ലേ?"

"ഇല്ല" - ഞാൻ പറഞ്ഞു.

"നല്ലൊരു സ്വഭാവമാണ് രാഘവന്റെ. എനിക്കു വലിയ സന്തോഷമായി. പക്ഷേ, അവിടെയും ഒരു വികടം: അമ്മായിക്കും മറ്റും ഇഷ്ടമില്ല. അവർ ഇങ്ങനെ പറയുന്നതു ഞാൻ കേട്ടു: 'അതൊന്നും വേണ്ട, കുട്ടനില്ലേ, അവനായാൽ മതി.'

കാര്യം കുറച്ചു വിഷമമായല്ലോ. ഏതായാലും ഞാൻ അഭിപ്രായം തുറന്നു പറയേണ്ടിയിരിക്കുന്നു. ഇളയമ്മയാണ് ഈ വർത്തമാനം എന്റെ അടുക്കൽ കൊണ്ടുവന്നത്. ഞാൻ ഉടനെ അതിനെ എതിർത്തു. "ഇളയമ്മേ, എനിക്കു വിവാഹവും വേണ്ട, മണ്ണാങ്കട്ടയും വേണ്ട. നിങ്ങൾ ദയവിചാരിച്ച് ആ പെണ്ണിനെ വിവാഹം ചെയ്തുകൊടുത്തേക്കൂ."

"ഇപ്പോൾ വേണ്ടെങ്കിൽ വേണ്ട, വേണമെന്നു തോന്നുമ്പോൾ മതി. ഇതാണ് അമ്മായി പറഞ്ഞത്."

"എനിക്കു ലക്ഷ്മിയെ വേണ്ടേ വേണ്ട" - ഞാൻ തീർത്തുപറഞ്ഞു.

വീട്ടിലെല്ലാവർക്കും കുറഞ്ഞൊരു അസുഖമുണ്ടായി. അവർ ലക്ഷ്മിയെ മി. രാഘവനു വിവാഹം ചെയ്തുകൊടുക്കുകയും ചെയ്തു.

ആവൂ! എന്റെ ഭാരമൊഴിഞ്ഞുവല്ലോ.

എങ്കിലും അവളെ ഭർത്തൃഗൃഹത്തിലേക്കു കൂട്ടിക്കൊണ്ടുപോയപ്പോൾ എന്റെ ഹൃദയത്തിൽ ഒരിളക്കമുണ്ടായി - ഒരേകാന്തതാബോധം. വളരെക്കാലമായി നിലനില്ക്കുന്ന ഒരു ശത്രു നഷ്ടപ്പെട്ടാലും ഇത്തരമൊരനുഭവം ഒരാൾക്കുണ്ടായി എന്നു വരാം.

പടിക്കൽവെച്ച് അവൾ അമ്മായിയോട് ഇങ്ങനെ പറഞ്ഞു: "അമ്മേ, അമ്മ വരുന്നാഴ്ച വരില്ലേ? കുട്ടേട്ടന്റെ ഒപ്പം അങ്ങോട്ടു പോരൂ."

അമ്മായി എന്റെ മുഖത്തേക്കു നോക്കി. ഒരസ്വാസ്ഥ്യം അവരുടെ കണ്ണുകളിൽ നിഴലിച്ചിരുന്നില്ലേ?

പാഞ്ഞുപാഞ്ഞു പോയി ദിവസങ്ങൾ. പരിതഃസ്ഥിതികൾ പരിചിതങ്ങളായി. അപ്പോഴേക്കും രാഷ്ട്രീയകാര്യങ്ങളിൽ ആണ്ടിറങ്ങിയിരുന്ന ഞാൻ മറ്റെല്ലാം വിസ്മരിച്ചു. പ്രസംഗങ്ങൾ, ഘോഷയാത്രകൾ, പ്രചാരവേല, നാട്ടിൻപുറത്തെ കോൺഗ്രസ് ക്യാമ്പിലുള്ള ഉറക്കം, അനിശ്ചിതമായ ദിനചര്യ, ഖദർ വില്പന - ഈ ബഹളത്തിലായിരുന്നു എന്റെ ജീവിതം. ആയിടയ്ക്ക് വീട്ടിൽവച്ച് ഒന്നോ രണ്ടോ തവണ ലക്ഷ്മിയെ

പ്പറ്റിയുള്ള സംഭാഷണങ്ങൾ എന്റെ ചെവികൾ ഉൾക്കൊണ്ടു; അത് അവിടെത്തന്നെ വറ്റിപ്പോകുകയും ചെയ്തു. മൂന്നുമാസം കഴിഞ്ഞ പ്പോഴേക്കും രാഷ്ട്രീയക്കുറ്റത്തിനു ഞാൻ ജയിലിലടയ്ക്കപ്പെട്ടു. മൂന്നു കൊല്ലത്തെ ജയിൽജീവിതം..." എന്റെ സ്നേഹിതൻ നിർത്തി. ഏതോ കഠിനസ്മരണകൾ അദ്ദേഹത്തെ നിശ്ശബ്ദനാക്കി. കരയ്ക്കുവന്ന് അമർന്നുപോകുന്ന ആഴിവീചികൾ, പൊട്ടിക്കരഞ്ഞുകൊണ്ടു കിടക്കയിൽ കമിഴ്ന്നുവീഴുന്ന ഒരു സ്ത്രീയെ എന്റെ മനസ്സിൽ വരച്ചുണ്ടാക്കി. ആ പൂനിലാവിൽ കുട്ടിശങ്കരന്റെ വെളുത്ത ഖദർഷർട്ട് കുറെക്കൂടി വെളുത്ത തായി എനിക്കു തോന്നി.

കൊപ്പരപ്പാണ്ടികശാലയിലെ നാഴികമണി മുട്ടുന്നതു ഞാൻ എണ്ണി: "മണു പതിനൊന്നായി."

"അതുറൂബാണ്" - കുട്ടിശങ്കരൻ വിശദീകരിച്ചു. എന്റെ സ്നേഹി തൻ തുടർന്നു: "ഞാൻ ജയിലിൽ അടയ്ക്കപ്പെട്ടുവെന്നു പറഞ്ഞുവല്ലോ."

ഞാൻ ജയിലിൽനിന്നു വന്ന ദിവസത്തെപ്പറ്റി ആലോചിക്കാൻ വയ്യ, എന്റെ ഹൃദയം വളരെയധികം പാകപ്പെട്ടുകഴിഞ്ഞിരുന്നു. സസ്നേഹ മായ പെരുമാറ്റത്തിനും ഒരു വാക്കിനുംവേണ്ടി അത്രമേൽ ആർത്തിപ്പെട്ടു കൊണ്ടിരിക്കയാണ് ഞാൻ. വീട്ടിലേക്കു കടന്നുചെല്ലുമ്പോൾ എനിക്ക് ഒരു കുറ്റവാളിയുടെ മനോഭാവമായിരുന്നു. ഞാൻ അവിടെയുള്ളവരെ യെല്ലാം എത്ര വേദനിപ്പിച്ചിരിക്കുന്നു.

തളത്തിലേക്കു കടന്നു. അവിടെ തൂക്കിയിരുന്ന തൊട്ടിലിൽ ഒരു പെൺകുട്ടിയുണ്ട്, കൈയും കാലും കുടഞ്ഞുകളിക്കുന്നു. തളത്തിൽ ആരു മില്ല. അടുത്ത മുറിയിൽ ചെന്നുനിന്നു. വെളുവെളുങ്ങനെയുള്ള ഒരു പെൺകുട്ടി. കണ്ണിൽ മഷിയെഴുതിയിട്ടുണ്ട്. നല്ല ചന്തമുള്ള കുട്ടി. പത്തി രുപതു കൊല്ലംമുമ്പു കഴിഞ്ഞ ഒരു രംഗം പെട്ടെന്ന് എന്റെ മുറിയിലേക്കു വന്നു - ഒരു കുറിഞ്ഞിപ്പൂച്ച!

അടുത്ത മുറിയിൽനിന്ന് ഒരാൾ പുറത്തേക്കു വന്നു. അത് ലക്ഷ്മി യായിരുന്നു. "എന്റെ ഭഗവാനേ! ആരാണിത്. കുട്ടേട്ടനല്ലേ." ഞാൻ അവളെ ഒന്നു നോക്കി. അവൾ തികച്ചും ഒരു തറവാട്ടമ്മയായിരിക്കുന്നു.

"ലക്ഷ്മീ, ഈ കുട്ടി?"

"ഇതോ? ഇതെന്റെ കുട്ടി. ബാലായെന്നാണ് പേര്. രണ്ടു ദിവസമാ യിട്ടു ജലദോഷമായിരുന്നു. നേരിയൊരു കാച്ചിലും. ഇന്നൊന്നു കുളിപ്പിച്ചു. കുട്ടേട്ടനെ കണ്ടിട്ടാ മിഴിച്ചുനോക്കുന്നത്. എന്തു വാശിയാണെന്നോ. കര ച്ചിലു തുടങ്ങിയാൽപ്പിന്നെ നിർത്തില്ല..." അവൾ കുട്ടിയെ വാരിയെടുത്തു കൊണ്ടു തുടർന്നു:

"കുട്ടേട്ടൻ വല്ലാതെ കറുത്തുപോയല്ലോ. കാപ്പി വേണ്ടേ? അമ്മ മുക ളിൽ കിടന്നുറങ്ങുന്നുണ്ടാവും."

"ലക്ഷ്മീ..." ഞാൻ വിളിച്ചു.

"എന്തേ കുട്ടേട്ടാ?" അവൾ എന്റെ മുഖത്തേക്കു നോക്കി. ആ കുട്ടിയേയും ഒക്കത്തുവെച്ചുകൊണ്ടു നിഷ്പകടമായി എന്റെ മുഖത്തേക്കു നോക്കിനില്ക്കുന്ന അവളെ ഞാൻ കണ്ടു. പാവം, അവളെ ഞാൻ എത്ര ഉപദ്രവിച്ചിരിക്കുന്നു.

"ലക്ഷ്മി ഒരമ്മയായി, ഇല്ലേ?"

"ഉവ്വല്ലോ. ഒരു കുട്ടിയുണ്ടല്ലോ" - അവൾ ചിരിച്ചുകൊണ്ടു പറഞ്ഞു.

"എനിക്ക് ഒരു കുട്ടിയുമില്ല-"

"കുട്ടേട്ടൻ കൂട്ടാക്കാഞ്ഞിട്ട്..." അവൾ നിർത്തിക്കളഞ്ഞു. ആ വാക്ക് എന്റെ ഹൃദയത്തിലേക്കു നേരെ വന്നുതറച്ചു.

ഞങ്ങൾ പരസ്പരം കണ്ണുകളിലേക്കു നോക്കി. ഞാൻ അവളുടെ കൈയിൽനിന്നു കുട്ടിയെ വാങ്ങി. ആ കുഞ്ഞിനെ വാങ്ങുന്നതോടെ അവളെയും കെട്ടിപ്പിടിച്ചാലിംഗനം ചെയ്യാൻ എന്റെ ഹൃദയം വെമ്പി. എന്നാൽ അവൾ മറ്റൊരു മാന്യന്റെ ധർമ്മപത്നിയാണല്ലോ. മുമ്പൊരിക്കലും ലക്ഷ്മിയെ ഞാൻ അത്രയും സുന്ദരിയായി കണ്ടിട്ടില്ല; അത്രയും ഹൃദയാഹ്ലാദകാരിണിയായി കണ്ടിട്ടില്ല; അത്രയും നല്ലൊരു ജീവിതസഖിയായും കണ്ടിട്ടില്ല. അത്തരത്തിൽ ഞാൻ ഇനിയൊരിക്കലും അവളെ കാണാതിരിക്കട്ടെ. ജീവിതത്തിൽ അത്രയേറെ ആഹ്ലാദപ്രദവും അത്രയേറെ വേദനാമയവുമായ ഒരു നിമിഷം എനിക്കുണ്ടായിട്ടില്ല - ഇതാണ് എന്റെ അനുരാഗം. അതൊരിടിമിന്നൽപോലെയായിരുന്നു. ഒരു മേഘഹൃദയത്തെ പിളർത്തിക്കൊണ്ടു ജ്വലിച്ചു; ഒരു മേഘഹൃദയത്തെ പിളർത്തിക്കൊണ്ട് അസ്തമിച്ചു.

ആ കൊച്ചുപെൺകുട്ടി എന്റെ കൈയിൽകിടന്നു കരയുകയാണ്. ലക്ഷ്മി കൈനീട്ടി. ഞാൻ കുട്ടിയെ കൊടുത്തു. എന്നാൽ അവളുടെ മുഖത്തേക്കു നോക്കിയില്ല."

എന്റെ സ്നേഹിതൻ അവസാനിപ്പിച്ചു. നിലാവുച്ചയായിരിക്കുന്നു. തലയിൽ വെള്ളത്തുണിയിട്ട് ഏതോ ശവകുടീരത്തിലേക്കു വരിവരിയായ് വരുന്ന സ്ത്രീകളെപ്പോലെ തിരമാലകൾ ഒന്നിന്നുപിൻപേ ഒന്നായ് വന്നു, നമസ്കരിച്ചു.

കൊപ്പരപ്പാണ്ടികശാലയിൽനിന്നു മണിയടിച്ചു, "മണി പന്ത്രണ്ട്." ഞാൻ അദ്ഭുതപ്പെട്ടു.

എന്റെ സ്നേഹിതൻ നിശ്ശബ്ദനായിരിക്കുന്നതുകണ്ട് ഞാൻ ചോദിച്ചു. "അപ്പോൾ ഇത് ഉറൂബല്ലേ?"

"ഏ്... ഏ്... ഏ്... അതേയതെ, ഉറൂബാണ്."

■

ഗുരുവും ശിഷ്യനും

മഹാരാജാവ് ആസ്ഥാനമണ്ഡപത്തിൽ എഴുന്നെള്ളിയിരുന്നു. ഗാംഭീര്യത്തെക്കാൾ കോമളിമയായിരുന്നു ആ തിരുമുഖത്ത്. ഭഗവതിഭക്തനായ അവിടത്തെ ലലാടത്തിൽ രക്തചന്ദനക്കുറി സവിശേഷമായി മിന്നുന്നുണ്ട്. സകലാഭീഷ്ടപ്രദായിനിയായ ചണ്ഡീദേവി, എത്ര സമരങ്ങളിലാണ്, എത്ര സന്ധികളിലാണ്, അവിടത്തെ മുമ്പ് തുണച്ചിട്ടുള്ളത്.

മണ്ഡപത്തിൽ സ്ഥിതിചെയ്യുന്ന മന്ത്രിമാരെയും സാമാജികന്മാരെയും തൃക്കൺപാർത്ത് അവിടന്നു പുഞ്ചിരിക്കൊണ്ടു. എത്ര മനോഹരമായിരുന്നു ആ പുഞ്ചിരി. അല്ലെങ്കിൽ, വെൺകൊറ്റക്കുടയ്ക്കു ചുവട്ടിലാവുമ്പോൾ ഏതൊരു പുഞ്ചിരിയുണ്ട് മനോഹരമാവാതെ.

ദ്വാരപാലകൻ വന്നു വിനീതനായി പറഞ്ഞു: "മഹാരാജാവ് ജയിച്ചാലും. അവിടത്തെ കണ്ട് അടിവണങ്ങുവാൻ ശ്രീപുരവാസികളായ ഒരു കൂട്ടം ജനങ്ങൾ വന്നുനില്ക്കുന്നു."

"ശ്രീപുരവാസികളോ? അവർക്കെന്തു വേണം?" തിരുമനസ്സിൽനിന്ന് അരുളിച്ചെയ്തു.

"അവർ തിരുമേനിയെ കാണാൻ കൊതിക്കുന്നു."

"ശരി, ഇങ്ങോട്ടു വന്നുകൊള്ളട്ടെ" - തിരുവുള്ളമായി. ഏതാനും വിനാഴികയ്ക്കുള്ളിൽ തുരുതുരെ വരുന്ന ആളുകളെക്കൊണ്ട് മണ്ഡപം നിറഞ്ഞു. അവരെല്ലാം ഗ്രാമീണരും അജ്ഞരും പാവങ്ങളുമായിരുന്നു. ആ കൂട്ടത്തിൽ ഏറ്റവും അറിവുള്ളവൻ ഒരു മന്ത്രവാദിയാണ്. ആ ചെറ്റക്കുടിലിലെ ജീവിതങ്ങൾ കൊട്ടാരം കണ്ടുതന്നെ നന്നെ പരിഭ്രമിച്ചിരുന്നു. തിരുമേനിയെ കണ്ടാൽ പറയേണ്ടതുണ്ടോ!

കരുണാശീതളമായ കൺകോണുകൾ അവരുടെ നേർക്കു തിരിച്ചുകൊണ്ട് അവിടന്നു മന്ത്രിയോട് അരുളിച്ചെയ്തു. "അവർക്കെന്തു വേണമെന്നു ചോദിക്കൂ." മന്ത്രി ആ ചോദ്യം അവരോടു ചോദിച്ചു. അതേവരെ കൊട്ടാരക്കെട്ടിലെ ചിത്രപ്പണികളും നോക്കിനില്ക്കുകയായിരുന്ന അവരിൽ ഈ ചോദ്യം സംഭ്രമമുളവാക്കി. അവർ പരസ്പരം മുഖത്തുനോക്കി. അതുകണ്ടാൽ അവർ ഭാഷയറിയാത്ത ഒരു ദിക്കിൽ വന്നുപെട്ടിരിക്കയാണോ എന്നു തോന്നും.

മന്ത്രി ചോദ്യം ആവർത്തിച്ചു. "നിങ്ങൾക്കെന്താണ് തിരുമനസ്സിലുണർത്തുവാനുള്ളത്?"

അവർ വീണ്ടും പരസ്പരം നോക്കി. ആ ഓരോ നോട്ടവും തിരക്കി, "നീ പറയൂ" എന്ന്. ഒടുവിൽ ഒരു വൃദ്ധൻ മുന്നോട്ടുവന്നു - ഒരസാമാന്യധീരൻ. അയാളുടെ നരച്ച തലമുടി കാറ്റിൽ പാറിക്കളിച്ചു. "തിരുമനസ്സുണ്ടാകണം" അയാൾ പറയാൻ തുടങ്ങി: "അടിയൻ വളരെ ദൂരത്തുനിന്നാണ് വരുന്നത് - ശ്രീപുരത്തുനിന്ന്. വല്ലാതെ വലഞ്ഞുപോയി. എന്തൊരുകൂട്ടംവഴികൾ. പിന്നെ വലിയ കാടുകളുണ്ട്. അതിൽ നിറച്ചും ചെകുത്താന്മാരാണത്രെ. പിന്നെ–"

"അതെല്ലാം ഇവിടെ അറിയാം. കാര്യംമാത്രം പറഞ്ഞാൽ മതി" മന്ത്രി ഇടയിൽക്കടന്നു പറഞ്ഞു. അവിചാരിതമായ ഈ അടി വൃദ്ധനെ കുറച്ചൊന്ന് അമ്പരപ്പിച്ചു. എങ്കിലും അയാൾ തുടർന്നു: "പൊന്നുതമ്പുരാനേ, തിരുവുള്ളക്കേടുണ്ടാവല്ലേ. അടിയങ്ങൾ ഒന്നും അറിഞ്ഞുകൂടാത്ത വകയാണേ. അടിയങ്ങൾക്കു വല്ലാത്ത ആപത്തു വന്നുപെട്ടിരിക്കുന്നു. ആവൂ, എന്തൊരാപത്ത്."

"എന്താണ് അതെന്നു വേഗത്തിൽ പറയൂ" മന്ത്രി തിരക്കി.

"അതോ? ഞങ്ങളുടെ ഗ്രാമത്തിൽ കുറച്ചു ദിവസമായിട്ട് ഒരുത്തൻ വന്നുകൂടിയിരിക്കുന്നു. വല്ലാത്ത ഒരുത്തൻ. അവൻ വന്നകാലത്ത് നല്ല മട്ടുകാരനായിരുന്നു. ആകെ സന്ന്യാസികളുടെ ചെയ്തികളാണ്. എന്നാൽ കാഷായവസ്ത്രവും അങ്ങനെയുള്ളതൊന്നും ഇല്ല. എല്ലാവർക്കും കഴിയുന്ന ഉപകാരമൊക്കെ ചെയ്യും. അവന് ഒരു ശിഷ്യനുമുണ്ട്; അവന്റെയും മട്ടുകൾ ഇതുതന്നെ. അന്ന് അടിയങ്ങളും വിചാരിച്ചു, അവൻ വേണ്ടില്ലെന്ന്. പിന്നെയല്ലേ മനസ്സിലായത് അവൻ മഹാതുലുക്കനാണെന്ന്. അവൻ ഭഗവതിമാരെയും അമ്പലങ്ങളെയും ഒക്കെ തള്ളിപ്പറയും. അവന്റെ പ്രസംഗം കേട്ടുകേട്ട് അടിക്കിടാങ്ങളുടെ തലയൊക്കെ തിരിഞ്ഞുപോയി. ഒന്നു നേരാണ്: അവൻ പറയുന്നതു കേട്ടാൽ ആരും വായിലേക്കു നോക്കിയേ നില്ക്കും, അത്ര രസമുണ്ട്. പക്ഷേ, ഈശ്വരന്മാര് ഇത് അധികം കേട്ടുകൊണ്ടിരിക്കുമോ? മലങ്കാവിൽ ഭഗവതി കോപിച്ചിരിക്കുന്നു. വസൂരി തുരുതുരെ വർഷിച്ചു. പൊന്നുതമ്പുരാനേ, രണ്ടും മൂന്നും നിത്യവും ചാവുന്നു. ആ പാപിയോട് അവിടെനിന്നു പോകാൻ പറഞ്ഞിട്ടു കൂട്ടാക്കുന്നുമില്ല. എത്ര അപേക്ഷിച്ചാലും അവൻ പറയും: "കാളിക്ക് അത്ര ശക്തിയുണ്ടെങ്കിൽ എന്നെ കൊന്നുകൊള്ളട്ടെ." വല്ലാത്തൊരു തുലുക്കൻ. തമ്പുരാനേ അവനെ അവിടുന്നു പറഞ്ഞയച്ചു കിടാങ്ങളെ രക്ഷിച്ചുതരണേ."

വയസ്സൻ ഒന്നു നിർത്തി. മന്ത്രി ആ വൃദ്ധന്റേയും തിരുമേനിയുടേയും മുഖത്തേക്കു മാറിമാറി നോക്കി. തിരുവുള്ളം അറിയണ്ടേ.

തിരുമനസ്സിലേക്കാകട്ടെ, ഈ ഭഗവന്നിന്ദ കേട്ടു വല്ലാതെ ദേഷ്യം വന്നു.

കടമിഴികൾ കോപാരുണങ്ങളായി. "എന്താണ് ആ അംബികാനിന്ദകനായ പിശാചിന്റെ പേര്?" അവിടന്നു കല്പിച്ചു ചോദിച്ചു.

"സുദാസൻ എന്നാണ്, തിരുമേനി" ആ ഗ്രാമീണവൃദ്ധൻ ഭയപ്പെട്ടു കൊണ്ടു പറഞ്ഞു.

"ശരി" അവിടന്നു ഉത്തരവാക്കി: "മന്ത്രി കഴിയുന്ന വേഗത്തിൽ ആ നീചനേയും ശിഷ്യനേയും നമ്മുടെ മുമ്പാകെ ഹാജരാക്കുക."

അടുത്ത നിമിഷത്തിൽ ഭടന്മാർ ശ്രീപുരത്തേക്കു കുതിരയെ ഓടിക്കുന്നതു കണ്ടു.

പട്ടാളക്കാർ ശ്രീപുരത്തു ചെന്നപ്പോൾ സുദാസൻ അവിടെയുണ്ടായിരുന്നില്ല. അദ്ദേഹം ശിഷ്യനോടുകൂടി മലമ്പുറങ്ങളിൽ താമസിക്കുന്ന ചില രോഗികളെ ശുശ്രൂഷിക്കാൻ പോയിരുന്നു.

പട്ടാളത്തെ കണ്ടപ്പോൾ ഗ്രാമക്കാർ ആകെ പരിഭ്രമിച്ചു. അവർ പരസ്പരം ഓരോന്നു കുശുകുശെ പറഞ്ഞു. ചിലർ ഭയപ്പെട്ടു വിറച്ചു. കുട്ടികൾ ഉറക്കെ നിലവിളിച്ചു. ഇതൊക്കെ കണ്ടുകൊണ്ടു നിന്നിരുന്ന ഒരു ചെറുപ്പക്കാരൻ, ഒരു നിമിഷം എന്തോ ആലോചിച്ചു. എന്നിട്ട്, ആ മലമ്പുറങ്ങളിലേക്ക് ഒരു പാച്ചിൽ കൊടുത്തു.

ആ ചെറുപ്പക്കാരൻ അവിടെ ചെന്നപ്പോൾ സുദാസൻ വസൂരിരോഗം പിടിച്ച ഒരുവനെ ശുശ്രൂഷിക്കുകയായിരുന്നു. ചെറുക്കൻ കിതച്ചുകൊണ്ടു പറഞ്ഞു: "യജമാനനേ."

"എന്തുവേണം?" സുദാസൻ തലയുയർത്തി: "പിന്നെ ഞാൻ നിങ്ങളുടെ യജമാനനല്ല, ദാസനാണ്. എന്താണ് പറയൂ."

"അവർ ഗ്രാമത്തിൽ എത്തിയിരിക്കുന്നു."

"ആര്?"

"പട്ടാളക്കാർ. അവർ നിങ്ങളെ പിടിക്കാൻ വന്നിരിക്കുകയാണ്."

"പട്ടാളക്കാരോ?" ശിഷ്യൻ പരിഭ്രമിച്ചുകൊണ്ടു ചോദിച്ചു: "ഞങ്ങളെ പിടിക്കാനോ?"

"അതേ, ഗ്രാമക്കാർ എന്തൊക്കെയോ മഹാരാജാവിനെ ചെന്നുണർത്തിച്ചിട്ടുണ്ട്."

"ശരി" -സുദാസൻ പറഞ്ഞു. അദ്ദേഹം വീണ്ടും ശുശ്രൂഷയിൽ ശ്രദ്ധ വച്ചു. ശിഷ്യന്റെ കണ്ണുകളിൽ അമ്പരപ്പുകണ്ടു. സുദാസൻ പെട്ടെന്നു തലയുയർത്തി ചോദിച്ചു: "ഗ്രാമക്കാർക്ക് ആപത്തൊന്നുമില്ലല്ലോ?"

"ഇല്ല." ആ ചെറുപ്പക്കാരൻ പറഞ്ഞു. ഗുരുനാഥൻ മറ്റൊരു രോഗിയുടെ അടുത്തേക്കു പോയി. ശിഷ്യൻ അദ്ദേഹത്തിന്റെ അടുത്തുചെന്നു ചോദിച്ചു: "നാം ഇനി എന്തു ചെയ്യണം."

"ഇവർക്ക് ഓരോ പുതപ്പുകൂടി സമ്പാദിക്കണം" സുദാസൻ പുഞ്ചിരിയോടെ പറഞ്ഞു.

"അതല്ല. അവൻ പറഞ്ഞത് കേട്ടില്ലേ?"

"ഉവ്വ്."

"വല്ലേടത്തും ഒളിച്ചാലോ?"

"ഒളിക്കുന്നേടത്ത് ആപത്തില്ലെന്ന് എന്താ ഉറപ്പ്?"

ശിഷ്യൻ ഒന്നും മിണ്ടാതെ നിന്നു. ഗുരുനാഥൻ ശുശ്രൂഷയിൽ മുഴുകി. നിമിഷങ്ങൾ കഴിഞ്ഞു. കുതിരക്കുളമ്പിന്റെ ശബ്ദം കേട്ടുതുടങ്ങി.

"അതാ വരുന്നു!" ശിഷ്യൻ പെട്ടെന്നു പറഞ്ഞു.

"വരട്ടെ." സുദാസൻ അടുത്തുകിടക്കുന്ന ഒരു രോഗിയെ ചൂണ്ടിക്കാട്ടിക്കൊണ്ടു പറഞ്ഞു: "അയാളുടെ പുതപ്പ് ഒന്നു നേരെയാക്കിക്കൊടുക്കൂ."

"അവർ ഇപ്പോൾ ഇങ്ങോട്ടെത്തുമല്ലോ." ആ ചെറുപ്പക്കാരൻ വിളിച്ചു പറഞ്ഞു.

"ശരിയാണ്." സുദാസൻ പറഞ്ഞു. "അത് ഇവിടെ കിടക്കുന്നവരെ ബുദ്ധിമുട്ടിക്കും. നമുക്ക് അങ്ങോട്ടു പോകാം." അദ്ദേഹം നടന്നു. ശിഷ്യൻ ഒരു പാവയെപ്പോലെ പിന്തുടർന്നു. ആ ചെറുപ്പക്കാരൻ പകച്ചുനോക്കി.

രണ്ട്

സുദാസൻ പിറ്റേന്നുതന്നെ, ശിഷ്യനോടുകൂടെ തിരുമുമ്പാകെ ഹാജരാക്കപ്പെട്ടു. ഗംഭീരാകാരനായിരുന്നു ആ കുറ്റവാളി. അദ്ദേഹത്തിന്റെ കണ്ണുകൾ പ്രകാശമാനങ്ങളാണ്. കർമ്മനിരതരായ ശാന്തപ്രകൃതിക്കാർക്കുള്ള ആ വിനീതമായ അധൃഷ്ട്യതയാണ് അദ്ദേഹം. ശിഷ്യൻ അദ്ദേഹത്തിന്റെ പിൻപിൽ ഒതുങ്ങിനിന്നു. വിശ്വാസവും പരിഭ്രമവും കൂടിക്കലർന്ന ഒരു മുഖഭാവമാണ് അയാളുടേത്. അയാൾ തിരുമുഖത്തേക്കും ഗുരുമുഖത്തേക്കും മാറിമാറി നോക്കി.

"നീ ഒരു നിരീശ്വരനാണോ?" തിരുമേനി ചോദിച്ചു.

"അല്ല."

"അല്ലാ? അപ്പോൾ നീ ഈശ്വരഭക്തനാണോ?"

"അല്ല." സുദാസൻ ശാന്തനായി പറഞ്ഞു.

"എന്ത്? എന്താണ് ഇപ്പറയുന്നതിനർത്ഥം? നിരീശ്വരനുമല്ല, ഈശ്വരഭക്തനുമല്ല; പിന്നെ?" അവിടേക്കു വല്ലാത്ത കോപമുണ്ടെന്ന് തൃക്കണ്ണുകൾ വെളിപ്പെടുത്തി.

"തിരുമേനീ, ഈശ്വരനുണ്ടെന്നുള്ളതുകൊണ്ടു ഞാൻ ഈശ്വരഭക്തനായിക്കൊള്ളണമെന്നില്ല. തീയിനു വെളിച്ചവും ചൂടും തരുവാൻ, നമുക്ക് അതിനോടു ഭക്തിയുണ്ടായേ പറ്റൂ? അതു തീയിന്റെ പ്രകൃതമാണല്ലോ. പ്രപഞ്ചത്തിന്റെ ചൈതന്യമാണ് ഈശ്വരനെങ്കിൽ അതിന് എന്റെ ഭക്തിയോ, ഭക്തിഹീനതയോ, തെളിവോ, ഒളിവോ ചേർക്കുന്നില്ല."

“അപ്പോൾ ഈശ്വരപ്രാർത്ഥന വേണ്ടെന്നാണോ നീ പറയുന്നത്?”

“അതെ. തീരെ അനാവശ്യമാണെന്ന്; കർമ്മഗതിയാൽ നിയന്ത്രിക്കപ്പെടുന്ന ഈ മനുഷ്യജീവിതത്തിന്മേൽ പ്രാർത്ഥനയ്ക്ക് എന്തൊന്നു ചെയ്യാൻ കഴിയും?”

“അപ്പോൾ നീ ഒരീശ്വരദ്വേഷിയാണ്.”

“തിരുമേനീ, എനിക്ക് ആരോടും ദ്വേഷമില്ലാത്തതുപോലെ, ഈശ്വരനോടുമില്ല.”

“നിനക്ക് ആരോടും കൂറുമില്ല.” തിരുമേനി പല്ലിറുമ്മി.

“ഉണ്ട്. മനുഷ്യനോട്, എന്നല്ല, ഇഹലോകത്തുള്ള എല്ലാറ്റിനോടും.”

“എന്നിട്ടാണ് നീ അംബികാഭക്തരായ ശ്രീപുരവാസികളെ ഇത്രമേൽ ദ്രോഹിച്ചത്?”

“തിരുമേനീ, ഇത് ഏറ്റവും അപമാനകരമായ പ്രസ്താവനയായിപ്പോയി. എന്നാലും ആ പാവങ്ങൾക്ക് ഒന്നുംതന്നെ അറിഞ്ഞുകൂടാ. അവർ ഏറ്റവുമധികം സ്നേഹത്തെ അർഹിക്കുന്നവരാണ്. എന്റെ വെളിച്ചത്തിനനുസരിച്ചും എന്റെ കൈകളുടെ കെല്പിനനുസരിച്ചും ഞാൻ അവരെ സഹായിച്ചിട്ടുണ്ട്; അവർ എന്നെയും. എന്നാലും അവരുടെ സ്ഥിതി വളരെ മോശം. തിരുമേനീ അവരുടെ മേൽ ഒന്നു ദയ വിചാരിക്കണം. രോഗം, അജ്ഞത, ദാരിദ്ര്യം ഇവയായി കെട്ടിമറിഞ്ഞു കിടക്കുന്ന ആ നിർഭാഗ്യവാന്മാർക്കുവേണ്ടി എന്തെങ്കിലും ചെയ്യണം. വർഷക്കാലത്ത് അവരുടെ കാര്യം വളരെ മോശമാണ് - പട്ടിണി, മുഴുത്ത പട്ടിണി. വേനൽക്കാലത്തു രോഗം. കഷ്ടപ്പാടിന് അവിടെ കാലഭേദമില്ല. ആ പുറംതള്ളപ്പെട്ട ജീവികളെ ഇങ്ങനെ നോക്കിക്കൊണ്ടു നില്ക്കാൻ വയ്യ. തിരുമേനി എന്തെങ്കിലും ചെയ്തുതരണം. അവരും അവിടത്തെ വാത്സല്യത്തെ അർഹിക്കുന്ന പ്രജകളല്ലയോ?”

“നിർത്തൂ” മന്ത്രി ഇടയിൽക്കടന്നു പറഞ്ഞു: “പ്രജാവത്സലനായ അവിടത്തെ ഉപദേശിക്കാനല്ല തന്നോടു കല്പിച്ചത്. താൻ ശ്രീപുരവാസികളെ ദ്രോഹിച്ചുവോ?”

“ഇല്ല.”

“ഇല്ല?” മഹാരാജാവ് ചോദിച്ചു: “നീ അവരുടെ ക്ഷേത്രപൂജകളെല്ലാം മുടക്കിയില്ലേ?”

“ഞാൻ ആരെയും നിർബന്ധിച്ചിട്ടില്ല.” സുദാസൻ ശാന്തനായി പറഞ്ഞു: “എന്റെ യുക്തിക്കനുസരിച്ചു ഞാൻ അവർക്കു പറഞ്ഞുകൊടുക്കുന്നു. എന്നോ മരിച്ചവരുടേയും ഒരിക്കലും ജനിച്ചിട്ടില്ലാത്തവരുടേയും ബിംബങ്ങളേയും പൂജിച്ചു സമയം കളയാതിരിപ്പാൻ ഞാൻ അവരോട് അപേക്ഷിച്ചതു ശരിയാണ്. പ്രാർത്ഥിക്കാൻ മറന്നുകളയുക; പ്രവർത്തിക്കൽ എപ്പോഴും ഓർമ്മവയ്ക്കുക - ഇതായിരുന്നു ഞാൻ പറഞ്ഞത്.”

തിരുമേനിക്ക് എന്തെന്നില്ലാതെ ദേഷ്യം വന്നു. അവിടന്നു ഗർജ്ജിച്ചു: "അപ്പോൾ നീ തികച്ചും ഒരീശ്വരധ്വംസകനാണ്."

"മനുഷ്യത്വാരാധകനും" – സുദാസൻ കൂട്ടിച്ചേർത്തു.

"നീ നമ്മുടെ പ്രജകളെ ദുർബോധനം ചെയ്തു."

"ഇല്ലെന്നു ഞാൻ വിശ്വസിക്കുന്നു. ഞാൻ ആ ദയനീയമായ ആത്മാക്കളെ അന്ധകാരത്തിൽനിന്നു പുറത്തേക്കു കൊണ്ടുവരാൻ ഇച്ഛിക്കുന്നു. ഇതെന്റെ കടമയാണ്. പക്ഷേ, എന്റെ ശക്തി എത്രയും നിസ്സാരമാണ്. അതുകൊണ്ട്, ഞാൻ എല്ലാവരോടും പറയുന്നു, എന്നെ സഹായിക്കണേ എന്ന്. ഇപ്പോൾ തിരുമേനിയോടും പറയുന്നു."

"പാഷണ്ഡ! ഒരക്ഷരവും നീ മിണ്ടിപ്പോകരുത്." അവിടത്തെ തിരുമെയ് കോപംകൊണ്ടു വിറച്ചു. സുദാസൻ പുഞ്ചിരിക്കൊണ്ടു. ശിഷ്യൻ പരിഭ്രമിച്ചു. അയാളുടെ കണ്ണുകളിൽ എന്തെന്നില്ലാത്ത അമ്പരപ്പു നിഴലിച്ചു. തിരുമേനി തുടർന്നു: "നീ രാജ്യത്തുള്ള ദേവാലയങ്ങളെയും ഭക്തജനങ്ങളെയും ദ്രോഹിക്കുന്നു. പുണ്യാത്മാക്കളുടെ വഴിയിൽ പ്രതിബന്ധങ്ങൾ വലിച്ചിടുന്നു. രാജ്യത്താകെ നിരീശ്വരത്വം പരത്താൻ ശ്രമിക്കുന്നു. നീ രാജ്യദ്രോഹിയാണ്. നിന്നെ ഏറ്റവും കഠിനമായി ശിക്ഷിക്കേണ്ടത് നീതിപാലകനായ നമ്മുടെ കടമയാണ്. ദുഷ്ടൻ" തിരുമനസ്സിൽനിന്നു കുറച്ചിട ആലോചിച്ചു. എന്നിട്ട് അരുളിച്ചെയ്തു: "എന്നാലും നാം നിനക്കു മാപ്പ് അനുവദിക്കുവാൻ തയ്യാറുണ്ട്, നീ മേലാലെങ്കിലും ഈ പ്രവൃത്തിയിൽനിന്നു പിന്മാറുകയും ചെയ്തുപോയതിന് മാപ്പു ചോദിക്കുകയും ചെയ്യുമെങ്കിൽ. ഭൂതാനുകമ്പകൊണ്ടാണ് നാം അങ്ങനെ പറയുന്നത്."

സുദാസൻ ഒരു തെളിഞ്ഞ പുഞ്ചിരിയോടെ പറഞ്ഞു: "തിരുമേനീ, അവിടുന്ന് ഭൂതാനുകമ്പയുടെ പേരിൽ സംസാരിച്ചതിൽ എനിക്കു വലിയ സന്തോഷമുണ്ട്. ആ അനുകമ്പ ദയവുചെയ്തു ശ്രീപുരത്തെ പാവങ്ങളുടെ നേരേ തിരിച്ചുവിടുക. അവർ അതു തികച്ചും അർഹിക്കുന്നു. എന്നെ സംബന്ധിച്ചാണെങ്കിൽ, മാപ്പു ചോദിക്കുവാൻ തീരെ നിവൃത്തിയില്ല. ഞാൻ ചെയ്തതു തെറ്റാണെന്ന് ഇപ്പോഴും എനിക്കു ബോധ്യപ്പെട്ടിട്ടില്ല."

തൃക്കണ്ണുകളിൽ ഒരു തീനാളം പാറുന്നതു കണ്ടു. അവിടുന്നു തുടർന്നു: "ഹേ ബുദ്ധിശൂന്യനായ മഹാപാപി, നിനക്കതു ബോധ്യപ്പെടുമ്പോഴേക്കും നിന്റെ തല ഉടലിന്മേൽ ഉണ്ടാവില്ല; ഓർമ്മയിരിക്കട്ടെ."

"തിരുമേനി", ഒരു കുട്ടിയുടെ മട്ടിലുള്ള തുറന്ന ചിരിയോടെ സുദാസൻ പറഞ്ഞു: "മരണം ആദിമ മനുഷ്യന്റെ നേർക്കു കൊള്ളുന്ന ഒരു ഭീഷണിയായിരുന്നു. ഇന്ന് എന്തൊക്കെയായാലും നാടകത്തിലെ ഒരങ്കം വായിച്ചു കഴിയുന്നതുകൊണ്ട് പരിഭ്രമിക്കാത്തവരായിട്ടില്ലേ നാം?"

ശിഷ്യൻ ഗുരുനാഥന്റെ മുഖത്തേക്ക് അന്തംമറിഞ്ഞു നോക്കി. അയാൾക്ക് ഒന്നും മനസ്സിലാവാതായിരിക്കുന്നു.

ഈ അസാധാരണനായ മനുഷ്യന്റെ ധിക്കാരമയമായ വാക്കുകേട്ട് തിരുമേനി കത്തിപ്പാളുകയാണ്. ആ മുഖഭാവം വെളിപ്പെടുത്തി, അവിടെനിന്ന് എന്തെങ്കിലും ഒരു ക്ഷാത്രതേജസ് ഇപ്പോൾ പുറത്തേക്കു ചാടുമെന്ന്.

“ദയാലുവായ ഈശ്വരനെ വിചാരിച്ചു നാം നിനക്ക് ഒരവസരംകൂടി തരുന്നു.” - അവിടുന്നരുളിച്ചെയ്തു.

“ദയനീയരായ സഹജീവികളെക്കുറിച്ച് ആലോചിക്കുമ്പോൾ സ്വീകരിപ്പാൻ നിവൃത്തിയില്ല.” സുദാസൻ മറുപടി പറഞ്ഞു.

“ശരി, അത് ഈശ്വരേച്ഛയാണ്.” അവിടന്നു തുടർന്നു: “മന്ത്രീ, ഇവനെ കഴുവിലിടുവാൻ നാം വിധിച്ചിരിക്കുന്നു; ശിഷ്യനെ നാടുകടത്താനും.”

ശിഷ്യൻ ബോധംകെട്ടു വീണു. ഗുരുനാഥൻ മെല്ലെ മെല്ലെ ഗൗരവമയമായി വന്നു. ഒടുവിൽ ആ പുഞ്ചിരിപോലെ ഭയങ്കരമായി മറ്റൊന്നും തന്നെയില്ലെന്നായി. ജീവിതത്തിന്റെ അത്യഗാധങ്ങളും തേജോമയങ്ങളുമായ ഗുഹാന്തർഭാഗങ്ങൾ മുഴുവൻ അതിൽ പ്രത്യക്ഷപ്പെട്ടിരുന്നു. സുദാസൻ ശാന്തവും ദൃഢവുമായിപ്പറഞ്ഞു: “തിരുമേനീ, ഞാൻ ഒരു വാക്കു പറഞ്ഞുകൊള്ളട്ടെ. ഞാൻ എന്റെ കടമ ചെയ്തു; അങ്ങ് അങ്ങയുടേയും. പക്ഷേ, ഒരു വ്യക്തിയെ നശിപ്പിക്കുന്നതുകൊണ്ട് ഒരു തത്ത്വത്തെ നശിപ്പിച്ചുകളയാൻ സാധിക്കില്ല. എന്നല്ല, പലപ്പോഴും മനുഷ്യശിരസ്സിൽനിന്ന് ഇറ്റുവീഴുന്ന രക്തംകൊണ്ടാണ് തത്ത്വങ്ങൾ പ്രതിഷ്ഠാകലശമാടിയിട്ടുള്ളത്. അതുപോകട്ടെ, എനിക്കു പറയാനുള്ളത് ഇതാണ്: “സിംഹാസനങ്ങൾ സ്ഥിതിചെയ്യുന്നത് പുഞ്ചിരിയിലാണ്; അത്രയും നല്ലതുതന്നെ. പക്ഷേ, അവയ്ക്കു ചുവട്ടിൽ, അന്ധകാരത്തിൽ കിടന്നുപിടയുന്ന ആത്മാക്കളെ കാണ്മാൻ അവയ്ക്കു കഴിവില്ലെങ്കിൽ, ആ പുഞ്ചിരിപോലെ ഭയങ്കരവും നീചവുമായി മറ്റൊന്നില്ല.”

ശിഷ്യൻ ബോധം വന്ന് എഴുന്നേറ്റപ്പോൾ സുദാസൻ ഒടുവിലത്തെ വാചകം പൂർത്തിയാക്കുകയായിരുന്നു.

തിരുമനസ്സിൽനിന്ന് ഇതു മുഴുവൻ കേട്ടുവോ, ആവോ? അപ്പോഴേക്കും അവിടന്നു പള്ളിയെഴുന്നള്ളത്തായിരുന്നു.

മൂന്ന്

ശ്രീപുരത്തെ ആളുകളുടെ വസൂരിരോഗം ഇതോടെ മാറിയോ എന്നൊന്നും തിരുമേനി ആലോചിക്കാൻ നിന്നില്ല. അവിടന്ന് അതിന്റെ മൂലകാരണംതന്നെ നശിപ്പിച്ചു കൊടുത്തുവല്ലോ.

അഞ്ചാറുകൊല്ലങ്ങൾ പിന്നെയും ഭൂതകാലത്തിന്മേൽ ചുറഞ്ഞുകൂടി. സുദാസന്റെ വിചാരണയും വീരമൃത്യുവുമെല്ലാം വിസ്മൃതങ്ങളായി. കൊട്ടാരക്കെട്ടിലെ സംഭവബഹുലതയിൽ എത്ര മഹത്തായ കാര്യവും

ക്ഷണത്തിൽ മുങ്ങിപ്പോവും. ഒരു ദുഷ്യന്തന്, അത്രയും കാലംകൊണ്ട്, ഒരു ശകുന്തളയെ മറന്നുകളയാൻ ഋഷിശാപമില്ലെങ്കിൽക്കൂടി കഴിവുണ്ട്. സുദാസനും വിസ്മൃതനായി.

അന്ന് മഹാരാജാവ് പള്ളിനായാട്ടിനു പുറപ്പെട്ടു. ആ നിറപ്പകിട്ടൊഴുകുന്ന ജീവിതസുഖങ്ങൾക്ക് ഒരു പരഭാഗശോഭ ചേർക്കാൻ കൊള്ളുന്നവയാണല്ലോ ഈ സപ്തവ്യസനങ്ങൾ. തിരുമുഖത്ത് അന്ന് അതിയായ ഉന്മേഷമുണ്ടായിരുന്നു.

സൂര്യൻ ചക്രവാളത്തിൽനിന്നു രണ്ടു കുന്തപ്പാട് ഉയർന്നിട്ടില്ലാ, അപ്പോഴേക്കും മഹാരാജാവും പരിവാരങ്ങളും കാട്ടിലെത്തി; ആർപ്പുംവിളിയുംകൊണ്ട് ആ കാടുകിടന്നു മുഴങ്ങി. അപസ്മാരരോഗംമൂലം ഞെട്ടിയുണർന്നു നിലവിളിക്കുന്ന ഒരു സ്ത്രീയെപ്പോലെയായി ആ കാട്. തിരുമനസ്സിൽനിന്ന് അനവധി മാനുകളെയും മുയലുകളെയും മലയണ്ണാന്മാരെയും പള്ളിവേട്ടയായി കൊന്നു. ഉച്ചവരെ അങ്ങനെ ഉല്ലാസവ്യായാമത്തിൽ ഏർപ്പെട്ടിരുന്നതുകൊണ്ട് മദ്ധ്യാഹ്നം കഴിഞ്ഞപ്പോഴേക്കും അവിടേക്ക് ഒരു നേരിയ തളർച്ച തോന്നി. അതുകൊണ്ടു ചെറിയ ഒരു വിശ്രമത്തിനുശേഷം മഹാരാജാവ് അഞ്ചുപത്ത് അനുചരന്മാരോടുകൂടി സായാഹ്നസഞ്ചാരത്തിനായി വനാന്തർഭാഗത്തേക്കു പോയി. അവിടെ മലർക്കുലകൾ താങ്ങി തളർന്നു നില്ക്കുന്ന തരുലതാദികളിൽ വന്നു വീഴുന്ന അന്തിമഞ്ഞക്കതിരുകൾ അവിടേക്ക് ഒരു സായന്തനോത്സവം നിർമ്മിച്ചുകൊടുത്തു. മയിലുകൾ ആടി; കുയിലുകൾ പാടി; കൂട്ടിലേക്കു പോകുന്നവയും കൂടുവിട്ടു പുറപ്പെടുന്നവയുമായ എല്ലാ പക്ഷികളും ശബ്ദിച്ചു- ആകെ ബഹളം. പ്രകൃത്യാംബയുടെ നിസർഗ്ഗസുഷമയിൽ മനംമയങ്ങിയ തിരുമേനി വിചാരിച്ചു: "അംബേ, അവിടത്തെ സൗന്ദര്യം അപാരംതന്നെ."

പിന്നെയും അവർ കാടിന്റെ ഉള്ളിലേക്കുപോയി. കുറച്ചുദൂരം ചെന്നപ്പോൾ ഒരു മണിനാദം അവരുടെ കർണങ്ങളിൽ വന്നലച്ചു. തിരുമേനി ചെവിയോർത്തു - അത് ഇടവിട്ടിടവിട്ട് ഒരു പൂജാമണിയുടെ മട്ടിലാണ് ശബ്ദിച്ചിരുന്നത്. ആ ശബ്ദത്തെ ലക്ഷ്യംവെച്ചു നടക്കുവാൻ അനുചരസംഘത്തിന് ആജ്ഞകിട്ടി.

കുറെദൂരം ചെന്നപ്പോൾ അവർ ഒരാശ്രമസ്ഥലത്തെത്തി. അവിടം ഏറ്റവും വൃത്തിയും കൗതുകവുമുള്ളതായിരുന്നു. നടുവിൽ ഒരുപർണശാലയുണ്ട്. അവിടെ പൂജാസമയമാണ്. മഹാരാജാവും പരിവാരങ്ങളും വിനീതവേഷരായി അങ്ങോട്ടു ചെന്നു. കാട്ടുപൂക്കളാൽ മനോഹരമായി വിതാനിച്ച ഒരു ബിംബത്തിനുമുമ്പിൽ ജടാധാരിയായ ഒരു മനുഷ്യനിരുന്ന് അർച്ചന നടത്തുന്നു. അകത്തും പുറത്തുമായി കുറെ മലയന്മാർ ഭക്തിഭരിതരായി കൈകൂപ്പി നില്ക്കുന്നു. രാജാവും അവിടെ കൂടിയ ഭക്തജനങ്ങളും ഒപ്പം നമസ്കരിച്ചു. പ്രതിഷ്ഠ എന്തായാലും ശരി, ദിവ്യതകളുടെ മുമ്പിലുള്ള നമസ്കാരം പാഴായിപ്പോകലുണ്ടോ?

പൂജ കഴിഞ്ഞു. ആരാധകർ തിരുമേനിയെ നോക്കി. അയാൾ ഞെട്ടിപ്പോയി. മഹാരാജാവ് അയാളെയും ആ ഭക്തരായ മലയന്മാരെയും മാറിമാറി നോക്കി. ഒടുവിൽ അടുത്തുനിന്നിരുന്ന ഒരു മലയനോടു ചോദിച്ചു: "ഏതൊരു ദേവനെയാണ് നിങ്ങൾ ഇവിടെ പ്രതിഷ്ഠിച്ചിരിക്കുന്നത്?"

"സുദാസൻ" ആ പാവപ്പെട്ട മലയൻ ഭക്തിയോടെ പറഞ്ഞു. ഇതു കേട്ടുകൊണ്ടു നിന്നിരുന്ന പൂജകൻ വല്ലാതെ പരിഭ്രമിച്ചു: ആ മന്തനായ മലയന്റെ വാക്കുകൾ എന്തെല്ലാം ആപത്തുകളാണാവോ വലിച്ചിടുക?

സുദാസൻ - ഈ വാക്കു മഹാരാജാവിന്റെ ഹൃദയാന്തർഭാഗത്തു ചെന്നു സ്മരണയുടെ ഒരു നേരിയ തന്ത്രിയെ പിടിച്ചിളക്കി. അവിടന്ന് ആ പൂജകന്റെ മുഖത്തേക്കു വളരെനേരം സൂക്ഷിച്ചുനോക്കി; അത്ര വലിയ ജടയുടെയും താടിയുടെയും ഇടയിലും ആ മുഖം പരിചിതമാണെന്നു തോന്നി; ആ ശിഷ്യനല്ലേ ഇയാൾ.

മഹാരാജാവു കല്പിച്ചു ചോദിച്ചു: "നിങ്ങൾ സുദാസന്റെ ശിഷ്യനല്ലേ?"

വല്ലാത്ത ഭയപ്പാടിലായിരുന്ന പൂജകൻ പറഞ്ഞു: "അതെ, തിരുമേനി. സുദാസഗുരു ഇവിടെ എന്തെല്ലാം സിദ്ധികളാണ് പ്രകടിപ്പിക്കുന്നത്. അദ്ദേഹത്തിന്റെ അദ്ഭുതസിദ്ധികൾ അറിയണമെങ്കിൽ ഈ മലയന്മാരോടു ചോദിച്ചാൽ മതി."

മഹാരാജാവു വീണ്ടും ആ മലയന്റെ മുഖത്തേക്കു നോക്കി. "ഈ പറയുന്നതു ശരിയാണോ?"

"അതേ, തിരുമേനി; വല്ലാത്ത ഓരോ അദ്ഭുതങ്ങൾ." ആ ദൃഢവിശ്വാസിയായ മലയൻ പറഞ്ഞു.

തിരുമേനി കുറച്ചുനേരത്തേക്കു മൗനം പൂണ്ടു. തിരുമനസ്സിൽ ഒരു വലിയ ആശയസംഘട്ടനം നടക്കുന്നുണ്ടെന്നു മുഖഭാവം വെളിപ്പെടുത്തി. ഈ നിഷ്കളങ്കനായ മലയൻ പറയുന്ന നിലയ്ക്ക് ഇവിടെ എന്തോ അദ്ഭുതസിദ്ധികൾ ഉണ്ടാവാം. അവിടന്ന് ഒരു നിമിഷം ആലോചിച്ചു. എന്നിട്ടു പറഞ്ഞു: "അപ്പോൾ സുദാസൻ... അതെ, എന്നാലും ശരി."

അവിടന്നു പിന്നെ നമസ്കരിച്ചില്ല. പക്ഷേ, നിന്നേടത്തുനിന്നു കൈകൂപ്പി; അവിടംവിട്ടു നടന്നു. ഏതാനും അടി ദൂരത്തെത്തിയപ്പോൾ മഹാരാജാവ് ആ പൂജകനെ അടുത്തു വിളിച്ചുപറഞ്ഞു, "ഭക്തനായ നിങ്ങളുടെ പേരിൽ നമുക്കു സന്തോഷമുണ്ട്." അവിടന്നു കുറച്ചുനേരം ആലോചിച്ചു തുടർന്നു: "നിങ്ങൾ നമുക്കുവേണ്ടിയും പ്രാർത്ഥിക്കുമോ?"

"തീർച്ചയായും, തിരുമേനി."

"ശരി" മഹാരാജാവ് ആലോചനാപൂർവ്വം തുടർന്നു: "നമ്മുടെ സന്തോഷത്തിന്റെ സൂചനയായി നാം നിങ്ങൾക്ക് ഒരാശ്രമം പണിചെയ്യിപ്പാൻ

രണ്ടായിരം ദണ്ഡു സ്ഥലവും ആയിരം വരാഹനും അനുവദിച്ചിരിക്കുന്നു." അവിടന്നു തിരിഞ്ഞുനടന്നു. തിരുമുഖം അപ്പോൾ ഗൗരവപൂർണമായിരുന്നു.

മഹാരാജാവിനെയും പരിവാരങ്ങളെയും കാണ്മാനില്ലെന്നായപ്പോൾ ഭക്തൻ ആ ബിംബത്തിനു സമീപം ചെന്നിരുന്നു കീർത്തിച്ചു: "ഹേ ഭഗവൻ, അവിടത്തെ വധിക്കാൻ കല്പിച്ച നാവിതാ അങ്ങയുടെ പുണ്യാപദാനങ്ങളെ കീർത്തിക്കുന്നു; ആ ശിരസ്സിതാ, അങ്ങയുടെ കാൽക്കൽ നമിക്കുന്നു. ആശ്ചര്യം! ഇനിയും എത്രയെത്ര മഹാസിദ്ധികൾ അങ്ങു പ്രദർശിപ്പിക്കയില്ല. അവിടുന്നു ഭഗവാന്റെ ഒരു നൂതനാവതാരമത്രെ."

അയാൾ ബിംബത്തിനുമുമ്പിൽ നമസ്കരിച്ചു. സൂര്യൻ അസ്തമിച്ചു. ഇരുട്ടു കൂടിക്കൂടി വരികയാണ്.

■

ലാത്തിയും പൂക്കളും

ഇടത്തോട്ടു ചെരിഞ്ഞ കൈയക്ഷരത്തിലെഴുതിയ ആ പ്രേമലേഖനം വായിച്ചു തീർന്നപ്പോൾ എനിക്കെന്തൊക്കെയോ തോന്നി. അവൾ എഴുതിയിരിക്കയാണ്. "നിങ്ങളെന്നെ മറന്നോ? ഇനി എന്നും ഓർക്കുകയില്ലേ?"

വാസ്തവം; ഞാൻ ഒരു ഹൃദയശൂന്യനായിപ്പോകുന്നുണ്ട്. ജയിലിൽ നിന്നു വന്നിട്ട് നാലാഴ്ചയായെങ്കിലും ഇതേവരെ അവളെ പോയി കണ്ടില്ല. എന്റെ കുറ്റമാണോ? പകൽ മുഴുവൻ പണപ്പിരിവിനും സംഘടനാപരമായ പ്രവർത്തനങ്ങൾക്കും ഓടിനടന്നു തളർന്ന രാത്രി ചെന്നു വിരിപ്പിൽ വീഴുമ്പോൾ ഒരായിരം ആലോചനകൾ എന്റെ ഹൃദയത്തിലേക്കു തള്ളിക്കയറാറുണ്ട്. എന്റെ ഹൃദയമിടിപ്പ് എനിക്കുതന്നെ കേൾക്കാൻ കഴിയുന്ന രാത്രിയുടെ ആ നിശ്ശബ്ദതയിൽ ശോകസങ്കുലവും സാന്ദ്രമധുരവുമായ ഒരു നാട്ടിൻപുറക്കാരി പെൺകിടാവിന്റെ ശബ്ദം എന്റെ ചെവിയിൽ വന്നു മന്ത്രിക്കാറുണ്ട്: "നിങ്ങൾ എന്നെ മറന്നോ?"

എന്റെ അമ്മിണീ, നിന്നെ ഞാൻ മറക്കാനോ? പല സ്വർണത്താക്കോൽക്കാരെയും തട്ടിനീക്കി, തന്റെ ഹൃദയത്തിന്റെ താക്കോൽ ഈ പാവപ്പെട്ട ജയിൽപ്പുള്ളിയുടെ കൈയിൽതന്ന നിന്നെ മറക്കുക എങ്ങനെയാണ്? അമ്മിണി – ആ പേരുതന്നെ എത്ര മധുരമാണ്. മുദ്രാവാക്യങ്ങൾ വിളിച്ചുവിളിച്ചു കാറിയിട്ടുള്ള എന്റെ തൊണ്ടയ്ക്കതു മെഴുക്കിടുന്നു: "അമ്മിണീ' എന്ന് ഉമ്മറത്തുനിന്നു ഞാൻ വിളിക്കുമ്പോൾ, 'എന്തേ?' എന്നു ചോദിച്ചുകൊണ്ടു വാതിക്കലേക്കു വരുന്ന നിഷ്കളങ്കബാലിക. കരയാനും സ്നേഹിക്കാനുമൊഴികെ യാതൊന്നുമറിയാത്ത നാട്ടിൻപുറക്കാരി. അവളുടെ ഇറക്കംകുറഞ്ഞ ബ്ലൗസും കറുത്തകരമുണ്ടും ചന്ദനപ്പൊട്ടും വിനീതവും വിഷാദമയവുമായ മുഖഭാവവും ഓരോന്നോരോന്നായും എല്ലാംകൂടിയും എന്റെ ഹൃദയത്തിൽ തിങ്ങിക്കൂടും – എന്തൊരു വേദന.

എന്റെ ബുദ്ധി രാഷ്ട്രീയവും സാമൂഹികവും സാമ്പത്തികവുമായ വിവിധ പ്രശ്നങ്ങളിലേക്കു ചുറ്റിച്ചുറഞ്ഞു കയറുമ്പോൾ ഹൃദയത്തിൽനിന്ന് ഒരിളം കുയിലിന്റെ നേർത്ത പാട്ടു കേൾക്കാം: "നിങ്ങൾ എന്നെ മറന്നോ?"

ഞാൻ ജയിലിലായിരുന്നപ്പോൾ അവളെ കാണാതിരുന്നതിൽ ഒരു നിരപരാധിത്വം തോന്നിയിരുന്നു - അതെന്റെ കഴിവിൽക്കവിഞ്ഞതാണല്ലോ എന്നൊരു തോന്നൽ. ജയിൽവാതിലിനു പുറത്തേക്കു കടന്നപ്പോൾ എന്റെ ഹൃദയം ആദ്യം കുതിച്ചത് അവളുടെ നേർക്കാണ് - ഒരു വടക്കുനോക്കിയുടെ സൂചിപോലെ. പക്ഷേ, പട്ടണത്തിലേക്കു കടന്നപ്പോഴേക്കും കാര്യമൊക്കെ മാറി.

"ദാമുവോ? എടാ ചെകുത്താനേ, നീ സമയത്തിനെത്തി - മില്ലിലെ പണിമുടക്കമറിയില്ലേ?" - അബൂബക്കർ എന്റെ ചുമലിൽ കൈവച്ചുകൊണ്ടു തുടർന്നു: "വാസ്തവത്തിൽ ആരുമില്ല. ഇവിടെ. ഞാൻ കിടന്നു വലയുകയാണ്."

അബൂബക്കർ രണ്ടാഴ്ച മുമ്പാണ് ജയിലിൽനിന്നു പോന്നത്. അയാൾ എന്റെ മുഖത്തേക്കു നോക്കി: "നീ ആഫീസിലേക്കു വാ."

"ചേട്ടാ, ഞാൻ നാട്ടിലൊന്ന്..."

"എടാ ചെകുത്താനേ, ഞാനും നാട്ടിൽ പോയിട്ടില്ല. നമുക്കൊന്നിച്ചു പോവാം. വാ."

ഉത്സാഹശീലനായ അബൂബക്കറുടെ കൂടെയാകുമ്പോൾ നാം എല്ലാം വിസ്മരിച്ചുപോകും. പൊടിമീശ തിരുമ്മിക്കൊണ്ടുള്ള ആ ഉന്തിത്തള്ളിയ നടത്തവും ആ കഷണ്ടിമണ്ടയും ഫലിതംപറയലും അപകടസന്ധികളിലൂടെ ഊളിയിട്ടു പോകാനുള്ള സാമർത്ഥ്യവും എന്നെയും ചൊടിപിടിപ്പിക്കുന്നു. ഞങ്ങൾ തിരക്കിട്ടു നടന്ന് ആഫീസ്സിൽ ചെന്നുകയറി.

"മാന്യമായ സ്ഥാനത്തെ അലങ്കരിക്കു, കുഞ്ഞേ" എന്നു പറഞ്ഞുകൊണ്ട് അബൂബക്കർ എന്റെ അടുത്തിരുന്നു. അദ്ദേഹം കഥകൾ വിസ്തരിച്ചു പറഞ്ഞു. കാര്യം കുറച്ചു ഗൗരവംതന്നെയാണ്. അറന്നൂറുപേർ പണിമുടക്കുക എന്നുവച്ചാൽ ആയിരത്തിരുന്നൂറാളെങ്കിലും പട്ടിണിയാവുക എന്നാണർത്ഥം. മുതലാളി അത്ര വേഗത്തിൽ കൂലി കൂട്ടിക്കൊടുക്കില്ലെന്ന് എനിക്കറിയാം. അദ്ദേഹം കാര്യമായ ചിട്ടകളുള്ള മനുഷ്യനാണ്. പണിമില്ലാഞ്ഞിട്ടല്ല, ദയയില്ലാഞ്ഞിട്ടല്ല. അദ്ദേഹം പള്ളിക്കും അനാഥശാലകൾക്കും വേണ്ടി പണം ചെലവിട്ടിട്ടുണ്ട്. എന്നല്ല, ഒരിക്കൽ അദ്ദേഹം തന്റെ ദാനശീലത്തെ വിവരിച്ചതിനുശേഷം എനിക്കൊരുപദേശവും തന്നിട്ടുണ്ട്. "ഒരാൾ പണക്കാരനായി ജനിക്കുന്നു, ഒരാൾ ദരിദ്രനാവുന്നു - ഇതൊരാളുടെയും കുറ്റമല്ല, വിധിയാണ്. നിങ്ങൾ ചെറുപ്പക്കാർ, വെറുതെ തുള്ളിയിട്ടു കാര്യമില്ല..." അദ്ദേഹം ഒരു സിഗരറ്റെടുത്ത് എനിക്കു തരികയും ചെയ്തു.

ആ നിലയ്ക്കു സ്ഥിതി കുറച്ചു ഗൗരവംതന്നെയാണ്. അതു ഗൗരവമായി. ആഴ്ചകൾ കഴിഞ്ഞു. ഘോഷയാത്രകൾ, പ്രസംഗങ്ങൾ, മുദ്രാവാക്യങ്ങൾ, ഒരു ലഘുവായ ലാത്തിച്ചാർജ്ജ്.

പകൽ മുഴുവനും ഓടിനടക്കണം. പലരെയും പറഞ്ഞു സമാധാനിപ്പിക്കണം, പലർക്കും ആവേശം കൊടുക്കണം. എല്ലാം കഴിഞ്ഞു രാത്രി ക്ഷീണിച്ചു പായിൽച്ചെന്നു വീഴുമ്പോൾ ഏകാന്തമായ ഒരു ഹൃദയത്തിന്റെ തേങ്ങൽ മനസ്സിലേക്കു കടന്നുവരുന്നു: “നിങ്ങൾ എന്നെ മറന്നോ?”

ആ ഇറക്കംകുറഞ്ഞ ബ്ലൗസിന്റേയും കറുത്തകര മുണ്ടിന്റേയും ചുരുളുകളിലേക്ക് എന്റെ വിഷാദമൂകങ്ങളായ സ്വപ്നശകലങ്ങൾ ചുരുണ്ടു ചുരുണ്ടുപോയി.

അമ്മിണിയുടെ കത്തുകിട്ടിയ അന്നാണ് മുതലാളിത്തത്തോട് ഏറ്റവും ദേഷ്യം തോന്നിയത്. ഞാൻ ആലോചിച്ചു നോക്കുകയാണ്, ജീവിതങ്ങൾ എങ്ങനെ ബന്ധപ്പെട്ടു കിടക്കുന്നുവെന്ന്. പട്ടണത്തിൽ ഒരു മുതലാളി മര്യാദയ്ക്കു കൂലി കൊടുക്കാത്തതുകൊണ്ട് അങ്ങെങ്ങോ നാട്ടിൻപുറത്തു കിടക്കുന്ന ഒരു പെൺകിടാവു വേദനയനുഭവിക്കണം. ഇതു മര്യാദയാണോ?

ആ ഇടത്തോട്ടു ചെരിഞ്ഞ അക്ഷരപരമ്പരകളിലൂടെത്തന്നെ പലതും ഞാൻ വായിച്ചു: പാവം!

പെട്ടെന്ന്, ഉച്ചത്തിൽ മുഴങ്ങിയ മുദ്രാവാക്യങ്ങൾ എന്നെ ഉണർത്തി. അവരുടെ ഘോഷയാത്ര കടന്നുപോവുകയായിരുന്നു. അറുനൂറു മനുഷ്യാത്മാക്കൾ. അവർക്കും പ്രേമഭാജനങ്ങളുണ്ട് ഭാര്യമാരുണ്ട്, കരയുന്ന കുട്ടികളുണ്ട്.

ഞാൻ താഴത്തേക്കിറങ്ങി; അബൂബക്കറുടെ മുറിയിലേക്കു നടന്നു. ഞങ്ങൾക്കു പലതും ആലോചിക്കുവാനുണ്ടായിരുന്നു.

“എടാ ചെകുത്താനേ, നീ വന്നോ? എന്നിപ്പോൾ കേൾക്കുമെന്നുറപ്പിച്ചുകൊണ്ടാണ് ഞാൻ കോണി കയറിയത്. പക്ഷേ, അതുണ്ടായില്ല. അവിടെ മൂകമായിരുന്നു. ഒരു കൈയൊടിഞ്ഞ കസേലയിൽ ഇരുന്ന് ജാലകത്തിലൂടെ ആകാശത്തിന്റെ അനന്തതയിലേക്ക് ഇമവെട്ടാതെ നോക്കുകയാണ് എന്റെ സുഹൃത്ത്. ആ കഷണ്ടിമണ്ടയിൽ അങ്ങിങ്ങായി നില്ക്കുന്ന രോമങ്ങൾ കാറ്റിൽ പാറിക്കൊണ്ടുനിന്നു. ഞാൻ ചുമലിൽ കൈവയ്ക്കുന്നതുവരെ ഒരനക്കവുമുണ്ടായില്ല. പെട്ടെന്ന് ആ മുഖം എന്റെ നേർക്കുയർത്തി. ആ കണ്ണുകൾക്കു ചുറ്റും ഒരു കറുപ്പ്; ആ കണ്ണുകൾക്കുള്ളിൽ ഒരഗാധത.

“എന്താ മിസ്റ്റർ ആലോചിക്കുന്നത്?”

“ഞാനോ?” കുറഞ്ഞൊരു സംഭ്രമത്തോടെ അദ്ദേഹം പറഞ്ഞു: “ഞാനോ? ഏയ്, ഒന്നും ആലോചിക്കുന്നില്ല.” അദ്ദേഹം തന്റെ കൈയിലുണ്ടായിരുന്ന ഒരു കടലാസുചുരുൾ മേശപ്പുറത്തു വച്ചു.

“ഇതെന്താ?” എന്നു ചോദിച്ചുകൊണ്ട് ഞാൻ ആ കടലാസെടുത്തു.

“അതോ?” അതു സാരമില്ല.” - അബൂബക്കർ പറഞ്ഞു.

ഞാൻ മലർത്തിനോക്കി; അടിയിൽ അയിശ എന്നൊപ്പിട്ടതു കണ്ട പ്പോൾ അബൂബക്കറുടെ വീടരുടെ കത്താണെന്നു മനസ്സിലായി. ഞാൻ മടക്കിക്കൊടുത്തു.

"വേണ്ട, വായിച്ചോ, ഭഗവദ്ഗീതപോലെ വായിച്ചോ." - അദ്ദേഹം ചുണ്ടുകൊണ്ടു ചിരിച്ചു; കണ്ണിൽ അപ്പോഴും ആ അഗാധ നീലിമയുണ്ടാ യിരുന്നു. നിർബന്ധിച്ചപ്പോൾ ഞാനതു വായിച്ചുനോക്കി. ആ നാട്ടിൻ പുറക്കാരി ഉമ്മ ചത്തുവീർത്ത തവളപോലുള്ള അക്ഷരത്തിൽ ഇങ്ങനെ എഴുതിയിരുന്നു: "മോൻ എപ്പയും ചോയിക്കണ് ബാപ്പെവടമ്മാന്ന്... ഇങ്ങനാച്ചാ ഇമ്മിണികാലം ഞാനിരിക്കൂല... ഇങ്ങളെ കോൺഗ്രസ്ക്കെ കയിഞ്ഞു ബരുമ്പം ന്റെ കബറേ കാങ്ങു."

ഞാൻ കത്തു വായിച്ചു മടക്കിക്കൊടുത്തു. മനസ്സിൽക്കൂടി എന്തോ ഒരു നീറൽ കടന്നുപോയി. ഒരു കൊച്ചബൂബക്കർ അവന്റെ ഉമ്മയുടെ കഴുത്തിൽ കെട്ടിപ്പിടിച്ചുകൊണ്ട് 'ബാപ്പെന്ത്യേയ്, ഉമ്മാ?' എന്നു ചോദി ക്കുന്നതു ഞാൻ കേട്ടു.

അബൂബക്കർ എന്റെ നേരെ തിരിഞ്ഞു ചോദിച്ചു: "ഒക്കെ മനസ്സി ലായോ? അവൾക്കു സംസ്കൃതത്തിൽ നല്ല വ്യുത്പത്തിയാ!" അദ്ദേഹം പൊട്ടിച്ചിരിച്ചു. അപ്പോഴും കണ്ണിൽ ആ അഗാധ നീലിമയുണ്ടായിരുന്നു.

ഞാൻ ഒന്നും മിണ്ടിയില്ല. നിശ്ശബ്ദമായി അയാൾ അങ്ങോട്ടുമി ങ്ങോട്ടും നടന്നു. "അബൂബക്കർ, നിങ്ങൾ നാളെ പൊയ്ക്കോളൂ. കഴി യുന്ന വേഗത്തിൽ മടങ്ങിവന്നാൽ മതി."

"എടാ ചെകുത്താനേ, ഈ അറന്നൂറാളോ?"

ഞാൻ ഒന്നും മിണ്ടിയില്ല. അയാൾ വീണ്ടും അങ്ങോട്ടുമിങ്ങോട്ടും നടന്നു. ആ കാൽപ്പെരുമാറ്റം മാത്രമേ അവിടെ ശബ്ദമുണ്ടാക്കിയുള്ളൂ.

"നാളെ കുറച്ചു കലാപമുണ്ടാവും."

"ഉണ്ടാവും."

"അപ്പോൾ?"

ഞാൻ ഒന്നും മിണ്ടിയില്ല.

പെട്ടെന്ന്, അവരുടെ മുദ്രാവാക്യങ്ങൾ കേട്ടു. അന്തരീക്ഷത്തെ ഇട്ടു കുലുക്കുകയാണ്. അവർ പൊതുയോഗസ്ഥലത്തേക്കു പോകയാണ്.

"നമുക്കു പോണ്ടേ?"

"പിന്നെ."

ഞങ്ങൾ ഇറങ്ങിനടന്നു. ഒരു പത്തുവാര നടന്നപ്പോൾ ഒരു കാർ ഞങ്ങൾക്കെതിരെ വന്നു. ഞങ്ങളെ കണ്ടപ്പോൾ അതു നിർത്തി. പോലീസ് ഇൻസ്പെക്ടർ ഇറങ്ങിവന്ന് ഞങ്ങൾക്ക് അറസ്റ്റുവാറണ്ടു കാട്ടി ത്തന്നു. കാറിൽക്കയറാനാവശ്യപ്പെട്ടു.

ഞങ്ങൾ ലോക്കപ്പിലെ നിലത്തു കുന്തിച്ചിരുന്നു. നിശ്ശബ്ദം. വിവിധ ങ്ങളായ ആലോചനകൾ മനസ്സിലൂടെ പാഞ്ഞുപോയി. അബൂബക്കറുടെ കണ്ണിൽ വീണ്ടും ആ അഗാധനീലിമ പ്രത്യക്ഷപ്പെട്ടു. നാഴികകൾ ഇഴഞ്ഞുപോയി. എത്രകാലം ഇനി ഈ ലോക്കപ്പുമുറിയിലിരിക്കണം? എത്ര ആളുകൾ ഈ ലോക്കപ്പിലിരുന്നുപോയി? ഇനി എത്ര പേരിരി ക്കണം? ആ ഇരുട്ടിൽ രണ്ടു ഹൃദയങ്ങൾ അനന്തമായ കാലത്തിലൂടെ അങ്ങനെ സഞ്ചരിച്ചു - ആദിമനുഷ്യനിൽനിന്ന് അവസാനത്തെ മനുഷ്യൻവരെ.

അമർത്തിപ്പിടിച്ച ഹൃദയത്തിൽനിന്നു വിങ്ങിവിങ്ങിക്കൊണ്ട് ആ തേങ്ങൽ വീണ്ടും പുറപ്പെട്ടു: "നിങ്ങൾ എന്നെ മറന്നോ?"

"ദാമു, എന്താണ് ആലോചിക്കുന്നത്? തന്റെ പെണ്ണിനെപ്പറ്റിയാണോ?"

"അല്ല."

"എന്റെ പെണ്ണിനെപ്പറ്റിയാണോ?"

"അതെ."

"എടാ ചെകുത്താനേ, അവൾ കബറിനുള്ളിൽനിന്നും അഞ്ചുനേരം നിസ്കരിക്കുകയും എന്നെ സ്നേഹിക്കുകയും ചെയ്യും."

ഞാൻ ഒന്നും മിണ്ടിയില്ല. അപ്പോഴും ആ മുദ്രാവാക്യങ്ങൾ ഇളകി വന്ന് ഞങ്ങളുടെ ജയിൽഭിത്തികളെ കുലുക്കുന്നുണ്ടായിരുന്നു; അറു നൂറാത്മാക്കൾ മുന്നോട്ടു നീങ്ങുകയാണ്.

■

ഗണപതിയട

ആർപ്പുവിളി ഭയങ്കരമായിരുന്നു. അത് എന്റെ ഹൃദയത്തെ പിടിച്ചു കുലുക്കി. പക്ഷേ, എല്ലാവർക്കും മറിച്ചായിരുന്നു. ഇല്ലത്തൊരു പെൺകൊട നടക്കുക ഞങ്ങളുടെ പ്രദേശത്തുള്ള എല്ലാ വീട്ടുകാർക്കും ഏറെക്കുറെ ഒരുത്സവമാണ്. മിക്ക കാരണവന്മാരും അരയ്ക്കു മുണ്ടും കെട്ടി ഇല്ലത്തിന്റെ പരിസരങ്ങളിലങ്ങനെ ചുറ്റിക്കൂടീട്ടുണ്ട്. അവർക്കെല്ലാം ബഹുരസം. ഇല്ലത്തൊരു പെൺകൊട നടക്കുക, അതും സാമാന്യം പോലെ വിസ്തരിച്ചിട്ടാവുക - ഈ നിലയിൽ തങ്ങൾക്കു വലിയവലിയ ഉത്തരവാദിത്വങ്ങളുണ്ടെന്നാണ് അവരുടെ നാട്യം. എന്റെ വീട്ടിലെ കാരണവന്മാരും പോയിട്ടുണ്ട്.

പെണ്ണുങ്ങളെല്ലാം നേരത്തേ കുളി കഴിഞ്ഞ് വരക്കുറിയും കണ്ണെഴുത്തുമായി, കുളക്കരയിലും ഉരൽപ്പുരയ്ക്കടുത്തും തടിച്ചുകൂടിയിരിക്കുന്നു. അവർക്കൊരായിരം ഗുണദോഷങ്ങൾ പറയാനുണ്ടാവും: കൊടുക്കാൻ നിശ്ചയിച്ച കുട്ടിക്കാവിന്റെ ശീലത്തെപ്പറ്റിയും നടപടിക്രമത്തെക്കുറിച്ചും മറ്റും. അതു വാസ്തവമാണുതാനും. നങ്ങേലിക്കുട്ടിക്കാവിനെ കുറിച്ചാവുമ്പോൾ, എത്രയേറെപ്പറയുന്നതിലും എന്തോ, എനിക്കു വിസമ്മതമില്ല.

വേളിക്കാരന്റെ ആഗമനത്തിനുള്ള ആർപ്പുവിളി വീണ്ടും മുഴങ്ങി. എന്റെ ഹൃദയം ഒന്നുകൂടി കനത്തു. ഏകാന്തമായ എന്റെ മുറിയുടെ ജനാലയ്ക്കലിരുന്നുകൊണ്ട് ആകാശത്തേക്കു നോക്കുകയും ഓരോന്നു മനോരാജ്യം വിചാരിക്കുകയും ചെയ്യാതിരിക്കാൻ എനിക്കു കഴിഞ്ഞില്ല.

അന്തരീക്ഷത്തിൽ കാർനുറുങ്ങുകൾ മെല്ലെമെല്ലെ നീങ്ങിക്കൊണ്ടിരിക്കുകയാണ്; എന്റെ ഹൃദയത്തിൽ ഭൂതകാല സംഭവങ്ങളും.

എന്റെ കുട്ടിക്കാലത്തുതന്നെ ആ കിടാവിനെ ഞാനറിയും. ഞങ്ങൾ സമപ്രായക്കാരായിരുന്നു, അയൽപക്കക്കാരും.

കഴിഞ്ഞുപോയ ആ ഓരോ രംഗവും എന്റെ മുമ്പിൽ വരികയാണ്. ഇല്ലത്തിനു തൊട്ടടുത്ത് അമ്പലക്കുളത്തിൽ കുളിക്കുവാൻ എന്റെ അമ്മ സാധാരണയായി പോകാറുണ്ട്; അവരുടെ മുമ്പിൽ പട്ടുകോണകവുമുടുത്തു തുള്ളിച്ചാടിക്കൊണ്ട് ഞാനും. വയൽവരമ്പത്തു വളർന്നു നിൽക്കുന്ന പുല്ലാനിക്കാടുകളോടു കഴിവുള്ളേടത്തോളം കയ്യൂക്കു നടത്തി

ക്കൊണ്ടാണെന്റെ യാത്ര. അമ്മ നേരിട്ടു കുളത്തിലേക്കല്ല പോവുക പതിവ്; ഇല്ലത്തേക്കാണ്. അവിടത്തെ വടക്കിനിവാതിൽക്കൽ ചെന്ന് നങ്ങേലിയുടെ അമ്മയായ ഇട്ടിപ്പാപ്തി അന്തർജ്ജനത്തോടു നാലുവാക്ക് പറയാതെകണ്ടു കുളികഴിഞ്ഞു പോന്നാൽ 'ശുദ്ധമായി കുളിച്ചില്ല' എന്നൊരു തോന്നലാണ് അമ്മയ്ക്ക്. അവർ തമ്മിൽ കണ്ടാൽ പറയാനുള്ള വർത്തമാനം ഒരു പരപ്പാണുതാനും. ഏതോ ഒരിട്യാസുവപ്ഫന്റെ വിഡ്ഢിത്തത്തെക്കുറിച്ചും വാഴകുന്നത്തിന്റെ കലശലായ ഭക്തിയെക്കുറിച്ചും മൂക്കുതലയ്ക്കു പോകുന്ന വഴിയുടെ ഭൂമിശാസ്ത്രപരമായ കിടപ്പിനെക്കുറിച്ചും ഗുരുവായൂരപ്പന്റെ മഹിമാവിശേഷങ്ങളെക്കുറിച്ചുമെല്ലാം ആ ശുദ്ധഗതിക്കാരിയായ ആത്തേമ്മാരു പറയുമ്പോൾ എന്തോ ഒരു മനസ്സിണക്കം തോന്നും. ആ ഓരോ കഥ അവസാനിക്കുമ്പോഴും 'ഇങ്ങനത്തെ അദ്ഭുതങ്ങളൊക്കെ ഈ ലോകത്തിലുണ്ടല്ലോ' എന്നൊരു നാട്യത്തിൽ എന്റെ അമ്മ 'ങ്ഹാഹാ, ങ്ഹാഹാ' എന്നിങ്ങനെ മൂളുകയും ചെയ്യും. അവരുടെ കഥകൾ നീണ്ടുനീണ്ട് ഒരു മണിക്കൂറും ഒന്നരമണിക്കൂറും ചിലപ്പോൾ രണ്ടു മണിക്കൂറുമെടുത്തുവെന്നു വരാം. അതധികം നീളട്ടെ എന്നായിരുന്നു എന്റെ മോഹം. എന്നാൽ ഇല്ലത്തെ ഉണ്ണിയും കുട്ടിക്കാവുമായി എനിക്കു കളിച്ചു നില്ക്കാമല്ലോ.

മണ്ണപ്പം ചുടുക മുതൽ പുത്താംകോൽ, വട്ട്, പന്ത്–ഇങ്ങനെ ഉയർന്നുപോയി ഞങ്ങളുടെ കളികൾ. ഉണ്ണി ഒരു മനോരാജ്യക്കാരനാണ്. ഒരു ചൊടിയില്ല. മിക്കപ്പോഴും കളിയിൽ തോല്ക്കും. ഞാനോ കുട്ടിക്കാവോ ജയിക്കുകയും ചെയ്യും. പക്ഷേ, ഞങ്ങളുടെ ജയത്തെ അദ്ദേഹം വകവച്ചുതരികയില്ല. ജയിച്ചാലും ജയിച്ചില്ലെന്നു പറയാനായിരുന്നു അദ്ദേഹത്തിനു വാസന. ഉണ്ണിക്കിടാവ് അപ്പോഴേക്കും പ്രതിഷേധിക്കും. "വാസ്യേട്ടൻ എത്രയ്യാലും പെറ്ക്ക് പറ്ാന്റിരിക്കില്യാ."

"പെറ്ക്ക് പറയ്യാ ഞാനല്ല, നിയ്യന്യാ."

'അപ്ഫൻ പറേണത് ശെര്യാ തോന്ന്ണ്ണ്ട്; വാസ്യേട്ടൻ ത്തിരീശ്ശെ പൊളീം പറ്ാൻ തൊടങ്ങ്യേടക്കണു."

അങ്ങനെ ചിലപ്പോൾ ആ വഴക്കു മൂക്കും. 'മൂസ്സുനമ്പൂതിരി'യാവേണ്ട ഒരുണ്ണിയോട് എത്ര കാര്യമായിട്ടാണെങ്കിലും പെൺകിടാവിനു പറയാവുന്ന ചിലതുണ്ട്. അതിലപ്പുറമായാൽ സഹിക്കാവുന്നതല്ല. കുട്ടിക്കാവിന്റെ ഇത്തരം വാക്കുകൾ അവർക്കുതന്നെ വേദനയുണ്ടാക്കിത്തീർക്കും – ഉണ്ണിയുടെ വക ചെവിക്കു പിടിച്ചു തിരുമ്മലുകൊണ്ടോ കിഴുക്കലുകൊണ്ടോ അവസാനരംഗമായി – നിലവിളി.

അവരങ്ങനെ കരയുമ്പോൾ എനിക്കു ഹൃദയത്തിലൊരു വേദന. എങ്കിലും ഞാൻ സമാധാനിപ്പിക്കാതെ ഒഴിഞ്ഞുനില്ക്കും. അപ്പോഴേക്കും ഇട്ടിപ്പാപ്തിയന്തർജ്ജനം അകത്തുനിന്ന് ഉണ്ണിയെ ശാസിക്കുന്നതു കേൾക്കാം: "ആയ്യായി, കുട്ടാ, ദൊക്കെ ചീത്ത്യാണേയ്."

അമ്മ അപ്പോഴേക്കും വരും; കുളി കഴിഞ്ഞു ഞങ്ങൾ തിരിച്ചുപോകുകയും ചെയ്യും.

അതിനിടയിൽ വാത്സല്യമയിയായ ആ ഇട്ടിപ്പാപ്തിയന്തർജ്ജനത്തിന്റെ പക്കൽനിന്ന് ഒരു ഗണപതിയടയോ, കുറച്ചു മലരോ, 'നങ്ങേലി' വാങ്ങിക്കൊണ്ടുവന്നുതരും. അതിന്റെ 'മധുരം' ഇന്നും ഞാനോർക്കുന്നു.

ആർപ്പുവിളി വീണ്ടും എന്റെ ചെവിയിൽ വന്നലച്ചു; ഹൃദയം വീണ്ടും കനത്തു.

സന്ധ്യയുടെ തുടുകിരണങ്ങൾ ജനാലപ്പൊളിക്കുള്ളിലൂടെ കടന്നുവന്നു. ആകാശത്ത് അലഞ്ഞുനടക്കുന്ന മേഘശകലങ്ങൾ തുടുക്കുവാൻ തുടങ്ങുകയായിരുന്നു.

വേദനാകരങ്ങളായ ഭൂതകാലസംഭവങ്ങൾകൂടി ആലോചനാമധുരങ്ങളായിത്തോന്നുന്നു. എനിക്കന്നു പത്തോ പതിനഞ്ചോ വയസ്സു പ്രായമാണ്. അന്നും ഞാനമ്പലക്കുളത്തിൽ കുളിക്കാൻ പോകാറുണ്ട്. പക്ഷേ, അമ്മയുടെ കൂടെയല്ലെന്നുമാത്രം. അപ്പോഴും ഞാനും ഉണ്ണിനമ്പൂതിരിയും തമ്മിൽ സംസാരിക്കുക പതിവാണ്. 'നങ്ങേലി'യും അവിടെ ഉണ്ടാവും. എന്നാൽ അവരൊന്നൊഴിഞ്ഞുനിന്നു. എന്നല്ല, എനിക്കവരെ ഇന്നു തൊട്ടു കൂടതാനും. അവർ കൂടക്കൂടെ ഞങ്ങളുടെ സംഭാഷണത്തിൽ ചില കൊച്ചുവാക്യങ്ങളെ കൂട്ടിച്ചേർക്കുകമാത്രം ചെയ്തു. ഉടുക്കാൻ തുടങ്ങിയ ആ പെൺകിടാവിനെ വസന്തം മെല്ലെ വലയം ചെയ്യുകയായിരുന്നു-പൂക്കളല്ല, പൂമൊട്ടുകൾ. പേരിടാൻ കഴിയാത്ത ചില പൂവുകൾ എന്റെ ഹൃദയത്തിലും ഇതൾ വിടർത്തുകയാണ്. അന്നത്തെ ആ നീണ്ട സംഭാഷണങ്ങളിൽ ഉണ്ണിനമ്പൂതിരിയുടെ ഒരു വാക്കും പിന്നീടു ഞാൻ ഓർത്തില്ല. പക്ഷേ, ഞങ്ങളുടെ ഇടയ്ക്കു വന്നുവീഴുന്ന ആ കൊച്ചുവാക്യങ്ങൾ പിന്നീട് അയവിറക്കാൻ പാകത്തിൽ എന്റെ മനസ്സ് ഒരുക്കിക്കൂട്ടിവച്ചു, എന്തു രസമുള്ള വാക്കുകൾ.

തീരെ ഓർക്കാതിരിക്കുമ്പോഴാണ് അവർ ഈ വർത്തമാനം പറഞ്ഞത്; "വാസ്യേട്ടൻ സ്കോളിച്ചേർറാത്രെ. പക്ഷേ, അച്ഛൻ സമ്മതിക്കോനിശ്ചല്യേ."

ആ വാചകം ഞങ്ങളുടെ ഉത്കണ്ഠയെ ഒന്നിളക്കിവിട്ടു. ഉണ്ണി ഇടയിൽ കടന്നു പറഞ്ഞു:

"സ്കൂള്ച്ചേർക്കാംന്ന് അപ്ഫൻ പറഞ്ഞ്ട്ട്ണ്ടലോ! അപ്പോ അച്ഛനങ്ങട് സമ്മതിച്ചോളും?"

"ആവോ" അവരെന്തോ ആലോചിച്ചു നില്ക്കുന്നതുപോലെ തോന്നി. ഉണ്ണി സ്കൂളിൽ പോകുമോ എന്നതിരിക്കട്ടേ. കുട്ടി പോകുമോ എന്നായിരുന്നു എനിക്കറിയേണ്ടത്. അതുകൊണ്ടു ഞാൻ ചോദിച്ചു: "ഉണ്ണിക്കിടാവ് സ്കൂളിൽ പോണ്ല്യേ?"

"ഞാനോ?" അവരമ്പരന്നുപോയി.

"അതെ. സ്കൂളിൽ പോണില്യേ?"

"പെങ്കടാങ്ങള് ഞ്ഞി സ്കോളിൽ പടിക്കുംകൂട്യേ വേണ്ടൂ!" അവർ എന്തോ ആലോചിച്ചുകൊണ്ടു കുറെനേരം നിന്നു. വിഷാദാത്മകമായ വിചാരങ്ങൾ ആ മഷിയണിഞ്ഞ കണ്ണുകളെ കറുപ്പിച്ചു. ഒരു ദീർഘ നിശ്വാസത്തോടുകൂടി നങ്ങേലി പറഞ്ഞു: "പെങ്കടാങ്ങളായാല് അതൊന്നും അർതലോ!"

പെൺകിടാങ്ങളായാൽ അതൊന്നും അരുത് - അന്നെനിക്കതിന്റെ അർത്ഥം മനസ്സിലായില്ല. ഇന്ന്, ഏകാന്തമായ ഈ മുറിയിൽ ജനാല യ്ക്കരികിലിരുന്നു മനോരാജ്യം വിചാരിക്കുമ്പോൾ ആ ഭയങ്കരമായ ആർപ്പുവിളി എന്നെ അസ്വസ്ഥനാക്കിത്തീർക്കുമ്പോൾ, അതിന്റെ അർത്ഥം വേദനാകരമായ വിധത്തിൽ എനിക്കു മനസ്സിലാവുന്നു. അന്നും എനിക്കു ഗണപതിയട കൊണ്ടുവന്നുതരാൻ അവർ മറക്കുന്നില്ല; അതിന്റെ മധുരം ഇന്നും ഞാനോർക്കുന്നു.

വീണ്ടും കേട്ടു ഒരു ശബ്ദം: പക്ഷേ, അതാർപ്പുവിളിയായിരുന്നില്ല. മനയ്ക്കലെ നടുമുറ്റത്തുനിന്നാവണം, ഒരിക്കൽ വരനു ചൊല്ലിക്കൊടു ക്കുകയാണ്: "യുവം വസ്ത്രാണി പീവസാവസാഥേ" വരൻ വസ്ത്രം മാറ്റുന്ന സമയമായി, അല്ലേ?

ഒരു നീറലോടുകൂടി മനസ്സു കഴിഞ്ഞ കാലഘട്ടങ്ങളിലേക്കുതന്നെ തിരിച്ചു. ഞാനും വാസുനമ്പൂതിരിയും സ്കൂളിലേക്കു പോകാൻ തുടങ്ങി. ആലോചനാശീലനായ ആ ഉണ്ണിനമ്പൂതിരി പഠിക്കുന്നതിൽ വളരെ ഔത്സുക്യം കാണിച്ചു. വാസ്തവത്തിൽ നിഗൂഢമായിട്ടാണെങ്കിലും ഞങ്ങൾ തമ്മിലൊരു കിടമത്സരമുണ്ടായിരുന്നു.

ഞങ്ങൾ ഒന്നിച്ചാണ് സ്കൂളിൽ പോവുക; ഒന്നിച്ചാണ് മടങ്ങിവരിക. പലതിനെക്കുറിച്ചും ഞങ്ങൾ സംഭാഷണം നടത്തിയിട്ടുണ്ട്. പക്ഷേ, സംഭാ ഷണങ്ങൾക്കിടയിൽ കൊച്ചുവാക്യങ്ങൾ കൂട്ടിച്ചേർക്കാൻ ഒരാളവിടെ ഇല്ലെന്നു ഞാൻ മനസ്സിലാക്കി. ഞങ്ങൾക്കിടയിലൊരു ശൂന്യത. ഞാനതു കണ്ടില്ലെന്നു നടിക്കാൻ ശ്രമിച്ചു. എന്നിട്ടും വേദനാകരമായ ആ ശൂന്യത വളർന്നുതന്നെ വന്നു, എന്റെ മനസ്സിനു കണ്ണടച്ചു വിഴുങ്ങുവാൻ വയ്യാ ത്തമട്ടിൽ. ഒരു ദിവസം ഞാൻ ഉണ്ണി നമ്പൂതിരിയോടു ചോദിച്ചു: "എന്താ തിരുമേനീ, കുട്ടിക്കാവിനു പഠിച്ചാൽ."

"താനെന്താ പറേണത്? പെങ്കടാങ്ങള് പഠിക്ക്യേ? അച്ഛൻ കൊല്ലും."

"എന്താ പെങ്കടാങ്ങള്ക്ക് പഠിച്ചാൽ പഠീല്യാന്ന്ണ്ടോ?"

"അങ്ങന്യാക്കെ ചോയ്ക്കച്ചാൽ എന്താ പറേണ്ട് നിശ്ചല്യാണ്ടാവും." അതിലപ്പുറമൊന്നും അദ്ദേഹത്തിനും നിശ്ചയമില്ല. അത് ഒരുത്തരം കിട്ടാത്ത പ്രശ്നമായിരുന്നു. ജിജ്ഞാസകൊള്ളുന്ന എന്റെ മനസ്സ് അമ്മ യുടെ അടുത്തേക്കു ചെന്നു. "എന്താ അമ്മേ, ഉണ്ണിക്കിടാവിനു പഠിച്ചാൽ

തരക്ക്ട്?" അമ്മ പൊട്ടിച്ചിരിച്ചു. "നീയ്യ്ത്ര പോന്ന്ട്ടും ഇങ്ങനൊരൂട്ടം ചോദി ക്കണ്ണ്ടലോ! ഇല്ലക്കാര് പഠിക്കേ്ാ, വങ്ക!"

അവരുടെ ആ സ്വരം എന്നെ ബോദ്ധ്യപ്പെടുത്തി, കലശലായ ഒരസം ബന്ധമാണ് ഞാൻ ചോദിച്ചതെന്ന്. പിന്നെ ഞാനാരോടും ചോദിച്ചില്ല. ഉണ്ണിക്കിടാവായാൽ സ്കൂളിൽ പഠിക്കരുത് – അതങ്ങനെയാണ്.

'നങ്ങേലി'യെ പലപ്പോഴും കണ്ടു. എന്നെ കാണുമ്പോഴേക്കും ഒരു പുഞ്ചിരി അവരുടെ ചുണ്ടത്തേക്ക് ഓടിയെത്തും – നിഭൃതവും ശാലീന വുമായ പുഞ്ചിരി. ആ പുഞ്ചിരി എന്റെ ഹൃദയത്തിൽ തീപ്പൊരികളു ണ്ടാക്കി. അതു പാടില്ലാത്തതായിരുന്നു. പക്ഷേ, കല്പിച്ചുകൂട്ടിയിട്ടല്ല, അതങ്ങനെ ഉണ്ടായി. ഞാനവരെ അടിമുടി നോക്കി; വസന്തം പടർന്നു പിടിക്കുകയാണ്. ഞങ്ങളധികമൊന്നും സംസാരിക്കേണ്ടതുണ്ടായിരുന്നില്ല. ഞാനാ കണ്ണുകളിലേക്കു നോക്കി. അത് ആകാശത്തോളം സ്വച്ഛന്ദമായി രുന്നു; അഗാധവുമായിരുന്നു. "വാസ്യേട്ടൻ അമ്പലത്ത്പ്പോയിക്ടക്കാ." എന്നോ, "വാസ്യേട്ടന്റെ തേവാരം കഴിഞ്ഞിട്ട്ല്യ" എന്നോ മാത്രമേ അവരെന്നോടു പറഞ്ഞുള്ളൂ. അല്ലെങ്കിൽ എന്തിനധികം പറയണം.

വാചാലമായ മൂകത, വലിച്ചുപറിച്ചെടുക്കുന്ന നോട്ടങ്ങൾ, അടക്കി പ്പിടിച്ച ദീർഘശ്വാസങ്ങൾ, തൊണ്ടയിൽവച്ചു തടയപ്പെടുന്ന വാക്കുകൾ – ഇങ്ങനെകഴിഞ്ഞുപോയി ദിവസങ്ങൾ.

അപ്പോഴും ഓട്ടുവളകൾ കിലുങ്ങുമാറ് എന്റെ കൈയിലേക്കവർ ഗണ പതിയട ഇട്ടുതന്നു. അതിന്റെ മധുരം ഞാൻ ഇന്നും ഓർക്കുന്നു.

അന്നൊരു നാൾ സ്കൂൾവിട്ടു വന്ന് ഞാനില്ലത്തേക്കു ചെന്നു. കുള ക്കടവിൽവച്ചുതന്നെ ഞാൻ ഉണ്ണിനമ്പൂതിരിയെ കണ്ടു. അദ്ദേഹവുമായി എന്തൊക്കെയോ പറഞ്ഞു. സാധാരണയായി, എന്റെ നിഴൽ ഇല്ലപ്പറമ്പി ലെങ്ങാനും ഒന്നു വീശിയാൽ മതി, നങ്ങേലിയെ പുറത്തെവിടെയെങ്കിലും കാണാൻ. പക്ഷേ, വളരെ നേരം കഴിഞ്ഞിട്ടും അന്നവരെ കണ്ടില്ല. ഞാൻ ഉണ്ണിനമ്പൂതിരിയോടു ചോദിച്ചു:

"ഇന്നുണ്ണിക്കിടാവ് എവിടെപ്പോയി?"

"കുട്ട്യോ? കുട്ടി തെരണ്ടു."

എന്റെ വീട്ടിലും പെൺകുട്ടികൾ തിരളാറുണ്ട്. അതുകൊണ്ട് ഒരു തിരണ്ടുകല്യാണസ്സദ്യ തരമാവുകയും ചെയ്യും. എങ്കിലും നങ്ങേലി തിരണ്ടു എന്നു കേട്ടപ്പോൾ മനസ്സിൽ എന്തോ ഒരിക്കിളി. പിന്നീട് അധികം സംസാരിക്കാൻ നിന്നില്ല.

നാലാംദിവസം സദ്യയ്ക്ക് ഞാനും ഉണ്ടു. ഉണ്ണുമ്പോൾ എന്തൊ ക്കെയോ തോന്നി. വ്യസനമയങ്ങളായ ഓരോ ആലോചനകൾ. എന്തി നാണ് വ്യസനിക്കന്നത് എന്നു ചോദിച്ചാൽ പറയാനൊട്ടു നിശ്ചയമില്ല താനും. ഊണു കഴിഞ്ഞു കൈകഴുകാൻ ചെന്നപ്പോൾ കുളത്തിൽ ഒരു

കുരുത്തോലപ്പോണ്ടി മുക്കാലും ചെരിഞ്ഞുകിടക്കുന്നതു കണ്ടു. അതിൽ കത്തിച്ചുവച്ചിരുന്ന എല്ലാ തിരികളും കെട്ടിരിക്കുന്നു; കറുത്ത മഷിമാത്രം അവയിൽ തങ്ങിനില്ക്കുന്നുണ്ട്. ചിറ്റോളങ്ങൾ കുറേശ്ശെ അതിനെ ഇളക്കുകയും ചെയ്യുന്നു. ഞാനതു നോക്കിക്കൊണ്ടു കുറച്ചുനേരം നിന്നു - തിരണ്ടുകഴിഞ്ഞ ഒരു കുട്ടിക്കാവും ഇങ്ങനെയാണോ.

പിറ്റേന്നും ഞാനില്ലത്തു ചെന്നു. കുളികഴിഞ്ഞു വരക്കുറിയും കണ്ണെഴുത്തുമായി തുടുത്ത കവിളോടുകൂടിയ ഒരു കൊച്ചാത്തേമ്മാരെ അവിടെ കാണുമെന്നു ഞാൻ പ്രതീക്ഷിച്ചു. പക്ഷേ, കണ്ടില്ല. ഞാൻ വളരെനേരം വാസുനമ്പൂതിരിയുമായി വെടിപറഞ്ഞു. മണിക്കൂറുകൾ കഴിഞ്ഞു. എന്നിട്ടും അവരെ കണ്ടില്ല. വിഷാദമൂകമായ മനസ്സോടുകൂടി തിരിച്ചുപോരുമ്പോൾ പടിക്കൽവച്ചു ഞാൻ വാസുനമ്പൂതിരിയോടു ചോദിച്ചു: "തിരുമേനീ ഉണ്ണിക്കിടാവിവിടെയില്ലേ?"

"ഉണ്ട്."

"പുറത്തെങ്ങും കണ്ടില്ല?"

"താനൊരു പ്രാന്തനാ? തെരണ്ടിരിക്കണന്ന പെൺകിടാങ്ങള് പൊർത്തയ്ക്കുവരേ."

"അവരിനി പുറത്തേക്കു വരില്ലേ?"

"ഒരിക്കലും വരില്ല."

"ഒരിക്കലും?"

"ല്യ."

എന്റെ മനസ്സിൽനിന്ന് എന്തോ ഒന്നു ചൂളം വിളിക്കുന്നപോലെ തോന്നി. അതു വർദ്ധിച്ചു വർദ്ധിച്ച് ഒരു തേങ്ങലായ് തൊണ്ടയിലേക്കെത്തുന്നുവോ എന്നു തോന്നി. എനിക്കവിടെ നില്ക്കാൻ വയ്യായിരുന്നു.

പിന്നെ ഒമ്പതു ദിവസത്തിൽ ഞാനങ്ങോട്ടു പോയിട്ടില്ല.

എനിക്കതിന്റെ അർത്ഥം മനസ്സിലായില്ല. എനിക്കിഷ്ടമുള്ളൊരു മനുഷ്യജീവിയെ എനിക്കെന്നും കാണാൻ പാടില്ല. ആരാണതു തീർച്ചയാക്കാൻ? ആ വാസു നമ്പൂതിരിക്കൊരു കഥയില്ല; വിഡ്ഢിത്തമേ അദ്ദേഹം പറയൂ! വസൂരിയുണ്ടായവരെ കാണാൻ പാടില്ലെന്നു ഞാൻ കേട്ടിട്ടുണ്ട്; അതു മാറിക്കുളിച്ചാൽ കാണാം. പക്ഷേ, ഒരന്തർജ്ജനം ഋതുവായാൽ കാര്യമൊക്കെ മാറി. അങ്ങനെ വരാൻ പാടുണ്ടോ?

ഞാനമ്മയോടു ചോദിച്ചു: "അമ്മേ, തെരണ്ടുകല്യാണം കഴിഞ്ഞാൽപ്പിന്നെ കുട്ടിക്കാവോളെ കാണാൻ പാടില്യാന്നുണ്ടോ?"

അവർ പൊട്ടിച്ചിരിച്ചു: "ഇങ്ങനെ വങ്കനായല്ലോ നിയ്യെന്റെ കുട്ടാ. തെരണ്ടിരിക്കണെ കുട്ടിക്കാവോളൊക്കെ ഇങ്ങനെ പൊറത്തുകെടന്നു വിലസ്വോ?"

അവിടെയും എന്റെ ആശ പിന്മടക്കപ്പെട്ടു.

എങ്കിലും ഞാനാശിച്ചു. ഒരു ദിവസം ഞാനവരെ കാണും. അങ്ങനെയുണ്ടാവും, അതു സംഭവിക്കും. അമ്മയോടു ചോദിച്ച ആ ചോദ്യത്തിലെ അപകടം പിറ്റേന്നേ എനിക്കു മനസ്സിലായുള്ളൂ. ഞാനും വാസുനമ്പൂതിരിയുംകൂടി ഓരോന്നു പറഞ്ഞുകൊണ്ടിരിക്കുമ്പോഴാണ് അമ്മ കുളിക്കാൻ വന്നത്. പതിവുപോലെ അവർ വടക്കിനിവാതിൽക്കൽച്ചെന്ന് ഇട്ടിപ്പാപ്തിയന്തർജ്ജനത്തെക്കണ്ടു. കണ്ടതുപാടി, കാണാത്തതുപാതി അമ്മ അവരോടു പറഞ്ഞു: "ഇന്നലേയ്, കുട്ടൻ ചോദിക്ക്വാ, തെരണ്ടു കഴിഞ്ഞാൽ പിന്നേം കുട്ടിക്കാവ്നു പൊറത്തു വന്നൂടേന്ന്. എന്താ അവനോടു പറയ്വാ."

അന്തർജ്ജനത്തിന്റെ ആ ചിരി പുറത്തേക്കു കുറേശ്ശെ കേൾക്കാമായിരുന്നു: "പാവം, അത്നെന്താ രൂപംണ്ടാവ്വാ."

ഞാൻ ചൂളി; അമ്മയെ എനിക്ക് അടിച്ചുകൊല്ലുവാൻ തോന്നി. പക്ഷേ, അകത്തുനിന്നു കേട്ട ഒരു ഓട്ടുവളക്കിലുക്കം എന്നെ വേറെയോരോ മനോരാജ്യങ്ങളിലേക്കു കൊണ്ടുപോയി.

ആ ഓട്ടുവളക്കിലുക്കം, വടക്കിനിയിൽക്കിടന്നു തുടിക്കുന്ന ഒരാത്മാവിന്റെ ദീനരോദനങ്ങൾപോലെ എത്ര സന്ദർഭങ്ങളിൽ എന്തെല്ലാം മനോരാജ്യങ്ങളെ എന്നിലുണർത്തിവിട്ടിട്ടുണ്ട്. ഞാനിവിടെയുള്ള ഒറ്റ സന്ദർഭത്തിലെങ്കിലും അതിങ്ങനെ ചലിക്കാതിരുന്നിട്ടില്ല. ഹൃദയസന്ദേശങ്ങൾക്ക് എന്തെല്ലാം അവ്യക്തഭാഷകളുണ്ട്.

അന്നും എനിക്കു ഗണപതിയട കിട്ടി; വാസുനമ്പൂതിരി കൊണ്ടുവന്നു തന്നു. അതിന്റെ മധുരമില്ലായ്മ ഇന്നും ഞാനോർക്കുന്നു.

വേളിയോത്തിന്റെ 'കലകലോ' എന്ന ശബ്ദം എന്നെ മനോരാജ്യത്തിൽനിന്നുണർത്തി. അപ്പോൾ കന്യകാദാനം കഴിഞ്ഞിരിക്കുന്നു. നങ്ങേലി മറ്റൊരാളുടെ പത്നിയായിത്തീർന്നു; അതോ രണ്ടാംവേളി. അവരെ ഈ കൂട്ടിൽനിന്നു മറ്റൊരു കൂട്ടിലേക്കു കൊണ്ടുപോകുന്നു-കുറെക്കൂടി ദൂരത്തേക്ക്; കുറെക്കൂടി അകലത്തേക്ക്. അവിടെയും ഒരു വടക്കിനിയുണ്ടാവും; കുറച്ചു കറുകമാല കോർക്കലും കുറച്ചു ചരടുപിടിച്ചു ജപിക്കലുമുണ്ടാവും. ആ ഇരുട്ടിൽവച്ച് അവരെസ്സംബന്ധിച്ച വസന്തം കൊഴിഞ്ഞുപോകും. വേദനകളുടേതായ ഒരു നിഴൽ അവശേഷിക്കും. ഒരു പൂണുനൂൽച്ചരടുകൊണ്ട് എന്നന്നേക്കുമായി ഒരു ജീവിതം തളച്ചു നിർത്തപ്പെടും; ഭർത്തൃസമാഗമത്തിൽ പ്രതിഷേധം മുഴക്കുന്ന ആ ഓട്ടുവളകളുടെ തേങ്ങിക്കരച്ചിൽ എന്റെ ആത്മാവ് അറിയുന്നു. പക്ഷേ, ഞാനെന്തു ചെയ്യും? ഈ ജനാലയ്ക്കരികത്തിരുന്നു ദുഃഖാത്മകമായ വിചാരങ്ങളിൽ ഞാൻ മുഴുകുമ്പോൾ ആ വടക്കിനിയിൽ കോടിവസ്ത്രത്താൽ മൂടപ്പെട്ട ഒരു ഹൃദയത്തിന്റെ തേങ്ങലുകളാണ് എന്റെ ആത്മാവിൽ പ്രതിഫലിക്കുന്നത്. അതെനിക്കറിയാം.

ആർപ്പുവിളി വീണ്ടും കേട്ടു; വേളി കഴിഞ്ഞു.

■

തുറന്നിട്ട ജാലകം

നിരന്നുപരന്ന ചായത്തോട്ടവും തോളുരുമ്മിയുരുമ്മിപ്പോകുന്ന കുന്നുകളും പിമ്പുറത്ത് ചിതറിക്കിടക്കുന്ന കുറച്ച് കാടും ശബ്ദകോലാഹലമുണ്ടാക്കുന്ന പക്ഷികളും ഒഴിച്ചാൽ തികച്ചും ഏകാന്തഭീകരമായിരുന്നു ആ വയനാടൻ കുന്നിൻചെരുവിലുള്ള എന്റെ ജീവിതം. അവിടെ ഒരു മനുഷ്യനെ കാണുകയെന്നുവച്ചാൽ ഒരപൂർവവസ്തുവെ കാണുക എന്നാണർത്ഥം. മനുഷ്യൻ ഇത്ര സുന്ദരജീവിയാണെന്ന് അന്നാണ് ഞാൻ മനസ്സിലാക്കിയത്. പട്ടണത്തിലെ ബഹളം നിറഞ്ഞ നിരത്തിലൂടെ കടന്നുപോകുമ്പോൾ ആളുകൾ നന്നേ പെരുകിയിരിക്കുന്നുവെന്ന് നിങ്ങൾക്കു തോന്നാറില്ലേ? എന്നാൽ, എന്റെ ആ വയനാടൻവീടിന്റെ പരിസരത്തിൽ പത്തുനാൾ ജീവിച്ചുകഴിഞ്ഞാൽ നിങ്ങൾ ഉറക്കെ പറഞ്ഞുപോവും: 'നല്ലവരായ അമ്മമാരെ, നിങ്ങൾ ഇനിയുമിനിയും പ്രസവിക്കുക' എന്ന്. കരിമ്പടപ്പുതപ്പും പിമ്പുറത്തേക്കു തൂക്കിയിട്ട കൊട്ടയുമായി വരുന്ന ചപ്പുനുള്ളുകാരികളുടെ വികൃതവും വിഷാദനിർഭരവുമായ കോലം പുലർകാലത്തെ മഞ്ഞിൻമറയിലൂടെ നിങ്ങൾ നോക്കിനില്ക്കും. നിങ്ങൾ തന്നത്താൻ ആശ്വാസംകൊള്ളുകയും ചെയ്യും. "അതാ അവിടെ ഒരു മനുഷ്യസ്ത്രീ!' അവരുടെ, നെഞ്ഞു കൂരച്ച്, വയറുന്തി അര കുടുങ്ങിയ അർദ്ധപ്രാണന്മാരായ പിഞ്ചുപൈതങ്ങളെ 'മനുഷ്യത്വത്തിന്റെ പൂക്കൾ' എന്നു വിളിച്ചുപോവുകയും ചെയ്യും. കമ്പിളിക്കോട്ടും കൂറ്റൻ തലയിൽക്കെട്ടുമായി വല്ലപ്പോഴുമൊരിക്കൽ അതിലേ കടന്നുപോകുന്ന ആ അപരിചിതനായ കൃഷിക്കാരൻ ഗൗണ്ടനോട്, 'എന്താ സഹോദരാ സുഖം തന്നെയോ?' എന്നു ചോദിക്കാൻ നിങ്ങളാഗ്രഹിക്കുന്നു. ഒരു സാധാരണ പട്ടണത്തിൽ വച്ച് അറപ്പോടുകൂടി മാത്രം വീക്ഷിക്കപ്പെടുന്ന ഈ ജീവികൾ അവിടെ നമ്മുടെ മുമ്പിൽ ദേവകുമാരന്മാരാകുന്നു. മനുഷ്യന്റെ മണം കേൾക്കാൻ നിങ്ങൾ കൊതിക്കുന്നു. എത്ര വൃത്തികെട്ടതായാലും അതു നമുക്കു വേണം. അയൽപക്കത്തെ വീടുകളിൽനിന്ന് കുട്ടികളുടെ കലാപങ്ങളോ, ഒരു പുത്തൻകലത്തെയോ, കുറ്റിച്ചൂലിനെയോ സംബന്ധിച്ച് സ്ത്രീകൾ തമ്മിൽ നടക്കുന്ന വക്കാണമോ, കൃഷിക്കാരുടെ കന്നുതെളിപ്പാട്ടോ, ഒരു യന്ത്രശാലയിലെ കുഴൽവിളിയോ സൈ്വരം കെടുത്തില്ലെങ്കിൽ എന്തിനാണ് ജീവിക്കുന്നതെന്ന് നമുക്ക് നിശ്ചയമില്ലാതായിപ്പോകും.

അവിടെ ചലനമറ്റുപോകുന്നു; മരണം പതുക്കെ തന്റെ കരിനിഴൽ വിരിച്ചു തുടങ്ങുകയായി. ഇതുകൊണ്ട്, എല്ലാ രാവിലെയും ഞാൻ ആ ജാലകത്തിനടുക്കെ ചെന്ന് വെളിയിലേക്കു നോക്കിക്കൊണ്ടു നില്ക്കും. ഒരു ചപ്പുനുള്ളുകാരി, ചാരനിറത്തിലുള്ള ഒരു കുട്ടി, ഏങ്ങിവലിച്ച് കുന്നുകയറുന്ന ഒരു കിഴവനായ പണിയാളൻ, ഒരു ഗൗണ്ടൻ, ഒരു പാൽക്കാരി - അങ്ങനെയാരെങ്കിലുമൊരാളെ ഞാൻ കണ്ടെത്താറുണ്ട്. നടന്നുമറയുന്ന അവരുടെ പിന്നാലെ എന്റെ കണ്ണുകൾ സഞ്ചരിച്ചു. അവർ എന്റെ ആളുകളാണെന്നൊരു വിശ്വാസം എന്നല്ല, ആ ജാലകത്തിനടുത്തുകൂടെ പോകുന്ന ഒരു ചെറുക്കൻ എന്നെ ശ്രദ്ധിക്കാതിരുന്നാൽ എനിക്കു പരിഭവവും തോന്നിയിരുന്നു: ഓ! അവന്റെ പവറ്!

ഒരു ജാലകമുണ്ടാകുന്നത് എത്ര നല്ലതാണെന്നറിയാമോ! വീട് ഹൃദയമാണെങ്കിൽ ജാലകം അതിലെ ആശ്വാസമാണ്. പുതിയ കുളിർത്ത കാറ്റ് അകത്തേക്കു വരുന്നു; വിങ്ങി വൃത്തികെട്ട കാറ്റ് പുറത്തേക്കു പോവുകയും ചെയ്യുന്നു. ആ കിളിവാതില്ക്കൽ കണ്ണെത്താവുന്ന ദൂരംവരെയുള്ള ലോകം വന്നുനില്ക്കുകയാണ്; പുതിയ ബന്ധുക്കളുണ്ടാവുകയാണ്. പറയുന്നു; കേൾക്കുന്നു, അനുസ്യൂതമായ സൃഷ്ടിയുടെ മഹത്ത്വം മന്ത്രിക്കപ്പെടുന്നു.

അങ്ങനെ, ആ കിളിവാതിലിലൂടെ നോക്കിക്കൊണ്ടിരിക്കുന്ന ഒരവസരത്തിലാണ് ഞാൻ നടാടെ അദ്ദേഹത്തെ കണ്ടത്. ദീർഘകായനായ ആ വൃദ്ധൻ തന്റെ നിലയങ്കിയുടുപ്പിൽ കുറെക്കൂടി നീളംവെച്ചപോലെ തോന്നി. കാഴ്ചയിൽ ഒരു പാതിരിയാണ്. തടിച്ച പുരികങ്ങളും നീണ്ട താടിയും അമ്പേ വെളുത്തിരുന്നു. തുടുത്ത ആ മുഖത്ത് അങ്ങിങ്ങ് ചുളിവുകൾ വീണുകഴിഞ്ഞിരുന്നു. സജീവമാണ് ആ കണ്ണ്. പക്ഷേ, അദ്ദേഹം ഇമ പൂട്ടുന്നത് നന്നേ സാവധാനത്തിലാണ്. കറപിടിച്ച വിജാവുരി നീർത്തുകയും മടക്കുകയും ചെയ്യുന്ന അത്ര സാവധാനത്തിൽ അതിൽ ഒരു വിഷാദച്ഛായ കലർന്നിട്ടുണ്ട്. എഴുപത്തഞ്ചിൽപുറം പ്രായംചെന്ന ആ മനുഷ്യൻ തികഞ്ഞ പ്രസരിപ്പോടെയാണ് നടക്കുന്നത്. കൈയിലുണ്ടായിരുന്ന ഒരുനീണ്ട വടികൊണ്ട് വഴിയിൽ കണ്ട മുള്ളുകളെ ഒന്നുരണ്ടു തവണ തട്ടിമാറ്റി അദ്ദേഹം മുമ്പോട്ടു നീങ്ങി. ഇരുപുറത്തേക്കും കൂടക്കൂടെ കണ്ണോടിക്കുന്നുണ്ട്. മഞ്ഞിൽ കുളിച്ച ചായത്തഴപ്പുകൾ സൂര്യകിരണം തട്ടി, ജീവിതം പ്രതിഫലിച്ച ഒരു കവിഹൃദയംപോലെ, ഓളം വെട്ടുകയാണ് - ആർദ്രതയും പ്രകാശവും. ആ കിഴവൻ എന്റെ ജാലകത്തിന് താഴത്തുകൂടെയാണ് പോവുക എന്ന് ഞാൻ പ്രതീക്ഷിച്ചു. പക്ഷേ, അങ്ങേപ്പുറത്തുള്ള വഴിക്കുതിരിഞ്ഞ് ആ വളവിലേക്കു മാറി കുന്നിൻചെരിവിലേക്കു മറഞ്ഞു.

ആ വെള്ളത്താടിക്കാരനിൽ എന്നെ ഇഷ്ടപ്പെടുത്തുന്ന എന്തോ ഒന്നുണ്ടായിരുന്നു. അദ്ദേഹം നടന്നുമറഞ്ഞപ്പോൾ ഒരു വ്യസനം. ആരാണ് അദ്ദേഹം?

ഞാനെന്റെ അരിവെപ്പുകാരൻ പയ്യനോടു ചോദിച്ചു. അവൻ കുറച്ചു നേരം ആലോചിച്ചിട്ട് ഒരു ബുദ്ധിമാന്റെ മട്ടിൽ തലയാട്ടി: "ഓ... മനസ്സിലായി. കിഴക്കേകുന്നിന്റെ ചെരുവിലാണു താമസം. നല്ല മനുഷ്യനാണ്. ഒരു പാതിരിയച്ചനാ..."

പാതിരിയാണെന്ന് ഉറച്ചപ്പോൾ മനസ്സ് ഒന്നു പിൻവലിഞ്ഞു. എന്നാലും ആ രൂപം കൂടെക്കൂടെ എന്റെ ആലോചനയിലൂടെ കടന്നുപോയി.

പിറ്റേന്നും ഞാൻ അദ്ദേഹത്തെ പ്രതീക്ഷിച്ചുകൊണ്ട് ആ ജാലകത്തിനടുക്കെ നിന്നു. പക്ഷേ, വന്നില്ല. അന്നാരും വന്നില്ല; ഒരു ചെത്തിലപട്ടി പോലും.

മൂന്നോ നാലോ ദിവസം കഴിഞ്ഞപ്പോൾ, ഒരുനാൾ അദ്ദേഹം അവിടെ പ്രത്യക്ഷപ്പെട്ടു. ചുറ്റും കുറെ പിള്ളേർ കൂടിയിട്ടുണ്ട്. ഒക്കെ എസ്റ്റേറ്റ് വേലക്കാരുടെ ചിടുങ്ങന്മാരാണ്. ചിലർ അർദ്ധനഗ്നരാണ്; പലരും നഗ്നരാണ്. ചിലരുടെ മൂക്കിൽനിന്ന് ചീരാപ്പൊലിച്ച് വായുടെ കോണും കവിഞ്ഞു പോയിരുന്നു. ശുചിത്വത്തെപ്പറ്റി ബോധമുള്ള ചിലർ അതു തുടച്ച് അടുത്തു നില്ക്കുന്നവന്റെ മുതുകിൽ സൂത്രത്തിൽ തേക്കുകയാണ്. അദ്ദേഹം അവരോട് പതുക്കെ ഓരോന്നു പറയുന്നുണ്ട്; പൊട്ടിച്ചിരിക്കുന്നുമുണ്ട്. ചിലരുടെ താടിപിടിച്ചുകുലുക്കി. കുറെ കഴിഞ്ഞപ്പോൾ ആ നീളൻ കുപ്പായത്തിന്റെ പോക്കറ്റിൽനിന്ന് ഒരു പൊതി വെളിക്കുവന്നു. അതു കാണേണ്ട താമസം കുട്ടികൾ ഒന്നായി ആർത്തുവിളിച്ചു:

"മിട്ടായി... മിട്ടായി... മിട്ടായി വന്നു." അദ്ദേഹം കൈയ്യുയർത്തി ശാന്തരായിരിക്കാൻ ആവശ്യപ്പെട്ടുകൊണ്ട് മിഠായി എല്ലാവർക്കും പങ്കുവച്ചു കൊടുത്തു. അവരാകട്ടെ, നൊട്ടിനുണച്ചും തുള്ളിച്ചാടിയും മൂക്കുതുടച്ചും ആ മനുഷ്യന്റെ ചുറ്റും വളഞ്ഞുനിന്നു. ഇനിയും ആ പോക്കറ്റിൽനിന്ന് മിഠായി പുറത്തുവന്നെങ്കിലോ! ആ വൃദ്ധനേത്രങ്ങൾ കുട്ടികളുടെ മുഖങ്ങളിൽ മാറിമാറി സഞ്ചരിച്ചു. ആ വെള്ളത്താടിക്കിടയിലൂടെ ഒരു പുഞ്ചിരി പുറത്തേക്കുവന്നു. പക്ഷേ, ആ കണ്ണുകൾ വിഷാദസങ്കുലങ്ങളായിരുന്നു. അവ പെയ്യാറായ മേഘത്തിന്റെ ഭാവം കൈകൊണ്ടു. കിഴവൻ തിരിഞ്ഞു നടന്നുകളഞ്ഞു. മിഠായിയുടെ സ്വാദറിഞ്ഞ പിള്ളർ പിന്നാലെ കൂടി.

"ഇനി പോ... ഇനി പിന്നെ..." കിഴവൻ വീണ്ടും പറഞ്ഞുനോക്കി. പിള്ളരുണ്ടോ ഒഴിയുന്നു. ഒടുവിൽ അദ്ദേഹം തന്റെ കൈയിലുള്ള വടി ഉയർത്തിപ്പിടിച്ചുകൊണ്ട് ഒന്നു തുള്ളിക്കളിച്ചു. ആ വെള്ളത്താടി കിടന്നുലഞ്ഞു. ഈ അടവു ഫലിച്ചു. കുട്ടികൾ പതുക്കെ ഒഴിഞ്ഞുപോയി. എല്ലാവരും പിരിഞ്ഞുപോയപ്പോൾ അദ്ദേഹം ഒന്നു മന്ദഹസിച്ചു-വിഷാദമായ മന്ദഹാസം. എന്നിട്ട് ചിന്താകുലനായി നടന്ന് കുന്നിൻചെരിവിലേക്കു മറയുകയും ചെയ്തു.

മൂന്നാമത്തെ തവണ അദ്ദേഹത്തെ കണ്ടത് ഒരു കൂലിലൈനിൽനിന്ന് ഇറങ്ങിവരുന്നതായിട്ടാണ്. അവിടെ ഒരു കൂലിക്കാരൻ ദീനംപിടിച്ച്

കിടപ്പുണ്ടെന്ന് പിന്നീടെനിക്കു മനസ്സിലായി. എന്തായാലും ഇദ്ദേഹത്തോട് ഒന്നു സംസാരിക്കണമെന്നുതന്നെ ഞാൻ തീർച്ചപ്പെടുത്തി. അടുത്തേക്കു ചെന്നു. ആ മുഖം എന്റെ നേർക്ക് തിരിഞ്ഞിട്ടുണ്ട്. പക്ഷേ, മനസ്സ് എത്രയോ ആയിരം നാഴിക അകലെയാണെന്ന് കണ്ണുകൾ പറഞ്ഞു. “ഫാദർ...!” ഞാൻ ശങ്കയോടെ വിളിച്ചു.

അദ്ദേഹം കേട്ടില്ല.

ഞാൻ വീണ്ടും വിളിച്ചു: “ഫാദർ...!” അദ്ദേഹം പെട്ടെന്ന് എന്റെ മുഖത്തേക്ക് ഊന്നിനോക്കി. ഒരു പുഞ്ചിരി ആ ചുണ്ടുകളിലേക്കു ചാടിവരികയും ചെയ്തു. അത് അത്രമേൽ ആകർഷകമായിരുന്നു. സ്നേഹവും വിനയവും അതിൽ തുളുമ്പിനിന്നു.

“എന്താ കുഞ്ഞേ?” അദ്ദേഹം എന്നോടു ചോദിച്ചു. ഒരച്ഛൻ മകനോടു ചോദിക്കുന്നതുപോലെ അത്ര സാധാരണമായിരുന്നു ആ ചോദ്യം.

“കൂടക്കൂടെ ഇതിലെ പോകുന്നത് കാണാം. കാണണമെന്ന് കുറെ ദിവസമായി വിചാരിക്കുന്നു.”

“നിങ്ങളെവിടെ താമസിക്കുന്നു?”

ഞാൻ സ്ഥലം പറഞ്ഞുകൊടുത്തു.

“ഓഹോ! അതാണോ. ഞാൻ എപ്പോഴും അതിലെ പോകും... അവിടെയാണല്ലേ... ഞാൻ നിങ്ങളെ വന്നു കാണേണ്ടതായിരുന്നു.” തികച്ചും ആത്മാർത്ഥമായിരുന്നു ആ വാക്കുകൾ.

അങ്ങനെ, ഞങ്ങൾ സംസാരിച്ചുകൊണ്ട് ആ കുന്നിൻചെരിവിലേക്ക് ഇറങ്ങി. എന്റെ നാടും വീടും ഉദ്യോഗവുമെല്ലാം ചോദിച്ചറിഞ്ഞു. “ഓഹോ! നിങ്ങളൊറ്റയ്ക്കാണോ താമസം...? ഇനി അതിലേ വരുമ്പോൾ തീർച്ചയായിട്ടും നിങ്ങളുടെ വീട്ടിൽ വരും...”

അദ്ദേഹത്തെ വിട്ടുപിരിഞ്ഞപ്പോൾ, എനിക്ക് പാതിരിമാരെപ്പറ്റി ഒട്ടും ചീത്തയായ അഭിപ്രായമല്ല ഉണ്ടായിരുന്നത്. അദ്ദേഹം മനുഷ്യവിദ്വേഷിയോ വിഷാദാത്മകനോ അല്ല. ആ എഴുപതുകാരന് എന്തു പ്രസരിപ്പാണ്!

അങ്ങനെയാണ് ഞങ്ങൾ പരിചയപ്പെട്ടത്. അടുത്ത ദിവസം അദ്ദേഹം എന്റെ വീട്ടിൽ വന്നു. ഞങ്ങൾ പലതും സംസാരിച്ചു. അദ്ദേഹം കേരളത്തിന്റെ തെക്കേ അറ്റത്തുനിന്ന് വന്ന ആളാണ്; ഞാൻ വടക്കേ അറ്റത്തുനിന്നും. അതുകൊണ്ട് ഓരോരുത്തരുടേയും നാടിന്റെ സവിശേഷതകൾ പരസ്പരം പറയാനുണ്ടായിരുന്നു. ആകപ്പാടെ, അതൊരു രസകരമായ സന്ദർശനമായിരുന്നു.

പിറ്റേന്നും അതേനേരത്ത് അദ്ദേഹം എന്റെ വീട്ടിൽ വന്നുകയറി. അതു നിനച്ചതല്ല. അന്ന് അദ്ദേഹം അസ്വസ്ഥനായി കാണപ്പെട്ടു.

“നിങ്ങളറിഞ്ഞോ?” കസേല നീക്കിയിട്ടുകൊണ്ടദ്ദേഹം ചോദിച്ചു: “അയാൾ മരിച്ചുപോയി.”

"ആര്?"

"ആ തെക്കേ ചെരിവിലുള്ള പാടിയിലാണ്. അയാൾ താമസം. എന്താണ് പേര്...? ഓ... മുത്തു. അരിശസ്സായിരുന്നു..."

ഒരു തോട്ടംതൊഴിലാളിയുടെ മരണവാർത്തയാണ് അദ്ദേഹം പറഞ്ഞതെന്ന് എനിക്കു മനസ്സിലായി. ആ വൃദ്ധൻ പ്രാർത്ഥനാമയമായ ഒരു മുഖഭാവത്തോടെ നിശ്ശബ്ദനായിരുന്നു.

"അയാൾക്കു നാലു കുഞ്ഞുങ്ങളുണ്ട്- നാല്. എല്ലാം ഗതികേട്ടു. ഈ കൂലിക്കാരനെപ്പറ്റി നിങ്ങൾ ഓർത്തുനോക്കിയിട്ടുണ്ടോ?"

"ഉണ്ട്. കഷ്ടമാണ്."

"കഷ്ടമോ! അവർ മനുഷ്യരാണോ! എന്റെ ഈശോ! എന്തു നരകം..." കിഴവൻ വീണ്ടും ചിന്താധീനനായി.

അന്ന് മരണത്തെപ്പറ്റിയും ജീവിതാനുഭൂതികളെപ്പറ്റിയും ഞങ്ങൾ വളരെനേരം ഉള്ളുതുറന്നു സംസാരിച്ചു. യാത്ര പുറപ്പെട്ടു വാതിൽക്കലെത്തിയപ്പോൾ അദ്ദേഹം തിരിഞ്ഞുനിന്ന് എന്നോടു പറഞ്ഞു: "മിസ്റ്റർ, നിങ്ങളെ കണ്ടതു വളരെ നന്നായി ഞാൻ എന്നും ഇവിടെ വരും. നിങ്ങൾക്കു ബുദ്ധിമുട്ടാകുമോ?"

"ഹെയ്, സന്തോഷമാവും."

അദ്ദേഹം വാക്കുപാലിച്ചു. പിറ്റേന്നും അതിനു പിറ്റേന്നും അങ്ങനെ നിത്യവും എന്റെ വീട്ടിൽ വന്നു. അതൊരു പതിവായി. ആ സ്നേഹമയമായ ഹൃദയം എന്റെ ആദരത്തെ നേടി. ഞാനൊരു വിമതസ്ഥനാണെന്നറിഞ്ഞ് എന്നോട് ഒരിത്തിരിയും അകൽച്ച കാണിച്ചില്ല. വേദപുസ്തകത്തിൽനിന്ന് പെറുക്കിയെടുത്ത ഉപദേശങ്ങളെക്കൊണ്ട് എന്നെ ബോറാക്കിയതുമില്ല. പതുക്കെപ്പതുക്കെ ഞാനൊരു പൗരോഹിത്യവിദ്വേഷിയാണെന്നുപോലും അദ്ദേഹം മനസ്സിലാക്കാൻ ഇടയായി. ഒരു തെളിഞ്ഞ സന്ധ്യയ്ക്ക് ഞങ്ങൾ അതിനെപ്പറ്റി സംസാരിച്ചു. മതത്തിന്റെ സംഘടിത രൂപത്തെ ഞാൻ കഠിനമായി എതിർത്തു. പാവപ്പെട്ടവന്റെ അന്ധവിശ്വാസങ്ങൾക്കു മേൽ പൗരോഹിത്യം എങ്ങനെ സ്വന്തം സുഖഭോഗങ്ങളെ കെട്ടിപ്പടുക്കുന്നുവെന്ന് ഞാൻ വിവരിച്ചു. ഞാൻ ഇത്രത്തോളം പോയി: "ഫാദർ ക്ഷമിക്കണം. പുരോഹിതൻ എന്നുവച്ചാൽ മനുഷ്യാത്മാവിനെ ഒറ്റിപ്പിടിക്കുന്ന ഒരു കാട്ടാളനാണ്..." ഞാൻ പെട്ടെന്നു നിറുത്തി. എന്തായാലും അദ്ദേഹം ഒരു പുരോഹിതനല്ലേ! പക്ഷേ, ആ മുഖത്ത് ഒരു ക്ഷോഭവുമുണ്ടായില്ല. ആ വെള്ളത്താടി കുറെക്കൂടി സാവധാനത്തിൽ ഉഴിയുക മാത്രം ചെയ്തു.

"നിങ്ങൾ പറഞ്ഞതു ശരിയാണ്." വൃദ്ധൻ പതുക്കെ പറഞ്ഞു: "വഴി തെറ്റിപ്പോകുന്ന ആളുകളുണ്ട്. അവർ എന്തിനായി നിയോഗിക്കപ്പെട്ടിരിക്കുന്നുവെന്ന് അവർക്കുതന്നെ അറിഞ്ഞുകൂടാ. പക്ഷേ, പിഴയ്ക്കുന്ന

ആളുകളുണ്ടെന്നതുകൊണ്ട് ആട്ടിടയൻ ആവശ്യമില്ലാതാകുന്നില്ല..." അദ്ദേഹം പെട്ടെന്നു നിർത്തി. ജാലകത്തിനുള്ളിലൂടെ വിദൂരതയിൽ ദൃഷ്ടിയുറപ്പിച്ചുകൊണ്ട് ആത്മഗതം ചെയ്യുന്നതു കേട്ടു:

"വാസ്തവം. കുറെക്കൂടി സ്നേഹിക്കാൻ കഴിവില്ലാത്തത് കഷ്ടമാണ്... അല്ലെങ്കിൽ, വിളിക്കപ്പെട്ടവർ വളരെ; തിരഞ്ഞെടുക്കപ്പെട്ടവരോ ചുരുക്കം."

"ഫാദർ! ഈ ഏർപ്പാടങ്ങു വേണ്ടെന്നുവച്ചാലെന്താ?" ഞാൻ ചോദിച്ചു.

"ഏത്?"

"പൗരോഹിത്യം."

അദ്ദേഹം സ്വന്തം കൈപ്പടങ്ങളിൽ നോക്കിക്കൊണ്ട് നിശ്ശബ്ദനായിരുന്നു. സ്വല്പം കഴിഞ്ഞ് എന്നോടിങ്ങനെ ചോദിക്കയും ചെയ്തു:

"നിങ്ങൾ ഓണത്തിന് നാട്ടിൽ പോകുന്നുണ്ടോ?"

"ഇല്ല."

"നിങ്ങൾക്കപ്പോൾ ഓണത്തിന് നേന്ത്രപ്പഴം വേണ്ടേ?" അദ്ദേഹം പൊട്ടിച്ചിരിച്ചുകൊണ്ടു പറഞ്ഞു: "ഇവിടെ കിട്ടില്ല, മിസ്റ്റർ... പക്ഷേ, അതെ, വഴിയുണ്ട്. ഞാൻ വരുത്തിത്തരാം."

അങ്ങനെ, പുരോഹിതവർഗ്ഗത്തെ അടക്കി ശകാരിച്ചതിന് പ്രതിഫലമെന്നോണം അദ്ദേഹം എനിക്ക് നേന്ത്രപ്പഴം വരുത്തിത്തരികയും ചെയ്തു.

പിന്നീട്, അദ്ദേഹത്തെ പ്രതീക്ഷിച്ചുകൊണ്ട് ആ തുറന്ന ജാലകത്തിനടുക്കെ നില്ക്കുക ഒരു പതിവായിത്തീർന്നു. എത്ര വിഷാദനിർഭരമായ സായാഹ്നത്തിലും ആ പ്രസരിപ്പുകാരനായ വൃദ്ധന്റെ ആഗമനം അന്തരീക്ഷത്തിന് കനം കുറച്ചു.

ദിവസങ്ങളിങ്ങനെ കടന്നുപോയി. ഏപ്രിൽ മാസാവസാനത്തിൽ ഒരു നിലാവുള്ള രാത്രിയിൽ ഞാൻ വെളിയിലേക്കു നോക്കിക്കൊണ്ട് ആ ജാലകത്തിനരികെ നില്ക്കുകയായിരുന്നു. മഞ്ഞ് ഇല്ലെന്നുതന്നെ പറയാം. ഏകാന്തങ്ങളായ കുന്നുകൾ ഒന്നിനുപിമ്പേ ഒന്നായി നിരന്നുനീണ്ട് വിദൂരതയിൽവച്ച് പുളച്ചൊഴുകുന്ന നിലാവിലേക്ക് അലിഞ്ഞു ചേരുന്നു. താഴ്വരകളിലെ കാറ്റത്തിളകുന്ന കുറ്റിക്കാടുകളിൽ നിലാവും നിഴലും ആശ്ലേഷിച്ചു കളിക്കുന്നു.

ഞാൻ നോക്കിനിന്നു. ആ ജാലകത്തിനു ചുവട്ടിലേക്കു പെട്ടെന്നൊരാൾ കടന്നുവന്നു. ഞാൻ ശ്രദ്ധിച്ചു: ഫാദർ ഈ അസമയത്ത്! അദ്ദേഹം ജാലകത്തിനു ചുവടെ വന്നപ്പോൾ ഒന്നു തലയുയർത്തിനോക്കി. ആ വെള്ളത്താടി നിലാവുതട്ടി തിളങ്ങി. എന്നെ കണ്ടപ്പോൾ പൊട്ടിച്ചിരിച്ചുകൊണ്ട് ചോദിച്ചു:

"ഓ! മിസ്റ്റർ, നിങ്ങൾ ഉറങ്ങിയിട്ടില്ല. ഭേഷ്..!" ഉത്സാഹത്തള്ളലോടെ അദ്ദേഹം കടന്നുവന്നു.

"ഞാൻ കുറച്ച് നടക്കാമെന്നുവച്ചു. നോക്കൂ, എന്തൊരു നിലാവ്! വീട്ടിലടച്ചു കിടക്കാൻ തോന്നുന്നില്ല. ഇതനുഭവിക്കാതിരിക്കുന്നതൊരു നഷ്ടമാകും, ഇല്ലേ? ഈ സൗന്ദര്യം നമ്മെ ഭ്രാന്തുപിടിപ്പിക്കും - അതെ, ഭ്രാന്താക്കുകതന്നെയാണ്."

"അതെ."

"ഈ നിലാവ് നമുക്കു കോരിക്കുടിക്കാമെന്നു തോന്നുന്നു... ഇല്ല, കാണുന്നതുപോലെയൊന്നും അനുഭവിക്കാൻ ഒക്കുകയില്ല - കുറച്ചുനേരം അങ്ങോട്ടുതന്നെ നോക്കിയിരിക്കൂ, നിങ്ങൾക്കു കരച്ചിൽ വരും. എന്തിനാണെന്നറിയില്ല, കരഞ്ഞുപോകും." വൃദ്ധൻ ജാലകത്തിനടുക്കലിട്ട ഒരു കസാലയിൽ ഇരുന്നു, അടുത്ത് ഞാനും. എന്റെ ഹൃദയത്തിലും അനേരം സ്മരണകൾ മൊട്ടിടുകയും വാടുകയും ചെയ്യുന്നുണ്ട്. ഇരുവരും നിശ്ശബ്ദരായിട്ടാണ് ഇരുന്നതെന്ന് ഞാൻ ഓർത്തില്ല. ഹൃദയം അത്രമേൽ വാചാലമായിരുന്നു. നുരഞ്ഞുപൊന്തുന്ന തിരമാലകൾ, അടിഞ്ഞു നുറുങ്ങിപ്പോകുന്ന കൊച്ചുകൊച്ചോളങ്ങൾ-കടൽമാത്രമല്ലാ, മനുഷ്യഹൃദയവും നിലാവിൽ കോൾകൊള്ളുന്നു. അഥവാ, ഓരോ ഹൃദയവും ഓരോ കടലല്ലേ? എന്തെല്ലാം രഹസ്യനിധികൾ അതിനടിയിൽ കിടക്കുന്നു!

ആ പാതിരി ഒരു മൂളിപ്പാട്ട് ആരംഭിച്ചു. ഘനഗംഭീരമായ ആ സ്വരം ഒരു കൂറ്റൻ പള്ളിമണിയുടെ മുഴങ്ങുന്ന ശബ്ദംപോലെ, ഉയർന്നു പോയി. സോളമന്റെ ഒരു ഗീതമാണത് - മനുഷ്യഹൃദയത്തിന്റെ അഗാധതയിൽനിന്നു പുറപ്പെട്ട ശബ്ദം. പ്രേമാത്മകമായ ആത്മലയത്തിന്റെ ഒരു സാമ്രാജ്യത്തെ അത് പതുക്കെ വിടർത്തിക്കൊണ്ടുവന്നു. ഞാൻ അറിയാതെ കസാലയുടെ കൈയിൽ താളംപിടിച്ചു. കിഴവൻ ഒന്നിലും ശ്രദ്ധിക്കുന്നില്ല. തരംഗങ്ങൾക്കു പിമ്പേ തരംഗങ്ങളായി ആ ഗാനം ഒഴുകുകയാണ്. എല്ലാ നിയന്ത്രണങ്ങളും എല്ലാ അതിർവരമ്പുകളും അലിഞ്ഞുപോയി. ഒന്നു മാത്രമുണ്ട് - ഒരു ശബ്ദപ്രവാഹം!

ഒടുവിൽ അതിറങ്ങി താഴ്ന്നു നിരന്നപ്പോൾ അദ്ദേഹത്തിന്റെ ഒരു കണ്ണിൽ നീർ പൊടിഞ്ഞിരുന്നു. മറ്റേ കൺ താഴാൻ കഴിഞ്ഞില്ല. ജാലകത്തിന്റെ അഴി അവിടെ ഒരു കറുത്ത നിഴൽ വീഴ്ത്തിയിരുന്നു. പകുതി നിലാവിലും പകുതി നിഴലിലുമായ ആ വെള്ളത്താടി എന്നിൽ ഒരു സവിശേഷ കൗതുകം ഇളക്കിവിട്ടു.

"ഫാദർ...!" ഞാൻ വിളിച്ചു.

"ഓ..." ഏതോ വിദൂരതയിൽനിന്നാണ് ആ ശബ്ദം പുറപ്പെടുന്നതെന്നു തോന്നി.

"ഫാദർ, നിങ്ങളെന്തേ താടി വളർത്താൻ? നിങ്ങളുടെ ഇടയിൽ എല്ലാവരും അങ്ങനെ പതിവില്ലല്ലോ?"

"ഉം" - വിഷാദപൂർണ്ണമായ ഒരു പുഞ്ചിരിയോടെ അദ്ദേഹം തുടർന്നു;

“ഞാൻ വളർത്തിയതല്ല, അതു വളർന്നതാണ്. ആ കാലം അങ്ങനെയായിരുന്നു.”

“ഏ? അതെന്താ?”

“അതോ? അതൊരു കഥയാണ്. എന്റെ കൊള്ളരുതായ്മയുടെ ഒരു കഥ. ഇന്നു ഞാനത് ഈ മുറിയിൽവെച്ച് നിങ്ങളോടു പറയുന്നു. പക്ഷേ, മരിക്കുന്നതിനുമുമ്പേ, അതാ ആ കുന്നിന്റെ മുകളിൽ കയറിനിന്ന് മുഴുവൻ ലോകത്തോടും അതു സംസാരിക്കണമെന്ന് എനിക്കാഗ്രഹമുണ്ട്. കഴിയുമോ എന്തോ.”

“കുട്ടീ, ഒരുകാലത്ത് ഞാനും എല്ലാ ചെറുപ്പക്കാരായ പുരോഹിതന്മാരെപ്പോലെതന്നെ മുഖം കടലാസ്സുപോലെ മിനുക്കി നടന്നിരുന്നു. എനിക്കന്ന് യൗവനമായിരുന്നു, യൗവനം. കണ്ണാടിയിൽ വന്നുവീണ് ഓളം വെട്ടുന്ന വെയിൽപോലെയാണ് യൗവനം; ജീവിതം ഇരട്ടിയുണ്ടെന്നു തോന്നും. പല വർണ്ണങ്ങൾ, പല അഭിരുചികൾ. ജീവിതത്തെപ്പറ്റി വാസ്തവത്തിൽ എനിക്കൊരു തീരുമാനം ഉണ്ടായിരുന്നില്ല. ഞാൻ കണ്ണും കാതും തുറന്നുവെച്ചു. പലതും കണ്ടു; കേട്ടു. മുളപൊട്ടുന്ന ഏതു വിത്തിന്റേയും മുഖത്ത് ഞാൻ നോക്കിനിന്നു. സൃഷ്ടിയുടെ രഹസ്യത്തെപ്പറ്റി ഞാൻ അദ്ഭുതപ്പെട്ടു. എന്നാലും ഞാൻ ഒരു കൊച്ചു പുരോഹിതനാണ്. എല്ലാം ഹൃദയത്തിൽതന്നെ കുഴിച്ചുമൂടി. വികാരങ്ങൾ, അഭിലാഷങ്ങൾ, ചിന്തകൾ - എല്ലാം.

“വാസ്തവത്തിൽ, ഞാൻ സത്യസന്ധനായിരിക്കാൻ ആഗ്രഹിച്ചു. പക്ഷേ, എല്ലാ ദ്വാരങ്ങളും അടച്ചുപൂട്ടിയ ഒരു കോട്ടയ്ക്കുള്ളിൽപ്പെട്ടപോലെയായിരുന്നു എന്റെ സ്ഥിതി. കല്പിച്ചുകൂട്ടി ഞാൻ കളവുപറഞ്ഞില്ല. എങ്കിലും കളവുകളെ കണ്ടില്ലെന്നു നടിച്ചു. ഞാൻ പുരോഹിതനാണ്. എല്ലാവരുടെ നേർക്കും എല്ലാറ്റിന്റെ നേർക്കും ഞാൻ പുഞ്ചിരികൊണ്ടു. ഒടുവിൽ, അതൊരു സ്വഭാവവുമായിത്തീർന്നു.

“എല്ലാവരും എന്നെപ്പറ്റി നല്ല അഭിപ്രായം പറഞ്ഞു- ശാന്തനാണ്; നല്ലവനാണ്. പക്ഷേ, എന്റെ ജീവിതം ചതുപ്പുനിലംപോലെയായിക്കഴിഞ്ഞിരുന്നു.

“പലരും എന്റെ അടുത്ത് കുമ്പസാരിക്കാൻ വന്നു. അത്തരത്തിലുള്ള ഒരു കുമ്പസാരം എന്നെ അപകടപ്പെടുത്തി; അഥവാ, രക്ഷപ്പെടുത്തി. അവളൊരു നാട്ടിൻപുറക്കാരിയായിരുന്നു. ഒരു പാവപ്പെട്ട പെണ്ണ്. പതിനാറ്-പതിനേഴ് വയസ്സുണ്ടാകും. നിഷ്കളങ്കമായ കണ്ണുകൾ. ഒരു ചെറിയ തമാശയിൽ പൊട്ടിച്ചിരിക്കും; ഒരു ചെറിയ ദുഃഖത്തിൽ തേങ്ങിക്കരയും. ഉൾനാടൻ കൃഷിക്കാരുടെ ആ ലളിതസ്വഭാവം മുഴുവൻ അവൾക്കുണ്ടായിരുന്നു. എനിക്ക് ആ കുട്ടിയിൽ ഒരു വാത്സല്യം തോന്നി.

“അവൾ പള്ളിയിൽ വന്ന് ഭക്തിയോടും ശ്രദ്ധയോടുംകൂടി പ്രാർത്ഥിക്കാറുള്ളതു ഞാൻ സൂക്ഷിച്ചു. എന്റെ കണ്ണുകൾ അവൾക്കു ചുറ്റുമായി

പാറിക്കളിച്ചു. പക്ഷേ, 'അരുത്' എന്നു ഞാൻ എന്നോടുതന്നെ ഒരു നൂറു തവണ പറഞ്ഞു; എന്നെ 'പാപി' എന്നു വിളിച്ച് കൂടുതൽ ധ്യാനനിഷ്ഠനാവാൻ ആഗ്രഹിച്ചു. എന്നാലും ആ മുഖം എന്റെ ഹൃദയത്തിൽനിന്നു പോയില്ല. അതൊരു വേദനയായിരുന്നു. വിലക്കപ്പെട്ട കാര്യങ്ങൾ ഹൃദയത്തിലേക്കു കടന്നുവരുന്നത് ഒരു വേദനയല്ലേ? മഹത്തായ ആ കരുണയും നീതിയും വിശ്വാസവും എന്നിൽനിന്ന് ഒഴിഞ്ഞുപോവുകയാണോ എന്നു ഞാൻ ഭയപ്പെട്ടു.

"പക്ഷേ, അവൾ എന്റെ അരികെ കുമ്പസാരിക്കാൻ വന്നില്ല. അതൊരു ഭാഗ്യമായി ഞാൻ കരുതി. എങ്കിലും ഹൃദയത്തിന്റെ അടിയിൽ, ഒരു ദിവസം അവൾ വരണമെന്നാശയുണ്ടായിരുന്നു.

"പലരും വന്നു. സത്യസന്ധമായി തുറന്നുപറയുന്നത് ഒരഗ്നിപരീക്ഷയാണ്. പക്ഷേ, പലരും സ്കൂൾ പരീക്ഷയേക്കാൾ ആയാസംകുറഞ്ഞ പണിയായിട്ടാണ് അത് കണക്കാക്കുന്നത്. നിസ്സാരങ്ങളായ കുറ്റങ്ങൾ അവർ സമ്മതിച്ചു; വലിയ പാപങ്ങളെ ഹൃദയത്തിൽത്തന്നെ സൂക്ഷിക്കുകയും ചെയ്തു. പലരും വന്നു; പലരും അനുഗ്രഹിക്കപ്പെട്ടു. പക്ഷേ, അവൾമാത്രം വന്നില്ല. അഥവാ, ആ നാട്ടിൻപുറക്കാരിക്ക് എന്തു പാപമുണ്ടാകുവാനാണ്? അവൾ ഉദയാസ്തമയം വയലുകളിൽ കുന്നു ജോലി ചെയ്യുന്നു. അന്തിക്ക് വല്ലതും കാച്ചിക്കുടിച്ച് ഉറങ്ങുകയും ചെയ്യും. അവൾക്കെന്തു പാപം!

"പക്ഷേ, അവസാനം അവൾ വന്നു. ആ പെൺകുട്ടി കുമ്പസാരക്കൂടിന്റെ അടുത്തു വന്നുനിന്നപ്പോൾ ഞാൻ ഏതാണ്ട് അമ്പരക്കുകതന്നെ ചെയ്തു. ഇതാ, ഈ 'ളോഹ'യ്ക്കുള്ളിൽ മുഴുവൻ കോരിത്തരിപ്പായിരുന്നു. ഇവൾക്ക് പാപകഥകളോ? ഓ, അയൽപക്കക്കാരന്റെ ഒരു കോഴിയെ കട്ടിട്ടുണ്ടാവും! പക്ഷേ, അവൾ വീർക്കുകയും വിതുമ്മുകയും ചെയ്യുന്നു. വാക്കുകൾ ചുണ്ടത്തോളം വന്നു മടങ്ങിപ്പോകുന്നു. ആ നിഷ്കളങ്കമായ കണ്ണുകൾ നനഞ്ഞു. അപകടകരമായി അവൾ ഒന്നും പറയരുതേ എന്നു ഞാൻ പ്രാർത്ഥിച്ചു. എന്നിട്ടും തികച്ചും അപകടകരമായിരുന്നു അവളുടെ വാക്കുകൾ. 'ഞാൻ പാപം ചെയ്തിട്ടുണ്ട്.' - ആ പെൺകുട്ടി തേങ്ങി. കുമ്പസാരിച്ച സംഗതി വെളിയിൽ പറഞ്ഞുകൂടാത്തതാണ്. എങ്കിലും, നിങ്ങൾ അവളെ അറിയില്ലല്ലോ. ആ പെൺകുട്ടിയുടെ പാപം കുറച്ചു കനത്തതു തന്നെയായിരുന്നു. അവൾ അവിവാഹിതയാണ്; ഗർഭിണിയുമാണ്. എല്ലാ പാപത്തിൽനിന്നും അവളെ പിന്തിരിപ്പിക്കേണ്ടവർ തന്നെയാണ് ആ പണി ചെയ്തത്. അതുപോട്ടെ... ആ സാധു പെൺകുട്ടിയുടെ പാപം കർത്താവിന്റെ മുമ്പിൽ മാപ്പാക്കപ്പെടും. പക്ഷേ, അവളെ ആ ഇരുട്ടിലേക്കു തള്ളിയിട്ട പുണ്യവാന്മാരുണ്ട്. - അവരുടെ പാപത്തെപ്പറ്റി ഞാൻ ആലോചിച്ചുനോക്കാറുണ്ട്. അത് എളുപ്പം മാപ്പാക്കപ്പെടുമോ?

“വാസ്തവത്തിൽ, അവളുടെ പാപം ഇളവു ചെയ്തു കൊടുക്കുകയായിരുന്നില്ല അപ്പോൾ ആവശ്യം. അവളുടെ ജീവിതത്തിന് ഒരു ഉത്തരവാദിയുണ്ടാവുകയായിരുന്നു. ആ കടവയറ്റിൽ ഒരു കൊച്ചാത്മാവു കിടന്നു പരുങ്ങുന്നു. അതിനച്ഛനില്ല. അതുകൊണ്ടു നോക്കൂ, ആ അമ്മ സമുദായത്തിൽനിന്നും പുറംതള്ളപ്പെടും. അവൾ അപമാനിക്കപ്പെടും. ശ്മശാനത്തിൽ അവളെ കാത്തുകൊണ്ട് ഒരു ‘തെമ്മാടിക്കുഴി’ കിടക്കുകയാണ്. അവൾ തേങ്ങിക്കൊണ്ട് ആ കഥ പറഞ്ഞപ്പോൾ ഞാൻ അമ്പേ തരിച്ചുപോയി. അവളുടെ കണ്ണുനീർ ആ കുമ്പസാരക്കൂടിന്മേൽ മുറിഞ്ഞു വീണു.

“ഞാൻ അവളെ കർത്താവിന്റെ നാമത്തിൽ അനുഗ്രഹിച്ചു. അതല്ലായിരുന്നു ഞാൻ ചെയ്യേണ്ടിയിരുന്നത്. ‘ഇതാ നോക്കൂ, ഞാനിവിടെയുണ്ട്. എന്നെ ചൂണ്ടിക്കാണിച്ചോളൂ’ എന്നായിരുന്നു ഞാൻ പറയേണ്ടിയിരുന്നത്. അത് അപ്പോൾ എന്റെ ബുദ്ധിയിൽ തോന്നായ്കയുമില്ല. അത് ഒരു മനുഷ്യാത്മാവിനെ രക്ഷപ്പെടുത്തുകയാണ്; ഒരുപക്ഷേ, രണ്ടു മനുഷ്യാത്മാക്കളെ. ഞാൻ യഥാർത്ഥ വിശ്വാസിയായിരുന്നുവെങ്കിൽ അതായിരുന്നു ചെയ്യേണ്ടിയിരുന്നത്. മുള പൊട്ടുന്ന ഒരു വിത്തിന്മേൽ വീണടിഞ്ഞ മണ്ണ് ഞാൻ ചിള്ളിക്കളയേണ്ടതായിരുന്നു. പക്ഷേ, ഞാനതു ചെയ്തില്ല. ഞാൻ ഭീരുവായിപ്പോയി. ഞാൻ ഒരു മാന്യനായ വൈദികനായിരുന്നു. ഒരാൾക്കു പെട്ടെന്ന് ആ മേൽവിലാസം പറിച്ചെറിയുവാൻ കഴിയില്ല. അഥവാ മേൽവിലാസം മാറ്റുകയെന്നത് മഹാന്മാർക്കു മാത്രം കഴിയുന്നതാണ്. നാം സംഭവങ്ങളുടെ അടിമകളാണ്. പാപം ചെയ്തവൻ കല്ലെറിയട്ടെ എന്നു പറഞ്ഞവന്റെ കുരിശു ചുമക്കാൻ അതെന്നെ പ്രാപ്തനാക്കുമായിരുന്നു; പക്ഷേ, ഞാൻ ആ സന്ദർഭം വിട്ടുകളഞ്ഞു. നിങ്ങൾക്കായി എത്തിക്കപ്പെടുന്ന സന്ദർഭത്തെ എങ്ങനെ ഉപയോഗപ്പെടുത്തുന്നുവെന്നതിനനുസരിച്ചാണല്ലോ ഒരാൾ നന്നാകുന്നതും ചീത്തയാകുന്നതും. ഞാൻ നിർഭാഗ്യവാനായി. എന്നല്ല ആ പെൺകിടാവും നശിച്ചു. ഞാനാണ് ഉത്തരവാദി എന്നെപ്പോഴും ഹൃദയം പറഞ്ഞു. ഒടുവിൽ, അതെന്നിൽ ഒരു പാപബോധമായിത്തീർന്നു...”

“അപ്പോൾ....” ഞാൻ ഇടയിൽ കടന്നുചോദിച്ചു. “അവളെ പാപത്തിലേക്കു പിടിച്ചുന്തിയവരും കുമ്പസാരിക്കാറില്ലേ?”

വൃദ്ധൻ വെള്ളത്താടി ഇളകുമാറ് ഒന്നു ചിരിച്ചു: എന്നിട്ടു പറഞ്ഞു: “കുഞ്ഞേ, കുമ്പസാരിപ്പിക്കുന്നതുപോലെ എളുപ്പമല്ല, കുമ്പസാരിക്കുക. അതുപോട്ടെ, ഇതു കേൾക്കൂ. ആ പെൺകിടാവിന്റെ കുമ്പസാരം എന്നെ ഏതാണ്ടു ഭ്രാന്തുപിടിപ്പിച്ചു. എനിക്കവളുമായി ഒരു ബന്ധവുമില്ല. എങ്കിലും അനേകം രാത്രികളിൽ കരഞ്ഞുകൊണ്ടുള്ള ആ മുഖം എന്റെ ഉറക്കത്തെ സ്വൈരം കെടുത്തിയിട്ടുണ്ട്. സ്വപ്നത്തിൽ അതെന്റെ മുമ്പിൽ പ്രത്യക്ഷപ്പെട്ടു തേങ്ങി: ഞാൻ പാപം ചെയ്തിട്ടുണ്ട്.”

"എന്തോ ഒന്നു പൊയ്പോയപോലെ ഒരു തോന്നൽ. പരിസരം മുഴുവൻ കുറ്റക്കാരാണെന്ന് ഒരു തോന്നൽ. ഇരിപ്പുറയ്ക്കാത്ത ദിവസങ്ങൾ, തല പുകയുന്ന രാത്രികൾ, എല്ലാം പോയി; എല്ലാം നഷ്ടപ്പെട്ടു."

"വീണ്ടും മണിയടികൾ നടന്നു. പ്രാർത്ഥനകളും വേദപാരായണങ്ങളും നടന്നു. കുമ്പസാരങ്ങളും നടന്നു. പക്ഷേ, ഓരോരിക്കലും ആ കുമ്പസാരക്കൂടിന്റെ അടുത്തേക്കു ചെല്ലുമ്പോൾ ആ മുഖം ഹൃദയത്തിൽ തെളിഞ്ഞുവന്നു. ഒരു വിറയൽ എന്നെ ബാധിക്കുകയായി. ഓ! ആളുകളുടെ പാപം അവരെന്നോടു ഏറ്റുപറയുന്നു. ഞാൻ എല്ലാം കേൾക്കണം; ഒരിക്കലും അവയൊക്കെ കേൾപ്പാൻ ഞാൻ ആഗ്രഹിച്ചില്ല. അതെന്നെ ഭ്രാന്തനാക്കുകയാണ്."

"അവൾ പിന്നീട് എന്തായി എന്നെനിക്കറിയില്ല. എങ്കിലും ആ സംഭവം ഭയങ്കര പ്രത്യാഘാതമുണ്ടാക്കി. അതെന്നെ വിഷാദാത്മകനും ചിന്താകുലനുമാക്കി. അങ്ങനെ തികച്ചും നാലു കൊല്ലങ്ങൾ കടന്നുപോയി. അതിനിടയിൽ ഈ താടിയും വളർന്നു. അതാണ് ആ കഥ."

അദ്ദേഹം നിർത്തി ചിന്താകുലനായി, ആ ജാലകത്തിനുള്ളിലൂടെ വെളിയിലേക്കു നോക്കിക്കൊണ്ടിരുന്നു. നിലാവിലാറാടിയ ലോകം ഒരപ്സരസ്സിനെപ്പോലെ നിന്നു പുഞ്ചിരികൊള്ളുകയായിരുന്നു.

അദ്ദേഹം പോകാൻ പുറപ്പെട്ടപ്പോൾ ഞാൻ പറഞ്ഞു: "ഇവിടെ കിടക്കാം."

"വേണ്ട." എന്നു മാത്രം പറഞ്ഞ് അദ്ദേഹം കടന്നുകളഞ്ഞു. ആദരണീയനായ ആ വൃദ്ധൻ മറഞ്ഞുപോകുന്നതു വരെ ഞാൻ ആ ജനാലയ്ക്കടുക്കൽ അദ്ദേഹത്തെ നോക്കിക്കൊണ്ട് നിന്നു.

■

കൊച്ചുവറീതിന്റെ ബൈബിൾ

എന്റെ അയൽപക്കക്കാരനായ കൊച്ചുവറീത് പട്ടാളത്തിൽനിന്നു മടങ്ങി വന്നപ്പോൾ, അയാൾക്കുണ്ടായ സമ്പാദ്യം രണ്ടുമൂന്നു കാക്കിക്കുപ്പായവും ഒരു ജോടി ബൂട്സും ഒരു ട്രങ്കുപെട്ടിയും കണ്ണാടിയും ചീപ്പും ഒരു കൊമ്പൻ മീശയുമാണ്. അയാളുടെ പേഴ്സിൽ പത്തുറുപ്പികയും ചിലാ നവുമുണ്ടായിരുന്നുവെന്നുകൂടി പറയാഞ്ഞാൽ അതു കളവാകും. മാസ മൊന്നു കഴിഞ്ഞപ്പോൾ ബാക്കിയുണ്ടായത് കൊമ്പൻമീശ മാത്രമാണ്. അത് ഇരുകവിളുകളിലേക്കും തള്ളിത്തഴച്ചു നില്ക്കുന്നുണ്ട്. ഒരാഴ്ച യ്ക്കുള്ള റേഷനും ഭാര്യയ്ക്ക് ഒരു പുതുമുണ്ടും വാങ്ങിയതോടെ പേഴ്സ് കാലിയടിച്ചു. പിറ്റത്തേ ആഴ്ചയിൽ ബൂട്സും ട്രങ്കും വിറ്റു. കണ്ണാടിയും ചീപ്പും അയൽപ്പക്കത്തെ ചായക്കടക്കാരന്റെ കൈയിലുമായി. നന്നേ പഴക്കം തട്ടിയിട്ടില്ലാത്ത ഒരു കാക്കി കുപ്പായത്തിനും ആളുണ്ടായി. ഒടു വിൽ, അയാളും മറിയാമ്മയും മൂന്നു കുട്ടികളും മാത്രം ശേഷിച്ചു. ദിവ സങ്ങൾ നീങ്ങാൻ വിഷമവുമായി. ഈ വിഷമം ആ കുടുംബത്തെ സംബ ന്ധിച്ച് പണ്ടേ ഉള്ളതായിരുന്നു. അതിനൊരു പരിഹാരം കാണാനാണ് കൊച്ചുവറീത് പട്ടാളത്തിൽച്ചേർന്നത്. ഫലമുണ്ടായി, കുറച്ചുകാലത്തിന് ആ കുടുംബത്തിനു ദിവസങ്ങൾ വേഗത്തിൽ നീങ്ങി. അപ്പോഴേക്കും ഒരു കുരുത്തംകെട്ട ജർമൻസായ്പ് തോറ്റതുകൊണ്ട് കൊച്ചുവറീതിന് തിരിച്ചു പോരേണ്ടിയും വന്നു. അതിൽ അയാൾക്കു വ്യസനം തോന്നി. യുദ്ധം ചെയ്യാനുള്ള മോഹംകൊണ്ടല്ല. കൊച്ചുവറീതിനെ സംബന്ധിച്ചിടത്തോളം യുദ്ധം വെറുക്കപ്പെടേണ്ട ഒരു സംഗതിയാണ്. അതു തുടങ്ങി മൂന്നുകൊല്ലം കഴിഞ്ഞിട്ടേ അയാൾ പട്ടാളത്തിൽ ചേർന്നുള്ളൂ. അതിനു മുമ്പുതന്നെ മൂന്നു കുട്ടികളുടെ കഷ്ടപ്പാടു കണ്ടു സഹിക്കവയ്യാതെ മറിയാമ്മ അയാളെ നിർബന്ധിച്ചിട്ടുണ്ട്.

“ആ മിലിറ്ററീല് ഒന്നു പോയിച്ചേർന്നേ, വല്ലതും നാലു കാശു കിട്ടും. ആ റപ്പായിച്ചേട്ടന്റെ മകൻ മാസംമാസമാ പണമയയ്ക്കുന്നേ.” പക്ഷേ, കൊച്ചുവറീതിന് അന്നതു ബോധിച്ചില്ല.

“ഈ യുദ്ധം യുദ്ധം എന്നുവച്ചാൽ എന്തെന്നാ നീ കരുതിയേ? മനുഷ്യന്റെ ചോരയാ, ചോര. അതു കൊച്ചുങ്ങൾക്കു കൊടുത്താൽ നന്നോ? കർത്താവു കല്പിച്ചാൽ നമുക്കു കിട്ടും...”

അങ്ങനെ, രണ്ടിൽച്ചിലാനം കൊല്ലം കാത്തിരുന്നിട്ടും ഒന്നും കിട്ടിയില്ല. ഭക്ഷണസാധനങ്ങൾക്കു തീപിടിച്ച വില. ദിവസക്കൂലികൊണ്ട് അഞ്ചാത്മാക്കൾക്ക് പൊറുക്കാൻ വയ്യ. അപ്പോൾ കൊച്ചുവറീത് രണ്ടും കല്പിച്ച് പട്ടാളത്തിലങ്ങു ചേർന്നു. രക്തമെങ്കിൽ രക്തം; കുട്ടികളുടെ വയറുനിറയുമല്ലോ. പക്ഷേ, മടങ്ങിപ്പോരേണ്ടി വന്നപ്പോൾ വ്യസനമായി -ഇനിയെങ്ങനെയാണ് പിഴയ്ക്കുക?

എങ്കിലും താൻ അമ്പേ കുഴങ്ങിപ്പോവില്ല എന്നൊരു വിശ്വാസം കൊച്ചുവറീതിനുണ്ടായിരുന്നു. മറിയാമ്മയ്ക്കും അതുതന്നെയാണ് വിശ്വാസം. കാരണം, അവർ നല്ല സത്യവിശ്വാസികളാണ്. ശരിക്കും പള്ളിയിൽ പോകാറുണ്ട്. കർത്താവിന്റേയും കന്യാസ്ത്രീയമ്മയുടേയും മുമ്പിൽ മുട്ടുകുത്താറുണ്ട്. ത്രിത്വത്തിൽ വിശ്വസിക്കുന്നുമുണ്ട്. കുരിശിനും കൊടിക്കും കീഴടങ്ങിയ ഒരു ജീവിതം. വിശ്വാസം പ്രബലമാണെങ്കിൽ, മലയോട് നീങ്ങിനില്ക്കുവാൻ പറഞ്ഞാൽ നില്ക്കുമെന്ന് കൊച്ചുവറീതിനറിയാം; മറിയാമ്മയ്ക്കുമറിയാം. എന്നിട്ടും, അവരുടെ മുമ്പിൽ ജീവിതപ്രതിബന്ധങ്ങൾ വർദ്ധിച്ചുതന്നെ വന്നു.

ആ പാവപ്പെട്ട മനുഷ്യൻ പലപ്പോഴും എന്റെ വീട്ടിൽ വന്നിരുന്ന്, സ്വന്തം പ്രാരാബ്ധങ്ങളും സങ്കടങ്ങളും എന്നോടു പറയാറുണ്ട്. എവിടെയെങ്കിലും ഒരു ജോലി കിട്ടിയാൽക്കൊള്ളാമെന്ന് അയാൾ ആഗ്രഹിക്കുന്നു. പലരോടും ഞാൻ ശുപാർശ പറഞ്ഞുനോക്കി. ഒരു സാഹിത്യകാരന്റെ ശുപാർശ കേട്ടില്ലെങ്കിലും തങ്ങളുടെ മാർക്കറ്റിന് ഇടിവൊന്നും തട്ടില്ലെന്നു വിശ്വസിക്കുന്ന മുതലാളിമാർ അർഹിക്കുന്ന അശ്രദ്ധയോടെ അതു ചെവിക്കൊണ്ട് മറുപടിയും പറഞ്ഞു: "ഒഴിവില്ലല്ലോ." ഞാൻ ആ വിവരം കൊച്ചുവറീതിനോടു വന്നുപറയുമ്പോഴെല്ലാം അയാൾ സമാധാനിക്കുന്നതു കേൾക്കാം: "തമ്പുരാൻ കല്പിച്ചില്ല..."

ഗർഭിണിയായ മറിയാമ്മയും എന്റെ ഭാര്യയോടു പലപ്പോഴും പറയുന്നതു ഞാൻ കേട്ടിട്ടുണ്ട്:

"ഇക്കുറിയത്തെ ഈറ്റിന്റെ കഥയെന്തോ?"

"ഏ? കൊച്ചുവറീതൊന്നും തരില്ലേ?" ഭാര്യയ്ക്കൊരു സന്ദേഹം.

"കയ്യില് വേണ്ടേ? ഉണ്ടെങ്കിൽത്തരും. സ്നേഹമുള്ളോനാ."

"കുട്ടികളുടെ അപ്പന് ഒരു ജോലി എത്തിച്ചുതരണേ എന്ന് അവൾ നെടുവീർപ്പോടെ തമ്പുരാനോട് പ്രാർത്ഥിക്കയും ചെയ്തു.

ആയിടയ്ക്ക് ഒരു ദിവസം കൊച്ചുവറീത് എന്റെ വീട്ടിൽ വന്നപ്പോൾ ഞാൻ ചോദിച്ചു:

"കൊച്ചുവറീതേ, തന്റെ കൈയിൽ ബൈബിളുണ്ടോ? ഒന്നു നോക്കാനാണ്. തിരിച്ചുതരാം."

അയാൾ വലിയ ഉത്സാഹത്തോടെ മറുപടി പറഞ്ഞു:

"ഉണ്ടാലോ, അപ്പനായിട്ട് വാങ്ങിവച്ചതാ. വലിയതാ. ഇരുപത്തഞ്ചു റുപ്പിക കൊടുത്തത്രെ..." അയാൾ അതെടുത്ത് എനിക്കു കൊണ്ടുവന്നു തരികയും ചെയ്തു. ചട്ടമേലെല്ലാം പൂപ്പൽപിടിച്ച ആ തടിയൻ പുസ്തകം ഞാൻ മലർത്തി നോക്കിയപ്പോൾ കൊച്ചുവറീതിനൊരു സംശയം:

"സാറിനെന്തിനാ വേദോസ്തകം?"

സത്യവിശ്വാസിയല്ലാത്ത ഒരാൾ ബൈബിൾ മറിച്ചുനോക്കുന്നതിന്റെ അർത്ഥം അയാൾക്കു മനസ്സിലായില്ല. അഗ്നികൊണ്ടും പരിശുദ്ധാത്മാവു കൊണ്ടും സ്നാനം ചെയ്യിക്കുന്നേടത്തുനിന്ന്, വെള്ളംകൊണ്ടു സ്നാനം ചെയ്യിക്കുന്നേടത്തേക്ക് ചരിത്രം തിരിച്ചുപോയ കഥ അയാളോടു പറഞ്ഞിട്ടെന്താണു കാര്യം. ഞാൻ ഇങ്ങനെ പറഞ്ഞു:

"ഒരു രസമാണ്, ഇതു വായിക്കുന്നത്. ഒന്നു വാങ്ങണമെന്ന് കുറെ ദിവസമായി വിചാരിക്കുന്നു. തരപ്പെട്ടില്ല."

ഒരാഴ്ചകൊണ്ടു ഞാൻ ആ പുസ്തകം വായിച്ചുതീർത്തു. മനുഷ്യസ്നേഹത്തിന്റെ പ്രകാശാത്മകമായ ഉന്നത ശിഖരങ്ങളിലൂടെ രക്തമൊലിക്കുന്ന ഹൃദയവുമായി നടന്ന ആ നസ്രായക്കാരനായ മനുഷ്യപുത്രന്റെ പിന്നാലെ എന്റെ ചേതന സഞ്ചരിച്ചു. അവിടെ ഒരു ലോകവുമുണ്ട്. കല്ലിളുമ്പുകളിൽനിന്നു പാപികളും മണിയറകളിൽനിന്ന് വേശ്യകളും ഉയിർത്തെഴുന്നേറ്റു വന്നു. അദ്ദേഹം എല്ലാവരോടും പറഞ്ഞു: "ഞാൻ നിങ്ങളുടെ ആളാണ്." ചുങ്കക്കാരനായ മത്തായിയും മഗ്ദലക്കാരിയായ മറിയവും ആ കാല്ക്കൽ വിശ്വാസപൂർവ്വം ഇരുന്നു. ഈ കഥകൾക്കിടയിലൂടെ കൊച്ചുവറീത് എന്റെ ഹൃദയത്തിൽ വന്നും പോയും നിന്നു.

പിറ്റേന്ന് ഞാൻ അയാൾക്ക് ആ പുസ്തകം തിരിച്ചുകൊടുത്തു. അതു കൊടുക്കുമ്പോൾ ഞാൻ ചോദിച്ചു:

"കൊച്ചുവറീത് ഇതു വായിക്കാറുണ്ടോ?"

"ഇല്ല."

"ഏ?"

"എഴുത്തറിയില്ല."

"മറിയാമ്മ വായിക്കുമോ?"

"അവളും പഠിച്ചില്ല." ഒരു നിമിഷം ആലോചിച്ച് അയാൾ പറഞ്ഞു: "എന്റെ മോള് കൊച്ചുമേരി സ്കൂളിൽ പോകുന്നുണ്ട്. കുറച്ചു കഴിഞ്ഞാൽ അവൾക്കു വായിക്കാറാവും." തന്റെ പരമ്പര അഭിവൃദ്ധിപ്പെട്ടുവരികയാണെന്ന് അയാൾ ഉത്സാഹപൂർവ്വം ചൂണ്ടിക്കാട്ടി.

പിന്നീട്, കൊച്ചുവറീത് വീട്ടിൽ വരുമ്പോഴെല്ലാം ബൈബിളിലെ കഥകൾ ഞാൻ അയാൾക്കു വിവരിച്ചുകൊടുക്കാറുണ്ട്. ദാവീദ് രാജാവിന്റേയും ശലമോൻ രാജാവിന്റേയും കഥകൾ അയാൾക്കു രസിച്ചു. അതിലും അധികം അയാളെ രസിപ്പിച്ചത് ക്രിസ്തു പറഞ്ഞ ഉദാഹരണക്കഥകളാണ്.

പണക്കാരനായ ഗലീലിയക്കാരനും പാവപ്പെട്ട പരീശനും പ്രാർത്ഥിക്കാൻ ചെന്ന കഥ ഞാൻ പറഞ്ഞുകൊടുത്തപ്പോൾ കൊച്ചുവറീതിന്റെ കണ്ണുകൾ വിടർന്നു: "താൻ പാപികൾക്കുവേണ്ടി വന്നവനല്ലേ! താനങ്ങനേ പറയൂ."

ദിവസങ്ങൾ ആവിധം നീങ്ങി. അന്ന് എന്റെ ഭാര്യ ഓടിവന്ന് എന്റെ കൈയിലെ പുസ്തകം തട്ടിനീക്കിക്കൊണ്ടു പറഞ്ഞു:

"ഇതു കേൾക്കൂ, മറിയാമ്മ പെറ്റൂലോ!"

"ഉവ്വോ?"

"അതല്ലാ വിശേഷം."

"പിന്നെ?"

"ഇരട്ടയാണ്. രണ്ടും ആണ്."

"കൊള്ളാം."

ഒരു കുട്ടിയുമില്ലാതിരുന്ന അവൾ എന്റെ മുഖത്തേക്ക് അർത്ഥഗർഭമായി ഒന്നു നോക്കി. ആ നോട്ടം കണ്ടാൽ ഞാനാണ് പ്രസവിക്കേണ്ടതെന്നു തോന്നും.

മൂന്നു ദിവസം കഴിഞ്ഞു. ഞാനെന്തോ തിരക്കായി എഴുതുകയാണ്. എന്റെ ഭാര്യ അടുത്തുവന്നു ചോദിച്ചു:

"പിന്നേയ്, ഒന്നു പറയാൻ ഇടയുണ്ടോ!"

"ഓഹോ! ധാരാളം." കടലാസിൽനിന്നു കണ്ണെടുക്കാതെ ഞാൻ പറഞ്ഞു.

"ആ മറിയാമ്മയുടെ കുട്ടികളേയ്... ഒന്നിങ്ങോട്ടു നോക്കൂ." ഞാൻ നോക്കി; അവൾ തുടർന്നു:

"ആ കുട്ടികളുടെ കാര്യം വലിയ കഷ്ടമാണ്."

"എന്താ പുതിയൊരു കഷ്ടം?"

"അവറ്റയുടെ കാര്യം വലിയ സംശയത്തിലാ."

"എങ്ങനെ അറിഞ്ഞത്?"

"ഞാൻ പോയിരുന്നു."

"സന്ദർശനവും കഴിഞ്ഞോ?"

"പിന്നെ പെണ്ണുങ്ങളായാൽ പെറ്റേടത്തൊന്നു പോവില്ലേ?"

"തീർച്ചയായിട്ടും. പകരം പ്രസവിക്കപോലും ചെയ്യും. അതിരിക്കട്ടെ, കുട്ടികൾക്കെന്താ?"

"ഇത്തിരശ്ശേ ഉള്ളൂ. ജീവസ്സുണ്ടെന്നു തോന്നില്ല. നെഞ്ഞത്ത് ഒരു മിടിപ്പുണ്ട്. അത്രതന്നെ, എന്തോ, ദൈവത്തിനറിയാം..."

ഓന്തുകളെപ്പോലെ മെലിഞ്ഞു നീണ്ട രണ്ടു കുഞ്ഞുങ്ങൾ ഒരമ്മയുടെ ഇരുപാർശ്വങ്ങളിലുമായി കിടന്നു വലിച്ചു ചാകുന്ന ഒരു ചിത്രം എന്റെ മനസ്സിലൂടെ കടന്നുപോയി. എന്റെ ഭാര്യയാകട്ടെ, മറിയാമ്മയ്ക്കും കുട്ടികൾക്കുംവേണ്ടി ഞങ്ങളുടെ ഭഗവാനോടു പ്രാർത്ഥിച്ചു. എന്നിട്ടും, നാലുദിവസം കഴിഞ്ഞപ്പോൾ ആ കുട്ടികൾ രണ്ടും മരിച്ചതായി എനിക്കറിവുകിട്ടി. ഏഴു ദിവസത്തേക്കു മാത്രം ഭൂമിയുടെ കാറ്റും പുതുമണ്ണിന്റെ ഗന്ധവും ആസ്വദിക്കാൻ വിധിക്കപ്പെട്ട അവർ വീടുമാറിക്കയറിയ അതിഥികളെപ്പോലെ വേഗത്തിൽ യാത്രപറഞ്ഞു. പട്ടിണിയോടു പട്ടിണിയായി പത്തുമാസവും കഴിഞ്ഞ ഒരമ്മയുടെ വയറ്റിലൂടെ കടന്നുവന്ന ആ പിഞ്ചുമക്കൾക്ക് ഏഴുദിവസംതന്നെ ഒരു അധികപ്പറ്റാവാം. എങ്കിലും സമാധാനിക്കാം. മണ്ണു മണ്ണോട് ഒരിക്കൽ ചേരുമല്ലോ! പക്ഷേ, ആ പിഞ്ചുമനസ്സുകൾക്ക് ഈ നല്ലലോകത്തെപ്പറ്റി, പിരിഞ്ഞുപോകുമ്പോൾ എന്തു തോന്നിയിരിക്കും...? വിദ്വേഷം തോന്നിയിരിക്കുമോ...?

"മറിയാമ്മ എങ്ങനെയാ ഇതു സഹിക്കാ?" - എന്റെ ഭാര്യ ഒരാത്മഗതം പുറപ്പെടുവിച്ചു. വാസ്തവം, പക്ഷേ, ഞാൻ ആലോചിച്ചിരുന്നത് കൊച്ചുവറീതിനെപ്പറ്റിയായിരുന്നു. പാവം, അയാൾക്കു ദുഃഖിക്കാൻ പോലും നേരമുണ്ടാവില്ല. അടക്കം ചെയ്യുന്നതിനുവേണ്ട അനുസാരികൾ ഒപ്പിക്കണമല്ലോ.

അയാൾ എവിടെനിന്നെല്ലാമോ കടംമേടിച്ചു. വണ്ടിപ്പണിക്കാരൻ വർക്കി ഒന്നര ഉറുപ്പിക കൊടുത്തു; അങ്ങേതിലെ റോതച്ചേടത്തിയുടെ വെറ്റലവട്ടി തപ്പിയപ്പോൾ എട്ടണ കിട്ടി. തുന്നക്കാരൻ മാത്തച്ചൻ ഒരുറുപ്പിക കൊടുത്തു. രണ്ടുറുപ്പിക പിമ്പുറത്തുള്ള വഴിയിലൂടെ എന്റെ ഭാര്യ അവിടെ എത്തിച്ചിരുന്നുവെന്ന് വളരെ ദിവസങ്ങൾക്കു ശേഷം എനിക്കു മനസ്സിലായി. ഏതായാലും കൊച്ചുവറീതിന് അഞ്ചുറുപ്പിക ഒത്തു. അയാൾ അതുംകൊണ്ട് പള്ളിയിലേക്കു ചെന്നു; തേങ്ങിക്കൊണ്ടും വിക്കിക്കൊണ്ടും കാര്യം ഉണർത്തിച്ചു. അഞ്ചുറുപ്പിക വെച്ചുകൊടുക്കയും ചെയ്തു.

ഉറുപ്പിക എണ്ണി തിട്ടപ്പെടുത്തിയപ്പോൾ അച്ചൻ പറഞ്ഞു: "ഒന്നിനായി; മറ്റേതിനോ?"

"ഇരട്ടപെറ്റതാണ്."

"എന്നുവച്ച്!" ആ പുരോഹിതൻ പുച്ഛരസത്തോടെ ചോദിച്ചു: "ഇരട്ടയായിത്തന്നെ അടക്കം ചെയ്യുകയോ?"

കൊച്ചുവറീത് നിശ്ശബ്ദനായി നിന്നു.

"ബാക്കി കൊണ്ടുവാ, കൊച്ചുവറീതേ."

"എന്റെ കൈയിലിനി കാൽത്തുട്ടില്ല, അച്ചാ."

"കൊച്ചുവറീതേ, കുഞ്ഞുങ്ങളെ ഒന്നിച്ചു മറചെയ്യാൻ പാടില്ല. എനിക്ക് കർത്താവിന്റെ വഴിയേ സ്വീകരിക്കാനൊക്കൂ. നിന്റെ വഴി സ്വീകരിക്കാൻ

നിവൃത്തിയില്ല." ശാന്തഗംഭീരായി അദ്ദേഹം അപ്പുറത്തേക്കു പോവുകയും ചെയ്തു. ഈ വർത്തമാനം പിന്നീടു കൊച്ചുവറീതു തന്നെ പറഞ്ഞതാണ്.

ഇനി എന്താ വഴി? കുഞ്ഞുങ്ങളെ മറവുചെയ്യേണ്ടേ? അവ അളിഞ്ഞു നാറിയാൽ പറ്റുമോ? അയാൾ തിരിച്ചുപോന്നു. കോലായിൽ വന്നിരിപ്പായി. അയാൾ എന്തിനെപ്പറ്റിയാണ് ചിന്തിച്ചിരുന്നത്? കർത്താവിനെ ധ്യാനിച്ചുവോ? പള്ളിയെപ്പറ്റി ആലോചിച്ചുവോ? അച്ചനെപ്പറ്റി വിചാരിച്ചുവോ?

കുറച്ചു കഴിഞ്ഞപ്പോൾ കൊച്ചുവറീത് എന്റെ വീട്ടിലേക്കു തിരക്കിട്ടു വന്നു. അയാളുടെ കൈയിൽ ആ വലിയ ബൈബിളുണ്ട്. ചവിട്ടുപടിയിൽത്തന്നെ നിന്നുകൊണ്ട് എന്നോടു ചോദിച്ചു: "സാറിന് ഈ ബൈബള് വേണോ? അഞ്ചുറുപ്പിക തന്നാൽ മതി." അയാളുടെ ശബ്ദം ഇടറുകയും കൈകൾ വിറയ്ക്കുകയും ചെയ്തു.

ഞാൻ അകത്തുപോയി അഞ്ചുറുപ്പിക എടുത്തു കൊണ്ടുവന്നു കൊടുത്തുകൊണ്ടു പറഞ്ഞു:

"ബൈബിൾ കൊച്ചുവറീത് തിരിച്ചുകൊണ്ടുപൊയ്ക്കോളൂ." അയാൾ ഒരു നിമിഷം ആലോചിച്ചു. ഒടുവിലങ്ങനെ പറഞ്ഞു: "സാറിതുവച്ചോളൂ. പണമുണ്ടാകുമ്പോൾ മടക്കിത്തന്നാൽ മതി." എനിക്കു മറുപടി പറയാൻ ഇടതരാതെ അയാൾ നടക്കുകയും ചെയ്തു.

അങ്ങനെ, ആ ശ്മശാനത്തിൽ രണ്ടു മരക്കുരിശുകൂടി ഉണ്ടായി. ആ ബൈബിളാകട്ടെ, മൂന്നുമാസക്കാലമായി എന്റെ മേശപ്പുറത്തുതന്നെ ഇരിക്കുകയാണ്. അത് തിരിച്ചുകൊണ്ടുപോകുവാൻ ഞാൻ പലപ്പോഴും പറഞ്ഞിട്ടുണ്ട്. അപ്പോഴെല്ലാം കൊച്ചുവറീത് ഒരു നെടുവീർപ്പോടെ കൊമ്പൻമീശയെ കീഴ്പോട്ടു തടവിക്കൊണ്ട് തലതാഴ്ത്തി നടന്നുകളയും: മുത്തച്ഛന്റെ മുതലുകൊണ്ടു മറവുചെയ്യപ്പെട്ട ആ മക്കളെ ഓർത്താവാം. ആ കീറിയ കാക്കിക്കുപ്പായം ഇടവഴിയിലേക്കു മറയുമ്പോൾ, വിഷാദസങ്കുലമായ ഒരന്തരീക്ഷം എന്നെ വലയംചെയ്യുന്നു. ഞാൻ ഈ ബൈബിളിനടുക്കെ വന്ന് അത് മറിച്ചു നോക്കിക്കൊണ്ടിരിക്കും. അത്തരം ഒരു സന്ദർഭത്തിൽ കണ്ടെത്തിയ ഒരു വാചകത്തിന്റെ അർത്ഥം എനിക്കിന്നും മനസ്സിലായിട്ടില്ല. വാചകമിതാണ്:

"അവർ ഭൂമിയിൽ കെട്ടിയതെല്ലാം സ്വർഗ്ഗത്തിലും കെട്ടപ്പെടും."

നിങ്ങൾക്കു മനസ്സിലാകുന്നുണ്ടോ?

■

മൂടൽമഞ്ഞ്

ഊട്ടി റെയിൽവേ സ്റ്റേഷനരികിലൂടെ കിഴക്കേ കുന്നിലേക്ക് ഒരു നിരത്തു വളഞ്ഞുപുളഞ്ഞു കയറിപ്പോകുന്നുണ്ട്. അതിലൂടെ നടന്ന് ഒന്നുരണ്ടു കുന്നുകളും താഴ്വരകളും കയറിയിറങ്ങിയാൽ ആ വീടിന്റെ പടിക്കൽ എത്തുകയായി. സാമാന്യം വലിപ്പമുള്ള ഒരു രണ്ടുനിലക്കെട്ടിടം. ചെരിഞ്ഞു പരന്നുകിടക്കുന്ന ആ കുന്നിൻപള്ളത്തിൽ ആ ഒരു വീടേയുള്ളൂ. വീടിനു ചുറ്റുമായി വളച്ചുകെട്ടിയ വേലിക്കകത്ത് തക്കാളിയും ഉരുളക്കിഴങ്ങും മറ്റു പച്ചക്കറികളുമുണ്ട്. നിറച്ചും വെളുത്ത പൂക്കളോടുകൂടിയ ഒരു കൊച്ചു പൂന്തോപ്പ് അവിടെ പൊട്ടിച്ചിരിച്ചുകൊണ്ടു നില്ക്കുകയാണ്. ബാക്കി സ്ഥലങ്ങളും പച്ചപിടിച്ചവതന്നെ. ഇടതിങ്ങി നില്ക്കുന്ന യൂക്കാലിപ്റ്റസ് മരങ്ങൾ കാറ്റത്തിളകുന്ന ഇലകളിൽനിന്ന് ഔഷധഗന്ധം പരത്തുന്നു. ചില്ലകളിൽ കുടമണികൾപോലുള്ള ആയിരം കായ്കളുമായി പടർന്നുപന്തലിച്ച ചില സാമ്പ്രാണിമരങ്ങളും നില്ക്കുന്നുണ്ട്. പടിഞ്ഞാറേ അറ്റത്ത് ചില കാട്ടുമരങ്ങൾ കെട്ടുപിണഞ്ഞു ഞാന്നുതൂങ്ങിയിട്ടുണ്ട്. അവയുടെ ഛായ താഴെ പരന്നുകിടക്കുന്ന 'ഏരി'യിൽ ഒരു കൊച്ചുനീലമേഘത്തെ നിർമ്മിക്കുകയാണ്. ഉച്ചയ്ക്കതു തെളിഞ്ഞുകാണാം. സൂര്യൻ താഴാൻ തുടങ്ങുമ്പോഴേക്കും മൂടൽമഞ്ഞ് അതിനെ അവ്യക്തമാക്കിക്കളയും. നിലാവുള്ള രാത്രികളിൽ ആ കെട്ടിടത്തിന്റെ മുകളിലെ വരാന്തയിൽനിന്നു നോക്കിയാൽ ആ ജലാശയം, ഏതോ ആംഗ്ലോ-ഇന്ത്യാക്കാരി പെൺകിടാവിന്റെ കൈസ്സഞ്ചിയിൽനിന്ന് പുൽത്തകിടിയിൽ വീണുപോയ ഏണും കോണും പൊട്ടിയ ഒരു കൊച്ചു കണ്ണാടിയാണെന്നേ തോന്നൂ. ഇടതിങ്ങിയ സിൽവർ ഓക്കുമരങ്ങൾക്കു നടുവിൽ കുടുങ്ങിക്കിടക്കുന്ന ആ കൊച്ചുതടാകം സൂര്യാസ്തമയത്തിനെതിരെ നോക്കിക്കാണേണ്ടതാണ്. കാമുകനെ കണ്ട കുലകന്യകയുടെ കവിൾത്തടത്തിലെന്നപോലെ, ഒരു നേർത്ത അരുണിമ കുറച്ചുനേരത്തേക്ക് അവിടെ തങ്ങിനില്ക്കും; പതുക്കെ ഇരുളുകയും ചെയ്യും. അപ്പോഴേക്കും തടാകത്തിനപ്പുറത്തൂടെ വരുന്ന തീവണ്ടിയുടെ പ്രഭാതോരണം മഞ്ഞിന്റെ മസ്ലിൻ തിരശ്ശീലയ്ക്കുള്ളിലൂടെ, കാണുകയായി. തികച്ചും നാടകീയം.

പക്ഷേ, ആ വീട്ടുടമസ്ഥൻ ഇതൊക്കെ നോക്കിക്കാണാറുണ്ടോ? അറിയില്ല. ആ വീടിന്റെ പുകക്കുഴൽ എപ്പോഴും പുകയാറുള്ളതുകൊണ്ട് അവിടെ ആൾപ്പാർപ്പുണ്ടെന്ന് ആളുകൾ മനസ്സിലാക്കുന്നു. കുന്നിന്റെ മറ്റേ ചെരിവിൽ താമസിക്കുന്ന അലക്കുകാർക്കോ, കിഴങ്ങുകൃഷിക്കാരായ വടുകന്മാർക്കോ ആ വീടുമായി ഒരിടപാടുമില്ല. ഒരു മനുഷ്യൻ അവിടെ താമസിക്കുന്നു - അത്രമാത്രമാണ് അവരുടെ അറിവ്. മിക്ക സായാഹ്നങ്ങളിലും ആ മനുഷ്യൻ ലാത്താൻ പുറത്തേക്കു പോകുന്നു എന്നുകൂടി ചിലർക്കറിയാം. ചിലപ്പോൾ സൈക്കിളിന്മേലാണ് സവാരി. ഇടത്തോട്ടോ വലത്തോട്ടോ അയാൾ നോക്കില്ല. കണ്ണടവയ്ക്കാത്ത ഒരു കുതിര. വെളുത്ത തുടുത്ത ആ മുഖത്തു വളർന്നു മുറ്റിയ ഒരു താടിയുണ്ട്. ആയവും നീളവുമുള്ള മനുഷ്യൻ, കമ്പിളിക്കോട്ടിനുള്ളിലേക്കു കൈയും തിരുകി ധിറുതിപിടിച്ചുപോകുന്ന അയാളുടെ ഷൂസ് കോൺക്രീറ്റുനിരത്തിൽത്തട്ടി ഒരേ വിധത്തിലുള്ള താളം പുറപ്പെടുവിച്ചു: ക്ടക് ക്ടക്; ക്ടക് ക്ടക്; ക്ടക് ക്ടക്. ഏരിമൂലയിലേക്കോ, ഗവർണർ ഹൗസിനു ചുറ്റുമുള്ള പൂന്തോപ്പിലേക്കോ, അടുത്ത റെയിൽവേസ്റ്റേഷൻ പരിസരത്തിലേക്കോ ആണ് ആ നടത്തം. പുറപ്പെട്ട അതേ വേഗത്തിൽ, അതേ താളത്തിൽ, തിരിച്ചുപോരുകയും ചെയ്യും. ജിജ്ഞാസുക്കളായ ചിലർ അയാളെ പിന്തുർന്നിട്ടുണ്ട്. അവരിൽ ഒരാൾ പറയുന്നു: "ഭ്രാന്തുണ്ടോ? പൂന്തോപ്പിലേക്കു കുതിച്ചുപായുന്നതു കാണാം. അവിടെ ഒരു മൂലയ്ക്കുള്ള ആ കാട്ടുപിച്ചകത്തിനു ചുവടെ കുറെനേരം മിഴിച്ചു നിൽക്കും. എന്നിട്ട്, തിരിച്ചുപോരുകയും ചെയ്യും..."

അയാളുടെ പേരെന്താണെന്നതിനെപ്പറ്റിയും തർക്കമുണ്ടായി. മാധവൻ നമ്പ്യാരാണെന്ന് ഒരു കൂട്ടർ; നാരായണൻ നമ്പ്യാരാണെന്ന് മറ്റൊരു കൂട്ടർ; ഒടുവിൽ കാര്യം രാജിയായി, താടിക്കാരൻനമ്പ്യാർ എന്ന പൊതുമേൽവിലാസത്തിൽ അയാൾ അറിയപ്പെട്ടു. അയാൾ നമ്പ്യാരാണോ? ഊട്ടിയിലെത്തുന്ന ഏതു മലയാളിയും നമ്പ്യാരാകുമല്ലോ.

ഈ നിഗൂഢസ്വഭാവനായ മനുഷ്യൻ ആരാണ്? എവിടെനിന്നു വന്നു? ഈ കാര്യങ്ങളെക്കുറിച്ച് വ്യക്തമായ ഒരഭിപ്രായവുമുണ്ടായിരുന്നില്ല. ഒരു വടക്കൻ നാടുവാഴി നമ്പ്യാരുടെ സീമന്തപുത്രനാണെന്ന് ഒരു മലയാളി കച്ചവടക്കാരൻ ഒരു 'ന്യൂസ്' പരത്തിവിട്ടത് കുറെ ദിവസം നിലനിന്നു. അധികംനാൾ കഴിയുന്നതിനു മുമ്പേ, മറ്റൊരു വാർത്ത പ്രചരിച്ചു. ചന്തയിൽ കച്ചവടത്തിനുവന്ന ചിലരിൽനിന്നാണ് അത് പുറപ്പെട്ടത്. വയനാട്ടിലെ പ്രമാണപ്പെട്ട ഒരു നായർതറവാട്ടിലെ അംഗമാണെന്നും ഏതോ അത്യാഹിതംമൂലം നാടുവിട്ടുപോന്നതാണെന്നും മറ്റുമായി ആ കഥ നീണ്ടുപോകുന്നു. അയാൾക്ക് ആരുമില്ലേ? ഭാര്യ അയാളെ ഉപേക്ഷിച്ചുവെന്നൊരുപക്ഷം, അയാൾ ഭാര്യയെ ചവിട്ടിക്കൊന്നുവെന്ന് പ്രബലമായ ഒരു വാർത്ത അമർത്തിപ്പിടിച്ച സ്വരത്തിൽ മന്ത്രിക്കപ്പെടാറുണ്ട്. പച്ചക്കറിക്കച്ചവടക്കാരനായ പണിക്കർ അയാളെ ചൂണ്ടിക്കൊണ്ട് ഒരിക്കൽ പിറു

പിറുത്തു: "ഒരൊറ്റ ചവിട്ടിനു ഒരു ജീവനെ കാലിയടിപ്പിച്ചവനാ, മഹാ പ്രതാപിയും മുൻകോപിയുമായിരുന്നത്രേ...? ഇതിന് തെളിവൊന്നുമില്ല; പണിക്കർ അതു വിശ്വസിക്കുന്നു.

നാലോ അഞ്ചോ കൊല്ലമായി അവിടെ താമസമാക്കിയിട്ട്; ഇതിനിടയ്ക്ക് ഒരു മനുഷ്യനോടെങ്കിലും അയാൾ മിണ്ടിയിട്ടില്ല. ഹോട്ടൽകച്ചവടക്കാരും റിക്ഷക്കാരും അയാളെ സമീപിച്ചു നോക്കിയിട്ടുണ്ട്: "എങ്ങോട്ടാണാവോ?" ആ ചതുരകണ്ണാടിയിലൂടെ ഒന്നു നോക്കും; 'വിശേഷമൊന്നുമില്ലാ' എന്നർത്ഥത്തിൽ തലയാട്ടി നടക്കുകയും ചെയ്യും. കുശലാന്വേഷകന്മാർ പിന്മാറി. അരിവെപ്പുകാരൻ പയ്യനുപോലും ഒരു വിവരവുമില്ല. "എന്നോട് ചോദിക്കുന്നത് ഊണായോ? ചായയായോ എന്നു മാത്രമാണ്." – അവൻ പറഞ്ഞു.

എത്രകാലമാണ് ഒരാളെത്തന്നെ നോക്കിയിരിക്കുക; അതും ഒരു മിണ്ടാപ്പൂതത്തെ. പൊതുജനങ്ങൾ മുഖം തിരിച്ചു. ആ ഏരിമൂലയ്ക്കൽ നില്ക്കുന്ന അനേകം പടുവൃക്ഷങ്ങളുടെ കൂട്ടത്തിൽ അവർ അയാളെയും കൂട്ടി. "ഓ! അതോ? അതാ താടിക്കാരൻ നമ്പ്യാരാ" – ഒരു നവാഗതന് ഈ വിവരണം കൊടുത്ത് അവർ തൃപ്തിപ്പെട്ടു.

നമ്പ്യാരെന്നു പറയപ്പെടുന്ന ഈ മനുഷ്യൻ ഇതു വല്ലതും അറിയുന്നുണ്ടോ? തന്റെ ചുറ്റുമായി ധിറുതി പിടിച്ച ഒരു പ്രപഞ്ചമുണ്ടെന്നുതന്നെ അയാൾ ഓർക്കാറുണ്ടോ? കാലത്തെഴുന്നേറ്റ് ഒരു കടുംകാപ്പി കുടിക്കുന്നു. സൂര്യകിരണങ്ങൾ മഞ്ഞിൻമറയെ ചീന്തി മാറ്റുമ്പോൾ പതുക്കെ കുളിമുറിയിലേക്ക് കടക്കും. വിസ്തരിച്ച കുളി. പിന്നെ പ്രാതൽ. അതു കഴിഞ്ഞാൽ മുകളിലേക്ക് ചെന്നു മുറിയുടെ വാതിൽ ചാരും. മുത്താഴത്തിനേ പിന്നെ കീഴ്പോട്ട് ഇറങ്ങുകയുള്ളൂ. മാംസവും വെണ്ണയും ഇലക്കറികളും കൂട്ടിയ നല്ല ഊൺ. വേലക്കാരൻ ചെറുക്കൻ കാത്തുനില്ക്കും. അവനോടുതന്നെ ചില ആംഗ്യങ്ങളും മൂളലുകളുംകൊണ്ടു കാര്യം പറഞ്ഞു കഴിക്കും. യാത്രകഴിഞ്ഞ് തിരിച്ചെത്തിയാൽ വൈകുന്നേരത്തെ ഊണായി. പിന്നീട് ആ മുകളിലെ വരാന്തയിൽ ഏരിക്കഭിമുഖമായി കുറെ നേരം ഇരിക്കും. അതൊരു പതിവാണ്. പ്രകൃതിയിൽ വരുന്ന മാറ്റങ്ങൾ ആ ഇരിപ്പിനെ ബാധിക്കാറില്ല. പള്ളങ്ങളിൽ തളഞ്ഞിഴുകിക്കൂടിയുള്ള ഇരുട്ടിലേക്ക് അയാൾ തുറിച്ചുനോക്കിക്കൊണ്ടിരിക്കും. ആ നീലയവനിക അപ്പോൾ പിളർന്നുനീങ്ങുമെന്നും ഉജ്ജ്വലപ്രഭയായ ഒരു രംഗം മുന്നോട്ടു വരികയാണെന്നും തോന്നും. ആ ഇരിപ്പുകണ്ടാൽ, മഞ്ഞിൽക്കുതിർന്ന നിലാവു പെയ്തുകൊണ്ടു നില്ക്കുമ്പോഴും അതേ ഇരിപ്പുതന്നെ. ഒരു വ്യത്യാസം മാത്രം. ഇരുട്ടിൽ മൂകനാണ്; നിലാവിൽ ഒരു നേർത്ത ഗാനം അയാളിൽനിന്ന് പുറപ്പെടും. അതൊരു പാട്ടല്ല; തേങ്ങലുമല്ല; താളാനുസൃതമായ ഒരു മൂളൽ. അത് ആ മനുഷ്യനിൽനിന്നു പുറപ്പെടുകയാണോ? അതോ അയാളിരിക്കുന്ന ഭൂമിക്കടിയിൽനിന്നു കിളിർന്നു വരികയാണോ?

അങ്ങനെ, ഒരു മൂളിപ്പാട്ടുകൊണ്ടു പ്രപഞ്ചത്തിന്റെ മൃദുലവശത്തോട് അയാൾ ബന്ധപ്പെട്ടുനിന്നു.

അന്നും അയാൾ ആ വരാന്തയിൽ വന്നിരുന്നു. മഞ്ഞൊഴിഞ്ഞ തെളിനിലാവ്. പ്രപഞ്ചം ഒരു വെള്ളത്താമരപ്പൂപോലെ മുമ്പിൽ നില്ക്കുന്നു. ചുറ്റും കണ്ണോടിക്കാതിരിക്കാൻ കഴിഞ്ഞില്ല. ആ കൊച്ചുതടാകം! ഞൊറിഞ്ഞുഞൊറിഞ്ഞുപോകുന്ന അലകളിൽ വീഴുന്ന നിഴൽപ്പാടുകളെ ഹൃദയത്തിൽ ഒതുക്കിവയ്ക്കുകയാണ്. യൂക്കാലിപ്റ്റ്സ് മരങ്ങളുടെ നീളം കൂടിയ നിഴലുകൾ സുന്ദരമായ പ്രപഞ്ചത്തിനു നേരെ വാളോങ്ങിക്കൊണ്ടു നില്ക്കുന്നു. വിവിധങ്ങളായ വികാരങ്ങൾ ആ മുഖത്തു തെളിഞ്ഞും മാഞ്ഞും നിന്നു. എത്രനേരം ആ ഇരിപ്പിൽ ഇരുന്നുവെന്നു പറക വയ്യ. സ്വന്തം ആത്മാവിനെ പരതിനോക്കുന്ന ആ കാലഘട്ടം ഒരു നിമിഷത്തിനുള്ളിലേക്ക് ചുറഞ്ഞുകൂടി. വീണ്ടും ബാഹ്യപ്രപഞ്ചം അയാളെ മുട്ടിവിളിക്കുകയാണ്. നിഴലുകളിൽനിന്നും നിഴലുകളിലേക്കായി ആ ദൃഷ്ടി തത്തിക്കളിച്ചു. അയാൾ ഞെട്ടിപ്പോയി. പുതിയ ഒരു നിഴലതാ ഇഴഞ്ഞിഴഞ്ഞുവരുന്നു. അത് വൃക്ഷത്തിന്റേതാണോ? മൃഗത്തിന്റേതാണോ? തീക്ഷ്ണമായ ആ ദൃഷ്ടി ഏകാഗ്രവുമായി... എന്ത്...? ഒരു മനുഷ്യന്റെ നിഴൽ? ഈ അർദ്ധരാത്രിക്ക്, ഈ വിജനപ്രദേശത്ത് ഒരു മനുഷ്യന്റെ നിഴൽ? ചെകുത്താന്മാരെക്കുറിച്ച് മനസ്സിൽ അമർന്നുകിടന്നിരുന്ന വിശ്വാസങ്ങൾ പെട്ടെന്നുണർന്ന് കലമ്പൽ കൂട്ടി. പക്ഷേ, അന്തക്കരണത്തിൽനിന്ന് എന്തോ വിളിച്ചുപറഞ്ഞു: "നോക്കൂ, ചെല്ലൂ, അറിയൂ." അയാൾ നോക്കി. ജീവിതം മുഴുവൻ ആ ഒരു നോട്ടത്തിലേക്ക് ഉറന്നുകൂടി. അപ്പോഴും ഒരു മനുഷ്യന്റെ നിഴൽ അരിച്ചുനീങ്ങുകയാണ്, കൂടക്കൂടെ നിഴലിൽ മറഞ്ഞും നിലാവിൽ തെളിഞ്ഞും.

ആദ്യത്തെ അമ്പരപ്പ് നീങ്ങിയപ്പോൾ നമ്പ്യാർ എഴുന്നേറ്റു. കോണിപ്പടി ഇറങ്ങി. താൻ ഒന്നമർത്തി കാൽവച്ചാൽ ഈ പ്രപഞ്ചത്തിലാകെ ശബ്ദകോലാഹലമായിപ്പോകുമെന്നു തോന്നും ആ അടിവെപ്പു കണ്ടാൽ. വേലിക്ക് വെളിയിലേക്ക് കാലെടുത്തു വച്ചപ്പോൾ, ഏതോ കുരുത്തംകെട്ട കാട്ടുപക്ഷി ഒന്നു ശബ്ദിച്ചു. അയാൾ ഞെട്ടിപ്പോയി. 'ഛെ, എന്തിനു പോകണം?' പോകൂ, ചെല്ലൂ എന്ന് ഹൃദയത്തിൽനിന്നു മന്ത്രിക്കുകയാണ്. പതുക്കെ അടിവച്ചു നീങ്ങി; നിഴലുകളിൽനിന്നു നിഴലുകളിലേക്ക് ഊളിയിട്ടു.

ആ നിഴൽ ഏരിക്കഭിമുഖമായി നീങ്ങുകയാണ്. അതിനോട് അടുക്കുന്തോറും ഹൃദയം അധികം മിടിച്ചു. ഒടുവിൽ, വെള്ളത്തിലേക്കു ചാഞ്ഞുനില്ക്കുന്ന ആ മരക്കുടിലിനടുക്കെ എത്തിയപ്പോൾ ആ രൂപം നിന്നു; അയാളും നിന്നു. എന്തുവേണമെന്ന് ആലോചിക്കുകയായിരുന്നു. പെട്ടെന്നതാ, ആ രൂപം വെള്ളത്തിലേക്കെടുത്തൊരു ചാട്ടം. ഒന്നും വിചാരിക്കാൻ കഴിഞ്ഞില്ല; നൈസർഗ്ഗികമായ പ്രേരണമൂലം നമ്പ്യാർ ഓടിച്ചെന്ന് ഒപ്പംചാടി.

തികച്ചും അപകടകരം. ഊട്ടിയിലെ ആ അർദ്ധരാത്രിയിൽ ഞരമ്പു വെറുങ്ങലിപ്പിക്കുന്ന ആ തണുപ്പിലേക്ക് ഒരാൾ എടുത്തുചാടുകയോ? മരണത്തെ ക്ഷണിച്ചു വരുത്തുകയാണ്. കുറെ വെള്ളം മേല്പോട്ടുയർന്ന് ചിതറി നിലാവിൽക്കിടന്നു തിളങ്ങി. അതും അമർന്നു.

എല്ലാം നിശ്ചലം. തീരവൃക്ഷങ്ങൾ വെറുങ്ങലിച്ചു നിന്നു. തീരവൃക്ഷങ്ങളിൽ അർദ്ധസുഷുപ്തിയിലാണ്ടിരുന്ന ഒന്നുരണ്ടു കിളികൾ ഒന്നു ഞെട്ടിക്കരഞ്ഞു. അതും അടങ്ങി.

അനിശ്ചിതവും ഉത്കണ്ഠാജനകവുമായ ഒരു പത്തുനിമിഷം കഴിഞ്ഞു. ഒരു കൈ പതുക്കെ കരപിടിക്കുന്നതു കണ്ടു.

രണ്ട്

നമ്പ്യാർ ഒരു മനുഷ്യരൂപത്തെയും താങ്ങിക്കൊണ്ട് ആയാസപ്പെട്ടു കോണികയറി. ചാരിയിട്ട വാതിൽ കാൽകൊണ്ട് ഉന്തിത്തുറന്നു. ആ രൂപത്തെ കിടക്കയിൽ കിടത്തിയപ്പോൾ രണ്ടുമൂന്നു തവണ നെടുതായി നിശ്വസിക്കാതിരിക്കാൻ കഴിഞ്ഞില്ല.

വിളക്കുകൊളുത്തി. വിദ്യുൽപ്രകാശം ആ മുറിയിൽ നിറഞ്ഞുനിന്നു. അയാൾ ഓടിച്ചെന്ന് ആ ഹൃദയത്തിൽ കൈവെച്ചുനോക്കി. മിടിക്കുന്നുണ്ടോ? ഉണ്ട് പതുക്കെപതുക്കെ.

ഓടിച്ചെന്ന് ഒരു തടിയൻ കമ്പിളിപ്പുതപ്പെടുത്തു കൊണ്ടുവന്ന് ആകെ പുതപ്പിച്ചു. പെട്ടെന്നാണ് അയാൾക്ക് തോന്നിയത്. അടിയിലെ ഉടുപ്പെല്ലാം നനഞ്ഞിട്ടുണ്ടാവുമെന്ന്. ആ മുഖത്തേക്കൊന്നു നോക്കി, ഒരു സ്ത്രീ! അതേവരെ ആ കാര്യം ശ്രദ്ധിച്ചതേയില്ല. നമ്പ്യാർക്ക് ഒരു വെറുപ്പാണ് തോന്നിയത്. എന്നിട്ടും ചിമ്മിനിയിലേക്ക് കുറെക്കൂടെ വിറകെടുത്തു തള്ളുവാൻ അയാൾ ഉത്സാഹം കാണിച്ചു. അതു കത്തിപ്പടർന്നു മുറി ചൂടുപിടിച്ചു വരികയാണ്. കൈയും പിമ്പിൽ കെട്ടി അങ്ങോട്ടുമിങ്ങോട്ടും ലാത്തുമ്പോൾ അയാൾ വിചാരിച്ചു. ആ നനഞ്ഞതെടുത്തു മാറ്റാഞ്ഞാൽ...”

കത്തി താഴ്ത്തുന്ന ഒരു ഡോക്ടറുടെ മുഖഭാവത്തോടെ അയാൾ വിരിപ്പിനുള്ളിലേക്ക് കൈകടത്തി. അത് യൂറോപ്യന്മട്ടിലുള്ള ഒരപകടം പിടിച്ച ഉടുപ്പാണ്. അഴിച്ചുമാറ്റാൻ വിഷമം. വലിച്ചും കിഴിച്ചും കാലിനടിയിലൂടെ അത് ഊരിയെടുക്കുകതന്നെ ചെയ്തു. കമ്പിളിത്തുണി ചൂടാക്കി ദേഹത്തിൽ ഉരസി. ബ്രാണ്ടി വെള്ളം ചേർത്ത് ആ ചുണ്ടിൽ ഒഴിച്ചുകൊടുക്കുകയും ചെയ്തു. “ഹാവൂ!” സ്റ്റൂളിന്മേൽ ഇരിക്കാൻ തുടങ്ങിയപ്പോഴാണ് താനും ആകെ നനഞ്ഞിരിക്കുന്നുവെന്ന് നമ്പ്യാർ ഓർത്തത്. അടുത്ത മുറിയിൽ പോയി എല്ലാം മാറ്റി, തലയും താടിയും ചീകിവച്ചു തിരിച്ചുവന്നപ്പോഴും അവൾ കണ്ണടച്ചു കിടക്കുകതന്നെയാണ്.

നിമിഷങ്ങളങ്ങനെ പാഞ്ഞുപോയി. ആ സ്ത്രീയേയും നോക്കിക്കൊണ്ട് നമ്പ്യാർ അവിടെ ഇരുന്നു. വെളുത്തുതുടുത്ത മുഖം. അതിലധികം വെളുത്ത കൈത്തണ്ട, ഒരു പൂമാലപോലെ ആ തലയിണയിൽ കുഴഞ്ഞുകിടക്കുന്നു. ആ മുടിയിൽനിന്നയാൾ ഇത്തിരിമുമ്പേ വലിച്ചിട്ട മുടിപ്പിന്നുകൾ ആ കൈകൾക്കരികെ ചിതറിക്കിടക്കുന്നുണ്ട്. അയാൾ കുറേനേരം അവയിലേക്കു നോക്കിക്കൊണ്ടിരുന്നു. ലിപ്സ്റ്റിക്കിന്റെ കലങ്ങിയ ചുകപ്പ് ആ ചുണ്ടിൽ തങ്ങിനില്ക്കുകയാണ്.

ബോധരഹിതയായ സ്ത്രീ; ഏകാന്തമായ രാത്രി; താൻ അടുത്തും. ആ ഇരിപ്പിനെപ്പറ്റി നമ്പ്യാർ അദ്ഭുതപ്പെട്ടു. എത്ര ധൃതിയിലാണിതൊക്കെ നടന്നത്? എന്തിനേ ഈ വിധം പ്രവർത്തിച്ചത്? എത്ര പെണ്ണുങ്ങൾ ഏതെല്ലാം പൊട്ടക്കുളത്തിൽ ചാടിച്ചാകുന്നുണ്ട്. മരിച്ചാൽത്തന്നെ എന്താണ്? ഉത്തരവാദിത്വമില്ലാത്ത കാര്യത്തിൽ തലയിടരുതായിരുന്നു: ഈ പെണ്ണുങ്ങൾ!... ഹൃദയത്തിന്റെ അഗാധതയിൽനിന്ന് ഒരു ചുറയഴിയുന്നതുപോലെ തോന്നുന്നു. ഈ ജന്തുക്കൾ ജീവിച്ചുകൊള്ളണമെന്നുണ്ടോ? ആഴത്തിലേക്കു പിടിച്ചു മുക്കുകയായിരുന്നില്ലേ വേണ്ടത്? അതോ, ഒരു ചവിട്ട്... ഒന്നും ശരിക്ക് ആലോചിക്കാൻ കഴിയുന്നില്ല. പ്രവർത്തിച്ചുപോവുകയാണ്. ഇതേനിലയിൽത്തന്നെ എടുത്ത് ഏരിയിലേക്ക് എറിഞ്ഞാലെന്താ? വന്നതും അറിയണ്ടാ, പോയതും അറിയണ്ടാ. ഒന്നു പിടയ്ക്കും. കഴിഞ്ഞു. ചവിട്ടിക്കൊല്ലുമ്പോൾ കണ്ണുതുറിച്ചു മുഖത്തേക്ക് നോക്കും... നമ്പ്യാരുടെ സിരാകൂടങ്ങളിൽ ഒരു വിറ കയറി.

അപ്പോഴേക്കും ആ വെളുത്ത കൈത്തണ്ട ഒന്നനങ്ങി. അയാൾ ശ്രദ്ധിച്ചു. അവൾ മുഖം അനക്കുന്നു. പതുക്കെപ്പതുക്കെ ആ കണ്ണുകൾ വിടരുകയാണ്. ഒരവസരം നഷ്ടപ്പെട്ടപോലെ അയാൾക്കു തോന്നി.

അവളെ എവിടെയോവച്ചു കണ്ടിട്ടില്ലേ? ഗവർണർ ഹൗസിന്റെ കീഴെ വച്ചോ? ഒരു ചെറുപ്പക്കാരന്റെ കൈയുംപിടിച്ചുകൊണ്ട് ഇവൾ കുതിരപ്പന്തയം കാണാൻ നിന്നിരുന്നുവോ? ഇവൾ ഒരു ആംഗ്ലോ-ഇന്ത്യക്കാരിയാണല്ലോ...

"നിങ്ങളാരാണ്?" അവൾ നിശ്ശബ്ദയെ ഭഞ്ജിച്ചു. അയാൾ ഉത്തരമൊന്നും പറഞ്ഞില്ല.

"നിങ്ങളാരാണ്?" വീണ്ടും അതേ ചോദ്യം.

"കുടിക്കാൻ വല്ലതും വേണോ?" ഉത്തരം അതായിരുന്നു.

"വേണ്ട."

"ശരി. സുഖമായി ഉറങ്ങു. കാലത്തു പോകാം."

അയാൾ എഴുന്നേറ്റു വാതില്ക്കലെത്തിയപ്പോൾ അവൾ തലപൊക്കി നോക്കി: "നില്ക്കൂ. ഞാൻ ചോദിക്കട്ടെ."

"എന്താ?" അലക്ഷ്യഭാവത്തിലായിരുന്നു ആ ചോദ്യം. ഒരതിഥിയോടുള്ള മര്യാദയൊന്നും ആ സ്വരത്തിലില്ലായിരുന്നു.

"നിങ്ങളെന്തിനേ എന്നെ പിടിച്ചുകയറ്റിയത്?" നിങ്ങൾതന്നെയാണോ കയറ്റിയത്?"

നമ്പ്യാർ അവളെ ഒന്നു ഊന്നിനോക്കി. എന്നിട്ട് ഘനസ്വരത്തിൽ പറഞ്ഞു; "നാളെ കാലത്തു പോകാം." രാത്രി ഇതേ സമയത്ത്, ഇതേ ഏരിയിൽ ചാടി ചാവാം. ആരും പിടിച്ചുകയറ്റാൻ വരുന്നില്ല. ഇന്ന് അബദ്ധം പറ്റിയതാണ്..."

"ക്ഷമിക്കൂ..."

"ഉറങ്ങൂ. നാളെ കാലത്തുതന്നെ ചാടിച്ചാവാം."

അയാൾ തിരിഞ്ഞുനടന്നു. വാതിൽക്കൽ എത്തിയപ്പോൾ ഒരു നിമിഷം സന്ദേഹിച്ചു നിന്നു - വാതിലടയ്ക്കണോ? വേണ്ട; പോയേ കഴിയൂ. എങ്കിൽ പോയിക്കൊള്ളട്ടെ.

എന്നിട്ടും, ഒരു മണിക്കൂർ കഴിഞ്ഞപ്പോൾ അയാൾ ആ മുറിയിലേക്ക് മടങ്ങിവന്നു. അവൾ ഉറങ്ങുകയാണ്. കൂട്ടിനുള്ളിൽനിന്നും പുലരിപ്രഭ യിലേക്ക് എന്തിനോക്കുന്ന ഒരു കിളിയെപ്പോലെ അവളുടെ തലമാത്രം പുതപ്പിനു വെളിയിലേക്കു കാണാം. ഏതാനും നാഴികമുമ്പ് ഈ ഭൂമി യോട് എന്നെന്നേക്കുമായി യാത്രപറയാൻ ഉന്നിയ അവൾ അമ്മയുടെ മടിത്തട്ടിലാണെന്നപോലെ, അത്ര വിശ്വാസത്തോടെ ഉറങ്ങുകയാണ്. വാതിൽ അപ്പോഴും തുറന്നുകിടക്കുന്നു. അല്പനേരം നോക്കിനിന്ന്, അയാൾ ശബ്ദമുണ്ടാക്കാതെ വാതിൽ അടച്ചു.

വിചാരങ്ങളുടേയും വിമ്മിട്ടങ്ങളുടേതുമായ ഒരു രാത്രി നമ്പ്യാർ കഴിച്ചു കൂട്ടി. ആ മുറിയിൽ ഒരു തേങ്ങൽ നിന്നു മുട്ടിത്തിരിഞ്ഞു.

നന്നേ കാലത്തെ കാപ്പിയും പലഹാരവും അവളുടെ മുമ്പിലെത്തി. അതു കഴിച്ചുകൊണ്ടിരിക്കുമ്പോൾ ആ മനുഷ്യൻ മുറിയിലേക്ക് കടന്നു വന്നു. അപ്പോഴേ ആ കറുത്ത താടിക്കുള്ളിലെ തുടുത്തമുഖം അവർ ശരിക്കും കണ്ടുള്ളൂ.

"നിങ്ങൾ ആരാണെന്നു പറയാമോ?"

അവൾ അയാളോട് മുഖത്തേക്ക് നോക്കിക്കൊണ്ടു പറഞ്ഞു: "പറയാം, ഇരിക്കൂ. ഇന്നലെ ഞാൻ വളരെ മര്യാദകേടായി പെരുമാറി. അത്..."

"അതിരിക്കട്ടെ, നിങ്ങളാരാണ്?"

"ഞാൻ ഇവിടെത്തന്നെയാണ് താമസം. ഒരു ആംഗ്ലോ ഇന്ത്യൻ..."

"മനസ്സിലായി. പേര്?"

"മാർഗരറ്റ്."

"എന്തിനേ ചാടിച്ചാവാൻ പുറപ്പെട്ടത്?"

അത്ര പെട്ടെന്ന് ചോദിക്കുമെന്ന് മാർഗററ്റ് പ്രതീക്ഷിച്ചിരുന്നില്ല. എന്നാലും അവൾ മറുപടി പറഞ്ഞു: "പറയാം. എനിക്കു മടുത്തു. എട്ടു മാസമായി ഹെൻറി എന്നെ വിട്ടുപോയിട്ട്."

“ആരാണ് ഹെൻറി?”

“പട്ടാളത്തിലാണ്. ഓസ്ട്രേലിയൻ. സ്നേഹിച്ചുപോയി, മിസ്റ്റർ, സ്നേഹിച്ചുപോയി. ഞാനിപ്പോൾ...” അവൾ സ്വന്തം വയറ്റത്തേക്ക് ഒന്ന് ഊന്നിനോക്കി. തലേന്നാൾ ഉടുപ്പഴിക്കുമ്പോൾത്തന്നെ നമ്പ്യാർക്ക് ഈ സംശയം തോന്നായ്കയില്ല.

“ശരി എന്നിട്ട്?”

“ഒരു വിവരവുമില്ല. ചതിച്ചു, മിസ്റ്റർ, ചതിച്ചു.” ആ പെൺകിടാവ് പൊട്ടിക്കരഞ്ഞു. “ഹെൻറി വേറെ കല്യാണം കഴിച്ചുപോൽ...”

ഒരു കൈകൊണ്ട് ഒരു സഞ്ചിതൂക്കി മറ്റേ കൈകൊണ്ട് ഏതെങ്കിലും പട്ടാളക്കാരന്റെ കൈത്തണ്ടയിൽ തൂങ്ങി. ലിപ്സ്റ്റിക്കും പൗഡറുമായി ‘ഡിയർ, ഡാർലിങ്’ എന്നു പറഞ്ഞ് ആടിക്കുഴഞ്ഞ് നടക്കാറുള്ള അത്തരക്കാരെ കണ്ടു പരിചയിച്ചിട്ടുള്ള നമ്പ്യർക്ക് ഈ കഥ അവിശ്വസനീയമായിരുന്നില്ല.

“അപ്പോഴേക്കും നിങ്ങളെന്തിനു ചെന്നുപെട്ടു?”

നിർദ്ദയമായിരുന്നു നമ്പ്യാരുടെ സ്വരം.

“മിസ്റ്റർ,” മാർഗരറ്റ് തേങ്ങി: “ഞങ്ങളുടെ സ്ഥിതി നിങ്ങൾക്കറിഞ്ഞുകൂടാ. അതൊക്കെ അങ്ങനെയേ നടക്കൂ. അമ്മ പറയാറുണ്ട്, വെണ്ണ പുരട്ടിയ റൊട്ടിക്കഷണം കടിക്കുംപോലെയാണ് കല്യാണമെന്ന്. ചിലപ്പോൾ വെണ്ണ ചുണ്ടത്തൊക്കെ പിരണ്ടു വൃത്തികേടാവും, ഒരു ഉണക്കക്കഷണം മാത്രം ഇറങ്ങും. ഇതാണു സ്ഥിതി... പിന്നെ?...” അവൾ നിറുത്തി.

“ശരി.” നമ്പ്യാർ എന്തോ ആലോചിച്ചുകൊണ്ട് അവളുടെ മുഖത്തേക്കു നോക്കി. പത്തുനിമിഷം അതേ ഇരിപ്പിൽത്തന്നെ ഇരുന്നു. എന്നിട്ട്, പെട്ടെന്ന് ഇങ്ങനെ പറയുകയും ചെയ്തു: “ശരി, നിങ്ങൾക്കു പോകാം.”

“ഞാൻ പൊയ്ക്കൊള്ളാം. നല്ലവനായ ഈശോ! ഞാൻ എവിടേക്കു പോകും...?” അവൾ നിറഞ്ഞ കണ്ണുകളെ മേല്പോട്ടുയർത്തി. അതയാൾ കണ്ടു. ആ കണ്ണുകളിൽ അയാളുടെ രൂപം അവ്യക്തമായി പ്രതിഫലിച്ചു.

ഓ! പെണ്ണുങ്ങളുടെ കണ്ണ് എത്ര വേഗത്തിലാണു നിറയുന്നത്. മിണ്ടുമ്പോഴേക്കും കരച്ചിലായി. ഇതൊക്കെ തഞ്ചമല്ലേ, വെറും തഞ്ചം!

ആ മിഴിനീർ ഉറന്നുകൂടി കവിളുകളിലൂടെ മാറത്തേക്ക് ഇറ്റുവീണു. അതും നമ്പ്യാർ കണ്ടു.

“ഇവിടെ ഇരിക്കൂ. ഞാനിപ്പോൾ വരാം.” വാതിൽ കടക്കുമ്പോൾ അയാൾ ഒരിക്കൽകൂടി പറഞ്ഞു: “ഇതാ എത്തിക്കഴിഞ്ഞു.”

ധിറുതിയിൽ താഴത്തുവന്ന് സൈക്കിളെടുത്ത് ഓടിച്ചുപോയി. അപ്പോൾ അയാൾ ഓർത്തുനോക്കി, ഞാൻ തിരിച്ചുവരുമ്പോഴേക്കും മാർഗറ്റ് പോയാലോ എന്ന്. പോയാൽ പോകട്ടെ. പക്ഷേ... അയാൾ സൈക്കിളിനു വേഗംകൂട്ടി.

മാർഗററ്റിന് ഒന്നും മനസ്സിലാകുന്നില്ല. അവിചാരിതങ്ങളായ പലതും മേലേക്കു പൊഴിഞ്ഞുവീഴുകയാണ്. വിഭ്രാന്തങ്ങളായ നാഴികകൾ കടന്നു പോകുന്നു. ആരാണ് ഈ മനുഷ്യൻ? എന്തിന്ന് ഇന്നലെ രക്ഷിച്ചു? ഇന്നെന്തിനു പുറത്താക്കുന്നു...? ഇയാൾ ദയാലുവാണോ...? ക്രൂര നാണോ...? ആ കറുത്ത താടിയും തുടുത്ത മുഖവും മാർഗററ്റിന്റെ ഹൃദ യത്തിൽക്കിടന്നു കളിച്ചു. തന്മൂലം ഒരു മണിക്കൂർ കഴിഞ്ഞു തിരിച്ചുവ ന്നപ്പോൾ, അതേവരെ അയാൾ അവിടെ ഉണ്ടായിരുന്നില്ലെന്ന് അവൾക്കു തോന്നിയില്ല.

"വീടുണ്ട്. അവിടെ പോയി താമസിക്കാം."

മാർഗററ്റ് ആ മുഖത്തേക്ക് അമ്പരന്നുനോക്കി.

"സാധനങ്ങൾ അവിടെ എത്തും."

അതെല്ലാം എത്തുകയും ചെയ്തു. വൈകുന്നേരമായപ്പോഴേക്കും നമ്പ്യാരുടെ അരിവെപ്പുകാരൻ എല്ലാ സാധനങ്ങളും ഒരുക്കിക്കൊടുത്തു.

അന്നുരാത്രി എകാന്തമായ ആ വീട്ടിൽ ഒരു സ്ത്രീയുടെ കാലടി അങ്ങോട്ടുമിങ്ങോട്ടും നീങ്ങി. അവൾ ജാലകത്തിനടുക്കെച്ചെന്ന് വെളി യിലേക്കു നോക്കി. തലേന്നാൾ താൻ മുങ്ങിച്ചാവാൻ ഒരുമ്പെട്ട ആ ഏരി യതാ നിലവിൽ കിടന്നു തിളങ്ങുന്നു. ആരും തടുക്കാനില്ല. പോകാം. പക്ഷേ, അവൾ കിടക്കയിൽ പോയി വീണു തേങ്ങി: "ഓ! എന്തിന്... എന്തിനതൊക്കെ ചെയ്തു?"

കാലത്തുണർന്നത് വാതിൽക്കൽ ഒരു മുട്ടുകേട്ടാണ്. അവൾ വെളി യിലേക്കു തലനീട്ടി. അവിടെയുണ്ട് ഒരു തമിഴത്തിപ്പെൺകിടാവു നിൽക്കുന്നു. നമ്പ്യാരയച്ച ഒരു ഭൃത്യയാണ് അവളെന്നറിഞ്ഞപ്പോൾ മാർഗ റ്റിന് ഇങ്ങനെ ചോദിക്കാതിരിക്കാൻ കഴിഞ്ഞില്ല:

"നേരോ! നേരോ പെണ്ണേ?"

മൂന്ന്

അന്നു വൈകുന്നേരവും നമ്പ്യാർ മുകളിലെ വരാന്തയിൽ നിന്നുകൊണ്ടു ദൂരെ കാണുന്ന ആ വീട്ടിലേക്കു കൺപറിക്കാതെ നോക്കി. ഓടുമേഞ്ഞ ആ കൊച്ചുവീട് കമിഴ്ത്തിവച്ച ഒരു പുത്തൻ ചെമ്പുകലംപോലെ കാണാം.

മഞ്ഞിൻമറ പതുക്കെപ്പതുക്കെ അതു മങ്ങിക്കുകയാണ്.

"യജമാൻ, യജമാൻ!" – പെട്ടെന്നു താഴത്തുനിന്ന് ഒരു വിളികേട്ടു. ആ തമിഴത്തിപ്പെണ്ണു മുറ്റത്തുവന്നു നില്ക്കുകയാണ്. അയാൾ താഴോട്ടി റങ്ങി വന്നുചോദിച്ചു:

"എന്താ?"

"അവിടെ സുഖമില്ല. ഒന്നു വരണം."

"പ്രസവമല്ലേ?"

"അതെ."

"ഞാനെന്തിനാ? നഴ്സിനെ വിളിക്ക്. പണം കൊണ്ടുപോ."

ആ ചട്ടക്കാരിപ്പെണ്ണു പെറുന്നേടത്തു താനെന്തിനാണ്? പക്ഷേ, ഭൃത്യ പണം വാങ്ങി നടന്നു കൺമുമ്പിൽനിന്നു മറഞ്ഞപ്പോൾ അയാൾ താടി തടവിക്കൊണ്ട് അല്പനേരം നിന്നു. എന്നിട്ട് സൈക്കിളെടുത്തു ധിറുതിയിൽ പുറത്തേക്കു പോവുകയും ചെയ്തു.

അയാൾ മുമ്പിലും ഭൃത്യ പിമ്പിലുമായി ആ വീട്ടിൽ ചെന്നുകയറിയപ്പോൾ മാർഗററ്റ് ഞരങ്ങുകയും മൂളുകയുമാണ്. അതു ചെവിക്കൊണ്ട് ഉമ്മറത്ത് അങ്ങോട്ടുമിങ്ങോട്ടും ലാത്തി. അധികം താമസിച്ചില്ല, നഴ്സു വന്നു. അയാൾ ആ ചതുരക്കണ്ണാടിയിലൂടെ അവരെ ഒന്നു നോക്കി വീണ്ടും ഉലാത്തിക്കൊണ്ടു നിന്നു. ഉത്കണ്ഠാകുലമായ അരമണിക്കൂർ. നമ്പ്യാർ ഭൃത്യയെ വിളിച്ചു പറഞ്ഞു:

"ഡോക്ടരെ വിളിക്ക്."

"എന്തോ?"

"ഡോക്ടറെ, ഉം, വേഗം."

പെണ്ണു വെളിയിലേക്കു പോയി. അയാളുടെ ലാത്തൽ തുടരുകയും ചെയ്തു.

ഡോക്ടർ വന്നപ്പോഴും നമ്പ്യാർ ചതുരക്കണ്ണാടിക്കുള്ളിലൂടെ ഒന്നു നോക്കി. ഡോക്ടർ അകത്തേക്കു കടന്നു.

വീണ്ടും വിങ്ങുന്ന നാഴികകൾ. ഒടുവിൽ ഒരു നീണ്ട നിലവിളി. അതിന്റെ അവസാനത്തിൽ പിള്ളയുടെ കരച്ചിലും കേട്ടു.

നമ്പ്യാർ നിന്നു. പിന്നെ ഡോക്ടർ വന്നു വിളിച്ചിട്ടാണ് അയാൾ അനങ്ങിയത്.

"എന്താ?"

"ആൺകുട്ടി. നിങ്ങൾ ഭാഗ്യവാനാണ്. ഞാൻ വരട്ടെ. മരുന്നയയ്ക്കാം." നമ്പ്യാർ അദ്ദേഹത്തെ തുറിച്ചുനോക്കി. ഡോക്ടർ പെട്ടിയെടുത്തു യാത്രയായപ്പോൾ, അയാൾ പോക്കറ്റിലേക്കു കൈ തിരുകിക്കൊണ്ടു പറഞ്ഞു:

"ഇതാ, ഡോക്ടർ."

ഫീസെടുത്തു കൊടുത്തു. ആ മനുഷ്യൻ പടികടക്കുന്നതുവരെ നമ്പ്യാർ വെറുപ്പോടെ നോക്കിനിന്നു. ഭാഗ്യവാനാണുപോൽ; കഴുത.

ഒരു മണിക്കൂർകൂടി കഴിഞ്ഞപ്പോൾ അയാൾ മാർഗററ്റ് കിടക്കുന്ന മുറിയിലേക്കു ചെന്നു. അവൾ തളർന്നു കണ്ണടച്ചു കിടക്കുകയാണ്; അടുത്തുതന്നെ ആ പുതിയ മനുഷ്യാത്മാവും. കാല്പെരുമാറ്റംകൊണ്ട് അവൾ പതുക്കെ കൺമിഴിച്ചു. ഒന്നും മിണ്ടിയുമില്ല. കൃതജ്ഞത വഴിയുന്ന ആ

നേത്രങ്ങൾ അയാളുടെ മുഖത്തു തറഞ്ഞുനിന്നു. പതുക്കെ, അവ നിറഞ്ഞു ചെവിക്കുറ്റിക്കലേക്ക് ഒഴുകി.

കുഞ്ഞിന്റെമേൽ കണ്ണയച്ചുകൊണ്ട് നമ്പ്യാർ വിളിച്ചു: "മാർഗററ്റ്!"

അത്രയും മൃദുലമായ ഒരു സ്വരം അയാളിൽനിന്ന് അവൾ പ്രതീക്ഷിച്ചിരുന്നില്ല.

"ഓ..."

"എന്തുവേണം?"

ഒന്നുംവേണ്ടാ എന്നർത്ഥത്തിൽ അവൾ തലയിളക്കി.

നിശ്ശബ്ദമായ അരമണിക്കൂർകൂടി കഴിഞ്ഞു. അയാൾ പുറത്തേക്കു കടന്നു സൈക്കിളെടുത്ത് ഓടിച്ചുപോയി.

പിന്നീട്, പലപ്പോഴും അയാൾ അവിടെ വരും; കുറെനേരം ഇരിക്കും തിരിച്ചുപോരും. ഒന്നും ചോദിച്ചില്ല; ഒന്നും പറഞ്ഞതുമില്ല. അങ്ങനെ, മാസം രണ്ടുകഴിഞ്ഞു. കിളി പാറിപ്പോകുംപോലെ അത്ര വേഗത്തിലാണ് അതു കഴിഞ്ഞതെന്ന് മാർഗററ്റിനു തോന്നി - കൂവുന്ന കിളിയല്ല, കുറുകുന്ന കിളി.

ദൂരെയുള്ള ഉരുളക്കിഴങ്ങുപാടങ്ങളിൽനിന്നു മുള്ളുതാഴ്ത്തുന്നതിന്റേയും നിലം പരത്തുന്നതിന്റേയും ബഹളം കേൾക്കാം. മാർഗററ്റ് ജാലകത്തിനടുക്കെ ചെന്നിരുന്നു. അവളുടെ കുഞ്ഞ് അടുത്തുതന്നെ കിടന്നു കൈകാൽ കുടഞ്ഞു കളിക്കുകയാണ്. അവളുടെ മിഴികൾ കൂടക്കൂടെ അവന്റെ അടുത്തേക്കു പാഞ്ഞു. കുഞ്ഞിനൊരു ഉടുപ്പു തുന്നുകയാണ്. ആ വീടു തികച്ചും നിശ്ശബ്ദം. അയൽപക്കക്കാരായ അലക്കുകാരുടെ വീടുകളിൽനിന്നു തുണി തല്ലി വെളുപ്പിക്കുന്നതിന്റെ ശബ്ദം കൂടക്കൂടെ കേട്ടു. അവളും സ്വന്തം മനസ്സിനെ ഏതോ വിചാരങ്ങളിലിട്ട് അലക്കുകയാണ്.

പെട്ടെന്നാണ് നമ്പ്യാർ മുറിയിലേക്കു കടന്നുവന്നത്. മാർഗററ്റ് അല്പം അമ്പരക്കാതിരുന്നില്ല. അയാൾ ആ കുഞ്ഞു കിടക്കുന്നേടത്തു ചെന്നു താടിയുഴിഞ്ഞുകൊണ്ടു നിന്നു. ആ മുഖം നീങ്ങുന്നതിനനുസരിച്ച് ചുമരിൽ വെളിച്ചം നിറഞ്ഞ രണ്ടു ചതുരക്കണ്ണുകൾ നീങ്ങുന്നത് മാർഗററ്റ് സൂക്ഷിച്ചു. കണ്ണടയുടെ ആ പ്രതിഫലനത്തിൽ എന്തോ സവിശേഷതയുള്ളപോലെ മാർഗററ്റിന്നു തോന്നി.

"ഇരിക്കൂ." - അവൾ കസേല നീക്കിയിട്ടു.

അയാൾ അമർന്നിരുന്നു.

"മാർഗററ്റ്!"

"ഓ..." അവൾ തുന്നൽസാമാനത്തിൽനിന്ന് കണ്ണുയർത്തി. അവൾ എന്തോ പ്രതീക്ഷിക്കുന്നു. പക്ഷേ, നമ്പ്യാർ നിശ്ശബ്ദനായിരുന്നതേ ഉള്ളൂ.

മിണ്ടാത്തതെന്തെന്ന് അവൾ ചോദിച്ചില്ല. കുഞ്ഞ് അപ്പോഴും കൈകാൽ കുടഞ്ഞു കളിക്കുകയാണ്. നിഷ്കളങ്കങ്ങളായ ആ കണ്ണുകൾ ഈ പുതിയ പ്രപഞ്ചത്തിന്റെ നേരെ അദ്ഭുതപ്പെട്ടുകൊണ്ടു നോക്കുകയാണ്.

"മാർഗററ്റ്!" വീണ്ടും ആ വിളി.

അവൾ വീണ്ടും നിശ്ശബ്ദമായി മുഖമുയർത്തി. പക്ഷേ, ആ കണ്ണുകൾ ചോദ്യങ്ങളെക്കൊണ്ടു നിറഞ്ഞിരുന്നു.

"മാർഗററ്റിന് എന്നെ കല്യാണം കഴിക്കാമോ? മറുപടി പറയൂ."

അത് അവിചാരിതമായിരുന്നു. എന്തും അയാൾ ചോദിക്കാം. തന്നെ ഉപയോഗപ്പെടുത്താൻപോലും ഇച്ഛിച്ചേക്കാം. പക്ഷേ, കല്യാണം? അല്പമൊരു ഉൾക്കിടിലമുണ്ടാക്കി. തുടുത്ത ആ മുഖത്തും കറുത്ത താടിയിലും അവളുടെ കണ്ണുകൾ തെരുതെരുന്നനെ പാറിക്കളിച്ചു. അത് ഒരു പുഷ്പവൃഷ്ടിപോലെയായിരുന്നു.

ഏതാണ് ഈ മനുഷ്യൻ? ഇന്നും അവൾക്കത് ഒരു ചോദ്യമാണ്. കറുത്ത താടിയും തുടുത്ത മുഖവുംകൂടി ഒരാളുടെ മേൽവിലാസമാവില്ല.

"മാർഗററ്റ്, പറയൂ." നമ്പ്യാർ തിരക്കി. അതു പറഞ്ഞുകിട്ടിയിട്ടുവേണം അയാൾക്ക് അപ്പോഴത്തെ വണ്ടിക്കു പോകാനെന്നു തോന്നും. ആ മുഖം കൂടുതൽ തുടുത്തിരുന്നു; കണ്ണുകൾ എപ്പോഴത്തേക്കാളുമധികം തീക്ഷ്ണമായിരുന്നു. ആ ചതുരക്കണ്ണടയുടെ പ്രതിഫലനങ്ങൾ ഇപ്പോൾ അവളുടെ മുഖത്തും മേലും പാറുകയാണ്.

"മാർഗററ്റ്, എന്താ സമ്മതമല്ലേ?"

"സമ്മതമാണ്." അവൾ മന്ത്രിക്കുംപോലെ പറഞ്ഞു. "പക്ഷേ,..."

"പക്ഷേ?" നമ്പ്യാർ ചോദിച്ചു.

"ഞാൻ ഒരമ്മയായി. പിന്നെ ഞങ്ങൾ, ആംഗ്ലോ-ഇന്ത്യാക്കാർ..."

"ഓ. ആ കഥ കളയൂ. പക്ഷേ, ഒരു കാര്യം ചെയ്യണം."

"എന്താ?" നന്നേ മൃദുലമായിരുന്നു അവളുടെ ശബ്ദം.

"മാർഗററ്റ്, പേരുമാറ്റണം; സാധിക്കുമോ?" യജമാനൻ ഭൃത്യനോടു പറയുന്ന സ്വരമായിരുന്നു അത്.

"പേരോ?"

"അതെ, ഇനിമേലിൽ നീ മാർഗററ്റല്ല."

"പിന്നെ?"

"ലക്ഷ്മി... എന്ത്?... ലക്ഷ്മി എന്നാണ് നിന്റെ പേര്. മനസ്സിലായോ ലക്ഷ്മീ."

ആ പുതിയ പേരുച്ചരിച്ചപ്പോൾ അയാൾ വിറയ്ക്കുന്നതുപോലെ തോന്നി. കണ്ഠത്തിനൊരിടറലുണ്ടോ?

"ലക്ഷ്മി, മനസ്സിലായോ?"

"ഉം."

"സമ്മതമല്ലേ?"

"ഒരു പേരിലെന്താണ്?"

"മാറ്റണം."

"ശരി."

ഇരുവരും നിശ്ശബ്ദരായിരുന്നു. എത്രനേരം ആ വിധം ഇരുന്നുവെന്നു പറയാൻ വയ്യ. വികാരങ്ങൾക്കു പിമ്പേ വികാരങ്ങൾ ചിലയ്ക്കുകയും തുള്ളിച്ചാടുകയും ചെയ്യുന്ന മനസ്സ്. പക്ഷേ, എല്ലാം അവസാനിക്കുന്നു. അവരും ആറിത്തണുക്കുകയാണ്. ഒക്കെ ഏറ്റുകഴിഞ്ഞു. "ഇനി ഒന്നും മാറ്റാൻ വയ്യേ?" എന്ന് അയാൾ തന്നോടുതന്നെ ചോദിച്ചു. എന്തിനേ അത്ര പെട്ടെന്നു തലകൊടുത്തത്? അത് ഇളക്കിമറിക്കുന്ന സന്ദർഭമായിരുന്നു. ആണിവേരുകൂടി ഇളകി.

പെട്ടെന്നു കുട്ടി കരഞ്ഞു. അവൾ അവന്റെ അടുത്തേക്കു നീങ്ങി.

"ലക്ഷ്മീ, പുറപ്പെടൂ." നമ്പ്യാർ എഴുന്നേറ്റുകൊണ്ട് പറഞ്ഞു.

നാല്

നല്ല നിലാവുള്ള ഒരു രാത്രിയിൽ ആ രണ്ടുനിലക്കെട്ടിടത്തിനു മുമ്പിൽ നീലമിഴികളും ചെമ്പിച്ച തലമുടിയുമുള്ള ഒരു കുട്ടി, ഒരിളമാനിനെപ്പോലെ, തുള്ളിക്കളിക്കയായിരുന്നു. അതുനോക്കി രസിക്കയാണ് അടുത്തു നിൽക്കുന്ന സ്ത്രീയും പുരുഷനും. അവർ ആ കുഞ്ഞിനെ നോക്കി; പിന്നെ, പരസ്പരം നോക്കി.

"ലക്ഷ്മീ, ആ ഏരി നോക്കൂ. വേണമെങ്കിൽ അങ്ങോട്ടു പോകാം." അയാൾ പതുക്കെ ഒന്നു ചിരിച്ചു.

"അത് ആ പാവപ്പെട്ട മാർഗററ്റേ ചെയ്യൂ. ലക്ഷ്മി അങ്ങനെയാണോ?" അവൾ പരിഹാസപൂർവം പൊട്ടിപ്പൊട്ടിച്ചിരിച്ചു. അയാൾക്കതു പിടിച്ചില്ല. നിശ്ശബ്ദനായി നിന്നതേയുള്ളൂ.

"ഇനിമേൽ നീ മാർഗററ്റല്ല." അവൾ അയാളുടെ സ്വരം അനുകരിച്ചു. "ലക്ഷ്മിയാണ്, ലക്ഷ്മി... ഏതാണപ്പാ ഇങ്ങനെയൊരു ലക്ഷ്മി!"

"ലക്ഷ്മീ!" നമ്പ്യാരുടെ ശബ്ദം മുഴങ്ങി. ആ കണ്ണുകൾ വാൾത്തലപ്പു പോലെ മിന്നി. ചുണ്ടുകൾ മുറുകിക്കൂടി. അയാൾ താടി പതുക്കെപ്പതുക്കെ തടവി. ആ പഴയ നിഗൂഢമായ മനുഷ്യനെ മാർഗററ്റ് ഒരിക്കൽകൂടി കണ്ടു. ഒരു നേർത്ത ചൂട് അവളുടെ ഉള്ളിൽ വ്യാപിക്കുകയും ചെയ്തു.

പള്ളങ്ങളിലേക്കു മൂടൽമഞ്ഞ് ഊർന്നിറങ്ങുകയായിരുന്നു.

■

ഒരു പറ കണ്ണുനീർ

ശങ്കുമ്മാൻ മരിക്കാൻ കിടക്കുകയാണ് – ഈ വർത്തമാനം എന്നോട് ആരാണു പറഞ്ഞതെന്ന് ഓർമ്മയില്ല. തികച്ചും അവിശ്വസനീയമായി ത്തോന്നി ആ വാർത്ത. മരിക്കേണ്ട പ്രായമാകാഞ്ഞിട്ടല്ല; മരിച്ചാൽ ലോക ത്തിനു വമ്പിച്ചൊരു നഷ്ടമാണെന്നു വച്ചിട്ടുമല്ല. പക്ഷേ, ശങ്കുമ്മാനും ഒരു ദിവസം മരിക്കുമെന്ന ഒരു ധാരണ അതേവരെ എനിക്കുണ്ടായിരു ന്നില്ല. അദ്ദേഹം ജീവിച്ചിരിക്കുമെങ്കിൽ ഒരമർഷമെങ്കിലും വച്ചുകൊണ്ടി രിക്കാം. അദ്ദേഹത്തിന്റെ പോക്ക് എന്റെ ജീവിതത്തിനു ഒരടിസ്ഥാനമി ല്ലാതാക്കുകയാണ്. അതൊരു നീണ്ട കഥയാണ്.

പത്തുവയസ്സുള്ളപ്പോഴാണ് ഞാൻ ശങ്കുമ്മാനെ ആദ്യമായി കണ്ടത്. അതിനുമുമ്പുതന്നെ കണ്ടിട്ടുണ്ടോ? ഓർമ്മയില്ല. അന്ന് സ്കൂളിൽനിന്ന് മടങ്ങുകയായിരുന്നു. സ്ലേയ്റ്റും പുസ്തകവും കിഴിഞ്ഞുപോകുന്ന കാലു റയും താങ്ങിപ്പിടിച്ചുകൊണ്ട് ഞാൻ ഓടുകയാണ്. ഇരുഭാഗത്തും നെല്ലു കൾ വളർന്നുനില്ക്കുന്നു. പാടത്തെ വരമ്പുകൾ ഇടനാഴികളെപ്പോലെ യിരിക്കുന്നു. ഓടുന്നതിനിടയ്ക്ക് ഓരോ കതിർ ഊരി കൊറിക്കുകയും ചെയ്യാം. അലയിളക്കിക്കൊണ്ടു പരന്നുകിടക്കുന്ന ആ നെല്പാടങ്ങൾക്കു മീതെ ഒരു കൊച്ചു തല ഒഴുകിപ്പോവുകയാണെന്നേ ദൂരെ നില്ക്കുന്ന വർക്കു തോന്നിയിട്ടുണ്ടാവുള്ളൂ.

വീട്ടിൽ എന്നെക്കാത്തുകൊണ്ട് കുറച്ചു ചായയും പലഹാരവും ഇരി ക്കുന്നുണ്ടാവും എന്ന ആലോചന ഓട്ടത്തിന് ഊക്കുകൂട്ടി. അഥവാ, അന്നത്തെ സാധാരണ നിലവാരം ഓടലാണ്. നടക്കുമ്പോൾ പലപ്പോഴും ഞാൻ മറിഞ്ഞുവീഴും.

പെട്ടെന്നാണ് പറമ്പിൽനിന്ന് ആ വിളി കേട്ടത്. “നില്ക്ക്... നില്ക്ക്... ആ... ആ... എന്താ ഇയാളുടെ പേര്... ശരി. കുട്ടൻ... കുട്ടാ... കുട്ടാ...?”

ഞാൻ നിന്നു. തിരിഞ്ഞുനോക്കിയപ്പോൾ കണ്ടത് പുളിമുട്ടിപോലെ കറുത്തു കനത്തു കുറുതായ ഒരു ശരീരം, അതിനുമേൽ ചെറിയൊരു തല. ആ തലയുടെ തുഞ്ചത്ത് ഒരുറുപ്പികവട്ടത്തിൽ ആമക്കുപ്പിക്ക് ചകിരി ത്തുമ്പുകൊണ്ട് അടച്ചിട്ടതുപോലുള്ള വെളുത്ത മൂന്നുനാലു രോമങ്ങളും. ചുളിവീണു തൂങ്ങിയ കൺപോളകൾക്കുള്ളിൽ നിർവികാരമായ രണ്ടു

കൃഷ്ണമണികൾ അനങ്ങിയിരുന്നത് അന്നു ഞാൻ സൂക്ഷിച്ചിട്ടില്ല. കാതുകളിൽ തൂങ്ങിയാടിക്കളിക്കുന്ന അരഡസൻ മോതിരക്കടുക്കനും എന്റെ ദൃഷ്ടിയിൽ പെട്ടില്ല. നെറ്റിയിലെ ആ വലിയ ചന്ദനപ്പൊട്ട്, നീലാകാശത്തിൽ ഉദിച്ചുയർന്ന പൂർണ്ണചന്ദ്രനെപ്പോലെ, എന്റെ ശ്രദ്ധയെ ആകർഷിച്ചിരുന്നു. അത്രയും വലിയ ഒരു ചന്ദനപ്പൊട്ടു ഞാൻ അതേവരെക്കണ്ടിട്ടുണ്ടായിരുന്നില്ല.

'ഇങ്ങട്ട് വര്വാ, താൻ അങ്ങനെ ഓടിപ്പോയാൽ പറ്റില്ലല്ലോ..." എന്ന് 'എട്ടരക്കട്ട' ശ്രുതിയിലുള്ള അദ്ദേഹത്തിന്റെ ക്ഷണത്തിൽ അടുപ്പത്തിന്റേയോ ആകാംക്ഷയുടേയോ ആയ എന്തോ ഉണ്ടായിരുന്നു.

ഞാൻ പുസ്തകവും കിഴിഞ്ഞുപോകുന്ന കാലുറയും താങ്ങിപ്പിടിച്ചുകൊണ്ടങ്ങനെ നിന്നു.

"തനിക്കെന്നെ അറിയില്ലേ? ഞാൻ തന്റെ ഒരാളാണെടോ." എനിക്കൊന്നും മറുപടി പറയാനുണ്ടായിരുന്നില്ല.

"എന്റെ അച്ഛന്റെ മരുമകനാണ് താൻ, അറിയോ?" എന്നെ ഊന്നിനോക്കി തന്റെ കുറ്റിപ്പല്ലുകൾ വെളിക്കുകാട്ടി. എന്നിട്ട്, കുടവയർ വാത്സല്യപൂർവം തടവിക്കൊണ്ട് ഒന്നു കുലുങ്ങി ചിരിക്കുകയും ചെയ്തു. അപ്പോൾ അദ്ദേഹത്തിന്റെ വിരലിൽ ഉലക്കച്ചിറ്റുപോലെ പറ്റിക്കിടന്നിരുന്ന ഉരുളൻ മോതിരം ഞാൻ കണ്ടു. ആ വിരലുകളും ആ മോതിരവും... ഹൗ, പേടി തോന്നും. ആ വിരൽ എന്റെ മുത്തശ്ശി മുറുക്കാൻ ഇടിക്കുന്ന ഉലക്കയോളമുണ്ട്.

"തനിക്ക് മനസ്സിലായില്ല, ഉവ്വോ?" വീണ്ടും കുലുങ്ങിച്ചിരിച്ചുകൊണ്ട് അദ്ദേഹം തുടർന്നു: "എന്റെ അച്ഛനാണു തന്റെ കുടുംബത്തിലെ സ്വത്തൊക്കെ സമ്പാദിച്ചത്. എന്റെ അച്ഛൻ – എന്തൊരാളായിരുന്നെന്നോ. ഇതാ, ഇവിടെ നിന്നാൽ അവിടെ തൊടും." അദ്ദേഹം ആകാശത്തേക്ക് വിരൽ ചൂണ്ടിക്കാട്ടുകയും ചെയ്തു. ആകാശം മുട്ടുന്ന ആ വലിയമ്മാമനെ അറിയില്ല എന്നു ഞാൻ പറഞ്ഞില്ല. എനിക്ക് ഒന്നും പറയാൻ വയ്യായിരുന്നു. ഒരു ഉരുളൻ കരിമ്പാറ മുമ്പിൽനിന്ന് കുലുങ്ങിച്ചിരിക്കുകയും വാത്സല്യസൂചകമായി ഓരോന്ന് സംസാരിക്കുകയും ചെയ്യുമ്പോൾ ഞാൻ എന്തു മറുപടി പറയാനാണ്. ഓർക്കണേ, എനിക്കന്ന് പത്തു വയസ്സാണ് – വെറും പത്തുവയസ്സ്.

അദ്ദേഹം എവിടെനിന്ന് എന്റെ മുമ്പിൽ ചാടിവീണു; എന്തിന് എന്റെ പേർ വിളിച്ചു; എന്തിനെന്നെ അനങ്ങാതെ നിർത്തി? ഓ! എന്റെ കഷ്ടപ്പാട്.

"ഏതു ക്ലാസിലാ പഠിക്കുന്നത്?" അദ്ദേഹം ചോദിച്ചു.

"നാലാം ക്ലാസിൽ."

"നല്ലവണ്ണം പഠിക്ക്വോ?"

"ഉം."

"പഠിക്കണം. പഠിച്ചിട്ട് ഒരു വക്കീലാവണം. വക്കീൽമാർക്കാണ് ഇക്കാലത്ത് സമ്പാദ്യമൊക്കെ. നല്ല ലാപ്പോയിന്ററിയുന്ന വക്കീലായാൽ."

പിന്നെ ഞാൻ ശ്രദ്ധിച്ചില്ല. വക്കീൽ എന്ന ജീവിയെ അന്നെനിക്കു വെറുപ്പായിരുന്നു. അതു കടവാതിൽപോലെയുള്ള എന്തോ ഒന്നാണെന്നായിരുന്നു എന്റെ ധാരണ. അമ്പലമുറ്റത്തെ ആലിന്മേൽ കടവാതിലുകൾ ധാരാളമായി തൂങ്ങിനില്ക്കുന്നതു ഞാൻ കണ്ടിട്ടുണ്ട്. കിഴവൻ അങ്ങനെ ആശംസിച്ചപ്പോൾ ഞാൻ ഉള്ളിൽത്തട്ടി പ്രാർത്ഥിച്ചു. "എന്റെ ഭഗവതീ, എന്നെ വക്കീലാക്കിത്തീർക്കല്ലേ... ഞാൻ ഇനി ഒരു പാപവും ചെയ്യില്ലേ..." കിഴവൻ വീണ്ടും സംഭാഷണം ആരംഭിച്ചു. "അപ്പോഴേയ് കുട്ടാ, ഇപ്പോ ചെന്നാൽ കാപ്പി ഉണ്ടാവോ?"

"ഉം."

"പലഹാരമുണ്ടാവോ?"

"ഉം."

"ഹെ! രണ്ടുനേരവും പലഹാരമുണ്ടാവോ?"

"ഉം."

"ഇതിനൊക്കെ നമുക്കു വകയുണ്ടോ?"

വകയുണ്ടോ? ആർക്കാണ് നിശ്ചയം. ഓർക്കണെ, അന്നു പത്തു വയസ്സാണ്.

"ഒന്നും തുമ്പില്ലാതെ ചെലവാക്കരുത്. ഒരു ചില്ലി തുമ്പില്ലാതെ ചെലവാക്കിയാൽ സ്വർഗ്ഗത്തിൽ ചെന്നാൽ ഒരു പറ കണ്ണീരുവീഴ്ത്തേണ്ടിവരും."

ആ പ്രസ്താവന എനിക്കു പേടിയുണ്ടാക്കി. ഞാൻ ആലോചിച്ചു നോക്കി. എത്ര കാശു വെറുതെ കളഞ്ഞിട്ടുണ്ടെന്ന്. അരയണയ്ക്കു മൂന്നു സ്ലേയിറ്റുപെൻസിൽ വാങ്ങി, സഹപാഠികളുടെ മുമ്പിൽ ഒരു പവറു കിട്ടാൻവേണ്ടി മാത്രം, മൂന്നും ഒപ്പം പൊട്ടിച്ചിട്ടുണ്ട്. അരയണയ്ക്ക് ആറു ചില്ലി. ആറു പറ കണ്ണുനീര്!

പിന്നെ ഒരു റബ്ബർപന്തു മേടിച്ച് ഒന്നരയണ മുടിച്ചിട്ടുണ്ട്. പന്ത്രണ്ടും ആറും പതിനെട്ടുപറ കണ്ണുനീര്. പിന്നെ ഞാൻ കണക്കു കൂട്ടിയില്ല. എനിക്ക് പേടിയായിരുന്നു. അങ്ങനെ ആലോചിച്ചുനിന്നു. സ്വർഗ്ഗത്തിന്റെ നടുക്കുകൂടി ഒരു പുഴ ഒഴുകുകയാണ്. ആരുടെയെല്ലാം കണ്ണുനീരാണത്? ബാലനും പന്തു മേടിച്ചിട്ടുണ്ട്. ഔസേപ്പും സ്ലേയ്റ്റുപെൻസിൽ പൊട്ടിച്ചു പവറു കാട്ടിയിട്ടുണ്ട്. മരക്കാരുട്ടി ഉമ്മയോടു കലഹിച്ച് അവരുടെ കസവുതട്ടൻ സ്വകാര്യത്തിൽ കീറിവച്ച കഥ എന്നോടു പറഞ്ഞിട്ടുണ്ട്. അവരുടെ ഒക്കെ കണ്ണുനീർ ആ പുഴയിലുണ്ടാവുമെന്നാലോചിച്ചപ്പോൾ എനിക്ക് ആശ്വാസം തോന്നി. പക്ഷേ, ചിന്നമ്മുവിന്റെ കണ്ണുനീർ ഉണ്ടാവുമോ? പെൺകുട്ടികൾ എപ്പോഴെങ്കിലും കാശു ചെലവാക്കുമോ?

–ഉവ്വ്. കർപ്പൂരത്തിന്റെ മണം കേൾക്കാൻവേണ്ടി ഒരു കുടയുടെ കൊമ്പുപിടി കത്തിച്ചുകളഞ്ഞിട്ടുണ്ട്. ഓ! ചിന്നമ്മുവിന്റെ കണ്ണുനീരും ഈ പുഴയിലുണ്ടാകുമോ? ആ വിചാരം എന്നെ അസ്വസ്ഥനാക്കി.

ശങ്കുമ്മാൻ അപ്പോഴും സംസാരിക്കുകയായിരുന്നു. അദ്ദേഹം എന്നോടു ചോദിച്ചു:

“അവിടെ ഇപ്പോൾ എത്രപറ നെല്ലുകിട്ടും?”

“അറിയില്ല.”

“അറിയണ്ടേ? കുറച്ചുകഴിഞ്ഞാൽ അതൊക്കെ അറിയേണ്ടിവരും.” ആ ഉപദേശം അങ്ങനെ നീണ്ടുപോയി. വീട്ടിലിരിക്കുന്ന പലഹാരവും സ്വർഗ്ഗത്തിലൂടെ ഒഴുകുന്ന കണ്ണീർപുഴയും മാറിമാറി എന്റെ മനസ്സിൽ നിഴലിച്ചു.

“അച്ഛൻ കാശു തരാറില്ലേ?”

“ഉവ്വ്.”

“അതൊക്കെ എന്തു ചെയ്യും?” അദ്ദേഹം വീണ്ടും വീണ്ടും ചോദിച്ചു. ‘ഭഗവാനേ, എന്നെ രക്ഷപ്പെടുത്തണേ’ എന്നുമാത്രം പ്രാർത്ഥിച്ചുകൊണ്ട് ഞാൻ മിണ്ടാതെ നിന്നു.

ഒടുവിൽ ആ സംഭാഷണം ഒരുപദേശത്തിൽ ചെന്നവസാനിച്ചു. “ഒരു സിഗരറ്റുപാട്ട വിളക്കി ഒരു ഭണ്ഡാരപ്പെട്ടിയുണ്ടാക്കൂ. അച്ഛൻ തരുന്ന കാശൊക്കെ അതിലിട്ട് വയ്ക്കണം. ഒരിക്കലും തിരിച്ചെടുക്കരുത്. കേൾക്കുന്നുണ്ടോ?”

“ഉം.”

“കൂടക്കൂടെ വരണം, കേട്ടോ. താൻ എന്റെ അച്ഛന്റെ മരുമകനാണ്. എനിക്ക് നിങ്ങളുടെ കാര്യത്തിലൊക്കെ വലിയ ശ്രദ്ധയാണ്... ദാ, പിന്നേയ് ഭണ്ഡാരപ്പെട്ടിയുടെ കാര്യം മറക്കരുത്.”

“ഉം.”

അങ്ങനെ അന്നു ഞാൻ രക്ഷപ്പെട്ടു. അപ്പോൾ ശങ്കുമ്മാമനോട് എനിക്ക് ഇഷ്ടമോ വെറുപ്പോ ഉണ്ടായതെന്ന് പറയാൻ വയ്യ. ശിരസ്സിലെ കുറ്റിരോമങ്ങളും ആ വലിയ ചന്ദനപ്പൊട്ടും എന്റെ ഓർമ്മയിൽ തങ്ങി നിന്നു.

അന്നു രാത്രി എന്റെ അമ്മയും സമ്മതിച്ചു. ശങ്കുമ്മാൻ ഞങ്ങളുടെ ഒരു വലിയമ്മാമന്റെ മകനാണെന്നും ആ വലിയമ്മാമൻ വളരെ സ്വത്ത് സമ്പാദിച്ചിരുന്നുവെന്നും പിന്നീട് വന്ന കാരണവന്മാർ ആവുന്നതും പരിശ്രമിച്ച് അതൊക്കെ മുടിച്ചുവെന്നും.

അന്നു മുതൽക്ക് ശങ്കുമ്മാനോട് എനിക്ക് ഒരു ബന്ധമുണ്ടായി. അത് അകൽച്ചയോ അടുപ്പമോ?

ദിവസങ്ങളും മാസങ്ങളും വർഷങ്ങളും അങ്ങനെ കടന്നുപോയി. അതിനിടയിൽ ശങ്കുമ്മാൻ പലപ്പോഴും എന്നെ വിളിച്ചു കുശലം ചോദിച്ചിട്ടുണ്ട്. ഓരോരിക്കലും ഈ ചോദ്യം ആവർത്തിക്കാതിരുന്നില്ല.

"അവിടെ ഇപ്പോൾ എത്ര പറ നെല്ല് കിട്ടും?"

"അറിയില്ല."

"നാളേക്കുള്ള കുട്ടികൾ അതൊക്കെ അറിയണ്ടേ?"

പന്തുകളി മുതൽ അടികലശൽവരെ പലതും നടത്താനുള്ളപ്പോൾ ഒരാൾ എന്തിന് ഈ നെല്ലിന്റെ കണക്കു കൂട്ടിയിരിക്കണം. ഞാൻ നിശ്ശബ്ദനായിനിന്നു. പിന്നെ കാണുമ്പോഴെല്ലാം അദ്ദേഹം എന്റെ വീട്ടിലെ നെല്ലിനെപ്പറ്റിയും എന്റെ ഭണ്ഡാരപ്പെട്ടിയിലെ പണത്തെപ്പറ്റിയും ചോദിക്കപതിവായിരുന്നു. എന്റെ ഈടുവെപ്പിനെ സംബന്ധിച്ച് അപ്പപ്പോഴത്തെ സരസ്വതീവിലാസത്തിനനുസരിച്ച് ഒരു തുക ഞാൻ പറയുകയും ചെയ്തു. ഒരിക്കൽ ഒരബദ്ധം പറ്റി. മൂന്നര ഉറുപ്പിക ഉണ്ടെന്നു പറഞ്ഞിട്ട് ഒരാഴ്ച കഴിഞ്ഞപ്പോൾ രണ്ടുറുപ്പികയും ചില്വാനവുമേയുള്ളൂവെന്ന് പറഞ്ഞുപോയി. ശങ്കുമ്മാനു ശുണ്ഠിവന്നു. "എന്ത് കഴിഞ്ഞാഴ്ച മൂന്നര ഉറുപ്പിക ഉണ്ടായിരുന്നല്ലോ. നീ എന്റെ അച്ഛന്റെ മരുമകനാ. അതുകൊണ്ട് പറയ്വാ. ഒരു ചില്ലി ദുശ്ചെലവുചെയ്താൽ സ്വർഗ്ഗത്തിൽ ചെന്നാൽ ഒരു പറ കണ്ണീർ വീഴ്ത്തേണ്ടിവരും. ഹാ! ഓർമ്മയിലുന്നോട്ടെ..."

ശങ്കുമ്മാന്റെ ഇത്തരം ഉപദേശങ്ങൾക്കു ഞാൻ മാത്രമല്ല, അയൽപക്കക്കാരായ എല്ലാ യുവാക്കളും വിധേയരായിരുന്നുവെന്ന് പിന്നീട് എനിക്കു മനസ്സിലായി. എന്നിട്ടും ശങ്കുമ്മാൻ വിളിച്ചാൽ ഞാൻ, വിമ്മിട്ടപ്പെട്ടുകൊണ്ടാണെങ്കിലും ചെല്ലാറുണ്ട്.

അദ്ഭുതം തോന്നുന്നു. പിന്നെയും രണ്ടരക്കൊല്ലം കഴിഞ്ഞിട്ടാണ് ചിന്നമ്മു ശങ്കുമ്മാന്റെ പൗത്രിയാണെന്ന് എനിക്കു മനസ്സിലായത്.

"നേരോ? ചിന്നമ്മുവിന്റെ മുത്തച്ഛനാണോ?" ഞാൻ ചോദിച്ചു.

"അതെ. മുത്തച്ഛനുമായി പടിവരമ്പത്തുനിന്നു വർത്തമാനം പറയുന്നതു ഞാൻ കാണാറുണ്ട്."

"മുത്തച്ഛനു ചിന്നമ്മുവിനെ ഇഷ്ടമാണോ?"

"അതെ. അമ്മ മരിച്ചതിനുശേഷം എനിക്കും ഏട്ടനും അദ്ദേഹവുമല്ലാതെ പിന്നെ ആരാണാള്?"

"കാശൊക്കെ തര്വോ?"

"ഉ-ം. ഉ-ം." അവൾ തലയാട്ടിക്കൊണ്ടു തുടർന്നു. "കാശ് വെറുതെ ചെലവിട്ടാൽ സ്വർഗ്ഗത്തിൽ ഒരു പറ കണ്ണുനീര് വീഴ്ത്തേണ്ടിവരുംപോലും. എന്തു ചോദിച്ചാലും മുത്തച്ഛൻ അതു പറയും."

"എന്നാലും ചിന്നമ്മുവിന്റെ ഇഷ്ടമാണ്, അല്ലേ?"

"അതെ."

"ആ വീടൊക്കെ ആരുണ്ടാക്കിയതാ."

"മുത്തച്ഛൻ. അതൊക്കെ എനിക്കുള്ളതാ." അവൾ സ്വല്പം അഭിമാനം കലർന്ന സ്വരത്തിൽ പറഞ്ഞു: "മുത്തച്ഛൻ അതു ചുരുങ്ങിയ വിലയ്ക്ക് മേൽ ചാർത്തു വാങ്ങിയതാത്രെ. മുമ്പ് അവിടെ ഒരു മാപ്പിള ക്കുടിയായിരുന്നു. ആ മാപ്പിളമാര് വച്ചുണ്ടാക്കിയതാണത്രെ ആ തെങ്ങിൻതയ്യും പ്ലാവും മാവും ഒക്കെ. പത്തൊമ്പതാളുണ്ടായിരുന്നു പോൽ. അവരെ കുടിയിറക്കിയതിന്റെ ശാപംകൊണ്ടാണത്രെ അമ്മ മരിച്ചത്. പണിക്കര് രാശിവച്ചു പറഞ്ഞതാ. ഒടുവിൽ മുത്തച്ഛൻ പ്രായശ്ചിത്തം ചെയ്തു."

"ആ കുടുംബം എവിടെപ്പോയി?"

"ഒക്കെ തെണ്ടിപ്പെറുക്കിപ്പോയി."

"മുത്തച്ഛന്റെ കൈയില് കുറെ കാശുണ്ടോ?"

"കുറെ കാശുണ്ട്. അതൊക്കെ മുത്തച്ഛൻ മുകളിലെ തെക്കെ അറയിൽവച്ചു പൂട്ടും. രണ്ടു പെട്ടി നിറച്ചും ഉണ്ട്. ദിവസൂം വൈകുന്നേരം മുത്തച്ഛൻ ആ മുറിയിൽ കടന്ന് വാതിലടച്ച് അതൊക്കെ എണ്ണിനോക്കും..."

"ദിവസൂം?"

"ദിവസൂം. എന്നേം ഏട്ടനേം ആ മുറിയിലേക്ക് കടക്കാനേ സമ്മതിക്കില്ല. നാമം ജപിക്കാൻ പോവ്വ്വാന്നാ പറയ്വാ, മുത്തച്ഛൻ. പക്ഷേ, ഞാൻ ഒളിഞ്ഞുനോക്കികണ്ടുപിടിച്ചിട്ടുണ്ട്, പണം എണ്ണുന്നത്."

"എവിടുന്നേ ഇത്രയൊക്കെ പണം ഉണ്ടായത്?"

"നെല്ലും പണവും ഒക്കെ പലിശയ്ക്കു കൊടുത്തിട്ട്."

"ചിന്നമ്മൂന്റെ ചേട്ടന് ഇതൊക്കെ അറിയോ?"

"അറിയും. ഏട്ടൻ എന്നോടു പറഞ്ഞിട്ടുണ്ട്."

"ഏട്ടനെ ആരാ കോളേജിൽ പറഞ്ഞയച്ചത്?"

"മുത്തച്ഛൻ; ഏട്ടനെ വക്കീലാക്കുംത്രെ."

"ചിന്നമ്മുവിനേം വക്കീലാക്കോ?"

"ഇല്ല. പെൺകുട്ടികള് വക്കീലാവില്ലാത്രെ."

"ചിന്നമ്മൂന് വക്കീലാവണം എന്നുണ്ടോ?"

"ഇല്ല. ഞാൻ ഏഡ്മിസ്ട്രസ്സാവും. കുട്ടൻ എന്താണാവ്വാ?"

"ഞാനോ?... ഞാൻ... ഞാൻ എന്തെങ്കിലും ആവും."

"എന്നാലും."

"ഞാൻ സബ്ബ് ഇൻസ്പെക്ടരാവും."

"അപ്പൊ ഹാറ്റൊക്കെ വെയ്ക്കോ?"

“ഉവ്വ്.”

അങ്ങനെ ഭാവിയിലെ ഹെഡ്മിസ്ട്രസ്സും സബ്ഇൻസ്പെക്ടറുംകൂടി ഓരോന്നു പറഞ്ഞുകൊണ്ട് നടന്നുപോയി.

സ്കൂൾ വിട്ടുവരുമ്പോൾ അത്തരം പല കഥകളും ചിന്നമ്മുവും ഞാനുംകൂടി പറയാറുണ്ട്. ഈ സംഭാഷണത്തിനുശേഷം ഞാനവളെ പരിഹസിക്കുന്നത് ‘ഹെഡ്മിസ്ട്രസ്സേ’ എന്നു വിളിച്ചിട്ടാണ്. ഉടനെ അവൾ എന്നെ ‘സബ്ഇൻസ്പെക്ടറേ’ എന്നും വിളിക്കും.

അങ്ങനെ കാലം നീങ്ങി. വിതയും കൊയ്ത്തും നടന്നുകൊണ്ടിരുന്നു. ഞങ്ങൾ സ്കൂൾ ഫൈനൽ ക്ലാസിലെത്തി. അപ്പോൾ എനിക്കും ചിന്നമ്മുവിനും പരസ്യമായി സംസാരിച്ചുകൂടാ. മിണ്ടിക്കൂടെന്നാരും പറഞ്ഞില്ല. എങ്കിലും മിണ്ടിയില്ല. കണ്ണുകൾ വാക്കുകളുടെ കാര്യം നിർവഹിച്ചു. സ്കൂൾ വിട്ടുപോരുമ്പോൾ അവൾ ചുറ്റിപ്പറ്റി എന്നെ കാത്തുനില്ക്കും.

“എന്താ ഇത്ര താമസം? ഞാൻ എത്രനേരം കാത്തു.”

“ഉവ്വോ?”

“ഇപ്പൊ ഒന്നും അറിയുന്നില്ല.”

“ഒക്കെ അറിയുന്നുണ്ട്.”

“മിണ്ടാതെ നടക്കൂ. കുട്ടികൾ പിന്നാലെ വരുന്നുണ്ട്.”

പക്ഷേ, പരീക്ഷയിൽ ജയിച്ചത് ആപത്തായി. ചിന്നമ്മു കൂട്ടിലെ കിളിയായി മാറി; ഞാൻ ആ കൂട്ടിനു ചുറ്റും വട്ടംചുറ്റുന്ന പരുന്തും. ‘ആ ഹെഡ്മിസ്ട്രസ്സിനെ’ ഒരു തറവാട്ടമ്മയാക്കാനാണ് ശങ്കുമ്മാൻ നിശ്ചയിച്ചത്.

ആ കാലത്ത് ശങ്കുമ്മാനെ കാണാൻ പലപ്പോഴും ഞാൻ വീട്ടിൽച്ചെന്നു. ഞാൻ ഇനിയും പഠിക്കുന്നില്ലെങ്കിൽ വേഗത്തിൽ വല്ല ഉദ്യോഗവും നോക്കി കാശുണ്ടാക്കാൻ പരിശീലിക്കണമെന്ന് എന്നെ ഉപദേശിക്കാറുണ്ട്, പിന്നെ നെൽപലിശ കണക്കുകൂട്ടേണ്ടവിധം; നാളികേരം വില നോക്കി വില്ക്കേണ്ടവിധം – ഇവയെക്കുറിച്ചെല്ലാം ഓരോ സ്റ്റഡീ ക്ലാസും എനിക്ക് കിട്ടിപ്പോന്നു. ഞാനതു ശ്രദ്ധിച്ചിരുന്നുവോ? ജാലകപ്പഴുതിലൂടെ രണ്ടു നീലനേത്രങ്ങൾ, രണ്ടു സാമ്രാജ്യത്തെ വിടർത്തിക്കാട്ടിക്കൊണ്ടു നില്ക്കുമ്പോൾ ശങ്കുമ്മാന്റെ പ്രസംഗം സഹിക്കാൻ വിഷമമുണ്ടായിരുന്നില്ല.

മിക്ക സായാഹ്നങ്ങളിലും ഞാൻ ശങ്കുമ്മാനെ കാണാൻ ചെന്നു. അദ്ദേഹത്തിന് അതു വലിയ ഇഷ്ടമായി. ആരെങ്കിലും ഒരാളെ സംസാരിക്കാൻ കിട്ടുന്നത് അദ്ദേഹത്തിനു സന്തോഷമാണ്. പക്ഷേ, ആരും അങ്ങോട്ട് തിരിഞ്ഞുകയറാറില്ല. എന്റെ ഈ പെരുമാറ്റം കാരണം അദ്ദേഹം തികച്ചും എന്നെ ഒരു ‘അച്ഛന്റെ മരുമകനായി’ കണക്കാക്കി. ഓരോ ദിവസവും അദ്ദേഹം ഓരോ കൊട്ട പ്രാരബ്ധം എന്റെ മുമ്പിൽ ചൊരിയും:

"ഹൗ. എന്തൊരു വിഷമാ, വിഷമം! പണം ഒക്കെ എവിടെപ്പോയി ഒളിച്ചു...? മാസം മാസം ഉണ്ണിക്കു പണമയയ്ക്കണം. കോളേജിൽ പഠിപ്പിക്കാനൊന്നും വയ്യ. പിന്നെ തള്ളയില്ലാത്ത കുട്ടിയല്ലെ... വല്ലതും ഒരു വക്കീൽപണിയോ മറ്റോ ആയാൽ... പക്ഷേ, പണം?"

"ശരിയാണ്." ഞാൻ താളം കൊട്ടി.

"ചിന്നമ്മുവിന് ഉടുക്കാനും തേക്കാനും ഒരു വക. പിന്നെ ഇവിടത്തെ ചെലവെന്താണെന്നറിയാമോ?" അര മുളകരച്ച്, കാൽമുളകുകൊണ്ട് വറവു കഴിക്കുന്ന ഭക്ഷണമാണ് ആ വീട്ടിലേത് എന്നെനിക്കറിയാം. എന്നാലും ഞാൻ പറഞ്ഞു:

"അതെയതെ."

"പത്തു കാശെടുക്കാനില്ലാതായി കൈയിൽ" – കുടവയർ തിരുമ്മിക്കൊണ്ടദ്ദേഹം തുടർന്നു: "താൻ എന്റെ അച്ഛന്റെ മരുമകനായതുകൊണ്ട് ചോദിക്കുകയാ, എന്റെ കൈയിൽ പണമുണ്ടെന്ന് ആളുകൾ പറയുന്നുണ്ടോ?"

"ഉണ്ട്."

"എന്ത്... അസത്തുക്കള്. അവറ്റയുടെ നാവിന്മേൽ കുരുപ്പ് പൊന്തും. ഇവിടെക്കിടന്ന് ചക്രശ്വാസം വലിക്കുന്നത് എനിക്കല്ലേ അറിഞ്ഞുകൂടൂ."

അങ്ങനെ ജനങ്ങളുടെ ദുഃസ്വഭാവത്തിലേക്ക് സംഭാഷണം നീണ്ടുപോവും. എല്ലാവരും തനിക്കു ശത്രുക്കളാണെന്നാണ് അദ്ദേഹത്തിന്റെ വിശ്വാസം. അഞ്ചുമണിയായാൽ, 'കുട്ടനിരിക്ക്, ഞാനിത്തിരി നാമം ജപിച്ചു വരാം' എന്നു പറഞ്ഞ് അദ്ദേഹം എഴുന്നേല്ക്കും. പണം എണ്ണിനോക്കാനല്ലേ എന്ന് എന്റെ മനസ്സു മന്ത്രിക്കാറുണ്ടെങ്കിലും അതു തുടർന്നുപോകട്ടെ എന്നു ഞാൻ പ്രാർത്ഥിച്ചു. ചിന്നമ്മുവുമായി രണ്ടു വാക്കു പറയാനുള്ള ഒരു സന്ദർഭം അതാണ്.

ശങ്കുമ്മാന്റെ കാലടിശബ്ദം കോണിയുടെ മുകളിലത്തെപ്പടിയിൽനിന്ന് മറഞ്ഞാൽ ഞാൻ പതുക്കെ വിളിച്ചുപറയും. "ഇനി ഹെഡ്മിസ്ട്രസ്സിന് വരാം. പാഠം തുടങ്ങാം."

"ഇവിടെ പോലീസ് സലാം പഠിക്കാ." അകത്തുനിന്ന് ഒരു കുയിൽനാദം കേൾക്കാം. പിന്നാലെ ആ ശബ്ദത്തിന്റെ ഉടമസ്ഥ ഉമ്മറത്തേക്കു വരും. പലതും സംസാരിച്ചു. എന്തൊക്കെയാണ് പറഞ്ഞത്? സ്വപ്നങ്ങൾക്ക് അർത്ഥം പറയാമോ? കിനാവുകളുടെ ചിറകിലേറ്റ കളിവാക്കുകളെക്കൊണ്ട് പരസ്പരം ഏറ്റിക്കളിക്കുന്ന ആ കാലഘട്ടത്തിൽ വാക്കുകൾ ഓർത്തുപറയുന്നവയാണോ? ഏതു വാക്കാണ് മധുരമല്ലാത്തത്? മനോരാജ്യങ്ങളെ കിളർത്തിവിടാത്തത്? അങ്ങനെ മുകളിൽ പണം എണ്ണിനോക്കുമ്പോൾ ചുവടെ തങ്കക്കിനാക്കൾ പാറിക്കളിച്ചു. ഒരു ദിവസം ഞാൻ അവളോടു ചോദിച്ചു;

"കാത്തിരിക്കോ?"

"ഉവ്വ്. എന്നെ മറക്ക്വോ?" മഞ്ഞിൽക്കുളിച്ച നീലപുഷ്പങ്ങൾപോലെ ആർദ്രങ്ങളായ ആ നീലമിഴികൾ എന്റെ മുഖത്തേക്ക് ചായിച്ചുകൊണ്ട് അവൾ ചോദിച്ചു.

"മറക്കേ്? അന്ന് ഞാൻ എന്നെത്തന്നെ മറന്നേക്കും."

"തീർച്ച."

പിന്നെ കുറച്ചുനേരത്തെ നിശ്ശബ്ദത.

"ഇനിയും പഠിക്കുന്നുണ്ടോ?" അവൾ ചോദിച്ചു.

"പണമില്ല."

"പണം ഞാൻ മടക്കിത്തരാം." - ചുറ്റും കണ്ണോടിച്ചുകൊണ്ട് പതിഞ്ഞ സ്വരത്തിൽ അവൾ പറഞ്ഞു.

"എങ്ങനെ?"

"എന്റെ അമ്മയുടെ ആഭരണങ്ങൾ ഒക്കെ എന്റെ കൈയിലുണ്ട്. മുത്തച്ഛൻ അറിയാതെ..."

"ഛെ! വേണ്ട." ഞാൻ അവളെ ആകെയൊന്നു നോക്കി. ശങ്കുമ്മാന്റെ പൗത്രിയാണ് ഇതു പറയുന്നത്.

"രണ്ടെണ്ണം മുത്തച്ഛനറിയാതെ, ഏട്ടൻ കൊണ്ടുപോയി."

"ഉവ്വ്?" ഞാൻ ഭാവിയെക്കുറിച്ച് കുറച്ചു ചിന്തിച്ചു. എത്ര പറ കണ്ണു നീർ സ്വർഗ്ഗത്തിൽ വീഴും എന്ന് ഞാൻ ഓർത്തുനോക്കി.

"എന്താ ഒന്നും മിണ്ടാത്തത്? എന്റെയാണ്. എടുത്തോളൂ."

"വേണ്ട. എന്നെ കാത്തിരുന്നാൽ മതി."

"എന്നെ മറക്ക്വോ?" വീണ്ടും ആ നീലമിഴികൾ എന്റെ മുഖത്തേക്കു ചാഞ്ഞു.

"എന്നെ വിശ്വസിക്കൂ."

പിന്നീട് ഒന്നും സംസാരിച്ചില്ല.

അവൾ കാത്തിരുന്നു. ഞാൻ മറന്നതുമില്ല. ഒരു നീലമേഘത്തിന്റെ മുകളിൽ നിലാവുപൂശിയ രജതരേഖപോലെ ശങ്കുമ്മാന്റെ ജീവിതത്തിനു മുകളിൽ ചിന്നമ്മു വളർന്നുവന്നു.

ഇതിനിടയിൽ ചിന്നമ്മുവിന്റെ ജ്യേഷ്ഠൻ ബി.എ. പാസ്സായി; അയാൾ ബി.എല്ലിനു ചേർന്നു. ഞാൻ ഉദ്യോഗവും തേടി അപ്പോഴും പല വാതിൽ ക്കലും മുട്ടിക്കൊണ്ടു നടന്നു. എല്ലാ വാതിലും അടഞ്ഞുകിടക്കുകയാണ്. അപ്പോഴും ഞാൻ ചിന്നമ്മുവിനോടു ചോദിച്ചു: "കാത്തിരിക്ക്വോ?"

"മറക്ക്വോ?" എന്ന് അപ്പോഴൊക്കെ മറുപടിയും വന്നു. അങ്ങനെ അവളും ഞാനും കാത്തിരുന്നു. പക്ഷേ, പ്രപഞ്ചശക്തി കാത്തിരുന്നില്ല. ആ ചന്ദ്രക്കല വീണ്ടും വീണ്ടും മെലിയുകയായിരുന്നു.

"ചിന്നമ്മൂ, എന്താ വല്ലാതെ ക്ഷീണിക്കുന്നത്?" ഞാൻ ചോദിച്ചു.

"എന്തോ! വിടാത്തൊരു ജലദോഷം. രാത്രി പനിയുണ്ട്. ഒരു ചിനക്കി ക്കുരയും."

"അമ്മാമനോടു പറയൂ. ഒരു ഡോക്ടറെ വിളിച്ചു കാണിക്കൂ."

"ഉം." അവൾ മൂളുകമാത്രം ചെയ്തു.

പതുക്കെപ്പതുക്കെ ആ ചുണ്ടുകളിൽ ശിശിരകാലത്തെ താമരപ്പൊയ്ക യിലെന്നപോലെ, അപൂർവമായി ഓരോ മന്ദസ്മിതം വിടർന്നു. അവൾ അധികസമയവും മൂകമായിരുന്നു.

"എന്താ ചിന്നമ്മൂ." ഞാൻ ചോദിച്ചു.

"ഒന്നുമില്ല."

"എന്താണ് ഒരു ദുഃഖം?"

"എന്നെ മറക്ക്വോ?"

"എന്താണിങ്ങനെ ചോദിക്കുന്നത്?"

"ഞാൻ മരിച്ചാലും?"

"എന്റെ കൂട്ടിൽ ജീവനുള്ള കാലംവരെ മറക്കില്ല."

അന്നു വൈകുന്നേരം ഞാൻ ശങ്കുമ്മാനെ കണ്ടു. അദ്ദേഹം പറക യാണ്: "ചിന്നമ്മുവിന് ഒരു രാത്രിപ്പനി. ആ കുഞ്ചുവിനെ വിളിച്ചു കാണിച്ചു. തള്ളയില്ലാത്ത കുട്ടിയല്ലേ, ഒരുറുപ്പിക അവനു ദക്ഷിണ. മരുന്നിന് മൂന്നു റുപ്പിക. ചെലവുതന്നെ ചെലവ്."

കുഞ്ചുവിന്റെ ചികിത്സയും ചിന്നമ്മുവിന്റെ സുഖക്കേടും നീണ്ടു പോയി.

ഇതിനിടയൽ തറവാട്ടിൽ ഒരു കലാപം. പണത്തിന്റെ കാര്യം പറഞ്ഞു മുത്തച്ഛനും പൗത്രനും തമ്മിൽ പിണങ്ങി.

"അവൻ മുടിക്കും. മുഴുവൻ മുടിക്കും." ശങ്കുമ്മാൻ അലറി. അസു ഖകരമായ ഈ അന്തരീക്ഷം ചിന്നമ്മുവിനെ അധികം വിഷമത്തിലാക്കി. അവൾ കിടപ്പിലായി. തുറന്നിട്ട ജാലകത്തിലൂടെ ആകാശത്തിന്റെ അഗാധതയിലേക്ക് ദൃഷ്ടിയുറപ്പിച്ചുകൊണ്ട് അവൾ കിടക്കും. ഞാൻ ചെന്നുകണ്ടു മടങ്ങുമ്പോഴെല്ലാം അവൾ ചോദിക്കാറുണ്ട്.

"എന്നെ മറക്ക്വോ?"

"എന്താ ചിന്നമ്മൂ, ഇങ്ങനെ ചോദിക്കുന്നത്?"

"ഒരാൾ മരിച്ചാൽ പിന്നെയും അയാളെ അധികകാലം ഓർക്കാൻ കഴിയ്യോ?"

ഞാൻ ഉത്തരമൊന്നും പറയാതെ പുറത്തേക്കു കടന്നു. അന്നുരാത്രി ഒരു പറയിലധികം കണ്ണുനീർ വീഴ്ത്തീട്ടുണ്ട്.

ദിവസങ്ങൾ നീങ്ങി. ചിന്നമ്മുവിന്റെ സുഖക്കേട് അടിക്കടി ജാസ്തിയാവുകയാണ്. ഒടുവിൽ ആ ചന്ദ്രികയുടെ അവസാനത്തെ അലയും മറഞ്ഞു. ലോകം ഇരുട്ടായതുപോലെ എനിക്കു തോന്നി.

അവളുടെ ശവശരീരത്തിനടുത്തുവച്ച് ശങ്കുമ്മാൻ എന്നോട് പറഞ്ഞു: "എത്ര പണം ചെലവിട്ടു. ഒക്കെ യോഗംപോലേ വരൂ, ആ കുഞ്ചുതിന്ന പണത്തിന് ഒരറ്റമില്ല. ഞാൻ ആകെ പാപ്പരായി..."

"ദുഷ്ടൻ. അവളെക്കൊന്നു." എന്നു മനസ്സിൽ പറഞ്ഞുകൊണ്ടു തിരിയുമ്പോൾ അദ്ദേഹം പിറുപിറുത്തു. "എത്ര കഷ്ടപ്പെട്ടുണ്ടാക്കിയ കാശാണ്."

ഞാൻ ആ കിഴവന്റെ മുഖത്തു വലിച്ചൊരാട്ടു കൊടുത്തില്ല. കനത്ത ഹൃദയവുമായി ഒന്നു പൊട്ടിക്കരയുവാൻപോലും അധികാരമില്ലാത്ത ഞാൻ, പുറത്തേക്കു കടന്നു. പിന്നെ ഞാൻ ആ പടി കയറിയിട്ടില്ല.

ഒരു മരണം എന്നെ ആ പടി ഇറക്കിച്ചു. ഇന്നിതാ, മറ്റൊരു മരണം എന്നെ അങ്ങോട്ടു പോവാൻ പ്രേരിപ്പിക്കുന്നു. ഇതിനിടയിൽ എന്തെല്ലാം സംഭവിച്ചു. എനിക്കെത്ര മാറ്റം വന്നു; ലോകത്തിനെത്ര മാറ്റം വന്നു. എങ്കിലും 'മറക്വോ, മറക്വോ' എന്ന ആ ചോദ്യം ഇന്നും ആ പണക്കൊതിയോടുള്ള പകയ്ക്ക് മൂർച്ച കൂട്ടിക്കൊണ്ട് എന്റെ മനസ്സിൽ കിടക്കുന്നു. ഒടുവിൽ ആ പകയ്ക്കാധാരമായ മനുഷ്യനും മറക്കുകയാണ്.

ഞാൻ അങ്ങോട്ടു കയറിച്ചെന്നപ്പോൾ സായാഹ്നമായിരുന്നു. മഴയും വെയിലുമില്ല. ആകാശം കരുവാളിച്ചിരുന്നു. പടിക്കൽനിന്ന് ശങ്കുമ്മാന്റെ ബന്ധുജനങ്ങളിൽപെട്ട ചിലർ പതിഞ്ഞ സ്വരത്തിൽ സംസാരിക്കുകയാണ്.

അകത്തേക്കു കടന്നപ്പോൾ എന്റെ കാലുകൾ വിറയ്ക്കുന്നുണ്ടായിരുന്നു. എന്റെ ജീവിതത്തിലെ ഏറ്റവും വലിയ സ്മരണകൾ അവിടെ തങ്ങിനില്ക്കുന്നു.

"മറക്വോ...? മറക്വോ...? മറക്വോ...? ആ വാക്കുകൾ മണിക്കിലുക്കങ്ങളെപ്പോലെ എന്റെ ചെവിയിൽ വന്നലച്ചു.

ഞാൻ മുമ്പോട്ടു പോകണോ?

കോണിപ്പടിയിന്മേലെത്തിയപ്പോൾ മുകളിൽനിന്നൊരു തിരക്കു കേട്ടു. ശങ്കുമ്മാന്റെ ചിലമ്പുന്ന ശബ്ദമാണ്. എന്ത്.

മുകളിൽ ചെന്നപ്പോൾ രണ്ടുമൂന്നുപേർകൂടി ശങ്കുമ്മാനെ താങ്ങിക്കിടത്തുകയാണ്. അക്കൂട്ടത്തിൽ അദ്ദേഹത്തിന്റെ പൗത്രൻ ഉണ്ടായിരുന്നില്ല.

ഒരു നിലവിളക്ക് നിറതിരിയോടെ അന്തസ്സിൽ പടർന്നുകത്തുന്നു. ആ തിരികളിൽനിന്നു കൂടക്കൂടെ എണ്ണ കണ്ണുനീർത്തുള്ളികൾപോലെ ഇറ്റിറ്റു വീഴുന്നുണ്ട്. ശങ്കുമ്മാൻ ചിലമ്പുന്ന സ്വരത്തിൽ സംസാരിക്കുകയാണ്.

"അതാ... അതാ.... അവര് അങ്ങോട്ടാണ് പോകുന്നത്... വേണ്ട; ആ മുറിയിൽ ഒന്നുമില്ല... എന്റെ താക്കോൽക്കൂട്ടം എവിടെ?"

"എന്റെ താക്കോൽക്കൂട്ടം... താക്കോൽക്കൂട്ടം..." അദ്ദേഹം അലറി.

ഒരു മാന്യൻ ആ താക്കോൽക്കൂട്ടം എടുത്ത് കൈയിൽ കൊടുത്തു. അതു തന്റെ തളരുന്ന കൈയിൽ മുറുക്കിപ്പിടിച്ചുകൊണ്ട് അദ്ദേഹം അട്ടഹസിച്ചു. "കള്ളന്മാര്...! പോവിൻ... എന്റെ കൈയിൽ അരക്കാശില്ല..."

ഞാൻ കട്ടിലിനടുത്തേക്ക് ചെന്നു. അദ്ദേഹം എന്നെ അടിമുടി ഒന്ന് നോക്കി. "പോ... പോ... ഒക്കെ വന്നുകൂടിയിരിക്കുകയാണ്... എന്നെ തട്ടിപ്പറിക്കാൻ..." താക്കോൽക്കൂട്ടം മുറുകെ മാറോടമർത്തിപ്പിടിച്ചു; അങ്ങനെ സ്വല്പനേരം കിടന്നു. ഒരു കടപറിയുന്ന കുന്നുപോലെ തലയിണയിന്മേൽ ചാരിക്കിടന്നിരുന്ന അദ്ദേഹത്തെ ഞാൻ നോക്കിനിന്നു. ചുറ്റുമുള്ളവർ നിശ്ശബ്ദരായി പരസ്പരം നോക്കി. ആ നിലവിളക്കു മാത്രം ലോഭമില്ലാതെ നിറകതിർ പൊളിച്ചു.

ആ കിടപ്പിൽകിടന്ന് അദ്ദേഹം സ്വല്പനേരം മയങ്ങി. നെറ്റിയിലും നാസാഗ്രങ്ങളിലും കുന്നിക്കുരു വലിപ്പത്തിൽ വലിയ വിയർപ്പുതുള്ളികൾ പൊടിഞ്ഞുനിന്നു. ഒരു ഊരാക്കൊളുത്തു വലിച്ചു മുറുക്കുന്നതുപോലെ ശ്വാസഗതി ആ നെഞ്ചിൽ കുടുങ്ങിക്കളിച്ചു.

ആ നിമിഷത്തിൽ ഞാൻ എന്താണാലോചിച്ചിരുന്നത്? എനിക്കറിഞ്ഞുകൂടാ. നേർത്തുനേർത്തു പോകുന്ന ഒരു മണിക്കിലുക്കം മാത്രം എന്റെ ചെവിയിൽ വന്നലച്ചു. "മറക്ക്വോ... മറക്ക്വോ... മറക്ക്വോ."

ശങ്കുമ്മാൻ വീണ്ടും ഞെട്ടിയുണർന്നു. "അതാ... അറയുടെ വാതിൽ തുറന്നിട്ടിരിക്കുന്നു... ഒക്കെ മുടിക്കും. എടീ പെണ്ണേ, ചിന്നമ്മൂ, ചിന്നമ്മൂ, നിനക്ക് ചെവി കേൾക്കില്ലേ... നീ ചത്തോ... ചിന്നമ്മൂ... ചിന്നമ്മൂ." ആ വിളി ഇടിവെട്ടുപോലെ ഉയർന്നുപൊങ്ങി.

അതിന്റെ പ്രതിധ്വനിമാത്രം നിന്ന് നിലവിളിച്ചു. കിതപ്പുകൊണ്ട് മിണ്ടാൻ വയ്യാതെ അദ്ദേഹം തലയിണയിലേക്ക് ചാഞ്ഞപ്പോൾ ആ മണിക്കിലുക്കങ്ങൾ വീണ്ടും എന്റെ ചെവിയിൽ വന്നു. "മറക്ക്വോ... മറക്ക്വോ..."

"ഇല്ല." എന്ന് ഉറക്കെ ഞാൻ വിളിച്ചുപറഞ്ഞില്ല.

■

പൊന്നു തൂക്കുന്ന തുലാസ്

"ദാ, നിക്കിൻ മൂപ്പരേ" - പിന്നിൽനിന്നൊരു വിളി; തുടർന്നു കൈ മുട്ടലും. ഈ പ്രപഞ്ചത്തിന്റെ ഏതു കോണിൽനിന്നു പുറപ്പെടുന്ന വിളിയും ശ്രദ്ധിക്കണമെന്ന് അപ്പോഴെനിക്കുണ്ടായിരുന്നില്ല. ജീവിതത്തിന്റെ സ്വൈരക്കേടുകൾകൊണ്ട്, ആരോടെന്നില്ലാത്ത ഒരു വിദ്വേഷം എന്റെ ഹൃദയത്തിൽ പതഞ്ഞുപൊന്തുന്ന നിമിഷമായിരുന്നു അത്. ലോകം ചീത്തയാണെന്നും മനുഷ്യരെല്ലാം സഹാനുഭൂതിയില്ലാത്തവരാണെന്നും ആലോചിച്ചുകൊണ്ട് തിരക്കിട്ടുനടക്കുകയായിരുന്നു ഞാൻ. അപ്പോഴാണ് ആ വിളിയും കൈമുട്ടലും. "ദാ, നിക്കിൻ മൂപ്പരേ" 'നില്ക്കാൻ മനസ്സില്ല' എന്ന് ഉള്ളിൽ കരുതിയിട്ട് ഞാൻ കുറച്ചുകൂടി വേഗത്തിൽ അടിവെച്ചു. പക്ഷേ, ഗ്രഹപ്പിഴപിടിച്ച ആ ആഹ്വാനം നിന്നില്ല. ഒരു ചിലമ്പനൊച്ചയിൽ, അത് എന്റെ പേരും കൂട്ടിച്ചേർത്ത് അങ്ങനെ മുഴങ്ങി. ഒരുൾനാടുപട്ടണത്തിന്റെ വേഷം കെട്ടി നില്ക്കുന്നതുപോലെയുള്ള ഒരു ചെറിയ അങ്ങാടിയാണവിടം. റേഷൻഷാപ്പിലും ഉണക്കമീൻകടയിലും പെട്ടിമരുന്നു കച്ചവടസ്ഥലത്തും ചായപ്പീടികയിലുമെല്ലാം ആളുകളുണ്ട്. അവരുടെ ചെവിയിൽ എന്റെ പേരങ്ങനെ കൂക്കിവിളിക്കുന്നത് എനിക്കിഷ്ടമായില്ല. ഇതൊന്നു നിർത്തണം. ഞാൻ തിരിഞ്ഞുനോക്കി. ആരാണു മുമ്പിൽ? നമ്മുടെ മൗലവി.

"ഈ മൗലവിയെ കൊന്നാലെന്താ?" എന്നാണ് പെട്ടെന്നു തോന്നിയത്. പക്ഷേ, അതൊന്നുമുണ്ടായില്ല. ഞാൻ മൗലവി മാടിവിളിക്കുന്നേടത്തേക്കു ചെന്നു.

"ഞമ്മക്കൊരു സംസം, നായരേ," മൗലവി അക്ഷോഭ്യനായി പറയുകയാണ്.

"മൗലവിയെ ഞാൻ കൊല്ലും എന്നോ?" എന്റെ ചോദ്യം അല്പം പരുഷമായിരുന്നു. മൗലവി എന്നെ അടിമുതൽ മുടിവരെ ഒന്നുനോക്കി. എന്നിട്ട് ചുമലിൽതട്ടി ചോദിച്ചു:

"ബയസ്സെത്രയായി?"

"ഉം?"

"എത്രായീന്ന്?"

"മുപ്പത്താറ്."

"കല്യാണം കയിച്ചോ?"

"ഇല്ല."

"കല്യാണം കയിക്കാത്ത ബഹേല് ബല്ലിച്ച കുട്ട്യോളും ഉണ്ടോ?"

"എന്ത്?" ആ ചോദ്യവും പരുഷമായി.

"സാരല്യ. ഞമ്മക്ക് ഓരോ ആപ്പു കുടിച്ചാം. ഇങ്ങക്ക് മേണം എന്നുണ്ടെച്ചാല് കടീം തിന്നാം."

"വേണ്ട."

"അതു ങ്ങളാ തീർച്ചപ്പെടുത്താൻ? ബരിൻ നായരെ."

മൗലവി എന്റെ കൈപിടിച്ചുകൊണ്ട് ചായപ്പീടികയിലേക്കു കയറിയിട്ടു പറഞ്ഞു:

"മൊയ്തീനേ, കടുപ്പത്തില് യണ്ടാപ്പ് ബീത്ത്. കുടിച്ചാൽ കൊടുമായപിരാന്തും അപ്പൊ നിക്കണം."

"ഓ, തന്നോളാം." ചായപ്പീടികക്കാരനും സമ്മതിച്ചു. ഞാൻ മൗലവിയെ ആകെയൊന്നു നോക്കി; എന്നെയും നോക്കി. എന്നെ കണ്ടാൽ ഭ്രാന്തുണ്ടെന്നു തോന്നുമോ.

"വാലിമ്മേൽ പടക്കം കെട്ടി കൊളുത്ത്യേ നായിന്റെ ചേലിക്ക് എബടക്കാ പായണു?" മൗലവി ചോദിക്കയാണ്.

"തന്നെ കൊല്ലാൻ" എന്നു പറയാനാണ് തോന്നിയത്. പക്ഷേ, ചോദിച്ചതിങ്ങനെയാണ്:

"എന്താ സംശയം?"

"ഓ, അത് സാരംല്ല. ഇങ്ങടെ ചെബിട് ആനത്തോലോണ്ടോ ഉടുമ്പിൻതോലോണ്ടോ ഉണ്ടാക്കീത് എന്ന്."

മൗലവിയുടെ ആ നേരമ്പോക്ക് എനിക്കൊട്ടും രസിക്കുന്നുണ്ടായിരുന്നില്ല. പക്ഷേ, മൗലവിയായിപ്പോയി. ആ മനുഷ്യനോട് ഒരു കടപ്പാടും എനിക്കുണ്ടായിട്ടില്ല. ഞങ്ങൾ നാഴികകൾക്കപ്പുറം ജനിച്ചവരാണ്; രണ്ടു സാഹചര്യങ്ങളിൽ വളർന്നവരാണ്. അങ്ങോട്ടോ ഇങ്ങോട്ടോ കാലണയുടെ ഇടപാടുമില്ല. ഞാൻ ഇന്നു മരിച്ചാൽ മൗലവിക്കോ മൗലവി മരിച്ചാൽ എനിക്കോ ആവലാതിപ്പെടാൻ കാര്യമൊന്നുമില്ല. എങ്കിലും മൗലവി മരിക്കും എന്നാലോചിക്കുമ്പോൾ എന്റെ ഉള്ളിൽ ഒരു നീറൽ. എന്തിന്?

പത്തു കൊല്ലങ്ങൾക്കുമുമ്പാണ് ഞങ്ങൾ തമ്മിലുള്ള പരിചയമാരംഭിച്ചത്. ഒരു കടവത്തുവെച്ച് ശകാരംകൊണ്ടാണ് പരിചയപ്പെട്ടത്. ആ വാക്കുകൾ ഇന്നും എന്റെ ചെവിയിൽ മുഴങ്ങുന്നു: 'ഇങ്ങള് എന്തൊരു ഈച്ചകടേ്യൻനായരാ?' ഞാൻ തോണിയിൽനിന്നു തലയുയർത്തി

നോക്കിയപ്പോൾ ഒരു വട്ടത്താടിക്കാരനുണ്ട് തോണിയിലേക്കു കാലെടുത്തുവയ്ക്കുന്നു. കൈയിൽ ഒരു ജോടി ചെരുപ്പു തൂക്കിപ്പിടിച്ചിട്ടുണ്ട്. കക്ഷത്തൊരു കുടയും. തലയിലെ കെട്ടിനിടയിലൂടെ ഒരു നിസ്കാരത്തഴമ്പു നെറ്റിയിലേക്ക് എത്തിനോക്കുന്നുണ്ട്. "എന്താ തുറിച്ചുനോക്ക്ണ്? ഇച്ചിരി നീങ്ങി ഇരിക്കിൻ."

"നിങ്ങളാരാ?" – ഞാൻ.

"ബിലാത്തീന്ന് ഇപ്പോ ഇങ്ങട്ട് എറങ്ങീതാ. ഇങ്ങക്ക് കണ്ണും മൂക്കും ഇല്ലേ? ഇങ്ങള് ഇച്ചേലിക്ക് ആനപ്പൊരത്തിരിക്കുംപോലെ ഇരുന്നാല് ഇപ്പെങ്കുട്ട്യോള് എബടാന്നും കേറ്വാ." മൗലവി അധികാരസ്വരത്തിൽ ചോദിച്ചു. ഞാൻ ആ മനുഷ്യൻ ചൂണ്ടിക്കാട്ടിയ സ്ഥലത്തേക്കു നോക്കി. അവിടെയുണ്ട് രണ്ടുമൂന്നു യുവതികൾ നാണംകുണുങ്ങി കട്ടപിടിച്ചങ്ങിനെ നില്ക്കുന്നു. കിഴവന്റെ ശകാരം രസംപിടിപ്പിച്ചിട്ടെന്നപോലെ ഓരോരുത്തരും മറ്റാളുടെ കഴുത്തിലേക്കു തലതിരുകി അല്പാല്പം കുലുങ്ങിച്ചിരിക്കുന്നുണ്ട്. എന്നെ സംബന്ധിച്ചിടത്തോളം രംഗം അമ്പേ വഷളായിരുന്നു. എന്നിട്ടും ഞാൻ ശുണ്ഠിയെടുക്കാതെ നീങ്ങിയിരുന്നു. ആ യുവതികൾ കയറി വഞ്ചി നീങ്ങിയപ്പോൾ മൗലവി സാവധാനത്തിൽ പറഞ്ഞു: "മുശ്യേണ്ട. ഇങ്ങക്ക് ചെറുപ്പാ." എന്നിട്ട് ഒരു ബീഡിയെടുത്ത് എന്റെ നേർക്കു കാട്ടി ചോദിച്ചു: "ബലിക്കൂലേ."

"ഇല്ല."

"ബീഡിനാറ്റം ഇല്ലാത്ത തൊള്ളീംകൊണ്ടു നടക്കുന്ന ഇങ്ങള് ഒരു ചെറുബാല്യക്കാരനാ?" മൗലവി പൊട്ടിച്ചിരിച്ചു. വർത്തമാനമാരംഭിച്ചു. ആകർഷകമായ എന്തോ ഒന്ന് ആ മനുഷ്യന്റെ മുഖത്തും സംഭാഷണത്തിലുമുണ്ടായിരുന്നു. അന്ന് നാല്പത്തിയാറുനാഴിക ഒരുമിച്ചു സഞ്ചരിച്ചതിനുശേഷം ആ മധ്യവയസ്കൻ പിരിഞ്ഞുപോകുമ്പോൾ ഞാൻ വീണ്ടും തിരിഞ്ഞുനോക്കി. അവസാനം ആ തലയിൽക്കെട്ടിന്റെ തുമ്പ് എന്റെ കണ്ണിൽനിന്നു മറഞ്ഞു. നല്ല മനുഷ്യൻ.

പത്തുകൊല്ലംമുമ്പുണ്ടായ ഈ പരിചയം ക്രമമായി വളർന്നുവന്നു; ഇന്നോളം നിന്നു. ഇതിനിടയിൽ പലതവണ ഞങ്ങൾ വഴക്കടിച്ചിട്ടുണ്ട്. മൗലവിയുമായി സംസാരിക്കുമ്പോൾ എല്ലാ പരിഷ്കാരങ്ങൾക്കും അദ്ദേഹം എതിരാണെന്നു തോന്നും.

"ഇവിടെ ഒരു സ്കൂളുവേണ്ടേ, മൗലവീ" എന്നു ഞാൻ ചോദിച്ചാൽ ഉടനെ വരും മറുപടി.

"എന്തിരുത്തിനാ? ഇപ്പൊ നാവോണ്ടേ വക്കാണം ഉള്ളൂ; ഇഞ്ഞി എയ്ത്തോണ്ടും തൊടത്തണം അല്ലേ?"

പക്ഷേ, പ്രവർത്തനമാരംഭിക്കുമ്പോൾ, പണം പിരിക്കാനായാലും കെട്ടിടം കെട്ടിക്കാനായാലും ഒക്കെ മൗലവി മുമ്പിലുണ്ടാവും. ഒരു പ്രവൃത്തിയിൽ ഏർപ്പെട്ടാൽ മറ്റെല്ലാം മൗലവി മറക്കും – കുട്ടികളില്ല,

കുടുംബമില്ല. അതു നേടാൻ എത്ര വലിയ എതിർശക്തികളേയും നേരിടും. പക്ഷേ, ഇതൊന്നും തന്റെ ഇഷ്ടപ്രകാരം ചെയ്യുന്നതല്ല എന്നൊരു നാട്യമാണുതാനും. 'ഇതാ ഈ നിക്ക്ണ ഈച്ചകട്യേൻനായര് ബരുത്തിബെക്കുന്ന ഹലാക്കാണിതൊക്കെ' എന്ന് ഞങ്ങളെയാരെയെങ്കിലും ചൂണ്ടിക്കാട്ടും. ആ മനുഷ്യന്റെ മട്ടുകൾ കണ്ടു ഞാൻ പലപ്പോഴും അമ്പരന്നിട്ടുണ്ട്. ആ അമ്പരപ്പിലൂടെ അയാളെ സ്നേഹിച്ചിട്ടുമുണ്ട്. ഇത്രയും കെട്ടുപിണഞ്ഞ ഒരു ഭൂതകാലം ഞങ്ങളുടെ പിന്നിലില്ലായിരുന്നുവെങ്കിൽ ആ സമയത്തു ഞാൻ മൗലവിയെ ആട്ടിയോടിച്ചേനെ.

എന്റെ മനോരാജ്യങ്ങളെ മനസ്സിലാക്കിയിട്ടെന്നോണം; മൗലവി ചോദിച്ചു.

"നായരേ, ഇങ്ങക്കിപ്പൊ കായിന്റെ വെറ്യോ, പെണ്ണിന്റെ വെറ്യോ?"

ഞാൻ ഒന്നും പറഞ്ഞില്ല.

"നായര് മുണ്ടൂല്ല" - ചായ കുടിച്ചുകൊണ്ട് മൗലവി തുടർന്നു: "ഊമേന്റെ ചേലിക്കു കുത്രിന്നിട്ട് എന്തിരുത്താനും കാര്യം? കായി ബേണോ?"

"നാലണയല്ലേ കൈയിലുള്ള അസ്സലു മുതല്?" ഞാൻ ചോദിച്ചു.

"ന്റെ ഖജാനച്ചി ഇങ്ങളല്ലേ? പറീൻ കായീ ബേണോ?"

"വേണം."

"എത്തിരെ?"

"അയ്മ്പതുറുപ്പിക."

"ഇതിനാ ഇപ്പോ കീയ്ക്കാംതൂക്കം നിക്ക്ണ്, നായര്. ദാ, പുടിച്ചോളി." പത്തിന്റെ അഞ്ചു നോട്ടെടുത്ത് എന്റെ മുമ്പിൽ നിരത്തി: "മത്യോ? പോരാച്ചാൽ പറഞ്ഞോളി."

ഞാൻ അല്പം അമ്പരക്കാതിരുന്നില്ല. ആ മൂട്ടിത്തുന്നിയ കീശ മിക്കപ്പോഴും കാലിയായിരിക്കലാണ് പതിവ്. അദ്ദേഹത്തെ അടിമുടി ഒന്നു നോക്കാതിരിക്കാൻ കഴിഞ്ഞില്ല.

"എന്തിരുത്താ, തുറോങ്കണ്ണൻനായരേ, മുയിക്ക്ന്നു? ഇഞ്ഞി കായി ബേണോ? കായില്ലേളാനോട് ചോയിക്കണം." എന്നിട്ട് ഒന്നു പൊട്ടിച്ചിരിച്ചു.

"വേണ്ട." ഞാൻ ശാന്തമായി പറഞ്ഞു.

"എന്നാൽ നെലോളിച്ചാണ്ടെ അബടെ കുത്രിന്ന് ഒരാപ്പുംകൂടി കുടിച്ചോളി."

"എവിടുന്നു കിട്ടി?" ഞാൻ മൗലവിയോടു ചോദിച്ചു.

"നയിച്ചുണ്ടാക്കീത്... എന്തേ പുടിച്ചില്ലേ? ഇക്കായി ഇമ്മിണി മുന്ത്യേകായ്യന്നു."

"മൗലവിയുടെ കൈയിലുള്ളതൊക്കെ മുന്തിയതല്ലേ?"

"ഇക്കായിന്റെ കത കേട്ടാല്, ഇങ്ങളും അതു സമ്മതിക്കും."

"എന്തേ?"

"ഇച്ചിരി മുമ്പ് ഇങ്ങള് ഒരു ബസളത്തം പറഞ്ഞില്ലേ?

"എന്ത്?"

"ഞമ്മളെ കൊല്ലണം എന്ന്."

"തമാശയല്ലേ?"

"ഈ ദെമാസ ഞമ്മക്കും ഒരിക്കൽ തോന്നീതാ. ഹോജരാജാവായ തമ്പിരാനേ, ആ ദെമാസ അന്നു നടത്തീന്നെങ്കിൽ ഇന്ന് ളക്കായി കിട്ട ലില്ലാ; ഞമ്മള് ബസളനും ആയി."

"എന്താണ് ആ കഥ?"

"ഇക്കായിന്റെ കഥ..." മൗലവി ഗ്ലാസു മുമ്പിൽനിന്നു നീക്കിവച്ച് ഒരു ചുരുട്ടെടുത്തു കൊളുത്തി പുക വിട്ടുകൊണ്ടു തുടങ്ങി: "മനസ്സിന്റെ ഖൽബും പൊന്നുതൂക്കുന്ന തുലാസും ഒരു ചേലിക്കാ."

"ഉം."

"ഒരു ചെറിയ കാറ്റടിച്ചാൽ മതി, ഒരു പൊറത്തേക്കു തൂങ്ങാൻ. പക്കെ ങ്കില്, ഇമ്മനിസൻ നല്ലോനാണെന്നുബെച്ചാൽ പടച്ചോൻ മറ്റേ തട്ടിലും ഒന്ന് ഊതും; അപ്പൊ തുലാസു സരിക്കും നിക്കും. എന്തേയ് മിണ്ടീലാ?"

"ശരി. എന്തേ ഇതു തോന്നാൻ?"

"ഇക്കായിന്റെ കത കേക്കണോ?"

അദ്ദേഹം ആ കഥ വിസ്തരിച്ചു പറഞ്ഞു. എട്ടോ ഒമ്പതോ കൊല്ലം മുമ്പ് മൗലവി കണ്ണൂരിൽ താമസമായിരുന്നു. അന്നു ധനസ്ഥിതി വലിയ മോശമല്ല. "എപ്പൊ തപ്പ്യാലും ഞമ്മടെ കാപ്പേൽ കായിണ്ടാവും. അതൊരു കാലേർന്ന്." അക്കാലത്ത് ഒരു ദിവസം ഹോട്ടലിൽനിന്ന് ഊണുകഴിച്ചു പുറത്തേക്കിറങ്ങിയപ്പോൾ 'കാക്കാ, ഇന്നേക്ക് മൂന്നു ദെവ സായി അന്നത്തിന്റെ വെള്ളം കുടിച്ചിട്ട്" എന്നും പറഞ്ഞ് ഒരുത്തൻ പിന്നാലെ കൂടി. ചൊറുചൊറുക്കും പ്രസന്നശീലവുമുള്ള ഒരു യുവാവ്. തെക്കുനിന്നാണു വരുന്നത്; പോക്കറെന്നാണ് അവന്റെ പേരെന്നു പിന്നീ ടാണു മനസ്സിലായത്. ചോറു വാങ്ങിക്കൊടുത്തു; ഒരു ദിവസമല്ല, പല ദിവസം - "അങ്ങിനെ മൂന്നു കുട്ട്യോളെ പുലർത്താനുള്ള ഞമ്മക്ക്, മക്കള് നാലായിന്നു ബെച്ചോളി" - മൗലവി പറകയാണ്. "പക്കെങ്കില്, ഇത് ഇമ്മണി ദെവസം കയ്യൂലല്ലോ. ഇപ്പഹേനെ എന്തിരുത്താപ്പൊ ചെയ്യേ ണ്ടത് എന്നു ഞങ്ങളാലോസിച്ചു." എഴുത്തറിയില്ല; വായന അറിയില്ല. തടി വെള്ളമാക്കി പണിയെടുക്കാൻ ശീലിച്ചിട്ടുമില്ല. എല്ലാറ്റിനും മേലെ, രണ്ടു കുട്ടികളുടെ പിതാവുമാണ്. വീടരും കുട്ടികളും നാട്ടിലുണ്ട്. "ഓലടെ കയിച്ചില് കണ്ടാൽ പടച്ചോൻ നെലത്തെറങ്ങും" എന്നു പോക്കറു പറഞ്ഞപ്പോൾ മൗലവിയുടെ ഹൃദയമലിഞ്ഞു.

"അപ്പൊ ഇജ്ജ് എന്തിരുത്തിനേ. ചിറകുമുളയ്ക്കുന്നേനു മുമ്പേ പെണ്ണുകെട്ടീത്?" മൗലവി ചോദിച്ചു.

"അതുപറ്റി, കാക്കാ."

"ആട്ടെ. ഇജ്ജ് ഒരു കച്ചോടം ബെച്ചോ.""

"അയിന് കായിബേണ്ടേ കാക്കാ."

"കായി ഞമ്മള് തരാം."

"അയ്ന്പ്പൊ പണേംതരാൻ ഞമ്മടെ കൈയിലൊന്നൂല്യാലോ."

"ഒന്നും തരണ്ട. പക്കെങ്കില്, ഇജ്ജ് നന്നാവണം; കുരുത്തോം പൊരുത്തോം ഉള്ളോനാവണം; കച്ചോടം ബെച്ചു പൊറമാണി ആയാല്, ഞമ്മടെ കായി ഇങ്ങട് മടക്കിത്തന്നാളാ, തരൂലേ?"

"തരും."

"അപ്പൊ, ഹമ്ക്കത്തരം കാട്ട്യോ? പടച്ചോനെക്കൊള്ളെതേട്ടും മനിസനെ സിനേഹും ബിടരുത്. തിരിഞ്ഞോ."

"ആ."

"എന്നാൽ അസറ്നിസ്കരിച്ചേന്റെ സേസം അങ്ങട്ട് ബന്നോ."

പോക്കറ് ചെന്നു; പണവും കിട്ടി. പത്തു ദിവസത്തിനുള്ളിൽ അങ്ങാടിയുടെ മൂലയ്ക്കൽ ഒരു സ്റ്റേഷനറിഷാപ്പും പൊന്തിവന്നു. പ്രസരിപ്പുള്ള ആ ചെറുപ്പക്കാരനു തന്റെ കടയിലേക്ക് ആളുകളെ ആകർഷിക്കാൻ കഴിഞ്ഞു. രാത്രി പന്ത്രണ്ടുമണിക്കേ പീടിക പൂട്ടു; കാലത്ത് ആറുമണിക്കു തുറക്കും. എല്ലാം ഉഷാർ. ജീവിതം ആകെ പുതിയതാവുകയാണ്. വെയിൽനാളങ്ങൾക്കു കൂടുതൽ പ്രകാശവും രാത്രിക്ക് കൂടുതൽ കുളിർമയും വച്ചതായി പോക്കർക്കു തോന്നി. അവന് എന്തെങ്കിലും ഒന്നു ചെയ്യാനുണ്ട്. ചെയ്യുന്ന ജോലിയുടെ മെച്ചം അവനുതന്നെയാണു താനും. അധികമൊന്നും തിന്നിട്ടില്ല, പോക്കർ ഒന്നു തടിച്ചുരുണ്ടു. കച്ചവടവും പതുക്കെ കൊഴുത്തു. "മൊതലാളീ, വല്ലതും തരണേ" എന്നു പിച്ചക്കാർ അവന്റെ നേരേ കൈനീട്ടുമ്പോൾ പോക്കർക്കു മനസ്സിൽ ഒരു കിരുകിരുപ്പ്.

അപ്പോഴും മൗലവി സാധാരണയായി ആ പീടികയിൽ ചെല്ലും. ഒന്നു മുറുക്കി, ചുണ്ണാമ്പു പല്ലിനിടയിൽ തേച്ചുകൊണ്ടു ചോദിക്കും:

"എങ്ങനെ ഉണ്ട് പോക്കറേ?"

"മോസല്യാ, കാക്കാ." പോക്കർ തലചൊറിഞ്ഞുകൊണ്ടു പറയും. മൗലവി കുടയും കക്ഷത്തുവച്ചുകൊണ്ടു നടക്കുകയും ചെയ്യും.

ആ കാലഘട്ടത്തെക്കുറിച്ച് മൗലവിക്കു വലിയ സംതൃപ്തിയായിരുന്നു. "ഞങ്ങള് സന്തോസിച്ചു; ഞമ്മള്ബച്ച തെങ്ങിൻതോപ്പു കായിച്ചു കാണുമ്പോലത്തെ ഒരു കായ്ച്ചയാ അത്." ഇതിനിടയിൽ പോക്കർക്കും മാറ്റങ്ങളുണ്ടായി. വീടരും കുട്ടികളും വന്നു; കുടുംബജീവിതമാരംഭിച്ചു.

സംതൃപ്തമായി ജീവിതം ഒഴുകുകയാണ്. നാലു വർഷം അങ്ങനെ കഴിഞ്ഞു; പോക്കർ കുറച്ചു കാശും സമ്പാദിച്ചു. അപ്പോഴും മൗലവി കുടയും കക്ഷത്തുവച്ചു പീടികയിൽ ചെല്ലും; 'ബെത്തിലടക്ക' തിന്നു മടങ്ങിപ്പോവും.

"നിങ്ങളുടെ കാശ് മടക്കിത്തന്നില്ലേ?" ഞാൻ ഇടയിൽകടന്നു ചോദിച്ചു.

"ഇല്ല. ഞമ്മളൊട്ടാവശ്യപ്പെട്ടതും ഇല്ല. അറുനൂററുറുപ്പികല്ലേ. ബേണ്ടപ്പോ മേങ്ങാലോ എന്നു കരുതീന്ന് കൂട്ടിക്കോളി."

നാലാമത്തെ കൊല്ലത്തിന്റെ അവസാനത്തിൽ ഒരു സായാഹ്നത്തിൽ മൗലവി പീടികയിലേക്കു ചെന്നപ്പോൾ സ്ഥിതിഗതികൾ ആകെ മാറിയിരിക്കുന്നതായിക്കണ്ടു. പീടികയിൽ വേറെ ഒരു ചെറുപ്പക്കാരനാണ്.

"പോക്കറെവിടെ?" മൗലവി ചോദിച്ചു.

"പോക്കറ് ഈ കട എനിക്കു വിറ്റു."

"വിറ്റു."

"ഉം."

മൗലവിയുടെ കാലിലൂടെ എന്തോ ഒന്ന് അരിച്ചുകയറുന്നതുപോലെ തോന്നി. തന്നോട് ഒരു വാക്കുപോലും പറയാതെ പോക്കർ ആ കട വിറ്റു കളഞ്ഞുവെന്ന് മൗലവിക്കു വിശ്വസിക്കാൻ കഴിഞ്ഞില്ല.

"നേരോ!"

"എന്തേ?"

"ഒന്നൂല്യാ... അപ്പൊ എത്തിര ഉറുപ്പികക്കേ ബിറ്റത്?"

"കാശു കുറച്ചായി... അയ്യായിരത്തി മുന്നൂറ്."

"ഉം."

മൗലവി വാണംപോലെ പോക്കറുടെ വീട്ടിലേക്കു ചെന്നു വാതിൽക്കൽ മുട്ടിവിളിച്ചു: "പോക്കറേ... പോക്കറേ... പോക്കറേ..." നിശ്ശബ്ദം. അയൽപക്കത്തെ വീട്ടിലെ വിരിയുടെ പിമ്പിൽനിന്ന് ഒരു ചോദ്യം പൊന്തി:

"ആര്യാ ബിളിക്കന്ന്?"

"പോക്കരില്ലേ ഇബടെ?"

"അജ്ജാളും ബീടരും ഒക്കെപ്പോയി."

"എവിടേക്ക്?"

"നാട്ടിലേക്ക്."

"എന്നു ബെരും."

"ഇഞ്ഞി ബെരൂലാ."

ആ കിളിനാദം പുറപ്പെടുവിച്ച പെണ്ണിന്റെ മുഖത്തൊരു ചവിട്ടുകൊടുക്കാൻ തോന്നി.

മൗലവി വീട്ടിൽച്ചെന്നു, പടാപ്പുറത്തു കയറിയിരുന്നു. അന്നു വീടർക്കു ധാരാളം ശകാരം കേട്ടു. കുട്ടികൾക്ക് അടിയും കിട്ടി. ഒന്നോ രണ്ടോ പാത്രങ്ങൾ വെളിയിലേക്കു പറക്കുകയും ചെയ്തു.

"ഇങ്ങക്കെന്തായിപ്പോയീന്ന്?" മൗലവിയുടെ വീടർ ചോദിച്ചു.

"ഒലക്ക." അയാൾ ഒന്നും കഴിക്കാതെ ചെന്നുകിടന്നു.

പിറ്റേന്നു കാലത്തെഴുന്നേറ്റ് പോക്കർക്ക് ഒരു കത്തെഴുതി. ഒരാഴ്ച കാത്തു, മറുപടിയില്ല. വീണ്ടും എഴുതി, മറുപടിയില്ല. അങ്ങനെ ഏഴു കത്ത്.

"ആ ഷ്ടാമ്പിനുള്ള കായുംകൂടി കളഞ്ഞതുതന്നെ" എന്നാണ് മൗലവി പറയുന്നത്. അദ്ദേഹത്തിനു കലശലായി അരിശംവന്നു. പണം പോയതില്ലല്ലാ, തന്നെപ്പറ്റിച്ചുവെന്നതിലുമല്ല മൗലവിക്കു വ്യസനം. 'ഓൻ നണ്ണില്ലാത്തോനായില്ലേ' എന്നതിലാണ്. അങ്ങനെ, പോക്കറേയും പോക്കറുടെ ബാപ്പ, മുത്താപ്പ തുടങ്ങി നാലഞ്ചു തലമുറകൾക്കപ്പുറം മൺമറഞ്ഞു പോയവരേയും പോക്കറുടെ നാട്ടുകാരേയും ഒടുവിൽ ലോകത്തെയും ശകാരിച്ചു. ആ ദേഷ്യം കിതച്ചു തളർന്നടങ്ങി.

"അവന്റെ നാട്ടിലോളം ഒന്നു പോകാമായിരുന്നില്ലേ?" ഞാൻ ചോദിച്ചു.

"എന്തിന്? ബണ്ടിക്കൂലീം പാടെ നസ്റ്റപ്പെടുത്താനോ?" നണ്ണില്ലോനാന്ന് ബെച്ചാല് ഇച്ചേലിക്ക് പൊറവർത്തിക്കോ?"

അതുകൊണ്ട്, ചാരംമൂടിയ കനൽപോലെ ഈ വേദന മൗലവിയുടെ ഉള്ളിൽ അടങ്ങിക്കിടന്നതേ ഉള്ളൂ. ദിവസങ്ങളും മാസങ്ങളും കടന്നുപോയി. മൗലവിയുടെ വഞ്ചിക്ക് എതിരായിരുന്നു കാറ്റുവീശിയിരുന്നത്. സാമ്പത്തികമായി മൗലവി തകർന്നു. അതിനെത്തുടർന്ന് ചില സിവിൽക്കേസുകളും.

"കടന്നൽക്കൂടിളകിയപോലെയുള്ള ഒരു കാലേർന്ന്, എബട്യ്ക്ക് തിരിഞ്ഞാലും കത്ത്. നാട്ടിലും ബീട്ടിലും പൊറുതില്യാ. പടച്ചോനെ, ജ്ജ് ഞമ്മളെ ബെടിഞ്ഞോ? എന്ന് മേപ്പട്ടു നോക്കിയ കാലേർന്നു." ഇക്കാലത്ത് വീണ്ടും മൗലവിക്കു തന്റെ അറുന്നൂറുറുപ്പിക തട്ടിപ്പറിച്ച പോക്കറോടുള്ള ദേഷ്യം ജ്വലിച്ചു. വലിയ പെരുന്നാളിനു പത്തു ദിവസമേ ഉള്ളൂ. കുട്ടികൾക്കും വീടർക്കും തട്ടവും തുണിയും വാങ്ങണം. ഒരു കാശ് കൈയിലില്ല. തന്റെ വിഷമസ്ഥിതി കാട്ടി പോക്കർക്കൊരു കത്തെഴുതി. അതിനുമില്ല മറുപടി.

"പിന്നെ ഞമ്മളൊന്നങ്ങട്ട് ഒറച്ചു. കൈയിലുള്ള കായി കൊടുത്ത് ഒരു കഠാരി മേങ്ങി. ബാക്കി കായി എടുത്തു കാപ്പേലിട്ട് ഒരു പോക്കാണ്ട് പോയി..."

"എവിടേക്ക്?" ഞാൻ ഇടയിൽക്കടന്നു ചോദിച്ചു.

"പോക്കറുടെ കുടീലിക്ക്."

"എന്തിന്?"

"ഓനെ അറക്കാൻ."

"ഹേ."

"തന്നെ. ആ നണ്ണിലാത്തോനെ അറക്കണം. ഈ ഒരൊറ്റ ആലോസന്ാ. പറഞ്ഞില്ലേ, ഖൽബ് പൊന്നുതൂക്കുന്ന തുലാസിന്റെ ചേലിക്കാന്ന്. കാറ്റടിച്ച് അത് ഒരു പൊറത്തേക്കു തൂങ്ങി."

"എന്നിട്ടു പോയോ?"

"പിന്നെ? ബയിക്ക്ബെച്ച് ഞമ്മക്ക് തേട്ടമേ ഉണ്ടാർന്നുള്ളൂ; ഓൻ ഞമ്മളോട് ലോഹ്യൂം മര്യാദീം സിനേഹൂം ഒന്നും കാട്ടൂടല്ലേന്ന്. അതൊക്കെ കാട്ടുമ്പൊ, ഞമ്മക്കാർക്കായാലും മനസ്സഴിയും. അപ്പൊപ്പിന്നെ അറക്കാനൊക്കൂലാ."

"എന്നിട്ടോ, അവൻ ലോഗ്യം കാട്ടിക്കളഞ്ഞോ?"

"ഇല്ല. പടച്ചോന്റെ ദെമാസ നോക്കിൻ. ഓൻ പടാപ്പുറത്ത് പൊറമാണ്യായിട്ട് ഇരിക്കാ. ഞമ്മളെ കണ്ടപ്പൊത്തന്നെ ഓന്റെ മൂഞ്ചീലൊരു കയ്പ്. ന്റെ കായി ങ്ങട്ട് തന്നാളാ, മോനേ എന്നു ഞമ്മള് താന്നുകൂടി. അപ്പൊ കായില്ലാന്ന് ഓൻ. കിട്ടണം എന്നു ഞാൻ. എന്തിന് പെരുത്ത് പറേന്നു, കയ്പ്പും ബിളിം ആയി. ബിരിന്റെ പിന്നിൽനിന്ന് ഒരു ബളക്കിലുക്കം; ഓന്റെ ബീടരായിരിക്കും. അപ്പൊ ഞമ്മള് ഇച്ചിരിംപാടെ ഒച്ച മൂപ്പിച്ചു. ഇബിലീസിനു നാണംകെടട്ടേ."

"അപ്പോൾ തന്നോ?"

"പിരാന്ത്. ഓന് ഉളുപ്പുണ്ടോ? കായി തരൂലാന്ന് ഓൻ. കയ്യ് പതുക്കെ ഞമ്മടെ അരേലിക്ക് പോയി. കിഠാരിപ്പുടി തടവി."

"എന്നിട്ട്?"

"അപ്പോളത്തിനും പടച്ചോൻ മറ്റേ തട്ടിലിക്ക് കാറ്റൂതി തുലാസ് നെലബാരത്തിലായിപ്പോയി."

"എങ്ങിനെ?"

"അകത്തുന്നുണ്ട് ഒരു കുട്ടീന്റെ നെലോളി. അക്കുഞ്ഞൻ നീണ്ടു നീണ്ടു കരഞ്ഞപ്പൊ, കഠാരിപ്പിടീന്ന് കയ്യ് പോന്നു."

"അതെന്തേ?" ഞാൻ ചോദിച്ചു.

"ഞമ്മള് ഇബനെ ഇപ്പൊ കൊന്നാല് ഒന്നും അറിയാത്ത അപ്പൈതങ്ങളല്ലേ ബലേണ്ടത്? പിന്നെ ഓനെ കൊന്നാലും ഓന് നണ്ണി ഉണ്ടാവൂല. ഞമ്മള് ബസളനായത് ബാക്കി. കുട്ടി പിന്നീം കരഞ്ഞ് - അത് പടച്ചോന്റെ ഊത്താ. ഞമ്മള് പടിയെറങ്ങിപ്പോന്ന്."

"ഭാഗ്യം. അത്തരം സന്ദർഭത്തിൽ ഇങ്ങനെ ഒരാലോചന വരിക സാധാരണയല്ല."

"പക്കെങ്കില്, പടച്ചോന്റെ ഊത്തല്ലേ?"

അങ്ങനെ തിരിച്ചുപോന്ന മൗലവി പോക്കറെ വിസ്മരിക്കാൻ തീർച്ചപ്പെടുത്തി. എളുപ്പമായിരുന്നില്ല. പക്ഷേ, ഇതിനിടയിൽ കൊളമ്പിലായിരുന്ന ഒരനുജന്റെ സഹായം കിട്ടി. ഒന്നു നിന്നു പൊറുക്കാമെന്നായപ്പോൾ പിന്നെ പോക്കറെപ്പറ്റി അത്രയൊന്നും ആലോചിച്ചില്ല. "സെയ്ത്താൻ പുടിച്ച് പോട്ടെ പഹേൻ എന്നു ഞമ്മളങ്ങട്ട് ബെച്ച്."

"എന്നിട്ട് ഈ കാശിന്റെ കഥ?"

"അക്കാശാണിത്."

"എങ്ങനെ കിട്ടി?"

"പോക്കറ് യുത്തം ബന്നപ്പൊ ഒന്നുംകൂടി പൊന്തി. കരിഞ്ചന്തേന്റെ ഒരാപ്പീസാർന്നു. ഒടുക്കം, ഓക്കാനംപുടിച്ച് ചത്ത്."

"മരിക്കുമ്പോ, നിങ്ങളുടെ കാശു തന്നോ?"

"ഇല്ല. ഇന്ന് ബെളുക്കുമ്പോ ഉണ്ട് ഒരു ചെറുബാല്യേക്കാരൻ കൊലായിമ്പില്. ഓൻ പോക്കറുടെ മോനാ. ഓന്റെ ഉമ്മ കായി കൊടുത്തയച്ചതാ. 'ബാപ്പ ശെയ്തേനെപ്പറ്റി ഒന്നും ബിചാരിക്കരുത് എന്നുമ്മ പറ്യാൻ പറഞ്ഞടക്ക്ണ്.' ഓൻ ഇതു പറഞ്ഞപ്പൊ ഞമ്മള് പടച്ചോനെ ഓർത്ത്. പടച്ചോൻ ബരുന്ന ബയി ഞമ്മള് നോക്ക്യാൽ കാണൂലാ.'

മൗലവി കഥ നിർത്തിയപ്പോൾ ഞാൻ അദ്ദേഹത്തിന്റെ ഹൃദയത്തിലേക്ക് ഒന്നെത്തിനോക്കി. ഒരു പൊതുകൃഷിസ്ഥലംപോലെ വിശാലം.

"ആ ഉറുപ്പികയാണോ ഇത്?"

"തന്നെ. അപ്പൊ ഞമ്മളിന്നു പണക്കാരന്. ബേണച്ചാൽ കായി ഇഞ്ഞീം തരാം. മൊകറും കനപ്പിച്ച് നടക്കണ്ട."

"ഒടുക്കം കഠാരി എന്റെ നേർക്ക് ഉയർത്തോ?"

"പടച്ചോന്റെ കാറ്റ് അപ്പളും ഊതും എന്ന് കൂട്ടിക്കോളൂ."

ഞാൻ ചിരിച്ചു: മൗലവിയും ചിരിച്ചു. ഞങ്ങൾ പുറത്തേക്കു കടന്നു. വിയർപ്പു പൊടിഞ്ഞ നെറ്റിയിൽ ഒരിളംകാറ്റു തടവുകയാണ്. അപ്പോൾ എനിക്ക് ആരെയും കൊല്ലണമെന്നുണ്ടായില്ല.

■

ബിസിനസുകാരൻ

കാറിൽ കയറിയിരുന്നു കതകടച്ചിട്ട് പിമ്പോട്ടു ചാരിയപ്പോൾ മി. റഹിമിനു വലിയ ആശ്വാസം തോന്നി. താങ്ങാനാവാത്ത ഭാരം ഏറ്റി തളർന്ന് അതിറക്കിവച്ചപോലെ. മദിരാശിയിൽ വന്നിട്ട് ഒരാഴ്ചയായി. ഇതിനിടയിൽ സ്വാസ്ഥ്യത്തോടുകൂടി ഒരു മണിക്കൂർ ഇരുന്നിട്ടില്ല. എത്രപേരെ കണ്ടു. എന്തെല്ലാം കാര്യങ്ങളെപ്പറ്റി ആലോചിച്ചു ബിസിനസ്സ് എന്നു വച്ചാലിങ്ങനെയാണ്. ഇരിക്കപ്പൊറുതി കിട്ടുകയില്ല. റഹിമിന്റെ ബിസിനസ്സ് പലയിനങ്ങളിലാണ്. ഇൻഷുറൻസ്, കാറിന്റെ പാർട്ടുകൾ, പിന്നെ ലാഭം കിട്ടുമെന്നു തോന്നുന്നതെല്ലാം. ആ പ്രസരിപ്പുള്ള ചെറുപ്പക്കാരൻ നന്നെ അധ്വാനിക്കും, നേടും; നന്നായി ചെലവിടുകയും ചെയ്യും.

അയാൾ ടാക്സിക്കാരനോടും പറഞ്ഞു: "കുറച്ചു സ്പീഡിൽ വിട്ടോ." എന്നിട്ട് വാച്ചുനോക്കി. പരിഭ്രമിക്കാനില്ല; വണ്ടിക്കിനിയും ധാരാളം സമയമുണ്ട്. എന്നാലും വേഗതയില്ലാത്ത കാറിൽ സഞ്ചരിക്കുകയും കടുപ്പമില്ലാത്ത ചായ കുടിക്കുകയും അയാൾക്കു വിഷമമാണ്. കാറുകാരൻ കല്പനയനുസരിച്ചു.

എല്ലാം ശുഭമായി പര്യവസാനിച്ചുവെന്ന കൃതാർത്ഥതയിൽ റഹിം ഒരു സിഗററ്റെടുത്തു കൊളുത്തുകയും സൈഗളിന്റെ ഒരു ഗാനം ചൂളം വിളിക്കുകയും ചെയ്തു. "സോജാ രാജകുമാരി, സോജാ..." അയാളുടെ ചുറ്റും ചെറിയതും വലിയതുമായ പല കെട്ടുകളുണ്ട്. മദിരാശിക്കു പോരുമ്പോൾ പലരുമേല്പിച്ച സാധനങ്ങളാണ് - മരുന്ന്, സൈക്കിൾപാർട്ട്, നാടകത്തിനുവേണ്ട അംഗരാഗവിശേഷങ്ങൾ രണ്ടു കൃത്രിമത്തലമുടിയും ഒരു താടിയും മറ്റും മറ്റും. ആ കൃത്രിമത്താടി എടുത്തു മുഖത്തു പിടിച്ചാലെന്താണെന്ന് ഒരിക്കൽ തോന്നുകയും ചെയ്തു. ആ മോഹം അടക്കി. അവയിലേക്കു സാവധാനത്തിൽ കണ്ണോടിച്ചുകൊണ്ടു മൂളുമ്പോഴാണ് പെട്ടെന്ന് ആ കാര്യം ഓർമ്മവന്നത്.

"അയ്യോ. മറന്നുപോയല്ലോ."

ഡ്രൈവർ തലതിരിക്കാതെ ചോദിച്ചു: "എന്തേ?"

"നിർത്ത്."

കാർ ഒരു ഓരംചാരി നിന്നു. റഹിം അസ്വസ്ഥനായി. പിൻതിരിയണോ മുന്നോട്ടുപോകണോ എന്നതാണു പ്രശ്നം. ആ പ്രശ്നമാണല്ലോ ജീവിതത്തിൽ എപ്പോഴും കുഴപ്പം സൃഷ്ടിക്കുക. മുമ്പോട്ടു പോകാനാണ് റഹിം ഇഷ്ടപ്പെടുന്നത്. എന്നാൽ കർത്തവ്യം പിമ്പോട്ടു പിടിച്ചുവലിക്കുന്നു.

"എന്താണ്?" ഡ്രൈവർ ഒരിക്കൽകൂടി ചോദിച്ചു.

"ഒരു തുംബുരു എടുക്കേണ്ടതുണ്ട്. അതു മറന്നുപോയി."

"തംബുരുവോ?" അല്പം അദ്ഭുതത്തോടെയാണ് ഡ്രൈവർ ചോദിച്ചത്. റഹിം ഒരു ബിസിനസ്സുകാരനും കാര്യബോധമുള്ളവനുമാണെന്നായിരുന്നു ഡ്രൈവറുടെ വിശ്വാസം. അയാൾ ഒരു തംബുരുവിന്റെ കാര്യത്തിൽ വേവലാതിപ്പെടുന്നതു കണ്ടപ്പോൾ ഡ്രൈവർ അമ്പരന്നു. ആ മാന്യയാത്രികനെക്കുറിച്ചുള്ള മതിപ്പ് അല്പം താഴുകയും ചെയ്തു. ഡ്രൈവറുടെ ചോദ്യം റഹിമിനു പിടിച്ചില്ല. തന്നെ ഒരു കാര്യക്കുട്ടിയും ബിസിനസ്സുകാരനുമായല്ലാതെ കണക്കാക്കുന്നത് റഹിമിന് ഇഷ്ടമല്ല.

"ഞാൻ ഒരു ബിസിനസ്സുകാരനാ. ആ തൊഴിൽ എനിക്ക് അസ്സലായിട്ട് അറിയുകയും ചെയ്യാം" എന്നാണ് എപ്പോഴും അയാൾ പറയുന്നത്. ഈ തെണ്ടിവർഗ്ഗകലാകാരന്മാരുടെ കൂട്ടത്തിൽ തന്നെ കൂട്ടരുതെന്ന് അയാൾ പറയാറില്ലെന്നുമാത്രം. എങ്കിലും മൂപ്പരുടെ സ്റ്റോക്കിൽ ആറേഴു കലാകാരന്മാരുണ്ട്. കഷണ്ടിയും ദാരിദ്ര്യവും ബാധിച്ച ഒരു കലാകാരൻ, അനുരാഗസംബന്ധമായ കുരിശുകൾ മാറിമാറി ചുമക്കുന്ന ഒരു കവി, ഭൂമിയുടെ അറ്റത്തേക്കു യാത്ര പുറപ്പെട്ടുനില്ക്കുന്ന ചപ്രത്തലമുടിക്കാരനായ ചിന്തകൻ, വിഷാദാത്മകനായ ഒരു ഗായകൻ, കരിവീട്ടിക്കഷ്ണംപോലെയുള്ള ഒരു ചിത്രകാരൻ - മറ്റും മറ്റും. ഇവയൊക്കെ സഹായിക്കേണ്ടതും വെറുക്കേണ്ടതും തന്റെ കടമയാണെന്നാണ് റഹിം ധരിക്കുന്നത്. വെട്ടുകിളിശല്യത്തെപ്പറ്റി ആരോ ഒരിക്കൽ സംസാരിച്ചപ്പോൾ റഹിം പറകയാണ്:

"അവരും കലാകാരന്മാരാണെന്നു തോന്നുന്നു."

"എങ്കിൽ നിങ്ങളെന്തിന് അവരെ കൊണ്ടുനടക്കുന്നു."

"ലോകത്തിന് ഉപദ്രവം കുറയ്ക്കാൻ."

അങ്ങനെ വെറുപ്പോടുകൂടി അരഡസനിലധികം കലാകാരന്മാരെ സ്റ്റോക്കു ചെയ്തിട്ടുള്ള റഹിമിനോടാണു ഡ്രൈവർ ചോദിക്കുന്നത്.

"തംബുരുവോ?" എന്ന്. ദേഷ്യം വരാതിരിക്കുമോ?

"എന്താ, തംബുരു എടുത്താൽ പറ്റില്ലേ?" എന്ന് അല്പം ദേഷ്യത്തോടെ പറഞ്ഞു, 'ത്യാഗരാജനഗറി'ലേക്ക് ഓടിക്കാൻ ആവശ്യപ്പെട്ടു. കാർ തിരിഞ്ഞു.

റഹിമിന് അസ്വാസ്ഥ്യമുണ്ടായിരുന്നു. വേണ്ടാതെ വലിച്ചുവെച്ച ഒരു വയ്യാവേലിയാണത്. മദിരാശിക്കു പുറപ്പെടുന്നതിനു രണ്ടുനാൾ മുമ്പ് തന്റെ

വാനും ഓടിച്ചുകൊണ്ട് റഹിം അങ്ങനെ പോവുകയായിരുന്നു. വരുന്ന വഴിയിൽനിന്നു പലരും വാനിൽ കേറിക്കൂടി; പലേടത്തുമായി ഇറങ്ങിപ്പോവുകയും ചെയ്തു. പഴയ ആളുകൾ അത്താണി പണിചെയ്യിക്കുന്ന മനോഭാവത്തോടെയാണു റഹിം ആ വാൻ വാങ്ങിയതെന്നു ബഹുജനങ്ങൾ പറയുന്നു. നേരാവാം. ആ വാഹനത്തിന് ഇരുപത്തഞ്ചു ശതമാനം അവയവങ്ങൾ ഇല്ല. എന്നാലും റഹിം തൊട്ടാൽ അതോടും. ഒരു കാളവണ്ടിയേക്കാൾ വളരെ സുഖമുള്ള ഒരു വാഹനമാണത്. പണ്ട് അതിന്റെ നിറം വെളുപ്പായിരുന്നു. ഇന്നു മഞ്ഞയാണെന്നും ചാരനിറമാണെന്നും പക്ഷാന്തരമുണ്ട്. ആ വിഷയത്തെക്കുറിച്ചുള്ള ചർച്ചായോഗം ഇപ്പോഴും അവസാനിച്ചിട്ടില്ല. സ്റ്റോക്കിലുള്ള ചിത്രകാരൻ പറയുന്നത്, അതിനു നിറമേ ഇല്ല എന്നാണ്. ഒരു തോന്നലാണത്രെ. അനേകതരം മനുഷ്യർ അതിൽ യാത്രചെയ്തിട്ടുണ്ട്. ആശുപത്രിക്കു പോകുന്ന കിഴവന്മാർ, മസൂരിരോഗികൾ, ഒളിവിൽ കഴിച്ചുകൂട്ടിയ രാഷ്ട്രീയപ്രവർത്തകൻ, കലാകാരന്മാർ, വേശ്യകൾ, മൗലവികൾ, പത്രപ്രവർത്തകന്മാർ - മറ്റും മറ്റും.

ആ വാനും ഓടിച്ചുകൊണ്ട് അങ്ങനെ പോകുമ്പോൾ ഒരു മനുഷ്യൻ നിരത്തിന്റെ ഓരത്ത് 'ഷൽഗവ്യ'ത്തിലായി നില്ക്കുന്നു. വാൻ നിന്നു. റഹിം വെളിയിലേക്കു തലയിട്ടു വിളിച്ചു: "മി. രഘു."

രഘു അങ്ങോട്ടു നോക്കി പുഞ്ചിരിതൂകി. കറുത്തു വിശാലമായ ആ മുഖത്തു വെളുത്ത പുഞ്ചിരി വിടർന്നുവരുന്നതു കൗതുകകരമാണ്. തേങ്ങാപ്പൂൾ കടിച്ചുനില്ക്കുന്ന ഒരു കരിമ്പൂച്ചയെപ്പോലെയല്ല, ഒരു വെള്ളമന്ദാരപ്പൂ കൊത്തിപ്പറക്കുന്ന കുയിലിനെപ്പോലെയാണ്. വാസ്തവത്തിൽ രഘു ഒരു കുയിൽതന്നെയാണ് എന്നാണ് ആളുകൾ പറയുന്നത്. അത്ര നല്ല സംഗീതകാരൻ. പക്ഷേ, പ്രഭാതത്തിൽ ഉണർന്നുപാടുന്ന ഒരു വണ്ണാത്തിപ്പുള്ളാണ് രഘു എന്നാണ് എനിക്കു തോന്നിയിട്ടുള്ളത്. അതൊരഭിപ്രായഭേദമാണ്. റഹിമിന്റെ വിളികേട്ടപ്പോൾ, സ്നിഗ്ദ്ധമോഹനമായ ഒരു പുഞ്ചിരിയും പൊഴിച്ച് അടുത്തു കൂട്ടത്തിൽ വെള്ളജുബ്ബകൊണ്ടു മൂടിയ ആ കൈയുകൾ ഉയർത്തിപ്പിടിച്ച് ആകാശത്തോട് ഒന്നുരണ്ടു തവണ പ്രതിഷേധം രേഖപ്പെടുത്തി. ആ ജുബ്ബക്കൈയുകൾ അല്പം താഴ്ന്നു കിട്ടാനുള്ള ഒരഭ്യാസമാണത്.

"എങ്ങോട്ടു പോകുന്നു, മി. രഘു?"

"കണ്ടതു നന്നായി, മാഷേ." തനിക്കിഷ്ടമുള്ള ആളുകളെയെല്ലാം മി. രഘു സാധാരണയായി 'മാഷേ' എന്നാണു വിളിക്കുക. ഭാര്യയെപ്പോലും ചിലപ്പോൾ വിളിച്ചുപോവും. അദ്ദേഹം തുടർന്നു. "വലിയങ്ങാടിയിലേക്കല്ലേ?"

"അതെ, കയറിയിരിക്കൂ."

ഇരുന്നു. വാൻ ഓടാൻ തുടങ്ങിയപ്പോൾ മി. രഘു തന്റെ പ്രാരബ്ധങ്ങളും സുഖങ്ങളും പറയുകയും താളത്തിലുള്ള ആ പൊട്ടിച്ചിരി

ആരംഭിക്കുകയും ചെയ്തു. റഹിം ഒരു സിഗററ്റു കൊടുത്തു, വലിയ ങ്ങാടിയിലെത്തിയപ്പോൾ ചായയും വാങ്ങിക്കൊടുത്തു. എന്നിട്ടു പറഞ്ഞു: "ഞാൻ അടുത്തദിവസം മദിരാശിപ്പോവും. രഘുവിന് ആവശ്യമൊന്നു മില്ലല്ലോ?"

"ഭേഷ്." പുഞ്ചിരിതൂകിക്കൊണ്ടു രഘു തുടർന്നു: "മാഷ് ഒരു ഉപ കാരം ചെയ്യണം."

"എന്താ?"

"...ടെ വീട്ടിൽ ഒരു തംബുരു ഇരിക്കുന്നുണ്ട്. അതൊന്നു കൊണ്ടുവ രാമോ? ഞാൻ ചൊല്ലി അയച്ചതാണെന്നു പറഞ്ഞാൽ മതി. അവർ നിങ്ങളെ അറിയുമല്ലോ."

"ഇല്ല. എന്നാലും പോവാം."

"മാഷക്ക് ബുദ്ധിമുട്ടാവോ?"

"എന്തു ബുദ്ധിമുട്ട്. മി. രഘു."

അങ്ങനെയാണ് ഈ തംബുരുവിന്റെ ഭാരം റഹിമിന്റെ പിരടിക്കു വന്നു വീണത്. മദിരാശിയിലെ തിരക്കിനിടയിൽ അതു മറന്നു. ഏതായാലും ഇനി അതെടുക്കാതെ പോയ്ക്കൂടാ. ഒരു വാഗ്ദാനം ഒരു വാഗ്ദാനംത ന്നെയാണ്. ഒരു ബിസിനസ്സുകാരന്റെ വാക്കിനു വില വേണം.

ത്യാഗരാജനഗറിലുള്ള ആ വീട്ടിൽ ചെന്നുകയറിയത് ഒരു സംഗീതവും ശ്രവിച്ചുകൊണ്ടാണ്. തംബുരുവും മടിയിൽവച്ചു മീട്ടി, കണ്ണുമടച്ചിരുന്ന് ഒരു പതിനേഴുകാരി സാധകം ചെയ്യുകയുമാണ്: "സംഗീതജ്ഞാനമു..."

ആ പാട്ട് അയാൾക്കിഷ്ടമായി; പെൺകുട്ടിയെയും ഇഷ്ടമായി. അവ രുടുത്തിട്ടുള്ളത് ഒരു 'കലാക്ഷേത്രം സാരി'യാണെന്നുപോലും അയാൾ മനസ്സിലാക്കി. എങ്കിലും അതൊരു പുരുഷനായിരുന്നെങ്കിൽ നന്നായിരുന്നു വെന്ന് അയാൾ ആശിച്ചു. വിളിച്ചുണർത്താം, വണ്ടി തെറ്റാതെയും കഴിക്കാം. റഹിം ഒന്നുരണ്ടു തവണ ഒച്ചയനക്കി. ആ യുവതി കേട്ടില്ല. അവിടെ 'സംഗീതജ്ഞാനമു'യരുകയാണ്. എന്തുചെയ്യും? ഒടുവിൽ പല്ലവി പാടിത്തീർന്നപ്പോൾ അവർ കൺമിഴിച്ചു. വെളുത്തുരുണ്ടു കുറു തായ ഒരു യുവാവ് - ഒരു സംഗീതജ്ഞാനമു- മുമ്പിൽ നില്ക്കുന്നു.

അവർ തട്ടിപ്പിടഞ്ഞെഴുന്നേറ്റ് സാരിയൊന്നു ശരിപ്പെടുത്തി, ലജ്ജാ നമ്രയായി ചോദിച്ചു: "എന്താ?"

ഒരു കിളിനാദം.

"തംബുരു." റഹിം പറഞ്ഞു. ആ യുവതിക്കു തികച്ചും അർത്ഥം മനസ്സിലായി എന്നു തോന്നുന്നില്ല. ഭാരമൊഴിക്കാനെന്നപോലെ അവർ മൊഴിഞ്ഞു: "അച്ഛനവിടെയില്ല."

"എവിടെ?"

"ഓഫീസിൽ."

"രഘുവിന്റെ തംബുരു ഇവിടെ വച്ചുവെന്നു പറഞ്ഞു."

"അച്ഛനോടു ചോദിക്കൂ."

റഹിം ഒന്നു നെടുവീർപ്പിട്ടു കാറിൽ ചാടിക്കയറി 'അച്ഛന്റെ' ആഫീസിലേക്കു തിരിച്ചു. 'വണ്ടി തെറ്റിയാലെന്താണ്!' എന്ന് അപ്പോൾ ഉള്ളിൽ കരുതുകയും ചെയ്തു. വളരെ വേഗത്തിൽ ആ മനുഷ്യന്റെ കൈയിൽ നിന്ന് ഒരു കുറിപ്പുംവാങ്ങി മകളുടെ അടുത്തെത്തിയപ്പോൾ ആ പെൺകിടാവിനൊരു വിമ്മിട്ടം.

"കൊണ്ടുപോകയാണോ?"

"അതെ. രഘു ഏല്പിച്ചിട്ടുണ്ട്."

അവർ 'പോട, പുല്ലേ' എന്നൊരു കടാക്ഷവും തംബുരുവും അയാൾക്കു കൊടുത്തിട്ട് അകത്തു കടന്നു വാതിലടച്ചു.

റഹിം ആ കൂറ്റൻ തംബുരുവും പിടിച്ചങ്ങനെ നില്ക്കുകയാണ്. പാട്ടു കഴിഞ്ഞു പിച്ചയ്ക്കു കാത്തുനില്ക്കുന്ന ഒരു തെരുവുഗായകനെപ്പോലെ ഒരു നിമിഷം ആ തംബുരു താങ്ങിപ്പിടിച്ചു കാറിൽ കൊണ്ടുവന്നു കയറ്റി, ശവം കയറ്റുംപോലെ. എന്നിട്ട് ഡ്രൈവറോടു പറഞ്ഞു: "വേഗം... വേഗം."

റഹിം ആ പെൺകിടാവിനെയും രഘുവിനെയുംപറ്റി മാറിമാറി ആലോചിച്ചു. അവളെ എവിടെയോ വെച്ചു കണ്ടിട്ടുണ്ട്. തൂതപ്പുഴയിലാണോ? മയ്യഴിയിലാണോ? അറിയില്ല. "ഏതു ചെകുത്താന്റെ മകളെങ്കിലുമാകട്ടെ."

കാറിൽനിന്നിറങ്ങുമ്പോൾ അയാളുടെ വിരലുകൾ തംബുരുവിന്റെ കമ്പികളിൽതട്ടി. അതു ശബ്ദിച്ചു. ർർണിം... വേഗം കമ്പിയമർത്തിപ്പിടിച്ച് അയാൾ ആ ശബ്ദം നിർത്തി. ഗ്രഹപ്പിഴ. തൊട്ടാൽ ശബ്ദിക്കുന്ന ഈ സാധനവുമായി ഇനിയെത്രദൂരം യാത്രചെയ്യണം. ഈ തംബുരുവിന്റെ കുപ്പായമെടുത്തുതരാൻപോലും ആ പെണ്ണിനു ക്ഷമയില്ല. ഉം. ഒരു ബിസിനസ്സുകാരനു കൊള്ളാവുന്ന ഉപകരണമാണോ ഇത്.

ഒരുവിധം രണ്ടാംക്ലാസുവണ്ടിയിൽ കയറി തംബുരു ഒരു മൂലയ്ക്കൽ ചാരിവച്ച് അയാൾ അടുത്തുതന്നെ ഇരുന്നു. "ആ കാണുന്ന സാധനം എന്റേതൊന്നുമല്ലേ" എന്നൊരു നാട്യമാണ് റഹിമിന്. അർദ്ധരാത്രിക്ക് ഏതോ ഉൾനാടൻ റെയ്ലിന്മേൽ ചാടിമരിച്ച ഒരു വിപ്ലവകാരിയുടെ ശവവും കാത്തു പുലരുന്നതുവരെ കഴിച്ചുകൂട്ടേണ്ടിവരുന്ന പോലീസുകാരന്റെ മനോഭാവമായിരുന്നു അയാൾക്ക്. കൂടക്കൂടെ ആ തംബുരുവിലേക്കു കണ്ണയച്ചുകൊണ്ട് ഒരു പുസ്തകമെടുത്തു നിവർത്തി. രണ്ടാം ക്ലാസ് വിജനമാണ്. അതൊരു ഭാഗ്യം. ബെല്ലടിച്ചു. വണ്ടി ഇളകാൻ സ്വല്പ സമയമേ ഉള്ളൂ. അപ്പോഴുണ്ട് കറുത്തു തടിച്ച് വാട്ടർടാങ്കിന്റെ ആകൃതിയിലുള്ള ഒരു മനുഷ്യൻ വന്നു കയറുന്നു. റഹിം പുസ്തകത്തിൽനിന്നു കണ്ണെടുത്തില്ല. ആഗതൻ ഒരു തുമ്മലും ചീറലുമെല്ലാം കഴിഞ്ഞു ഇരുപ്പുറപ്പിച്ചു. റഹിമിനെ ഒന്നു നോക്കി; എന്നിട്ടു തംബുരുവും ഒന്നു നോക്കി.

“ഭാഗവതർ എങ്ങോട്ടോ?”

റഹിം ശബ്ദിച്ചില്ല.

“ഭാഗവതർ മലബാറിലേക്കാണോ?”

“അതെ.” അയാളെ ഒഴിവാക്കാൻവേണ്ടി റഹിം സമ്മതിച്ചു.

“കച്ചേരി ഉണ്ടായിരിക്കും?”

“ഉം.” റഹിം പുസ്തകത്തിൽനിന്നു കണ്ണെടുക്കുന്നില്ല.

“കോഴിക്കോട്ടാണോ?”

“ഉം.”

“സ്വദേശം?”

ആ ചോദ്യത്തിനു മൂളൽകൊണ്ട് ഉത്തരം പറയാൻ സാധ്യമല്ല. റഹിം പുസ്തകത്തിലേക്കുതന്നെ ദൃഷ്ടി പതിപ്പിച്ചു: തടിയൻ വിടുന്നില്ല.

“പാലക്കാടാണോ?”

“അല്ല. കോഴിക്കോട്.” പിടിച്ചമർത്തിയ ദേഷ്യത്തോടെ റഹിം പറഞ്ഞു.

“അപ്പോൾ കച്ചേരിക്കു പോയതാവും, ഇല്ലേ?”

“അല്ല.”

“ഇതൊരു ഭാഗ്യമാണ് - ഈ സംഗീതം. എനിക്കിതിൽ അസാരം ഭ്രമമാണ്.”

“ഉം.”

“പേര്?”

“എന്താണു വേണ്ടത്?”

“ഒന്നും വേണ്ട. പേര്?”

“ചന്ദ്രശേഖരൻ.” റഹിം ഒരു നുണ പറഞ്ഞു.

“നന്നായി. പല രാഗങ്ങളെക്കുറിച്ച് എനിക്കു സംശയമുണ്ട്. അത്...”

“എനിക്കു സുഖമില്ല.” റഹിം ഒഴിഞ്ഞു.

“ഓഹോ, ഇന്നലെ തകർത്ത കച്ചേരി നടന്നിരിക്കും.”

“ഉം.”

“ദിവസവും ഇങ്ങനെ കച്ചേരി ഏറ്റെടുക്കരുത്. പിന്നെ വെണ്ണ ധാരാളമായി കഴിക്കണം... ശാരീരം ശുദ്ധമാണെങ്കിൽത്തന്നെ സംഗീതം പകുതിയായി.” ആ പ്രഭാഷണം തുടർന്നുകൊണ്ടുപോയി. മൂന്നു സ്റ്റേഷൻ കഴിയുന്നതുവരെ അയാൾ അതു സഹിച്ചു. നാലാമത്തെ ആപ്പീസിൽ വണ്ടി നിന്നപ്പോൾ പ്രതിയെ ‘സ്റ്റേഷൻ കാട്ടി’ മടുത്ത ഒരു ഹെഡ്കോൺസ്റ്റബിളെപ്പോലെ അയാൾ ഇറങ്ങിപ്പോയി. റഹിം ഒന്നയഞ്ഞു വിശ്വസിച്ചു.

എന്നിട്ട് ആ തംബുരുവിലേക്ക് ഒന്നു നോക്കി. മാനം കെടുത്തിയ അസത്ത്. ഭാഗവതരാണത്രെ.

നല്ല നിലയ്ക്കു വ്യാപാരം നടത്തി തിരിച്ചുപോരുന്ന അയാൾക്ക് തികച്ചും സംതൃപ്തിയുണ്ടാകേണ്ടതാണ്. അപ്പോഴേക്കും ഇങ്ങനെ ഒരു കുഴപ്പം. ഇനിയൊരു ബോറൻ വന്നു കയറാതിരുന്നാൽ മതി. പ്രാർത്ഥന ഫലിച്ചു. ഒരാളും ആ മുറിയിലേക്കു വന്നില്ല. വണ്ടി ഓടിത്തുടങ്ങി. അടുത്ത സ്റ്റേഷനിലെത്തിയപ്പോൾ ഒരു സംഭ്രമം. ആരെങ്കിലും വരുമോ? നോക്കിക്കൊണ്ടിരിക്കുമ്പോഴുണ്ട് ഒരു ഹാൻഡ്ബാഗ് മുറിയിലേക്കു വരുന്നു. പിന്നാലെ ഒരു സ്ത്രീ. അവരുടെ പിന്നാലെ ഒരു പുരുഷനും. പുരുഷന്റെ മുഖം കണ്ടപ്പോൾ റഹിമിന്റെ ഉള്ളിൽ ഒരാളൽ; അയാളെ വ്യാപാരമണ്ഡലത്തിൽവച്ചു താനറിയും.

"ഹല്ലോ." അയാൾ കുശലം പറഞ്ഞുകൊണ്ടാണ് കയറിയത്. എന്നിട്ട് ഭാര്യയുടെ സീറ്റും തന്റെ സീറ്റും ടവ്വലെടുത്തു പൊടിതട്ടി ശരിപ്പെടുത്തി, സ്ത്രീയെ ഇരുത്തി, താനും ഇരുന്നു. റഹിമും നന്നെ ഉത്സാഹം നടിച്ചു സംസാരിച്ചു. ആ വനിതയാകട്ടെ ലിപ്സ്റ്റിക്ക്കൊണ്ട് ചുവപ്പിച്ച തന്റെ ചുണ്ടിൽ ഒരു പുഞ്ചിരി വിടർത്തിക്കൊണ്ട് ഒരു നൃത്തനാടകത്തിൽ കഥാനായിക പ്രവേശിച്ചപോലെ അങ്ങനെ ഇരിക്കുകയാണ്. മാന്യന്മാരായതുകൊണ്ടു വേണ്ടാത്ത ചോദ്യങ്ങൾ ചോദിക്കുകയില്ലെന്ന് റഹിമിനു വിശ്വാസമുണ്ടായിരുന്നു. ആ വനിത റഹിമിനും റഹിം വനിതയ്ക്കും പരിചയപ്പെടുത്തപ്പെട്ടു. പിന്നെ സംഭാഷണം: കാലാവസ്ഥ, കമ്പോളനിലവാരം, അന്താരാഷ്ട്രീയ സ്ഥിതിഗതികൾ, കൊറിയൻപ്രശ്നം, സമാധാനച്ചേരി, സമരച്ചേരി, അമേരിക്കൻ സഹായം, ശാശ്വതമൂല്യം, കമ്മ്യൂണിറ്റി പ്രോജക്റ്റ് അങ്ങനെ നീണ്ടുപോയി. വ്യവസായപ്രമുഖന്റെ പല അഭിപ്രായങ്ങളോടും റഹിമിന് ഉള്ളിൽ യോജിപ്പില്ല. എന്നാലും യോജിച്ചതായി നടിച്ചു. തംബുരുവിലേക്കു കണ്ണു പാറിവീഴാതെ ഈ സംഭാഷണത്തിൽത്തന്നെ കുടുക്കി അയാളെ കൊണ്ടുപോകണം. അതിൽ വിജയിക്കുന്നുമുണ്ട്. അതിനിടയിൽ ആ വനിതാരത്നം ഒരു ചോദ്യം:

"മി. റഹിം, നിങ്ങളുടെയാണോ തംബുരു?"

റഹിമിന്റെ മുഖം വാടി. ക്ഷീണം പുറത്തുകാട്ടാതെ അയാൾ പറഞ്ഞു:

"അതെ... പിന്നെ ഈ കാപ്പിറ്റലിസ്റ്റ് രാജ്യങ്ങളിൽ..."

"എന്താണിതിനു വില? നല്ല തംബുരു." സ്ത്രീരത്നം വീണ്ടും ചോദ്യം തുടർന്നു.

"നിങ്ങളുടെ തല" എന്ന് റഹിം പറഞ്ഞില്ല. പറഞ്ഞതിങ്ങനെയാണ്:

"ക്ഷമിക്കണം. എന്റെയല്ല അത്. ഒരു സ്നേഹിതൻ കൊണ്ടുവരാൻ പറഞ്ഞതാണ്."

"ഓ... മി. റഹിമിന് എമ്പാടും കലാകാരന്മാരായ സ്നേഹിതന്മാരുണ്ടല്ലോ." വ്യവസായപ്രമുഖൻ അഭിപ്രായപ്രകടനമാരംഭിച്ചു:

"വാസ്തവത്തിൽ നിങ്ങൾ സ്വല്പം സൂക്ഷിക്കേണ്ട ഒരു കാര്യമാണ്. അത്തരം ആളുകളിൽ ഭ്രാന്തായാൽപ്പിന്നെ വ്യാപാരമൊന്നും നടക്കില്ല." ആ ഉപദേശപ്രസംഗം തുടർന്നു: ഒരു വ്യാപാരിക്കു ജീവിതത്തിൽ എത്ര ശതമാനം കലാപ്രേമമാകാമെന്നും ആ ശതമാനം കവിഞ്ഞാൽ എന്തെല്ലാം ആപത്തുകൾ വരുമെന്നും അങ്ങനെ വന്നവർ ആരൊക്കെയാണെന്നും അവരുടെ ജീവിതപരാജയങ്ങളുടെ മൂലഘടകങ്ങൾ ഏതെല്ലാമാണെന്നും ഒക്കെ വിസ്തരിക്കുന്ന നല്ലൊരു കഥാകാലക്ഷേപം.

"മി. റഹിം, നിങ്ങൾ സൂക്ഷിക്കണം."

"ഹെയ്, എനിക്ക് ബിസിനസ് വിട്ടുകളിയില്ല. ഇതൊരു ചേതമില്ലാത്ത സഹായമല്ലേ?"

"സഹായങ്ങളെല്ലാം ആദ്യമാദ്യം ചേതമില്ലാതെയാണ് തുടങ്ങുക. പിന്നെ ചേതത്തിൽ കലാശിക്കും. നിങ്ങൾ എന്റെ ചങ്ങാതിയായതുകൊണ്ടു പറയ്യാണ്."

റഹിമിനെ കാര്യബോധമുള്ളവനാക്കുന്നതോടൊപ്പം തന്റെ കാര്യബോധത്തെപ്പറ്റി ഭാര്യയ്ക്കു മതിപ്പുണ്ടാക്കുവാനും അയാൾ യത്നിക്കുന്നുണ്ടായിരുന്നു. "എന്താ, സുലു?" എന്നു കൂടക്കൂടെ ചോദിക്കാനുണ്ട്. മുരുക്കിൻപൂപോലെ തുടുത്ത അവരുടെ ചുണ്ടിൽ മന്ദസ്മിതം ഊറിനിൽക്കുകയാണ്. റഹിമിനാകട്ടെ, അവരുടെനേരെ വിദ്വേഷം വർദ്ധിക്കുകയാണ്. ഈ മൈതാനപ്രസംഗം മുഴുവൻ കടിച്ചിറക്കേണ്ടിവന്നത് ഈ പെണ്ണു കാരണമാണ്. ആദാമിനെ പാപിയാക്കിയത് ഹവ്വയാണെന്നതിൽ സംശയമില്ല. അനാസ്ഥയോടുകൂടിയ ആ ചോദ്യം ഒരു ബിസിനസ്സുകാരന്റെ അന്തസ്സുമുഴുവൻ കളയുകയാണെന്ന് അവരോർക്കുന്നുണ്ടോ? അട്ടയുടെ ചൈതന്യംകൊണ്ടാണോ പെണ്ണിന്റെ കണ്ണു സൃഷ്ടിച്ചത്?

റഹിമിന് കലശലായി ശുണ്ഠി വന്നിരുന്നു. ആരോട് എന്നറിയില്ല; ലോകത്തോടു മുഴുവൻ. ഒരു ബിസിനസ്സുകാരന്റെ സ്ഥിതിയാണ് പോകുന്നത്.

കോയമ്പത്തൂരെത്തിയപ്പോൾ വ്യവസായപ്രമുഖനും പത്നിയും സലാം പറഞ്ഞിറങ്ങി. ഹാവൂ! പക്ഷേ, നെടുവീർപ്പിടാൻ സമയം കിട്ടിയില്ല. വന്നുകയറി ഒരു പിൻകുടുമക്കാരനും ഏഴു കുട്ടികളും ആറു ഭാണ്ഡവും മൂന്നു ട്രങ്കും. കഴിഞ്ഞില്ല. മണ്ണെണ്ണ ടിന്നോളംപോന്ന രണ്ടു കൂജാവും ഒരു നാരങ്ങസഞ്ചിയും തൂക്കിപ്പിടിച്ച് ഭാര്യ പിന്നാലെ. അഞ്ചു നിമിഷത്തിനുള്ളിൽ ജനങ്ങളെക്കൊണ്ടും സാധനങ്ങളെക്കൊണ്ടും കമ്പാർട്ടുമെന്റ് നിറഞ്ഞു. ആട്ടുകല്ലും അമ്മിയുമൊഴികെ ഒരു ഒന്നാംകിട ഹോട്ടൽ നടത്താനുള്ള എല്ലാ സാധനവും ആ വണ്ടിമുറിയിലായി. "ഇത് ഗുഡ്സ് വണ്ടിയല്ല" എന്നു റഹിം പറഞ്ഞില്ല. ഭാര്യയും ഭർത്താവും സാധനങ്ങൾ അടുക്കുകയാണ്. അതിനിടയിൽ ഒരു പെൺകുട്ടി കൂവി.

"അപ്പാ, അപ്പാ, വാങ്കൊ - ഒരു തംബുരാ, നല്ലാരിക്കേ." ഇതു പറഞ്ഞ് അവൾ അതിന്മേൽ ഒരു കൈ നടത്തി: ർർണിം...

അരുത് എന്നു ദേഷ്യപ്പെടാമോ? കുട്ടികളല്ലേ. പക്ഷേ, പിതാവുതന്നെ ആ കുട്ടികളെ അവിടെനിന്നു മാറ്റി. വണ്ടിയിളകിയപ്പോഴേക്കും അയാൾ റഹിമിന്റെ അടുത്തു സ്ഥാനം പിടിച്ചുകൊണ്ടു ചോദിച്ചു:

"നിങ്ങൾ..."

"അല്ല. ഞാൻ സംഗീതവിദ്വാനല്ല. അത് എന്റെ തംബുരുവുമല്ല." റഹിം പുസ്തകമെടുത്തു മലർത്തി. "വിനയശാലി! ഇക്കാലത്തു സംഗീതം പഠിച്ച ചെറുപ്പക്കാരെ ഇത്ര വിനയശാലികളായി കാണാൻ പ്രയാസം. കാലം മോശം." പിന്നീട് സംഗീതത്തിന്റെ ഗുണഗണങ്ങളെപ്പറ്റി തമിഴു-മലയാണ്മയിലുള്ള ഒരു പ്രസംഗപരമ്പര നടന്നു. ഇതിനിടയിൽ കുട്ടികൾ കുടക്കൂടെ തംബുരുവിൽ കൈനടത്തുന്നുണ്ട്. ർർണിം... ർർണിം... എന്തു പറയാൻ? വരുന്നതൊക്കെ വരട്ടെ.

ഒരു കൊച്ചുപെൺകുട്ടിയുടെ കൈ പിടിച്ചുകൊണ്ടു പിതാവു പറഞ്ഞു:

"നമ്മുടെ മകൾ - ചെല്ലം. നല്ല വാസന." എന്നിട്ടു മകളുടെ നേരേ തിരിഞ്ഞു പറഞ്ഞു.

"കൊഞ്ചം പാടമ്മാ."

"ഏതപ്പാ?"

"ഏതാവത് ഹംസധ്വനിയിലെ..." അവൾ അസഹ്യമായ ഒരു മൂളൽ ആരംഭിച്ചു. പിതാവ് തംബുരു എടുത്തു വിരട മുറുക്കി ശ്രുതി ഒപ്പിക്കാനും തുടങ്ങി. റഹിം ജീവസ്സറ്റപോലെ നോക്കിയിരുന്നു.

"വാതാപി ഗണപതിം ഭജേ..." ആ പെൺകുട്ടിയുടെ കഴുത്തിലെ ഞരമ്പുകൾ വീർക്കുന്നതും ചുരുങ്ങുന്നതും മാത്രമാണ് റഹിം ശ്രദ്ധിച്ചത്. പാട്ടു നിന്നു. തംബുരു ഒരിടത്തുവച്ചു. പിന്നെയും പിതാവ് എന്തൊക്കെയോ പറഞ്ഞുകൊണ്ടിരുന്നു. പോത്തന്നൂരിൽ അവർ ഇറങ്ങുന്നതു വരെ റഹിം ഒരക്ഷരം മിണ്ടിയില്ല.

എല്ലാം ഒഴിഞ്ഞു. റഹിം എഴുന്നേറ്റു പുസ്തകം ഒരിടത്തേക്ക് എറിഞ്ഞു; കതകടച്ചു. എന്നിട്ട് ആ തംബുരു കടന്നെടുത്തു ജനലിൽക്കൂടി പുറത്തേക്ക് ഒരൊറ്റ ഏറ്. ട്ടിം-ക്ടേ. അതു പൊട്ടിത്തകരുന്ന ശബ്ദം അയാളുടെ ചെവിയിൽ മുഴങ്ങി. വണ്ടി കുതിച്ചോടി.

ആറേഴു സ്റ്റേഷൻ കടന്നുപോയത് റഹിം അറിഞ്ഞില്ല. അയാൾ തംബുരു വച്ചിരുന്ന മൂലയിലേക്കു നോക്കി. ഒഴിഞ്ഞിരിക്കുന്നു. ഉടനെ 'ട്ടിം-ക്ടേ' എന്ന ആ ശബ്ദം അയാളുടെ ചെവിയിൽ കിടന്നു മുഴങ്ങി. ഒരു മനുഷ്യന്റെ തല പൊട്ടിത്തകരുന്ന ശബ്ദത്തോട് അതിനു സാമ്യമുണ്ടോ? രഘുവിനെ ഓർമ്മവന്നു; അയാളുടെ ഘനപ്രസന്നമായ

ശാരീരവും. ആ ശാരീരമാണോ ഉടഞ്ഞുതകർന്നത്? ഒരു സുഹൃത്തിന്റെ ചങ്കാണോ പൊട്ടിത്തകർന്നത്. എന്തോ വല്ലാത്തൊരു വേദന.

അയാൾ കമിഴ്ന്നു കിടന്നു.

വീട്ടിലെത്തിയപ്പോൾ ഭാര്യ ചോദിച്ചു: "ഭക്ഷണം കഴിച്ചോ?"

"ആവോ." അയാൾ ശുണ്ഠിയെടുത്ത് അകത്തേക്കു പോയി. മേശയ്ക്കരികെ ചെന്നിരുന്ന് ചെക്കുപുസ്തകവും എഴുത്തുകടലാസും എടുത്തു മുമ്പിൽ നിരത്തി. റഹിം എഴുതുകയാണ്. "പ്രിയപ്പെട്ട രഘൂ, നിങ്ങളുടെ തംബുരു എനിക്കു വേണം. കൂടാതെ കഴികയില്ല. വില ഇതാ അയയ്ക്കുന്നു. സ്വീകരിപ്പാൻ അപേക്ഷ."

നൂറ്റയ്മ്പതുറുപ്പികയുടെ ചെക്കും ആ കത്തും കൂടി മടക്കി ലക്കോട്ടിലിട്ടു പോസ്റ്റാഫീസിലേക്കയച്ചിട്ട് അയാൾ കുളിയും ഊണും കഴിച്ചു സുഖമായുറങ്ങി. തംബുരു, വീണ, സിത്താർ തുടങ്ങിയ അനേകം സംഗീതോപകരണങ്ങൾ സ്വപ്നത്തിലൂടെ കടന്നുപോവുകയാണ്.

"എഴുന്നേല്ക്കൂ." അയാൾ ഉണർത്തപ്പെട്ടു. ഒരു സ്നേഹിതനാണ്.

"എന്താ?"

"ഇന്നു കലോത്സവമല്ലേ?"

"അതിനു ഞാനെന്തുവേണം?"

"പോകണ്ടേ?"

"ഞാൻ കലാകാരനല്ല. ബിസിനസ്കാരനാണ്."

"എന്നാലും.. എഴുന്നേല്ക്കുന്നേ. ഇന്നു നമ്മുടെ കൂട്ടരുടെ പാട്ടുണ്ട്."

റഹിം ഒന്നും മിണ്ടിയില്ല. വിഷാദാത്മകനായ ഗായകന്റെ 'സോജാ രാജകുമാരി' അയാളുടെ ചെവിയിൽ മുഴങ്ങുകയാണ്. ഉറങ്ങൂ, രാജകുമാരി, ഉറങ്ങൂ എന്ന ആ പാട്ടിന്റെ അല ഹൃദയത്തിൽ മുഴങ്ങിയപ്പോൾ റഹിം ഉണർന്നു.

"വരൂ, മിസ്റ്റർ." സ്നേഹിതൻ തിരക്കി.

റഹിം എഴുന്നേറ്റു മുഖം കഴുകി ഉടുപ്പിട്ടു. ഒരു സിഗററ്റെടുത്തു കൊളുത്തി വാനിൽ കയറിയിരുന്നു; അടുത്തു സുഹൃത്തും.

■

സഖറിയാസ് എന്ന പുണ്യവാളന്റെ കഥ

പണ്ടുപണ്ട് ഒരു മഹാഭക്തൻ ഉണ്ടായിരുന്നു. അദ്ദേഹത്തിന് രണ്ടു പുത്രന്മാർ ജനിച്ചു. ഒന്നാമൻ മഹാതെമ്മാടിയായിട്ടാണു വളർന്നത്. അപ്പന്റെ ഭക്തിയോ അമ്മയുടെ വിനയമോ അവനു കിട്ടിയില്ല. കുടുംബവുമായി ഒരു ബന്ധവുമില്ലാത്ത മട്ടിലാണു പെരുമാറിയത്. തെരുവിൽ തെണ്ടിത്തിരിഞ്ഞു ഭക്ഷണം കഴിക്കും; വേശ്യാലയങ്ങളിൽ തളർന്നു വീണുറങ്ങും. മകന്റെ ഈ നടപടികാരണം ഭക്തൻ നന്നെ ദുഃഖിച്ചു. ആ മകനുവേണ്ടി അഹോരാത്രം അദ്ദേഹം പ്രാർത്ഥിച്ചു: അവനു മാപ്പു കൊടുക്കണമെന്നും അവന്റെ ബുദ്ധി നേർവഴിക്കു തിരിക്കണമെന്നും അദ്ദേഹത്തിന്റെ എല്ലാ പ്രാർത്ഥനകളും ദൈവം കൈക്കൊള്ളാറുണ്ടെങ്കിലും ഈ പ്രാർത്ഥനമാത്രം എന്തുകൊണ്ടോ ശ്രദ്ധിച്ചില്ല. ഒടുവിൽ ഭക്തൻ നിരാശനായി. ശപ്തനായ ആ പുത്രനിൽനിന്ന് തന്റെ ദൃഷ്ടികൾ രണ്ടാമത്തെ മകനിലേക്കു വ്യാപിപ്പിച്ചു: "പരമകാരുണികനായ ദൈവമേ, ഇവനെയെങ്കിലും നല്ല മാർഗ്ഗത്തിൽ നടത്തിത്തരേണമേ" എന്നു പ്രാർത്ഥിച്ചു.

ദൈവം ആ പ്രാർത്ഥന ചെവിക്കൊണ്ടുവെന്നാണു തോന്നുന്നത്. സുമുഖനും ദൃഢകായനുമായ ആ മകൻ സുശീലനായി വളർന്നുവന്നു. "അപ്പന്റെ പ്രബോധനം കേൾക്ക; അമ്മയുടെ ഉപദേശം ഉപേക്ഷിക്കയുമരുത്" എന്ന ദാവീദുപുത്രനായ ശലോമോന്റെ വാക്കുകൾ എപ്പോഴും അവന്റെ ചെവിയിൽ മുഴങ്ങി. അവൻ ക്രമമായി ദേവാലയത്തിൽ പോയി. സഖറിയാസ് ഒരു നല്ല കുട്ടിയാണെന്നു കണ്ട് അയൽപക്കക്കാരും സന്തോഷിച്ചു; അവന്റെ പിതാവിനെ ദൈവം അനുഗ്രഹിച്ചുവെന്നു പറഞ്ഞു.

രണ്ടാമത്തെ ഈ മകനെ എങ്ങനെയാണു വളർത്തേണ്ടതെന്നു ഭക്തൻ തലപുകഞ്ഞാലോചിച്ചു. എല്ലാ മാർഗ്ഗത്തിലും പാപത്തിന്റെ കാലടിപ്പാടുകൾ പതിഞ്ഞുകിടക്കുന്നതായി അദ്ദേഹം കണ്ടു; കൃഷിയിലും കച്ചവടത്തിലുമെല്ലാം. പാപം നടന്ന വഴിയിൽ തന്റെ മകനെ അയയ്ക്കാമോ? പരിശുദ്ധനായ അദ്ദേഹം ഉള്ളുരുകി ദൈവസന്നിധിയിൽ പ്രാർത്ഥന നടത്തി, നേരായ മാർഗ്ഗം കാട്ടേണമേ എന്ന്.

അങ്ങനെ ദിവസം കഴിഞ്ഞപ്പോൾ ദൈവത്തിന്റെ അരുളപ്പാടുണ്ടായി. മഴക്കാറും കൊടുങ്കാറ്റുംകൊണ്ടു പ്രക്ഷുബ്ധമായ ഒരു രാത്രിയുടെ അന്ത്യ യാമത്തിലാണ് ആ ശബ്ദം കേട്ടത്. പുളയുന്ന ഇടിമിന്നലുകൾ മങ്ങിമ ങ്ങിപ്പോയി; കൊടുങ്കാറ്റു മാറി. അപ്പോൾ ആ ദിവ്യമായ ശബ്ദം തെളിഞ്ഞു കേൾക്കായി. അതിങ്ങനെയായിരുന്നു:

"നിന്റെ മകനെ എന്റെ മാർഗ്ഗത്തിൽത്തന്നെ തെളിക്കുക. അവൻ ഒരു പുണ്യവാനാകും."

പുരോഹിതൻ പുതപ്പിനുള്ളിൽനിന്നു തട്ടിപ്പിടഞ്ഞെഴുന്നേറ്റു, മുട്ടു കുത്തി പ്രാർത്ഥിച്ചു.

"ലോകങ്ങൾക്കെല്ലാം നാഥനായ ദൈവമേ, എന്റെ പുത്രനെ ഞാൻ നിന്നിൽ അർപ്പിക്കുന്നു. ഈ പച്ചവെള്ളത്തെ അവിടുന്നു പതയുന്ന മുന്തിരിച്ചാറാക്കേണമേ. അത് അലയുന്ന ആത്മാക്കളുടെ നിത്യദാഹത്തെ കെടുത്തുവാൻ ശക്തമായിത്തീരേണമേ... ആമേൻ."

കൊടുങ്കാറ്റു നിന്നു; കടൽ ശാന്തമായി. പ്രപഞ്ചം കൊഴിഞ്ഞുവീണ ഒരീത്തപ്പഴംപോലെ കിടന്നു.

ഭക്തൻ ഭാര്യയെ വിളിച്ചുണർത്തി, "ഹേ സ്ത്രീയേ, നിന്റെമേൽ ദൈവം കരുണ കാണിച്ചിരിക്കുന്നു"വെന്നു പറഞ്ഞു. വിശുദ്ധയായ ആ അമ്മ മുട്ടുകുത്തി പ്രാർത്ഥിക്കുമ്പോൾ അവളുടെ നെഞ്ചിടം പിളരുന്നതു പോലെ തോന്നി. അപ്പോഴേക്കും കോഴി മൂന്നുവട്ടം കൂവി.

ദേവാലയത്തിനു തൊട്ടുള്ള പുരോഹിതവിദ്യാലയത്തിലേക്ക് പിറ്റേന്ന് സഖറിയാസ് ആനയിക്കപ്പെട്ടു. അനേകം മഹാപുരോഹിതന്മാരെ സൃഷ്ടിച്ച ഒരു വിദ്യാലയമാണിത്. അവരാകട്ടെ, അനേകം മനുഷ്യാത്മാ ക്കളെ ദൈവത്തിന്റെ തിരുസന്നിധിയിലേക്കു നയിച്ചവരുമാണ്. ദൈവിക മായ ആ അന്തരീക്ഷത്തിൽ തിരുസന്നിധിയിലേക്കു നയിച്ചവരുമാണ്. ദൈവികമായ ആ അന്തരീക്ഷത്തിൽ ചലനവും ചൈതന്യവും നിറഞ്ഞു നില്ക്കുന്നതായി സഖറിയാസിനു തോന്നി. അവൻ ആഹ്ലാദിച്ചു. ദൈവ ത്തിന്റെ കരുണയെ സ്തുതിച്ചു.

ഭക്തനാകട്ടെ, വിദ്യാലയാധിപന്റെ അടുത്തുചെന്നു ദൈവത്തിന്റെ അരുളപ്പാടിനെപ്പറ്റി അറിയിച്ചു. ഗംഭീരനായ അദ്ദേഹത്തിന്റെ കണ്ണുകൾ വിടർന്നുപോയി. അദ്ദേഹം കുട്ടിയെ അടിമുടിയൊന്നു നോക്കിയിട്ടു പറഞ്ഞു:

"നീ ഭാഗ്യവാൻ. കുരുടനായ നീ തപ്പിത്തടഞ്ഞു നിധിയിൽ ചെന്നു വീണിരിക്കുന്നു. ആർക്കും കിട്ടാത്തത് നിനക്കു കിട്ടിയിരിക്കുന്നു."

ആഹ്ലാദപൂർവം ആ കുട്ടി വിദ്യാലയത്തിൽ സ്വീകരിക്കപ്പെട്ടു. ഈ വാർത്ത വിദ്യാലയത്തിൽ കുശുകുശുപ്പായി പ്രചരിച്ചു. സഖറിയാസിനെ എല്ലാവരും അത്ഭുതത്തോടെ നോക്കി. ദൈവത്താൽ തെരഞ്ഞെടുക്കപ്പെട്ട ആ കൊച്ചുപുണ്യവാനെ കാണാൻ മതിലിനപ്പുറത്തുള്ള കന്യാസ്ത്രീ മഠത്തിലെ അന്തേവാസികളും കല്ലിളുമ്പുകളിലൂടെ നോക്കി.

ശ്രദ്ധകളെല്ലാം ദൈവസന്നിധിയിലേക്കു നയിക്കപ്പെടുന്ന ഒരന്തരീക്ഷമാണത്. അവിടെ പാപപങ്കിലമായ മാനുഷികബന്ധങ്ങൾക്കു സ്ഥാനമില്ല. സഖറിയാസിനോടു വിശേഷിച്ചും ആരും അടുത്തുപെരുമാറിയില്ല. എല്ലാവരും ഭയബഹുമാനത്തോടെ അകന്നുനിന്നു. സഖറിയാസിന് ഒരു കൂട്ടില്ല. അവനു വിശ്രമമില്ലാത്ത മാതിരി തോന്നി. എല്ലാം ഒരേ ക്രമത്തിൽ, ഒരേ താളത്തിൽ പോകുന്നു. എല്ലാ നോട്ടങ്ങളും അകത്തേക്ക് ഉൾവലിക്കപ്പെടുകയാണ്. കുറെയേറെ ആത്മാക്കൾ പരസ്പരം മിണ്ടുകയോ അടുക്കുകയോ ചെയ്യാതെ, ചുറ്റുംനിന്ന് ഒരേ ബിന്ദുവിലേക്ക് ഉറ്റുനോക്കുകയാണ്. എല്ലാവരും ഉറ്റുനോക്കുന്നതിൽനിന്ന് ആ ബിന്ദു പൊന്തിവന്നു.

അവൻ അവിടം ആദ്യം കണ്ട ചൈതന്യം മറഞ്ഞുപോവുകയാണ്; ചലനം നിലയ്ക്കുകയാണ്. ഒഴുകാത്ത ഒരു പുഴ, വീശാത്ത ഒരു കാറ്റ്. സഖറിയാസിന് ഒരു മനംമടുപ്പു തോന്നി. എങ്കിലും അവനതു വെളിയിൽ കാട്ടിയില്ല. ആർക്കോവേണ്ടി അയാൾ പഠിച്ചു; പ്രാർത്ഥിച്ചു. പക്ഷേ, സങ്കീർത്തനങ്ങൾ പാടുന്നത് അയാൾക്കിഷ്ടമായിരുന്നു. അതിൽ ചലനമുൾക്കൊള്ളുന്നതായി, തന്റെ ആത്മാവ് പതയുന്നതായി ആ നവയുവാവിന് അനുഭവപ്പെട്ടു. ആ കീർത്തനങ്ങളിൽ സഖറിയാസ് സ്വന്തം ചലനം നിലനിർത്തി.

വിദ്യാലയത്തിൽ ചേരുന്നതിനുമുമ്പുതന്നെ അയാൾക്കു ശലോമോന്റെ 'ഉത്തമഗീത'ങ്ങളിൽ ചിലതറിയാമായിരുന്നു. അയാളുടെ അമ്മാമൻ, വീഞ്ഞുകുടിച്ചു ലഹരികയറുമ്പോൾ അതു മധുരമായി പാടിയിരുന്നതു കേട്ടിട്ടാണ് സഖറിയാസ് പഠിച്ചത്. ഏകാന്തമായിരിക്കുമ്പോഴെല്ലാം ആ ഗാനം ഈയാളുടെ ഹൃദയത്തിൽ തേടിത്തേടി വന്നു. അതിന്റെ ഉള്ളടക്കമിതാണ്:

"എന്റെ പ്രിയേ, ഫറവോന്റെ രഥത്തിനു കെട്ടുന്ന പെൺകുതിരയോടു ഞാൻ നിന്നെ ഉപമിക്കുന്നു."

നിന്റെ കവിൾത്തടങ്ങൾ രത്നാവലികൊണ്ടും നിന്റെ കഴുത്തു മുത്തുമാലകളെക്കൊണ്ടും ശോഭിച്ചിരിക്കുന്നു.

ഞങ്ങൾ നിനക്കു വെള്ളിമണികളോടുകൂടിയ സുവർണ്ണസരപ്പളി ഉണ്ടാക്കിത്തരാം..."

ഈ വരികൾ അയാൾ മൂക്കുകൊണ്ടേ പാടിയുള്ളൂ; ഉറക്കെ പാടാൻ എന്തോ ഒരു ഭയം. മനുഷ്യരേ അവിടെയുള്ളൂ. എന്നാലും എല്ലാ മൂലകളിലും അവ്യക്തങ്ങളും ഭീകരങ്ങളായ നിഴലുകൾ കൂന്നിരിക്കുന്നുണ്ട് എന്നൊരു തോന്നലാണ് സഖറിയാസിന് അതുകൊണ്ട് അയാൾ ശലോമോന്റെ ആ മനോജ്ഞഗീതങ്ങൾ കടിച്ചരച്ചു വിഴുങ്ങി. ആ പാട്ടുകൾ തന്നോടു സംസാരിക്കുന്നുവെന്ന് സഖറിയാസിനു തോന്നി. പരിശുദ്ധാത്മാവു കൈവന്നവനെപ്പോലെ വിവിധ ഭാഷകളിലാണ് ആ ഗാനങ്ങൾ സംസാരിക്കുന്നത്. അതു പാടുമ്പോൾ ഹൃദയസ്പന്ദനം കേൾക്കുമാറ്

മൃദുലമായ ഒരു മാറിടത്തിൽ തല ചേർത്തുവെച്ചതുപോലെ തോന്നുന്നു. ഒരു സുഖം; ഒരു ലയം.

ഈ അപൂർവാവസരമൊഴികെ മറ്റെല്ലാ സമയവും ഇരുണ്ടിട്ടാണ്. താൻ പിഴച്ചുപോകുന്നോ എന്നു കൂടക്കൂടെ സഖറിയാസ് സംശയിച്ചു. അപ്പോഴെല്ലാം അയാൾ ഹൃദയംനൊന്തു പ്രാർത്ഥിക്കുകയും ചെയ്തു. “ദൈവമേ, നിന്റെ ചിറകിൻകീഴിൽ എന്നെ അണയ്ക്കേണമേ...”

എന്തിനാണങ്ങിനെ വിചാരിക്കുന്നതെന്നറിഞ്ഞുകൂടാ. വിചാരിച്ചുപോകുന്നു.

നേരിയ മഞ്ഞിൻമറയിലൂടെ നിലാവ് ചോർന്നുചോർന്നു വീഴുമ്പോൾ നീലക്കടലിന്റെ മാറിടം അലകൊള്ളുമ്പോൾ സഖറിയാസ് രണ്ടാംനിലയുടെ ജാലകത്തിലൂടെ വെളിയിലേക്കു നോക്കിനില്ക്കും. കടൽ എന്തിനോവേണ്ടി കരയുകയാണ്; ഒലീവ് മരക്കാടുകളിലൂടെ ചൂളംവിളിച്ചു പായുന്ന കാറ്റ് ആരെയോ വിളിച്ചന്വേഷിക്കുകയാണ്. ആ നവയുവാവിന്റെ ഹൃദയത്തിൽ ജീവസ് പതഞ്ഞുപൊന്തി. ചലനാത്മകമായ പ്രപഞ്ചം അയാളെ കെട്ടിപ്പുണരുകയാണ്. ആ ഗാനം അപ്പോഴും ഹൃദയത്തിൽ നാമ്പെടുത്തു.

“എരുശലേം പുത്രിമാരേ,
ചെറുമാനുകളാണ്,
പേടമാനുകളാണ്,
പ്രേമത്തിനിഷ്ടമാവോളം അതിനെ ഇളക്കരുത്;
ഉണർത്തുകയുമരുത്.”

പക്ഷേ, സഖറിയാസ് അതു പാടിയില്ല. എന്നല്ല എന്തിനെയോ ചവിട്ടിയമർത്തുംപോലെ കാൽ നിലത്തിട്ടടിച്ചു. അയാൾ അല്പം ഉറക്കെത്തന്നെ പറഞ്ഞു: “ചെകുത്താന്റെ സന്തതികളേ, മാറിപ്പോകുവിൻ.”

ജാലകമടച്ച് സഖറിയാസ് മുട്ടുകുത്തി പ്രാർത്ഥിച്ചു. കിടക്കയിൽ വന്നു കിടന്നുറങ്ങി മനോജ്ഞങ്ങളായ സ്വപ്നങ്ങൾ കണ്ടു: വെളുത്ത ശിരോവസ്ത്രത്തിലേക്കിഴഞ്ഞു കയറുന്ന പൊൻനിറത്തിലുള്ള പാമ്പുകൾ.

സഖറിയാസിന്റെ ഇത്തരം പെരുമാറ്റങ്ങൾ വിദ്യാലയത്തിൽ സംഭാഷണമായി. അയാൾ ജാലകത്തിനടുത്തുനിന്ന് അദൃശ്യശക്തികളുമായി സംസാരിക്കുന്നു: ദേവദൂതന്മാരോടായിരിക്കും.

സഹപാഠികൾ അയാളെ കൂടുതൽ ബഹുമാനിച്ചു. കൂടുതൽ അകന്നു പെരുമാറി. സഖറിയാസ് കൂടുതൽ ഒറ്റപ്പെട്ടു. പക്ഷേ, സ്വന്തം ഹൃദയത്തിൽ മുങ്ങിക്കിടന്നിരുന്ന അയാൾ അതു തികച്ചും അറിഞ്ഞില്ല.

മണിയടി, പ്രാർത്ഥന, വിശ്വാസത്തെക്കുറിച്ചുള്ള പ്രസംഗങ്ങൾ അങ്ങനെ വൈചിത്ര്യങ്ങളായ ദിവസങ്ങൾ കടന്നുപോയി. ഭക്തൻ

പുത്രന്റെ പുരോഗതിയിൽ ആഹ്ലാദംകൊണ്ടു; അദ്ദേഹത്തിന്റെ ഭാര്യയും സ്തുതിച്ചു; അയൽപക്കക്കാരും സ്തുതിച്ചു.

രണ്ടരക്കൊല്ലം അങ്ങനെ കഴിഞ്ഞു. ഒരുനാൾ സഖറിയാസിനെ വിദ്യാലയത്തിൽ കണ്ടില്ല. അന്വേഷണമായി. ഊരിയിട്ട ഒരു മേലങ്കിമാത്രമാണ് ആ മുറിയിൽ കണ്ടത്.

ബഹളമായി. ഭക്തൻ കരഞ്ഞു; പത്നി കരഞ്ഞു; അയൽപക്കക്കാരും കരഞ്ഞു. പലരും നടന്ന് അന്വേഷിച്ചു. ഒടുവിൽ ഒരു വർത്തമാനം എങ്ങനെയോ പ്രചരിച്ചു; ദേവദൂതന്മാർ സഖറിയാസിനെ ഏതോ മലയിലേക്കു കൂട്ടിക്കൊണ്ടുപോയിരിക്കുന്നു. വിദ്യാലയാധിപന് സമാധാനമായി. അയാൾ പുരോഹിതനോടു പറഞ്ഞു:

"നിന്റെ മകനെച്ചൊല്ലി കരയുന്ന നീ വിഡ്ഢി. നിന്നെക്കാൾ മേലെയുള്ളവൻ അവനു തുണനില്ക്കുന്നു. വെയിലിൽ നടക്കുമ്പോൾ അവന്റെ മേൽ തണൽ വീഴും; ഇരുട്ടിൽ നടക്കുമ്പോൾ പ്രകാശം ചൊരിയും. സമാധാനിക്കുക."

രണ്ടു മക്കളും നഷ്ടപ്പെട്ട ആ പിതാവിന് സമാധാനിക്കുവാൻ വിഷമമുണ്ടായിരുന്നു. എങ്കിലും ഉത്തമനായ അദ്ദേഹം ദൈവത്തിന്റെ കരുണയിൽ വിശ്വസിച്ചു സമാധാനിച്ചു.

സഖറിയാസിനെ കൂട്ടിക്കൊണ്ടുപോയത് ഏതോ അദൃശ്യശക്തി തന്നെയായിരുന്നു. ഈന്തപ്പനപ്പട്ടകൾക്കിടയിലൂടെ നിലാവ് ചോർന്നൊഴുകുന്ന ഒരു രാത്രി, അസ്പഷ്ടമായ ഏതോ വെളുത്ത കൈയുകൾ അയാളെ മാടിവിളിച്ചു. സഖറിയാസ് പോയി.

രണ്ടുദിവസം മുഴുവൻ കാട്ടിലും മേട്ടിലുമായി, ശലോമോന്റെ ഗീതങ്ങൾ ഉറക്കെയുറക്കെ പാടിക്കൊണ്ട് അലഞ്ഞുതിരിഞ്ഞു. മൂന്നാംദിവസം ഒരു മരച്ചുവട്ടിൽ അയാൾ ക്ഷീണിച്ചു വീണുറങ്ങി. അപ്പോഴും മധുരങ്ങളായ സ്വപ്നങ്ങൾ ഹൃദയത്തിൽ നൃത്തംവയ്ക്കുന്നുണ്ടായിരുന്നു. അവ വിടാതെ പാടുന്നുമുണ്ട്.

"എരുശലേം പുത്രിമാരേ,

ചെറുമാനുകളാണ്,

പേടമാനുകളാണ്,

പ്രേമത്തിനിഷ്ടമാവോളം അതിനെ ഇളക്കരുത്;

ഉണർത്തുകയുമരുത്..."

രണ്ട്

അനുജന്റെ പരിവർത്തനങ്ങളൊന്നും ജ്യേഷ്ഠൻ അറിഞ്ഞിരുന്നില്ല. നിഷേധിയായ അയാൾ വീട്ടിൽ കയറുകയേ പതിവില്ല. കടലോരപ്രദേശങ്ങളിൽചുറ്റിയടിക്കുകയാണ്. കടൽക്കള്ളന്മാരായിരുന്നു അയാളുടെ

ചങ്ങാതികൾ. അവർക്കുവേണ്ട ഒത്താശകൾ അയാൾ ചെയ്തു കൊടുത്തു. അതുകൊണ്ടു സമ്പാദ്യവുമുണ്ടായി. പാണ്ടികശാലകൾക്കടുത്തു, കുതിരച്ചാണകം മണക്കുന്ന ചാവടികളിൽ കിടന്നാണ് അയാൾ ഉറങ്ങിയിരുന്നത്. മൂക്കത്ത് ഒരു കനത്ത അരിമ്പാറയും ജ്വലിക്കുന്ന കണ്ണുകളുമുള്ള ഒരു വേശ്യ അയാളെ ശുശ്രൂഷിച്ചു. അയാൾ വീഞ്ഞു കുടിച്ചു മത്തനാവുമ്പോൾ, അവൾ കാരയ്ക്കയും ജീരകവും കൂട്ടിച്ചവച്ചുകൊണ്ട് അയാളുടെ അടുത്തിരിക്കും. എന്നിട്ടു മധുരമായി വിളിക്കും.

"പ്രഭോ..."

"ഓമനേ..." എന്നയാൾ വിളികേൾക്കും. പിന്നെ കുറെനേരം തർക്കിച്ച വിളിയാണ്. പ്രഭോ, ഓമനേ; പ്രഭോ, ഓമനേ... പ്രഭോ ഓമനേ... വിളിച്ചു വിളിച്ചു തളർന്ന് അയാൾ ചിലപ്പോൾ ഉറങ്ങുകയും ചെയ്യും. ഒരു കൈത്താളം മുട്ടുന്നതുപോലെ ചിലമ്പിമുഴങ്ങുന്നതാണ് അവളുടെ ശബ്ദം. ആ മുഴക്കം ഉറങ്ങിയിട്ടും ചെവിയിൽ തങ്ങിനിന്നു.

ഒരു ദിവസം അയാൾ കടലോരത്തുകൂടെ പതുങ്ങിപ്പതുങ്ങി നടക്കുകയായിരുന്നു. ഒരു നിഴൽ മുമ്പിലൂടെ നീങ്ങി.

"ആരത്?" അയാൾ പെട്ടെന്നു ചോദിച്ചു.

ആ നിഴൽ നിന്നു.അടുത്തേക്കു വന്നുനോക്കിയപ്പോൾ ആ മനുഷ്യൻ അന്തംവിട്ടു.

"ആര്? സഖറിയാസ്."

"ചേട്ടനോ?"

"അതെ. നീ എന്തിനു വന്നു?"

"വെറുതെ."

"വിദ്യാലയത്തിൽനിന്നല്ലേ?"

"അല്ല."

"ഏ്?"

"ഞാൻ പോന്നു."

ജ്യേഷ്ഠൻ സ്വല്പനേരം ആലോചിച്ചിട്ട് ചോദിച്ചു:

"അപ്പൻ അറിഞ്ഞില്ലേ?"

"നിശ്ചയമില്ല."

"നീ കുടുംബത്തുപോയില്ലേ?"

"ഇല്ല."

"അനിയാ, നീ എന്താണുദ്ദേശിക്കുന്നത്? നീ എന്തിനവിടെനിന്നു പോന്നു?"

"ഉപദേശിക്കയാണോ?" സഖറിയാസ് കഴുത്തുവെട്ടിച്ചു നടക്കാൻ

തുടങ്ങി. വിദ്വേഷവും അവജ്ഞയും ആ മുഖത്തു നിഴലിച്ചു. ജ്യേഷ്ഠൻ അവന്റെ കൈപിടിച്ചുനിർത്തിയിട്ടു ചോദിച്ചു:

"നീ വല്ലതും കഴിച്ചോ?"

"ഇല്ല."

"എന്നാൽ വരൂ."

"ഉപദേശിക്കാനല്ലേ?"

"അല്ല, ഞാൻ ഒന്നും പറയുന്നില്ല."

സഖറിയാസ് ഒരു നിമിഷം നിന്നാലോചിച്ചിട്ട് ജ്യേഷ്ഠന്റെ കൂടെപ്പോയി. നിഴൽനിറഞ്ഞ ഇടവഴികളിലൂടെ വളഞ്ഞുതിരിഞ്ഞ് അവർ ഒരു ചാവടിയുടെ വാതിൽക്കൽ ചെന്നുമുട്ടി.

"ആര്?" അകത്തുനിന്നൊരു ചോദ്യം.

ജ്യേഷ്ഠൻ പേരു പറഞ്ഞു. അകത്തുനിന്നു വളകിലുക്കം കേട്ടു. ഇതിനിടയിൽ അനുജൻ ചോദിച്ചു:

"എന്തു ദുർമ്മണം."

"കുതിരച്ചാണകമാണ്."

മൂക്കത്തെരിമ്പാറയും ജ്വലിക്കുന്ന കണ്ണുകളുമുള്ള ആ സ്ത്രീ വന്നു വാതിൽ തുറന്നു. അവൾ അപ്പോഴും കാരയ്ക്കയും ജീരകവും കൂട്ടിച്ചവയ്ക്കുന്നുണ്ടായിരുന്നു. കൂടെ ഒരാളെക്കൂടി കണ്ടപ്പോൾ, അവൾ ലജ്ജ അഭിനയിച്ച് ഒതുങ്ങിനിന്നു.

"അനിയനാണ്; സഖറിയാസ്." ജ്യേഷ്ഠൻ അവളോടു പറഞ്ഞു. അവൾ ചിരിച്ചുകൊണ്ട് ആ യുവാവിനെ അഭിവാദ്യം ചെയ്തു. സഖറിയാസ് അതു കണ്ടതേയില്ല.

അവരെല്ലാം ഒന്നിച്ചിരുന്നു ഭക്ഷണം കഴിച്ചു. ആ സ്ത്രീയും ജ്യേഷ്ഠനും ഓരോന്നു പറയുകയും ചിരിക്കുകയും ചെയ്തു. സഖറിയാസാകട്ടെ, മിണ്ടാതെ വാരിത്തിന്നു.

അന്നു മുതൽ ആ ജ്യേഷ്ഠാനുജന്മാർ ഒന്നിച്ചു താമസമാക്കി. മൂത്തയാൾ പകലൊക്കെ കിടന്നുറങ്ങുമ്പോൾ ഇളയവൻ ആകാശത്തേക്കു നോക്കിക്കൊണ്ടു പാടി. രാത്രിയിൽ ജ്യേഷ്ഠൻ തൊഴിലിനായി പുറത്തേക്കു പോകും. അപ്പോൾ ആ വേശ്യ അനുജനുമായി സല്ലപിക്കുവാൻ ചെല്ലും. അവളുടെ ചോദ്യങ്ങൾക്കൊന്നും അയാൾ മറുപടി പറഞ്ഞില്ല; അഥവാ കേട്ടതേയില്ല. കുറെക്കഴിഞ്ഞാൽ പെട്ടെന്ന് എഴുന്നേറ്റു നടക്കും. എവിടേക്കെന്നില്ല. ആ തിളങ്ങുന്ന കണ്ണുകൾ അയാളെ പിന്തുടർന്നു. പക്ഷേ, നിഴൽപ്പാടുകളിലേക്കു സഖറിയാസ് കടന്നുമറഞ്ഞു.

പിന്നെ തിരിച്ചു വരുന്നത് പുലർച്ചെയാണ്. ഉറക്കംതൂങ്ങിക്കൊണ്ട്. ചേട്ടന് ഇതൊന്നും അസ്വാഭാവികമായി തോന്നിയില്ല. കാലം കഴിഞ്ഞു.

ഒരു ദിവസം സഖറിയാസ് കയറിവന്നു ജ്യേഷ്ഠന്റെ കൈയിൽ ഒരു പൊതി കൊടുത്തു. അതു തുറന്നു നോക്കി. വിലപിടിപ്പുള്ള ഒരാഭരണം. ജ്യേഷ്ഠൻ അനുജന്റെ മുഖത്തേക്ക് അന്തംവിട്ടു നോക്കിനിന്നു. സഖറിയാസും ഒന്നും പറഞ്ഞില്ല.

“നീ ഇതു ചെയ്യേണ്ടായിരുന്നു” - ജ്യേഷ്ഠൻ കുറച്ചൊരു വ്യസനത്തോടെ പറഞ്ഞു.

“ഉപദേശിക്കയാണോ?” സഖറിയാസ് രൂക്ഷമായി ചോദിച്ചു. പിന്നെ ജ്യേഷ്ഠനൊന്നും പറഞ്ഞില്ല. അന്നുരാത്രി ജ്യേഷ്ഠൻ അനുജനെപ്പറ്റി അല്പനേരം ആലോചിച്ചു.

കാലാന്തരത്തിൽ എല്ലാം പഴക്കമായി. സഖറിയാസ് മോഷണത്തിൽ നല്ല വൈദഗ്ധ്യം സമ്പാദിച്ചിരിക്കുന്നുവെന്ന് ജ്യേഷ്ഠനു ബോധ്യപ്പെട്ടു. എന്നല്ല, ആവശ്യമായ സന്ദർഭങ്ങളിൽ അവർ പരസ്പരം സഹായിക്കുകയും ചെയ്തു. എല്ലാം ശാന്തമായിത്തന്നെ നടന്നു.

സഖറിയാസിന്റെ മോഷണം കടലോരങ്ങളിൽനിന്ന് ഉൾദേശത്തേക്കു കടന്നു. പല കളവുകളുടേയും കഥ നാട്ടിൽ പ്രചരിച്ചു. പലരും ദേവാലയത്തിൽച്ചെന്നു കള്ളന്മാരുടെ ഉപദ്രവത്തെപ്പറ്റി പറഞ്ഞു. കള്ളന്മാരുടെ ഹൃദയശുദ്ധിക്കുവേണ്ടി കൂട്ടപ്രാർത്ഥനകളും നടന്നു. എന്നിട്ടും കളവിനു ശമനം കിട്ടിയില്ല. “നിങ്ങളുടെ വിശ്വാസം ദുർബലമായിരിക്കുന്നു. അതാണ് നിങ്ങൾക്ക് കഷ്ടങ്ങൾ വരുന്നത്. ദൈവകോപത്തിനിരയാവാതിരിക്കുവാൻ കൂടുതൽ വിശ്വസിക്കുവിൻ, പ്രാർത്ഥിക്കുവിൻ” എന്നു പുരോഹിതൻ ജനങ്ങളോടു പറഞ്ഞു. ജനങ്ങൾ കൂടുതൽ വിശ്വസിച്ചു; പ്രാർത്ഥിച്ചു.

“നീ എന്തിന് ഉൾപ്രദേശത്തേക്കു പോകുന്നു, സഖറിയാസ്?” ജ്യേഷ്ഠൻ ചോദിച്ചു.

“എന്തുകൊണ്ടു പോയിക്കൂടാ?” പരുഷമായിത്തന്നെയാണു സഖറിയാസ് ഉത്തരം പറയുന്നത്. അതിനു ജ്യേഷ്ഠനു സമാധാനമില്ല. സ്വന്തം ആളുകളെ കൊള്ളയടിക്കുന്നതിൽ ജ്യേഷ്ഠന് ഒരു വിമ്മിട്ടം. എന്നാലും പറഞ്ഞതിങ്ങനെയാണ്.

“കൂടുതൽ അപകടകരമാണ്.”

“ഞാൻ സൂക്ഷിക്കുന്നുണ്ട്.”

“ഉം.” ജ്യേഷ്ഠൻ ഒന്നു മൂളുകമാത്രം ചെയ്തു. എന്നിട്ട് ചിന്താധീനനായി ആ വേശ്യയുടെ മൂക്കത്തെ അരിമ്പാറ ഒന്നു തടവി.

മൂന്ന്

എന്തുമാകാം, എങ്ങനെയുമാകാം എന്നൊരു മട്ടാണ് സഖറിയാസിന്, ഒരു കൊടുങ്കാറ്റിന്റെ ശക്തിയും കടലിന്റെ വികാരവും ഒരു ദിവ്യപുരുഷന്റെ

ദൃഢനിശ്ചയവും അവനുണ്ടായിരുന്നു. ഒരു നേർച്ചക്കാളയെപ്പോലെ അയാൾ എങ്ങും തള്ളിക്കയറി.

ഒരാഴ്ചയായിട്ട് സഖറിയാസിനു വരുമാനമൊന്നുമുണ്ടായില്ല. അതുകൊണ്ട് കുഴപ്പവുമില്ല. അങ്ങനെ വരുന്നത് തന്റെ പൗരുഷക്കുറവുകൊണ്ടാണെന്ന ഒരു വിശ്വാസമാണു സഖറിയാസിന്. അയാൾ രാത്രിയുടെ മധ്യയാമത്തിൽ ഇറങ്ങിനടന്നു.

"എങ്ങോട്ടു പോകുന്നു?" കാരയ്ക്കയും ജീരകവും കൂട്ടിച്ചവച്ചുകൊണ്ട് ആ സ്ത്രീ ചോദിച്ചു. സഖറിയാസ് മറുപടി പറഞ്ഞില്ല. തോപ്പുകളും ഇടവഴികളും പിന്നിട്ട് മുന്തിരിവള്ളിത്തോട്ടങ്ങളുടെ നിഴൽപ്പാടുകളിലൂടെ അങ്ങനെ നടന്നു.

ചന്ദ്രൻ നേരത്തെ മറഞ്ഞിരുന്നു. നക്ഷത്രങ്ങൾമാത്രം നിത്യസത്യങ്ങൾപോലെ തെളിഞ്ഞുനിന്നു. അങ്ങനെ നടന്നുപോകുമ്പോഴാണു പെട്ടെന്ന് മാളികമുകളിൽനിന്ന് ഒരു വെളിച്ചം അയാളുടെ ദൃഷ്ടിയിൽപ്പെട്ടത്; പവിഴമണിപോലെ. സഖറിയാസ് ചുറ്റും നോക്കി. എന്നിട്ട് ഉയർന്ന കന്മതിലിന്മേലേക്കു പറ്റിപ്പിടിച്ചു കയറി. മുകളിലെത്തി കീഴ്പോട്ടു നോക്കി. അഗാധ കുഴി. അയാൾ ആ മതിലിലൂടെ അരിച്ചരിച്ചുപോയി. മതിലിനോടു ചേർന്നുനില്ക്കുന്ന ഒരു ഈത്തപ്പന അയാളുടെ ദൃഷ്ടിയിൽപ്പെട്ടിരുന്നു. ഒരുവിധം അവിടെ എത്തി, അതിന്മേലൂടെ ഉരസി കീഴ്പ്പോട്ടിറങ്ങി. ചുറ്റും ഇരുട്ടാണ്. ആ കന്മതിലിനുള്ളിൽ ഇരുട്ട് തളംകെട്ടി നില്ക്കുന്നതുപോലെ തോന്നി. അയാൾ പതുങ്ങിപ്പതുങ്ങി നടന്നു. ആ പടുകൂറ്റൻ കെട്ടിടത്തിനു ചുറ്റുമായി നടന്നുനോക്കി. ഒരനക്കവുമില്ല. ഒരിടത്ത് ഒരു കോണിത്തട്ട് വായുംപൊളിച്ചു നില്ക്കുന്നത് അയാൾക്കു കണ്ടുപിടിക്കാൻ കഴിഞ്ഞു. സഖറിയാസ് അതിന്മേലൂടെ മേൽപോട്ടങ്ങു കയറി. ചെന്നെത്തിയത് ഒരു ഇടനാഴികയിലാണ്. അടുത്ത മുറിയിലെ വിളക്ക് അവിടെ ഒരു മങ്ങിയ പ്രകാശം പരത്തുന്നുണ്ട്: സഖറിയാസ് ചുറ്റും സൂക്ഷ്മമായി നോക്കി. ആരുമില്ല. ഒരു പൂച്ചയുടെ കാൽവയ്പ്പോടെ നീങ്ങുകയാണ്. അയാൾ ആ മുറിക്കുമുമ്പിൽ ചെന്നുനോക്കി. ഒരു സ്ത്രീ മുട്ടുകുത്തിനിന്നു പ്രാർത്ഥിക്കുകയാണ്. ഒരു നിമിഷം നിന്നു. എന്നിട്ട് തന്റെ ജോലിയിലേക്കു പ്രവേശിച്ചു. അവിടെ എന്തെങ്കിലുമുണ്ടോ എന്നയാൾ പരതുകയായിരുന്നു. പെട്ടെന്നാണ്, ഒന്നുരണ്ടു വെള്ളിത്താലങ്ങൾ അയാളുടെ കൈതട്ടി കീഴ്പോട്ടു വീണത്. 'കലപലാ' എന്ന ആ ശബ്ദത്തിൽ പ്രപഞ്ചം ഉടഞ്ഞുതകരുന്നതുപോലെ സഖറിയാസിനു തോന്നി. രക്ഷപ്പെടാൻ മാർഗ്ഗമന്വേഷിക്കുകയായിരുന്നു. ഒരടിവച്ചില്ല; മുമ്പിൽ നില്ക്കുന്നു ഒരാൾ; പ്രാർത്ഥനയിൽ മുഴുകിനിന്ന ആ സ്ത്രീ. സഖറിയാസ് സംശയിച്ചില്ല. അരയിൽ തപ്പിനോക്കി – ഭാഗ്യവശാൽ അവിടെ ഒരു തോൽവാർ മാത്രമേ ഉണ്ടായിരുന്നുള്ളൂ.

"എന്താണ് വേണ്ടത്?" ആ സ്ത്രീ ശാന്തമായി ചോദിച്ചു.

സഖറിയാസ് അനങ്ങിയില്ല; അനങ്ങാൻ വയ്യായിരുന്നു.

"ഭയപ്പെടേണ്ട; എന്തു വേണമെങ്കിലും താങ്കൾക്കെടുക്കാം."

സഖറിയാസ് അവളുടെ അടുത്തേക്കു നീങ്ങി. അവൾ കുറച്ചു പിന്നോട്ടു മാറിനിന്നു. സഖറിയാസ് മുറിയിലെ വെളിച്ചത്തിന്റെ പരിധിയിലാണു നില്ക്കുന്നത്.

"നിങ്ങളോ, സഖറിയാസ്" - ആ സ്ത്രീ അദ്ഭുതപ്പെട്ടു.

"ശ്!"

"ദേവദൂതന്മാരാണോ നിങ്ങളെ ഇങ്ങോട്ടയച്ചത്?"

"അല്ല, ചെകുത്താൻ." മനം മടുത്ത മട്ടിൽ സഖറിയാസ് പറഞ്ഞു.

"സുഹൃത്തേ, ഇരിക്കൂ."

ആ സന്ന്യാസിനിയെ അയാൾ കൂടുതൽ വ്യക്തമായിക്കണ്ടു. ആ രൂപം ഒരു തീജ്ജ്വാലപോലെ അയാളുടെ മുമ്പിൽ നില്ക്കുന്നു.

"ഇരിക്കുന്നില്ലേ?"

"ഇല്ല. ഞാൻ പോകുന്നു."

അവൾക്കെന്തെങ്കിലും പറയാൻ കഴിയുന്നതിനുമുമ്പേ, ഒരു ഇടിമിന്നലിന്റെ വേഗത്തിൽ അയാൾ കോണിയിറങ്ങി ഇരുട്ടിൽ മറഞ്ഞു.

ആ സ്ത്രീ ജാലകത്തിനുള്ളിലൂടെ വെളിയിലേക്കു നോക്കിക്കൊണ്ടു നിന്നു; കുറച്ചുകഴിഞ്ഞു വീണ്ടും മുട്ടുകുത്തി പ്രാർത്ഥിച്ചു. സഖറിയാസിന്റെ വാരാകാരം അവളുടെ മനസ്സിനു മുമ്പിൽ നിവർന്നുനില്ക്കുകയായിരുന്നു.

കോഴി മൂന്നുവട്ടം കൂകിയപ്പോഴാണ് സഖറിയാസ് തളർന്നു വെറും കയ്യോടെ ചാവടിയിലേക്കു ചെന്നത്. അയാൾ കോലായിൽത്തന്നെ ചിന്താധീനനായി ഇരുന്നു. വേശ്യ വന്നു വാതിൽ തുറന്നു. സഖറിയാസ് അനങ്ങിയില്ല. ചേട്ടൻ വന്നു ചുമലിൽ തട്ടിയപ്പോൾ അയാൾ ഞെട്ടിപ്പോയി. ജ്യേഷ്ഠനെയും പരിസരത്തെയുമൊന്നു നോക്കി, അകത്തേക്കു കടന്നു തന്റെ വിരിപ്പിൽ വീണുറങ്ങി.

സായാഹ്നത്തിൽ ഉണർന്നെഴുന്നേറ്റു ജാലകത്തിലൂടെ നോക്കിയപ്പോൾ സഖറിയാസ് കണ്ടത് ഒരു രാജകിങ്കരനും ചുങ്കക്കാരനുംകൂടി സംസാരിച്ചുകൊണ്ടു വരുന്നതാണ്. അയാൾ ഭയപ്പെട്ടു; മറഞ്ഞുനിന്നു ചെവി വട്ടംപിടിച്ചു. ചൂതുകളിയിൽ കാണിക്കേണ്ട ഒരു കള്ളത്തരത്തെപ്പറ്റി ചുങ്കക്കാരൻ പട്ടാളക്കാരനെ പറഞ്ഞു ധരിപ്പിക്കുകയാണ്. അവർ കടന്നുപോയി.

പിന്നെ മൂന്നു ദിവസത്തേക്കു സഖറിയാസ് പുറത്തിറങ്ങിയില്ല.

"നിനക്കെന്താണ്?" ജ്യേഷ്ഠൻ ചോദിച്ചു.

"ഒന്നുമില്ല."

നാലാംദിവസം ഇരുട്ടിയപ്പോൾ അനുജൻ പുറത്തേക്കിറങ്ങി. ശാലാമോന്റെ ഗീതങ്ങൾ അയാളുടെ ഉള്ളിൽനിന്ന് അടക്കിയാലടങ്ങാത്തവണ്ണം പൊങ്ങിവന്നു.

അയാൾ മൂളി.

പ്രിയേ എഴുന്നേല്ക്കൂ;

എന്റെ സുന്ദരീ, വരിക

ശീതകാലം കഴിഞ്ഞു.

മഴയും മാറിപ്പോയല്ലോ;

പുഷ്പങ്ങൾ ഭൂമിയിൽ കാണായ് വരുന്നു.

വള്ളിത്തലമുറിക്കും കാലം വന്നിരിക്കുന്നു.

കറുകപ്രാവിന്റെ ശബ്ദവും നമ്മുടെ നാട്ടിൽ കേൾക്കുന്നു."

ഏതാണ്ടൊരു അബോധാവസ്ഥയിലാണു സഖറിയാസ് നടക്കുന്നത്. ഒടുവിൽ എത്തിക്കൂടിയത്, അതേ സന്ന്യാസിനിമഠത്തിന്റെ മുമ്പിൽ ത്തന്നെ. പഴയപടി മതിൽക്കയറി ഈത്തപ്പനയിലൂടെ ഉരസിയിറങ്ങി കോണിപ്പടിക്കടുക്കൽ ചെന്നപ്പോൾ ഒരു സംഭാഷണം കേട്ടു. സഖറിയാസ് പതുങ്ങിനിന്നു. കുറെ കഴിഞ്ഞപ്പോൾ ഒരു പുരോഹിതൻ അവിടെ നിന്ന് ഇറങ്ങിപ്പോവുകയും ചെയ്തു.

ഒരു നിമിഷം കഴിഞ്ഞു സഖറിയാസ് കോണികയറി നേരെ ആ സ്ത്രീയുടെ മുറിയിലേക്കു കടന്നുചെന്ന് അവരുടെ മുമ്പിൽ ഇരുന്നു. അവരാകട്ടെ ഞെട്ടിത്തെറിക്കൽ അറിയിക്കാതെ കഴിക്കാൻ യത്നിക്കുകയായിരുന്നു.

അവരൊന്നും ചോദിച്ചില്ല; അയാളൊന്നും പറഞ്ഞതുമില്ല.

കുറെനേരം കഴിഞ്ഞപ്പോൾ സഖറിയാസ് പറഞ്ഞു:

"ഞാൻ പോകുന്നു."

അതിനു മറുപടി ഉണ്ടായില്ല. അയാൾ മുമ്പോട്ടു നീങ്ങി. കോണിപ്പടി വരെ അവർ അയാളെ അനുഗമിച്ചു.

പിന്നെ ഒരാഴ്ചയ്ക്കൊന്നും സംഭവിച്ചില്ല. വീണ്ടും ഒരു രാത്രി സഖറിയാസ് ആ മുറിയിലേക്കു കടന്നുചെന്ന് ഒരിടത്തിരുന്നു.

"സഖറിയാസ് നിങ്ങൾക്കെന്താണ് വേണ്ടത്?"

"ഒരു സങ്കീർത്തനം പാടാമോ?" ആ അപേക്ഷ ഒരു ശാസനപോലെയായിരുന്നു. അവർ പാടി. അയാൾ കേട്ടു. പാട്ടുതീർന്നപ്പോൾ അയാൾ എഴുന്നേറ്റു.

"ഞാൻ പോകുന്നു."

ഈ സന്ദർശനം ആവർത്തിക്കുകയാണ്. പിന്നീട് അയാൾ പാടുകയും ആ സ്ത്രീ കേൾക്കുകയുമായി. പതുക്കെയാണ് പാടുന്നതെങ്കിലും ആ

ശബ്ദത്തിനു വല്ലാത്ത മുഴക്കം. അതു ഹൃദയത്തിന്റെ ഉള്ളറകളിൽ ച്ചെന്ന് മേഘനാദം പുറപ്പെടുവിക്കുന്നു. പാട്ടു നില്ക്കുമ്പോൾ ആ വന്ധ്യ സ്ത്രീയുടെ കണ്ണുകൾ നനഞ്ഞിരുന്നു. ഒരു പുഞ്ചിരിയോടെ അയാൾ കോണിയിറങ്ങി. അവർ എന്തോ പറയാൻ വിചാരിച്ചിരുന്നത് മറന്നു പോയി.

"സൂക്ഷിക്കുക" പിറ്റേന്ന് ആ സ്ത്രീ പറഞ്ഞു. അയാൾ പുഞ്ചിരി കൊണ്ടു പാടി. അതോടെ അവർ എല്ലാം മറന്നു.

പിന്നീട് പിന്നീട് ആ വന്ധ്യസ്ത്രീ അയാളുടെ വരവിനെ തടുക്കാൻ തുടങ്ങി. സഖറിയാസിൽ നെറികെട്ട ഒരു പെരുമാറ്റവും ഉണ്ടായിട്ടില്ല; അപകടത്തിലേക്ക് എടുത്തുചാടുകയാണെന്ന് അറിയാവുന്നതുകൊണ്ടു തന്നെ.

"സഖറിയാസ് നിങ്ങൾ നല്ലവനാണ്" - ഒരിക്കൽ അവർ പറഞ്ഞു.

"അല്ല."

"അതെ."

"ഞാൻ വിദ്യാലയത്തിൽനിന്ന് ഒളിച്ചോടിപ്പോയതാണ്; അറിയാമോ?"

"അറിയാം."

"ഞാൻ കള്ളനാണ്. അറിയാമോ?"

"അറിയാം. എന്നാലും നിങ്ങൾ നല്ലവനാണ് സഖറിയാസ്. നിങ്ങൾ ഇവിടേക്കിങ്ങിനെ വരുന്നത്..."

"വരുന്നത്?"

"അപകടമാണ്."

"ഞാനിനി ഒരിക്കലും വന്നുകൂടെ?"

"അതെ... അല്ലെങ്കിൽ..."

"എന്താണ്?"

"എപ്പോഴും വരരുത്, വരുന്നതിനുമുമ്പേ എന്നെ അറിയിക്കുകയും വേണം."

"ശരി."

സഖറിയാസ് ആ നിർദ്ദേശം ചെവിക്കൊണ്ടു. വളരെ ദിവസങ്ങൾ കൂടു മ്പോൾ ഒരിക്കൽമാത്രം ആ സ്ത്രീയെ സന്ദർശിച്ചു.

"എന്തുകൊണ്ടു മുൻകൂട്ടി അറിയിക്കുന്നില്ല?"

"സാധ്യമല്ല."

പിന്നെ ആരും ഒന്നും പറഞ്ഞില്ല. അയാൾ 'എരുശലേമിലെ പുത്രി മാരേ, ചെറുമാനുകളാണ്' എന്ന പാട്ടു പാടി. അവർ കരഞ്ഞു, സഖറി യാസ് എഴുന്നേറ്റുപോവുകയും ചെയ്തു.

സഖറിയാസ് പിന്നെപ്പിന്നെ എവിടെയും പോകാതെയായി. ആ ചാവടിക്കുള്ളിൽ മനോരാജ്യം വിചാരിച്ചുകൊണ്ടു കിടന്നു. ചിലപ്പോൾ മൂളിപ്പാട്ടു പാടുകയും ചെയ്തു. ഈ മാറ്റത്തെപ്പറ്റി വേശ്യ ജ്യേഷ്ഠനോടു പറഞ്ഞു: അയാൾ ചിരിച്ചു.

"അവൻ ഒരു പുണ്യവാനാകേണ്ടവനായിരുന്നു."

കുറച്ചുനേരം ആലോചിച്ചു, നെടുവീർപ്പിടുകയും ചെയ്തു.

അന്നു രാത്രി അയാൾ അനുജനോടു ചോദിച്ചു:

"സഖറിയാസ്, നിനക്കെന്താണ്?"

"ഒന്നുമില്ല."

"എങ്ങോട്ടും പോകുന്നില്ല."

അപ്പോഴാണ് താൻ കുറെ ദിവസമായി തൊഴിൽ ഒന്നും ചെയ്യാറില്ലെന്ന് സഖറിയാസ് മനസ്സിലാക്കിയത്. അവനു ലജ്ജ തോന്നി. അവൻ പുറത്തേക്കു പോയി, നിഴലുകളിലേക്കു മറഞ്ഞു.

കടലിന്റെ ഇരമ്പലും കേട്ടുകൊണ്ട്, ആ വേശ്യയും ജ്യേഷ്ഠനും മൂടിപ്പുതച്ചു കിടന്നു. അയാൾ അവളുടെ മൂക്കത്തെ അരിമ്പാറ ഒന്നു തൊട്ടു.

വാതിൽക്കൽ ശക്തിയായി മുട്ടുകേട്ടിട്ടാണ് ജ്യേഷ്ഠൻ ഉണർന്നത്. നേരം പുലർന്നിട്ടില്ല. വേശ്യ ചെന്നു വാതിൽ തുറന്നു. ഉടനെ അകത്തേക്കൊരാൾ കിതച്ചുകൊണ്ടു തള്ളിക്കയറി; അതു സഖറിയാസായിരുന്നു. അവൻ വാതിൽ ബന്ധിച്ചു കിതച്ചുകൊണ്ടു പറഞ്ഞു:

"അവർ വരുന്നു."

"ആര്?"

"എന്നെ കണ്ടുപിടിച്ചു."

ജ്യേഷ്ഠൻ ചാടി എഴുന്നേറ്റ് സഖറിയാസിന്റെ അടുത്തേക്കു ചെന്നു. ചോരയുടെ മണം. സഹോദരനെ അടിമുടിയൊന്നു നോക്കിയിട്ട് ജ്യേഷ്ഠൻ വിളിച്ചു:

"സഖറിയാസ്..." അതൊരു ചോദ്യംപോലെയായിരുന്നു.

"അതെ." സഖറിയാസ് ഉത്തരവും പറഞ്ഞു.

ജ്യേഷ്ഠൻ അനുജന്റെ കൈയിൽനിന്നു ചോരപുരണ്ട കത്തിവാങ്ങി. മറ്റേ കൈയിൽ അനുജൻ ഒരു കിഴിയുംവെച്ചുകൊടുത്തു.

"എന്റെ അനിയാ, നീയാണോ ഇത്."

"അതെ."

"ഓ, നീ ഇവിടംവരെ എത്തിയോ?"

സഖറിയാസ് ആ വാക്കു കേട്ടുവോ എന്തോ? അയാൾ വിമ്മിട്ടപ്പെടുകയായിരുന്നു.

"അവർ വരുന്നു; വരുന്നു."

ജ്യേഷ്ഠൻ തരിച്ചുനില്ക്കുകയാണ്.

"എനിക്കു രക്ഷപ്പെടണം." സഖറിയാസ് പരിഭ്രമിച്ചുകൊണ്ടു പറഞ്ഞു.

ജ്യേഷ്ഠൻ അനങ്ങിയില്ല.

സഖറിയാസ് ജ്യേഷ്ഠനെ പിടിച്ചുകുലുക്കിക്കൊണ്ടു പറഞ്ഞു:

"ആലോചിക്കാൻ സമയമില്ല. അവർ വരുന്നു."

ജ്യേഷ്ഠൻ അനുജന്റെ ശിരസ്സിൽ തടവി. എന്നിട്ട് പിൻപുറത്തുള്ള വാതിൽക്കലേക്കു ചൂണ്ടിക്കാട്ടി:

"അതിലേ; ആ മുന്തിരിത്തോട്ടം പിന്നിട്ടാൽ കാടാണ്."

"ചേട്ടനോ?"

"എന്റെ കാര്യം ഞാൻ നോക്കും. നീ പൊയ്ക്കോ."

സഖറിയാസ് നീങ്ങി. ജ്യേഷ്ഠൻ വേശ്യയോടും ആജ്ഞാപിച്ചു:

"പൊയ്ക്കോ."

"നിങ്ങളും വരാതെ..." അവൾ സംഭ്രമിച്ചിരുന്നു.

"പോവാനാണ് പറഞ്ഞത്." അയാൾ അലറി.

അവളും സഖറിയാസിനെ പിൻതുടർന്നു. ജ്യേഷ്ഠൻ ആ ചോരപുരണ്ട കത്തിയും കിഴിയും കൈയിലേന്തി വാതിൽക്കൽ ഒരു ബിംബം പോലെ നിന്നു. അന്ന് ആദ്യമായി അയാൾ ഉള്ളുരുകി പ്രാർത്ഥിച്ചു. "കരുണയുള്ള ദൈവമേ, എന്റെ പാവമായ അനുജന്റെ കുറ്റം ക്ഷമിച്ച് അവനെ രക്ഷിക്കേണമേ...' അയാൾ മുട്ടുകുത്തി.

പുറത്ത് കനത്ത കാലൊച്ച കേട്ടു. പിന്നാലെ ഒരു ബഹളവും ആ ചാവടിയിലേക്കു തള്ളിവന്നു.

"ആന്ത്രിയാസിനെ കൊന്ന കള്ളൻ ഇവിടെയാണ്; ഇവിടെയാണ്." ആളുകൾ പറഞ്ഞു.

"അകത്താര്?" ഒരു കനത്ത ശബ്ദം വിളിച്ചുചോദിച്ചു.

"ഉള്ളിലേക്കു വരാം." - സഖറിയാസിന്റെ ജ്യേഷ്ഠൻ മന്ത്രിച്ചു.

ഒരു പട്ടാളക്കാരനും രണ്ടു യുവാക്കളും ഉള്ളിലേക്കു കടന്നു. ചോരപുരണ്ട കത്തിയും പിടിച്ചുനില്ക്കുന്ന ആ മനുഷ്യനെ കണ്ട് അവർ ചോദിച്ചു:

"നീയാണോ?"

"അതെ." - അയാൾ ആ പണക്കിഴി അവരുടെ മുമ്പിലേക്കു വലിച്ചെറിഞ്ഞുകൊണ്ടു പഞ്ഞു. അയാളെ ആമംവച്ചു പുറത്തേക്കു കൊണ്ടുപോകുമ്പോൾ കോഴി മൂന്നുവട്ടം കൂവി.

നാല്

സഖറിയാസ് തേങ്ങിത്തേങ്ങിക്കരഞ്ഞു. "അവനെ ഞാൻ കൊന്നു; എന്റെ ചേട്ടനെ ഞാൻ കൊന്നു" എന്നു കൂടക്കൂടെ അയാൾ പിറിപിറുക്കുന്നുണ്ടായിരുന്നു. ആ സന്ന്യാസിനി അടുത്തിരുന്ന് അയാളെ നോക്കുകയാണ്. അവരുടെ കണ്ണുകളും കൂടക്കൂടെ നനയുന്നുണ്ട്. ഗദ്ഗദത്തോടെ അവർ സമാശ്വസിപ്പിച്ചു: "സഖറിയാസ്, ദൈവത്തിന്റെ മാർഗ്ഗം നമുക്ക് അജ്ഞാതമാണ്."

"പക്ഷേ, ഞാനാണ് അവനെ നശിപ്പിച്ചത് - ഭീരുവായ ഞാൻ."

"അല്ല, സഖറിയാസ്. ദൈവം അവനെ മടക്കിവിളിച്ചു. നിങ്ങൾ നല്ലവനാണ് സഖറിയാസ്." ഈ സാന്ത്വനം അയാളെ കൂടുതൽ കരയിപ്പിച്ചതേയുള്ളൂ. വിശാലമായ അയാളുടെ മാറിടം തേങ്ങലുകളെക്കൊണ്ടു പൊങ്ങുകയും താഴുകയുമാണ്. പിന്നെ ആ സ്ത്രീ ഒന്നും പറഞ്ഞില്ല. അയാളും നിശ്ശബ്ദനായിരുന്നു. ഈ വമ്പിച്ച ദുഃഖത്തിനിടയിലും ഇരുപേർക്കും തങ്ങൾ സുരക്ഷിതരാണെന്നു തോന്നി. അവർക്കു നടുവിൽ നിന്നു കത്തിയിരുന്ന മെഴുകുതിരിയുടെ നാളം വിറയ്ക്കുന്നുണ്ടായിരുന്നു. അയാളെ അധികനേരം അവിടെ ഇരുത്തണമെന്ന് ആ സ്ത്രീക്കുണ്ടായിരുന്നില്ല. പാപചിന്തകളിൽനിന്നു തികച്ചും മോചനം തേടിയിട്ടില്ലാത്ത ആ ആശ്രമത്തിലെ അന്തേവാസികൾ തന്നെ സംശയദൃഷ്ടിയോടെ നോക്കാൻ തുടങ്ങിയിട്ടുണ്ടെന്ന് അവർക്കറിയാം. എങ്കിലും അയാളുടെ മുഖത്തേക്കു നോക്കുമ്പോൾ ഒന്നും പറയാൻ തോന്നുന്നില്ല. ആ തേങ്ങലുകൾക്കുപോലും ഒരു സങ്കീർത്തനഗാനത്തിന്റെ താളക്രമമുള്ളതായി ആ വിശുദ്ധസ്ത്രീക്കു തോന്നി. അവർ നിശ്ശബ്ദമായിരുന്നു.

പെട്ടെന്ന് ഒരു ചലനം. അവരുടെ മുറിയുടെ മുമ്പിലേക്ക് ഒരു നിലയങ്കി നീങ്ങിവന്നു; ഒരു നിമിഷം നിന്നു, മറഞ്ഞു. സന്ന്യാസിനി ഞെട്ടിപ്പോയി. ആ ഞെട്ടലിൽ അവർ സഖറിയാസിന്റെ കൈപിടിച്ചു കുലുക്കി. ഇരുപേരുടേയും ദേഹമാകെ കോരിത്തരിച്ചു. നടാടെയാണ് അവർ അയാളെ സ്പർശിക്കുന്നത്.

സഖറിയാസ് പകച്ച് ആ തളർന്ന കണ്ണുകളിലേക്കു നോക്കി. 'ഉടനെ പോവൂ' എന്നവർ ആംഗ്യം കാട്ടി. അയാൾ താമസിച്ചില്ല. കോണിത്തട്ടിറങ്ങുമ്പോൾ ആ നീളൻ നിലയങ്കി അയാളെ പിന്തുടരുന്നുണ്ടായിരുന്നു. ആ കാലൊച്ചകൾ അകന്നകന്നുപോയി. പ്രപഞ്ചമാകെ ശൂന്യമായപോലെ ആ സ്ത്രീക്കു തോന്നി. അവർ മുട്ടുകുത്തി കരഞ്ഞുകൊണ്ടു പ്രാർത്ഥിച്ചു: "കരുണയുള്ളവനായ ദൈവമേ..."

കണ്ണുനീർ ഇറ്റിറ്റു തറയിൽ വീണു.

ഭീകരമായിരുന്നു ആ രാത്രി. പുറത്ത് അഗാധനിശ്ശബ്ദത. അകത്താകെ ബഹളം. പുലരാറാവുമ്പോൾ അവർ തളർന്നുവീണുറങ്ങി.

ഞെട്ടിയുണർന്നത് ഒരു ബഹളം കേട്ടിട്ടാണ്. വിദ്യാലയത്തിന്റെ മതിൽക്കെട്ടിനുള്ളിൽ ഒരു ശവം. അതു സഖറിയാസിന്റേതാണ്.

ദേവാലയത്തിൽനിന്നു തുടർച്ചയായ മണിയടി. അതിന്റെ മുഴക്കം ഇഴഞ്ഞിഴഞ്ഞുവന്ന് ഹൃദയത്തെ കുത്തിത്തുളച്ചു പുറത്തേക്കു പോകയാണ്. വീണ്ടും വീണ്ടും മണിയടി. ആ വന്ധ്യസ്ത്രീയുടെ ഞരമ്പുകൾ കെട്ടഴിയുന്നതുപോലെ തോന്നി. അവർ ഒരു വശത്തേക്കു ചാരിയിരുന്നു; ബോധരഹിതരായി.

രണ്ടുമക്കളും നഷ്ടപ്പെട്ട ആ ഭക്തൻ അന്ന് ആദ്യമായി ദൈവത്തിൽ നിന്നു മുഖംതിരിച്ചു. കുറച്ചുകഴിഞ്ഞപ്പോൾ അയാൾ വിങ്ങിവിങ്ങി പ്രാർത്ഥിച്ചു. എന്ത്? അയാൾ പ്രാർത്ഥിക്കുകയായിരുന്നുവെന്നു മാത്രമറിയാം. പ്രപഞ്ചത്തിന്റെ സൃഷ്ടി മുതൽ അവസാന നാളുവരെയുള്ള ഈറ്റുനോവുകളെല്ലാം സഹിച്ചുകൊണ്ട് അയാളുടെ ഭാര്യ അടുത്തു നിശ്ശബ്ദയായിരുന്നു. അവർ കരഞ്ഞില്ല.

ശവം എങ്ങനെ വിദ്യാലയത്തിൽ വന്നു? അന്തേവാസികൾ പരസ്പരം കുശുകുശുത്തു. കുറെ കഴിഞ്ഞപ്പോൾ അതിനുള്ള സമാധാനം എങ്ങുനിന്നെന്നില്ലാതെ പുറപ്പെട്ടു.

"ദൈവദൂതന്മാർ അവനെ കൂട്ടിക്കൊണ്ടുപോയി; ആ പുണ്യവാനെ തിരികെ കൊണ്ടുവന്നാക്കി."

ഒരു സമാധാനമായി. എല്ലാവരും ആശ്വസിക്കുകയും ചെയ്തു.

സഖറിയാസിന്റെ ശവം ആഘോഷപൂർവം പിറ്റേന്നു കാലത്തു പ്രധാന ദേവാലയത്തോടനുബന്ധിച്ചുള്ള ശ്മശാനത്തിൽത്തന്നെ മറവു ചെയ്കയും ചെയ്തു. ആ ശവകുടീരത്തിൽ പുഷ്പങ്ങൾ അർപ്പിക്കപ്പെട്ടു. അന്ത്യസങ്കീർത്തനങ്ങൾ പാടി. ഇതെല്ലാം നോക്കിക്കൊണ്ട് സന്ന്യാസിമഠത്തിന്റെ ജാലകത്തിനടുക്കെ നനഞ്ഞ രണ്ടു കണ്ണുകൾ നിന്നിരുന്നു.

അഞ്ച്

ആ ശവകുടീരത്തിനുചുറ്റും പുല്ലുകൾ കിളുർക്കുകയാണ്. മഞ്ഞും നനവും അതിന്മേൽ ഉച്ചുപിടിപ്പിക്കുന്നു.

ആ വന്ധ്യസ്ത്രീ രാത്രിയുടെ മധ്യയാമത്തിൽ ജാലകത്തിനുള്ളിലൂടെ നോക്കി ആരോടോ സംസാരിക്കുന്നു. ആർക്കോവേണ്ടി സങ്കീർത്തനങ്ങൾ പാടുന്നു. ഒടുവിൽ അവർ പറയുന്നു.

"നിങ്ങൾ നല്ലവനാണ്."

ഈ സമ്പ്രദായം ആദ്യം ഒരു സുഖമില്ലായ്മയായിട്ടാണ് കണക്കാക്കിയത്. പക്ഷേ, എല്ലാ കാര്യങ്ങളിലും അവർ ചിട്ടയും ക്രമവും പാലിക്കയും ചെയ്യുന്നുണ്ട്. ഒടുവിൽ ചോദ്യമായി, വിചാരണയായി.

"ആരോടു സംസാരിക്കുന്നു?"

"സഖറിയാസിനോട്" – അവൾ നിഷ്കളങ്കമായി മറുപടി പറഞ്ഞു.

"അവനെവിടെ?"

"നിലാവുള്ള രാത്രിയിൽ, ആകാശത്തൂടെ അദ്ദേഹം വരുന്നു. എന്റെ ജാലകപ്പടിമേൽ പിടിച്ചുനിന്നു സങ്കീർത്തനങ്ങൾ പാടാൻ ആവശ്യപ്പെടുന്നു. പാട്ടുകേട്ടുകഴിഞ്ഞാൽ തിരിച്ചുപോകുന്നു. നിങ്ങളാരും അദ്ദേഹത്തെ കാണാറില്ലേ?"

പിന്നീട് ആരും ഒന്നും പറഞ്ഞില്ല. ആ വന്ധ്യസ്ത്രീയുടെ വാക്കുകൾ പ്രചരിച്ചു. സഖറിയാസിന്റെ മഹത്ത്വത്തെപ്പറ്റി എല്ലാവരും സംസാരിച്ചു. അതു മണിയടിശബ്ദത്തിനൊപ്പം ദേവാലയങ്ങളിൽനിന്നു ദേവാലയങ്ങളിലേക്കു പ്രചരിച്ചു. ദേശത്തു പരന്നു; രാജ്യത്തു പരന്നു. ആ വാർത്ത മലകളും കടലുകളും കടന്നുപോയി. പിന്നെ ഹൃദയശുദ്ധിയുള്ള ജനങ്ങളുടെ വരവായി. എല്ലാവർക്കും വന്ദിക്കണം.

"സഖറിയാസിന്റെ അദ്ഭുതകഥ വിവിധ ഭാഷകളിലും വിവിധ ദേശങ്ങളിലും അറിയപ്പെടട്ടേ" – മഹാപുരോഹിതൻ അനുജ്ഞ നല്കി. ഏഴു കടലുകൾ കടന്ന് ആളുകൾ വന്നു; വന്ദിച്ചു; ആത്മശാന്തിയോടെ തിരിച്ചുപോയി.

ഒടുവിൽ പല രാജ്യങ്ങളിലേക്കുമായി അദ്ദേഹത്തിന്റെ ഭൗതികാവശിഷ്ടങ്ങൾ കൊണ്ടുപോണം. വിളംബരമായി. പർവതങ്ങളും കടലുകളും ചവിട്ടിക്കടന്നും പുരോഹിതന്മാർ വന്നു. ശവകുടീരം പൊളിച്ചു. ഒരസ്ഥിപഞ്ജരം.

എല്ലുകൾ, പല്ലുകൾ – ഓരോന്നായി ഓഹരിവച്ചു വിവിധ ദേശങ്ങളിലേക്കു കൊണ്ടുപോയി. എല്ലാ രാജ്യവും പരിശുദ്ധിപ്പെട്ടു. ഭൗതികാവശിഷ്ടങ്ങൾ കൊണ്ടുപോയവരെക്കൂടി ജനങ്ങൾ മാനിച്ചു. തലയോടു കൊണ്ടുചെന്ന പുരോഹിതനെ ആ രാജ്യത്തെ രാജാവാക്കി.

ഋതുക്കൾ മാറിമാറി വന്നു. വയലിൽ ഗോതുമ്പുചെടികൾ മുളച്ചുപൊന്തി കുതിർത്തു. മുന്തിരിവള്ളികൾ മരതകമണികളണിഞ്ഞു. തരിശായ നിലങ്ങളിൽ പൂക്കൾ നിരന്നു. വള്ളിത്തല മുറിക്കും കാലം വന്നിരിക്കുന്നു. കുറുകപ്രാവിന്റെ ശബ്ദവും കേൾക്കുന്നുണ്ട്. അപ്പോൾ ഓളം വെട്ടുന്ന നിലാവിൽ ആ ശൂന്യമായ ശവക്കുഴിക്കരികെ ഒരു സ്വർഗ്ഗകന്യക വന്നിരുന്നു പതുക്കെ പാടാറുണ്ട്:

"എരുശലേം പുത്രിമാരേ,

ചെറുമാനുകളാണ്, പേടമാനുകളാണ്,

പ്രേമത്തിനിഷ്ടമാകുവോളം അതിനെ ഇളക്കരുത്,

ഉണർത്തുകയുമരുത്."

ആ നേർത്ത ശബ്ദം, മുന്തിരിച്ചാറുപോലെ, ശൂന്യമായ ആ ശവകുടീരത്തിലേക്ക് ഒഴുകിയൊഴുകിപ്പോയി. ആ സ്വർഗ്ഗകന്യക അവിടെനിന്നു പോകുമ്പോൾ കോഴി മൂന്നുവട്ടം കൂവാറുണ്ട്. ■

പൂട്ടിയിട്ട വീടുകൾ

അമ്മുക്കുട്ടി പടിപ്പുരയിൽനിന്നു പുറത്തേക്കു കടക്കാൻവേണ്ടി ഒതുക്കിന്റെ അവസാനപ്പടിയിലേക്കു കാലെടുത്തുവച്ചു. തലപൊക്കി നോക്കിയപ്പോൾ സുകുമാരൻനായർ ദൂരെനിന്നു വരുന്നതാണു കണ്ടത്. അതും അവൾക്കു പോകേണ്ട വഴിയിലൂടെത്തന്നെ. അവൾ കാൽ പിന്നോട്ടു വലിച്ചു. മുമ്പിലേക്കു നേരിട്ടുചെല്ലാൻ ധൈര്യമില്ല. ആ വലിയ തറവാട്ടിലെ മറ്റെല്ലാവരെപ്പോലെതന്നെയാവും, ആ ചെറുപ്പക്കാരനും കുശലം ചോദിക്കുക. 'എന്താ, ചണ്ണക്കാലിപ്പെണ്ണേ!' ഈ സംബോധന കേട്ടു തഴമ്പിച്ചതാണ് ചെവി. എങ്കിലും സുകുമാരൻനായർ ഇതേവരെ അങ്ങനെ വിളിച്ചിട്ടില്ല, സന്ദർഭമുണ്ടായിട്ടില്ല. വല്ലപ്പോഴുമൊക്കെയാണ് തറവാട്ടിൽ വരുന്നത്. വരുമ്പോഴൊന്നും അമ്മുക്കുട്ടി മുമ്പിലേക്കങ്ങു ചെല്ലുകയും പതിവില്ല. ഇപ്പോൾ അതിനു സന്ദർഭമുണ്ടാക്കിക്കൊടുക്കേണ്ട. ആ ശകാരപ്പേരു വിളിക്കാത്ത ഒരു വ്യക്തിയെങ്കിലും ആ തറവാട്ടിൽ ഉണ്ടായിക്കൊള്ളട്ടെ.

അടുത്തുള്ള മാവിൻചുവട്ടിലേക്ക് അമ്മുക്കുട്ടി മാറിനിന്നു. എന്നിട്ട്, വേലിയിൽ പറ്റിപ്പടർന്നുകിടക്കുന്ന വള്ളികൾക്കിടയിലൂടെ നോക്കി ചവുട്ടിത്തിമർത്താണു വരുന്നത്. എപ്പോഴും ഇങ്ങനെയാണ് അയാൾ നടക്കുന്നതെന്ന് അവളോർത്തു. എന്തൊരു ധൃതിക്കാരൻ! എന്തിനാണിങ്ങനെ ബഹളമയമായി അയാൾ ജീവിക്കുന്നതെന്ന് അവൾക്കു മനസ്സിലായില്ല. എന്നും എന്തെങ്കിലുമൊരു കലാപവുമായിട്ടേ സുകുമാരൻനായർ തറവാട്ടിൽ വന്നു കയറിയിട്ടുള്ളൂ. കാരണവരുമായി എന്നും വക്കാണമാണ്. സുകുമാരൻനായരുടെ പുതിയ മട്ടുകളൊന്നും കാരണവർക്കു പിടിക്കില്ല. അയാളുടെ മുറിമീശയും ഇംഗ്ലീഷും സിഗരറ്റും മറ്റുമായി കാരണവർക്കു യോജിച്ചുപോകാൻ സാധ്യമല്ല. അക്കാര്യത്തിൽ കാരണവരുടെ നിലപാടു ശരിയാണെന്ന് അമ്മുക്കുട്ടിക്കു തോന്നിയിട്ടുണ്ട്. അദ്ദേഹം ഒരു പഴയ തറവാടിയാണ്. മാങ്കോലത്തെ തറവാടിന്റെ മാനം കളയുന്ന ഒരു കാര്യത്തിലും അദ്ദേഹം ഏർപ്പെടുകയില്ല. തിരുവളയങ്ങാട്ട് അമ്മതിരുവടിയെ കുടിയിരുത്തിയ തറവാടാണത്. ഇന്നും ഈ വീട്ടുകാർ വിളിച്ചാൽ വിളിപ്പുറത്ത് ഭഗവതിയുണ്ടെന്നും അമ്മുക്കുട്ടിക്കറിയാം. കറുത്ത

വാവിനുണ്ടാകുന്ന ശാക്തേയപൂജ കഴിഞ്ഞു ചുകന്ന കണ്ണുമായി ഉമ്മറത്തുവന്നിരിക്കുന്ന കാരണവർ ഭഗവതിയെപ്പറ്റി പറയുന്നത് അവൾ കേട്ടിട്ടുണ്ട്: 'ഈ പുലയാടിമകൾ ഇവിടെയില്ലെങ്കിൽ ഞങ്ങൾ തുലഞ്ഞു!' തറവാടിന്റെ ഐശ്വര്യം നിലനിർത്തുന്ന ഭഗവതിയെ പരിഗണിക്കാതെ കാരണവർക്കൊന്നും ചെയ്തുകൂടാ. മരുമകനാകട്ടെ, ഇതിലൊന്നും ശ്രദ്ധിക്കാതെ, താന്തോന്നിയായി തറവാട്ടുവക കളത്തിൽപോയിക്കൂടിയിരിക്കയാണ്. വല്ലപ്പോഴും കുടുംബത്തു കടന്നുവരുന്നതു ബഹളമുണ്ടാക്കി കാരണവരുടെ കൈയിൽനിന്നു സ്വല്പം കാശു വാങ്ങാനാണ്. അതു തീരുന്നതുവരെ പിന്നെ ഇങ്ങോട്ടു തിരിഞ്ഞുകയറില്ല. ഇന്നും, വഴക്കിനാണു വരുന്നത്, 'ഓ, ദേശാന്തരി വന്നോ?' എന്ന കാരണവരുടെ ചോദ്യവും 'വെറുതെ വന്നതല്ല' എന്ന മരുമകന്റെ ഉത്തരവും ഉടനെ കേൾക്കാം. 'എന്തെങ്കിലുമായിക്കൊള്ളട്ടെ. പൂച്ചയ്ക്കു പൊന്നുരുക്കുന്നേടത്തെന്തു കാര്യം?' എന്നു വിചാരിച്ച് അമ്മുക്കുട്ടി കുറെക്കൂടി മാവിനോടു പറ്റിനിന്നു. വേഗം ഇങ്ങട്ടു കടന്നുപോയാൽ പടിയിറങ്ങിപ്പോകാമായിരുന്നു. അവൾ ഒരിക്കൽക്കൂടി ചെടിപ്പടർപ്പിനുള്ളിലൂടെ നോക്കി. പകിരിവാണംപോലെയാണ് വരവ്.

അമ്മുക്കുട്ടിക്കു നന്നേ വെറുപ്പുതോന്നി. അമ്മയോടോ അമ്മാമനോടോ അയാൾക്കു മമതയില്ല. ജീവിതത്തിൽ ആരോടെങ്കിലും മമതയുണ്ടോ? മമത! സുകുമാരൻനായരെപ്പറ്റി എമ്പാടും കഥകൾ അവൾ ഉരൽപ്പുരയിൽവച്ചു കേട്ടിട്ടുണ്ട്. അയാൾ വന്നുപോയാൽപ്പിന്നെ നാലുദിവസത്തിന് ഉരൽപ്പുരപ്പെണ്ണുങ്ങൾക്കിടയിൽ അയാളെ സംബന്ധിക്കുന്ന കഥകളേയുള്ളൂ. എന്തെല്ലാം കഥകൾ കേട്ടിരിക്കുന്നു!

'പേടിക്കണം.' സ്വരം താഴ്ത്തിക്കൊണ്ട് ഉണിച്ചിരിയമ്മ പലപ്പോഴും പറയാറുണ്ട്: 'ഒരു പെണ്ണിനെ ചവുട്ടിക്കൊന്നവനാ!' എന്നിട്ട്, ആരോടും പറയല്ലേ എന്ന മുഖവുരയോടെ ആ കഥ അവർ എല്ലാവരോടും പറയും. അതൊരു കുഞ്ഞിക്കാളിയുടെ കഥയാണ്. നട്ടപ്പാതിരയ്ക്ക്, അവളുടെ പുരയിൽ കടന്നുവന്ന്, പൂപോലെ കൈത്തണ്ടയിലെടുത്തു കളത്തിലേക്കു കൊണ്ടുപോയി. ഉള്ള പൊന്നാരമൊക്കെപ്പറഞ്ഞ് ഒന്നരക്കൊല്ലം അവളുടെ കൂടെക്കൂടി. ഒടുവിൽ, ചവിട്ടിക്കൊന്നു പുഴയിലിട്ടു. 'വല്യേ മൂപ്പരുണ്ടായതോണ്ട് കൈയിന്മേൽ ആമംവീണില്ല. പറക്കണക്കിലാണ് പണം വിതറിയത്' എന്നാണ് ഉണിച്ചിരിയമ്മ പറയുന്നത്.

സുകുമാരൻനായർ അടുത്തെത്തി. ആ കാലടിയിലേക്കൊന്നു നോക്കിയപ്പോൾ അമ്മുക്കുട്ടിക്ക് ഒരറപ്പ്. അതിനു ചുവട്ടിൽക്കിടന്ന് ഒരു സ്ത്രീ ശ്വാസംമുട്ടി പുളയുന്നതായി അവൾക്കു തോന്നി. ഘാതകൻ! ചത്തു വീർത്ത തവളകളെപ്പോലെയാണ് അയാളുടെ കാൽവിരലുകൾ.

പടിപ്പുരയൊതുക്കിൽ അയാളുടെ കാൽപെരുമാറ്റം കേട്ടപ്പോൾ, അമ്മുക്കുട്ടി മാവിൻചുവട്ടിലേക്ക് കുറെക്കൂടി തള്ളിനിന്നു. അവളുടെ

കാലടിയിൽ കിടന്ന് ഉണക്കിയലകൾ കലമ്പലുണ്ടാക്കി. അതു കേട്ടിട്ടോ എന്തോ, സുകുമാരൻനായർ തിരിഞ്ഞുനിന്നു ചോദിക്കുകയും ചെയ്തു:

"ആരാത്?"

അമ്മുക്കുട്ടി വിറച്ചുപോയി. അവൾ വീർപ്പടക്കിപ്പിടിച്ചുനിന്നു.

"ആര്?' വീണ്ടും പരുത്ത ശബ്ദം.

"ഞാൻ..." ശ്വാസംമുട്ടിക്കൊണ്ടാണ് അമ്മുക്കുട്ടി പറഞ്ഞത്: 'ചണ്ണക്കാലിയോ?' എന്ന ചോദ്യം ഉടനെ വരുമെന്ന് അവൾക്കറിയാം. അതു ചോദിച്ച് പോയിക്കിട്ടിയാൽ മതി. പക്ഷേ, സുകുമാരൻനായർ പോയില്ല. അയാൾ തിരിഞ്ഞുനിന്നു.

"ആര് അമ്മുക്കുട്ടിയോ?"

"അതെ."

സുകുമാരൻനായർ അവളെ ആകെയൊന്നു നോക്കി. എന്നിട്ടു പറഞ്ഞു:

"നീ ഒരു സുന്ദരിയായിരിക്കുന്നല്ലോ!"

ആ പെൺകിടാവിന്റെ ഹൃദയത്തിൽനിന്ന് ഒരു തീജ്ജ്വാല ആളിപ്പൊങ്ങി. അവൾ അനങ്ങാതെ നിന്നതേയുള്ളൂ.

"സുന്ദരിയായതു നന്നായി, കേട്ടോ." സുകുമാരൻനായർ തുടർന്നു: "ഇവിടെ സുഖമല്ലേ?"

"ഉം."

എന്തിനെന്നില്ലാതെ, ആ ചെറുപ്പക്കാരൻ കുലുങ്ങിച്ചിരിച്ചുകൊണ്ടു കടന്നുപോയി.

അമ്മുക്കുട്ടിക്ക് ഇനി പോവാം. പക്ഷേ, അനങ്ങിക്കൂടാ... ആകെ കുഴഞ്ഞുപോയി. അനേകകാലമായി ഇരുളടഞ്ഞു കിടന്ന ഗുഹയുടെ ഒരു ഭാഗം പെട്ടെന്ന് ഇടിഞ്ഞുവീഴുന്നു. വെയിൽനാളം തള്ളിക്കയറിവരുന്നു. അവിടെ ഇഴഞ്ഞും പാറിയും നടക്കുന്ന എല്ലാ ജീവികളുടെയും കണ്ണഞ്ചിപ്പോകുന്നു.

അവൾ സുന്ദരിയാണെന്ന്! അവൾക്കു സുഖമാണോ എന്ന്! ആ പരുക്കൻചിരി അവളുടെ കാതുകളിൽ കിടന്നു മുഴങ്ങി. ആ ചെറുപ്പക്കാരൻ കടന്നുപോയ വഴിയിലേക്ക് ഒന്നിടംകണ്ണിട്ടു നോക്കാതിരിക്കാൻ അവൾക്കു കഴിഞ്ഞില്ല. ഭയങ്കര മനുഷ്യൻ!

അവൾ പടിയിറങ്ങി നടന്നു. ഈ ലോകത്തിൽ ഇന്നേവരെ ഒരു ജീവിയും അവളോട് ഇങ്ങനെ സംസാരിച്ചിട്ടില്ല. അവളുടെ അമ്മ കുട്ടിക്കാലത്തേ മരിച്ചു. അച്ഛൻ കേളുക്കുറുപ്പാണ് അവളെ വളർത്തിയെടുത്തത്. മരണംവരെ മാങ്കോലത്തെ ഭൃത്യനായിരുന്നു ആ മനുഷ്യൻ. വടിയും കുത്തി കൂന്നുകൂന്ന് ഈ തറവാട്ടുപറമ്പിലൊക്കെ അയാൾ

നടന്നിരുന്നത് അവൾക്ക് ഓർമ്മവന്നു. തന്നെച്ചൊല്ലി നന്നേ മനോവേദന അനുഭവിച്ചിരിക്കുന്നു അദ്ദേഹം. മകളെ ഭൃത്യപ്പണിക്ക് അയയ്ക്കാതെ കഴിച്ചാൽകൊള്ളാമെന്ന് അച്ഛന് ആശയുണ്ടായിരുന്നു. 'ഇവളെ ഒരുത്തനു പിടിച്ചുകൊടുത്താൽ എനിക്കു മനഃസമാധാനത്തോടെ കണ്ണടയ്ക്കാം.' അച്ഛൻ കൂടെക്കൂടെ പറയാറുണ്ടായിരുന്ന ആ വാക്കുകൾ അവ്യക്തമായിട്ടാണെങ്കിലും അമ്മുക്കുട്ടിയുടെ ചെവിയിൽ തങ്ങിനില്ക്കുന്നുണ്ട്. ഇതിനുവേണ്ടി എന്തെല്ലാം പരിശ്രമങ്ങൾ ആ മനുഷ്യൻ നടത്തി! ആദ്യം അദ്ദേഹം കൂട്ടിക്കൊണ്ടുവന്ന ആ ചെറുപ്പക്കാരന്റെ മുഖം ഇന്നും അവളുടെ മനസ്സിൽ നിഴലിക്കുന്നു, അതിനുശേഷം വന്ന പലരെയും വിസ്മരിച്ചിട്ടും.

വെറ്റിലത്തട്ടു കൊണ്ടുവരുവാനെന്ന നാട്യത്തിൽ കേളുക്കുറുപ്പ് അമ്മുക്കുട്ടിയെ ഉമ്മറത്തേക്കു വിളിച്ചു. തലചീകിക്കെട്ടി, പൊട്ടുംതൊട്ട്, അയൽപക്കത്തുനിന്നു നേരത്തേ കടംവാങ്ങി കൊണ്ടുവന്നുവച്ചിരുന്ന വെള്ളിത്താലത്തിൽ വെറ്റിലടയ്ക്കയുമായി, ഉമ്മറക്കോലായിലേക്കു പ്രവേശിച്ച ആ നിമിഷം ഒരിക്കലും മറക്കാൻ വയ്യ. പ്രഭാതത്തിന്റെ ആദ്യത്തെ നെടുവീർപ്പുകൾക്ക് ആശ്ലേഷിച്ചുണർത്താൻ പാകത്തിൽ കൂമ്പിനില്ക്കുന്ന അഭിലാഷങ്ങൾ! വെറ്റിലത്താലം മുമ്പിൽവച്ച് അവൾ ഒന്നിടംകണ്ണിട്ടു നോക്കി. ചുണ്ടിലൊരു പുഞ്ചിരിയും തലനിറച്ചു കുടുമയും ചുകന്ന കല്ലു വെച്ച കടുക്കനുമായി അവിടെയിരിക്കുന്ന ആ നവതരുണൻ കണ്ണുകൊണ്ടു ദീപാരാധന നടത്തുകയാണ്. ഒരു കോരിത്തരിപ്പ്. സർവാംഗം കുഴഞ്ഞു പോകുന്നു. തന്റെ ചണ്ണക്കാലും വലിച്ചുകൊണ്ട് അകത്തേക്കു പോകുമ്പോഴും ആ ചെറുപ്പക്കാരന്റെ കണ്ണുകൾ തന്നെ പിൻതുടരുന്നുണ്ടെന്ന് അമ്മുക്കുട്ടിക്ക് അറിയാമായിരുന്നു. എന്നിട്ട് ഇടനാഴിയിലെ ജനലഴിയും പിടിച്ചുകൊണ്ട് ഉത്കണ്ഠാകുലയായി അവൾ നിന്നു. ഉമ്മറത്തുനിന്ന് അച്ഛനും ആ ചെറുപ്പക്കാരനും തമ്മിൽ സംഭാഷണം നടക്കുകയാണ്.

"എന്താ" - അച്ഛൻ.

"തരക്കേടൊന്നുമില്ല, കേളുമ്മാൻ. പക്ഷേ-"

"ഉം?"

"ഒരു ചണ്ണക്കാലിയെ കല്യാണം കഴിക്കുമെന്നല്ല എന്റെ ജാതകത്തിൽ പറഞ്ഞിട്ടുള്ളത്."

അച്ഛൻ അയാളുടെ മുഖത്തേക്ക് ഒരാട്ടുവച്ചുകൊടുത്തില്ല. തൊണ്ടയിടറിക്കൊണ്ട് ഇങ്ങനെ പറഞ്ഞു: "ദൈവം എനിക്കൊന്നേ തന്നുള്ളൂ. അതിങ്ങനെയുമായി. എന്റെ മുജ്ജന്മകർമ്മമായിരിക്കും."

അതിനു മറുപടി ഉണ്ടായില്ല. ആ ചെറുപ്പക്കാരൻ പടിയിറങ്ങിപ്പോകുമ്പോൾ, അമ്മുക്കുട്ടി ജാലകത്തിനുള്ളിലൂടെ നോക്കി. അയാൾ ഒന്നു തിരിഞ്ഞുനോക്കിയതുപോലുമില്ല. താൻ പുറംകാലുകൊണ്ടു തട്ടിയെറിയപ്പെട്ടതുപോലെ അമ്മുക്കുട്ടിക്ക് ഒരനുഭവം. കൊടുവാളെടുത്തു തന്റെ

ചണ്ണക്കാലു വെട്ടിമുറിച്ചു കളഞ്ഞാലോ എന്ന് അവൾക്കുതോന്നി. പക്ഷേ, അനങ്ങിയില്ല.

പിന്നെയും രണ്ടുമൂന്നു വിവാഹാലോചനകൾ വന്നു. ഓരോരുത്തനും പടിയിറങ്ങിയത്, തന്റെ ആശയുടെ പുത്തൻതളിരുകളെ ചവിട്ടിമെതിച്ചു കൊണ്ടാണ്. ആറ്റുനോറ്റ് ഒരു കല്യാണം കഴിക്കുമ്പോൾ അതൊരു ചണ്ണക്കാലിയെ വേണമോ എന്നാണ് അവരൊക്കെ ആലോചിക്കുന്നത്. അവരെ കുറ്റം പറഞ്ഞുകൂടാ.

എങ്കിലും, 'ഇത് എന്റെ കുറ്റമാണോ?' എന്നു ചോദിക്കാതിരിക്കാൻ അവൾക്കു കഴിഞ്ഞില്ല. തന്നെക്കാൾ മോശപ്പെട്ട പെണ്ണുങ്ങൾ കല്യാണം കഴിക്കുകയും കുട്ടികളുണ്ടാവുകയും ചെയ്തിട്ടുണ്ട്. 'ഇതാരാ, അമ്മുക്കുട്ടീ?' എന്നു ചോദിക്കുന്ന അയൽപക്കക്കാരികളോട്: 'ഇത് എന്റെ മൂപ്പരല്ലേ!' എന്നു ലജ്ജാനമ്രമുഖിയായി പറയാൻ കഴിയുന്ന ഒരു ദിവസത്തെപ്പറ്റി അവൾ സ്വപ്നം കണ്ടു. ഓരോരുത്തനും കല്യാണമാലോചിക്കാൻ വരുമ്പോൾ അവൾ വിചാരിച്ചു: 'ഇയാൾ നല്ല മനുഷ്യനാണ്, എന്നെ ചണ്ണക്കാലി എന്നു വിളിക്കില്ല!"

പക്ഷേ, അയാളും വ്യക്തമായോ അവ്യക്തമായോ അതുതന്നെ വിളിച്ചു. ലോകത്തിന്റെ പടിവാതിൽക്കൽ വച്ചുതന്നെ താൻ പരാജയപ്പെടുത്തപ്പെട്ടിരിക്കുന്നുവെന്ന് അമ്മുക്കുട്ടിക്കു ബോദ്ധ്യമായി. അവൾ നെടുവീർപ്പിട്ടു: 'ഈശ്വരനും എന്നോടു വിരോധമായിരിക്കും!'

മകൾക്ക് ആശ മങ്ങി; അച്ഛന് ആശ കെട്ടു. വിധിച്ചതേ വരൂ എന്ന് ആ വൃദ്ധൻ ഉറച്ചു. അവളെ മാങ്കോലത്തെ ഉരൽപ്പുരയിൽ കൊണ്ടുവന്നു തള്ളി. ഗതിവരാത്ത എല്ലാ പ്രേതങ്ങളുടെയും ഒരു താവളമാണ് ആ ഉരൽപ്പുര. അവിടെ അനേകം മനുഷ്യാത്മാക്കൾ നിന്നു മുട്ടിത്തിരിയുന്നു. ഉമിയിലും തവിടിലും ഉലക്കകളുടെ താളത്തിലുമായി ആ ജീവിതങ്ങൾ മുങ്ങിപ്പോകുന്നു. അമ്മുക്കുട്ടിയും നാലുകൊല്ലമായി അവിടെ കഴിഞ്ഞുകൂടുന്നു.

അവിടെ ആർക്കും പ്രത്യേക മേൽവിലാസമില്ല. എല്ലാവരും ഒരേ പേരിലാണ് അറിയപ്പെടുന്നത്. ഉരൽപ്പുരപ്പെണ്ണ്. എന്നിട്ടും അമ്മുക്കുട്ടി ഒരു പേരുനേടി. കുറവും ചിലപ്പോഴൊക്കെ തികവാകും. എല്ലാവരെയും പെണ്ണേ എന്നു വിളിക്കുന്ന ആ തറവാട്ടിലെ മാന്യസ്ത്രീകൾ അമ്മുക്കുട്ടിയെ വിളിച്ചത്, 'ചണ്ണക്കാലി' എന്നാണ്. ശരാശരി മനുഷ്യനല്ലാത്തതു കൊണ്ടു കിട്ടിയ മെച്ചം!

ഈ സവിശേഷതകൊണ്ടാവാം, ആ തറവാട്ടിലെ പെൺകിടാങ്ങളെല്ലാം, തൊട്ടതിനൊക്കെ ചണ്ണക്കാലിയെ വിളിച്ചു. കുളികഴിഞ്ഞ് ഈറൻ തലമുടിയും പിന്നിക്കൊണ്ട് തറവാട്ടമ്മ പറയും: 'എടീ ചണ്ണകാലീ, ഇത്തിരി ചന്ദനമരച്ചുകൊണ്ടുവാ.'

'ഓ.'

അപ്പോഴേക്കും മറ്റൊരു സ്ത്രീക്ക് അലക്കിയ മുണ്ട് കുളിപ്പുരയിൽ കൊണ്ടുപോയി വയ്ക്കണം. ഇനിയൊരുത്തിക്ക് നടുപ്പുറത്ത് എണ്ണ പുരട്ടിക്കൊടുക്കണം. വേറെ ഒരു കൊച്ചമ്മയുടെകൂടെ തീർത്ഥക്കിണ്ടിയുമായി അമ്പലത്തിലേക്കു തുണ പോകണം. സ്വല്പം കരവിരുതോടെ കാര്യങ്ങൾ നടത്തിയിരുന്നതുകൊണ്ട്, എല്ലാവർക്കും വേണം ചണ്ണക്കാലിയുടെ സേവനം. കിടപ്പറ വെടിപ്പാക്കാൻ, കിടക്ക കുടഞ്ഞുവിരിക്കാൻ, തലമുടി പിന്നിക്കൊടുക്കാൻ, പൂ ചൂടിക്കാൻ-അങ്ങനെ തൊട്ടതിനൊക്കെ. അവിടത്തെ ഇരിപ്പിടങ്ങൾപോലെയും തളികകൾപോലെയും ഒരു നിത്യോപയോഗസാധനമായിരുന്നു അമ്മുക്കുട്ടി.

അവളാകട്ടെ, ഒരു യന്ത്രംപോലെ ജോലിചെയ്തു. അങ്ങനെ ഇടവിടാതെയുള്ള ജോലി തന്നെത്താൻ മറക്കാനും നല്ലതാണ്. എന്നാലും ചെറുപ്പക്കാരികളായ യജമാനത്തികളുടെ കിടപ്പറ ശരിപ്പെടുത്തുമ്പോൾ, അവിടെ വാടിച്ചതഞ്ഞു കിടക്കുന്ന പുഷ്പങ്ങളിൽനിന്നു പൊന്തുന്ന പരിമളം അവളുടെ ഹൃദയത്തിൽ ഒരു വേദന കിളിർത്താറുണ്ട്. ഉലഞ്ഞു കിടക്കുന്ന തല്പങ്ങൾ നോക്കിക്കൊണ്ടു നിന്നുപോകാറുണ്ട്. ഭർത്താക്കന്മാരുടെ തോളുരുമ്മിക്കൊണ്ട് ഉത്സവവും പൂരവും കാണാൻ പോകുന്ന ആ തരുണീമണികളെ ജാലകപ്പഴുതിലൂടെ ഇടംകണ്ണിട്ടു നോക്കാറുണ്ട്. അന്തരീക്ഷം മുഴുവൻ ഓമനിക്കപ്പെടലുകൾകൊണ്ടും ആശ്ലേഷങ്ങൾകൊണ്ടും നിറഞ്ഞിരിക്കുന്നു. ഒരു വിങ്ങൽ; വീർപ്പുമുട്ടൽ. എങ്കിലും അമ്മുക്കുട്ടി കരഞ്ഞില്ല.

അമ്മുക്കുട്ടി പടിപ്പുരയിറങ്ങി നേരേ നടന്നതു സ്വന്തം കൊച്ചുപുരയിലേക്കാണ് പാറിപ്പറക്കുന്ന നരച്ചീറുകൾ മാത്രമാണ് അവിടത്തെ ഏകാന്തതയെ ഭഞ്ജിച്ചിരുന്നത്. ചുമലിലിട്ട മുണ്ടെടുത്ത് അയയിലേക്കെറിഞ്ഞ് അവൾ പായയിൽ ചെന്നുകിടന്നു. ഒന്നു നെടുതായി നിശ്വസിച്ചു. ഒരു തളർച്ച; ഒരു മയക്കം.

ഉറക്കമില്ല; ഉണർച്ചയുമില്ല. ചിന്തിക്കുകയല്ല; വിചാരങ്ങൾ മനസ്സിലൂടെ അങ്ങനെ പാഞ്ഞുപാഞ്ഞുപോയി. "നീ ഒരു സുന്ദരിയായിരിക്കുന്നല്ലോ' ആ ശബ്ദം എല്ലാറ്റിനും മേലെ മനസ്സിൽ മുഴങ്ങിനിന്നു. സുകുമാരൻ നായരുടെ മുറിമീശയും പരുക്കൻ മുഖവും മനസ്സിൽ നിഴലിക്കുകയാണ്. 'അയാളൊരു ദുഷ്ടനാണ്; ഒരു സ്ത്രീയെ ചവിട്ടിക്കൊന്നവനാണ്'. അവൾ തന്നോടുതന്നെ പറഞ്ഞു. പക്ഷേ, അയാൾക്കൊരു സ്ത്രീയെ ചവിട്ടിക്കൊല്ലാൻ കഴിയുമോ? അതു കണ്ടവരാരെങ്കിലുമുണ്ടോ? സംഭവിച്ചുകൂടായ്കയില്ല. ഒരടിക്ക് ഒരു ഭൃത്യന്റെ ഇടത്തേ കണ്ണു തെറിപ്പിച്ചവനാണ്. ഒറ്റക്കണ്ണൻ കുഞ്ഞൻനായർ ഇന്നും മാങ്കോലത്തെ ഭൃത്യനാണ്. കുഞ്ഞുകുട്ടികളടക്കം പതിനൊന്നംഗങ്ങളുള്ള ഒരു കുടുംബത്തിന്റെ കുടിയിരുപ്പ് തീയിട്ടു നശിപ്പിച്ചവനാണെന്നും അവൾക്കറിയാം. അതെ, അയാൾ ദ്രോഹി തന്നെയാണ്. അയാളുടെ കാലിന്റെ പെരുവിരൽ ചത്തുവീർത്ത

തവളയെപ്പോലെതെന്നെയാണ്. എന്നാലും അയാളാണ് ആദ്യമായി പറഞ്ഞത് അവൾ സുന്ദരിയാണെന്ന്.

പുലർച്ചെയാണ് അമ്മുക്കുട്ടി ഉറങ്ങിയത്. ഏതോ ഒരു ഗുഹയിലേക്ക് അവൾ ഉൾവലിക്കപ്പെടുന്നുവെന്നു തോന്നി. കുറ്റിക്കോലുകൾ നിരന്നു നില്ക്കുന്ന വഴിയിലൂടെ വലിച്ചിഴയ്ക്കപ്പെടുകയാണ്. ദേഹത്തിലാകെ മുറിവ്; രക്തം വാർന്നൊലിക്കുന്നു. നിലവിളിക്കാൻ ശബ്ദം പൊങ്ങുന്നില്ല. ആരാണ് അവളെ വലിച്ചുകൊണ്ടുപോകുന്നത്? അറിയില്ല. തീയാളിക്കത്തുന്ന ഒരു മൈതാനപ്പരപ്പിലേക്കാണ് അവൾ വലിച്ചിഴയ്ക്കപ്പെടുന്നത്. അവിടെയെത്തിയപ്പോൾ അവളൊന്നു തിരിഞ്ഞു നോക്കി. ഒരൊറ്റക്കണ്ണൻ! ഒരു കണ്ണ് ഇരുട്ടുകുഴി; മറ്റേക്കണ്ണ് തിളങ്ങുന്നു. ആരാണത്? ആര്? സുകുമാരൻനായർ! അവൾ ഞെട്ടി നിലവിളിച്ചു. അതോടെ ഉറക്കവും ഞെട്ടി. തുടുകിരണങ്ങൾ ജാലകപ്പഴുതുകളിലൂടെ കടന്നുവരികയാണ്. അവൾ തട്ടിപ്പിടഞ്ഞെഴുന്നേറ്റു.

പിറ്റേന്നു രാത്രി ഒറ്റയ്ക്കു കിടന്നുറങ്ങാൻ അവൾക്കൊരു ഭയം. എന്നിട്ടും അവൾ കൂട്ടിന് ഒരു സ്ത്രീയേയും വിളിച്ചില്ല. ദുഃസ്വപ്നങ്ങൾ കാണാതിരിക്കാൻ അവൾ നാമം ജപിച്ചുകൊണ്ടു കിടന്നു. എന്നിട്ടും സ്വപ്നങ്ങളുണ്ടായി. മരക്കവികളിലേക്കു ഫണം ചായ്ച്ചുവച്ച പാമ്പുകൾ ചുറ്റിപ്പിണഞ്ഞുകിടക്കുന്ന ഇടതിങ്ങിയ കാവുകൾ നിലാവിൽ കുളിച്ചു നില്ക്കുന്നു. അതിന്റെ അഗാധതയിൽനിന്ന് ഒരു ചിരി ഇടയ്ക്കിടെ മുഴങ്ങിക്കേട്ടു. ആ ശബ്ദം അവൾക്കു പരിചിതമാണ്. ചിരി പൊങ്ങുമ്പോൾ പാമ്പുകൾ പടം വിരുത്തും. നിന്നാൽ വീണ്ടും മരക്കൊതകളിലേക്കു പടം ചുരുക്കിവയ്ക്കും. സ്വന്തം നെഞ്ചിലേക്ക് എന്തോ ഒന്ന്, ശ്വാസംമുട്ടലുണ്ടാക്കുന്നവിധം, അമരുന്നതായി അവൾക്കു തോന്നി. അതൊരു കാലടിയാണ്. അവൾ ഞെട്ടിപ്പിടഞ്ഞു. നേരം വെളുത്തിരിക്കുന്നു. മൂന്നാംദിവസം ഉറക്കമുണർന്നപ്പോൾ, അവൾ തിരക്കിട്ടുചെന്നു കുളിച്ചു; കണ്ണെഴുതി കുറിതൊട്ടു. വീട്ടിൽനിന്നു പുറപ്പെട്ടത് മാങ്കോലത്തേക്കാണ്. പക്ഷേ, ചെന്നെത്തിയതു കളത്തിലെ ജാലകത്തിനു കീഴെയാണ്. അതു കണ്ടുപിടിച്ചപ്പോൾ അമ്മുക്കുട്ടി അമ്പരന്നതുമില്ല.

സൂര്യകിരണങ്ങൾ പതുക്കെ ഭൂമിയെ ചുംബിക്കുന്നേയുള്ളൂ. പൂവുകൾ ഒന്നു 'പുഞ്ചിരിച്ചാലെന്താണ്' എന്നു വിചാരിക്കുകയാണ്. ഒരു പോക്കിരിക്കാറ്റ് മരക്കുടിലുകൾക്കിടയിൽ ആരെയോ അന്വേഷിച്ചുനടക്കുന്നു. സുകുമാരൻനായരുടെ നേത്രങ്ങൾ ജാലകത്തിനുള്ളിലൂടെ വെളിയിൽ സഞ്ചരിച്ചു. പെട്ടെന്നാണ്, ജാലകത്തിനടുത്ത് അവൾ പ്രത്യക്ഷപ്പെട്ടത്.

"ആര്! അമ്മുക്കുട്ടിയോ?"

"ഉം." അവളൊന്നുമൂളി. അവിടെത്തന്നെ നിന്നു. പിന്നെയും എന്തൊക്കെയോ ചറുപിറുന്നനെ സംസാരിക്കണമെന്നുണ്ട്. പക്ഷേ, ശബ്ദം പൊങ്ങുന്നില്ല.

"എന്താണമ്മുക്കുട്ടീ?"

"ഒന്നുമില്ല." – അങ്ങനെയാണു പറഞ്ഞുപോയത്. പിന്നെ അവിടെ നില്ക്കാൻ വയ്യ. അവൾ നടന്നു. 'വിശേഷിച്ചൊന്നുമില്ലല്ലോ.' സുകുമാരൻ നായർ വിളിച്ചുചോദിച്ചു. അതു കേട്ടില്ലെന്നു നടിച്ചു നടക്കാനേ അവൾക്കു കഴിഞ്ഞുള്ളൂ.

മാങ്കോലത്തെത്തിയപ്പോൾ നേരം അല്പം വൈകിയിരിക്കുന്നു. 'ചണ്ണക്കാലി എവിടെ?' പല കണ്ഠങ്ങളിൽനിന്നും അന്വേഷണം. ആ വിളി അന്നവൾക്ക് എന്തെന്നില്ലാത്ത വെറുപ്പുണ്ടാക്കി. 'നിങ്ങളുടെ തലയിൽ' എന്നവൾ മറുപടി പറഞ്ഞില്ല. പാത്രം കഴുകുമ്പോഴും ചന്ദനമരയ്ക്കുമ്പോഴും കൈ തളർന്നുപോകുന്നു. അസ്വാസ്ഥ്യപ്രദമായ ഒരു താളം ഞരമ്പുകളിൽ സഞ്ചരിക്കുകയാണ്. അവൾ സുന്ദരിയാണെന്നു പറഞ്ഞ ഒരു പുരുഷൻ ഈ ഭൂമിയിലുണ്ട്; ഒരു ചെറുപ്പക്കാരൻ. അയാൾ അവരോടു സംസാരിച്ചു! എങ്കിലും അയാളുടെ കാൽച്ചുവട്ടിൽ എന്തോ ഒന്നു വീർപ്പുമുട്ടി മരിക്കുന്നുണ്ട് – ഒരു പെണ്ണിന്റെ നെഞ്ച്!

രണ്ടു ദിവസത്തിന് അമ്മുക്കുട്ടി മാങ്കോലത്തക്കു കൂടി പോയില്ല. സുഖക്കേടാണെന്നും പറഞ്ഞു മുറിയടച്ചു കിടന്നു. മൂന്നാംദിവസം അവൾ സുകുമാരൻ നായരുടെ ജാലകത്തിനു ചുവട്ടിൽ പ്രത്യക്ഷപ്പെട്ടപ്പോൾ ആ ചെറുപ്പക്കാരന് അമ്പരക്കാതിരിക്കാൻ കഴിഞ്ഞില്ല.

"എന്താ അമ്മുക്കുട്ടീ, വിശേഷം?"

മറുപടി ഉണ്ടായില്ല. അവൾ വിതുമ്പിക്കരഞ്ഞു. സുകുമാരൻനായർ അവളെയൊന്നു നോക്കി. എന്നിട്ടു പറഞ്ഞു:

"കരയേണ്ട, കേട്ടോ, കരയേണ്ടാ."

അവൾക്ക് അധികമധികം കരച്ചിൽവന്നു. അവിടെനിന്നു മുഖംതിരിച്ചു പോവുകയും ചെയ്തു. സുകുമാരൻനായരാകട്ടെ, ചിന്താധീനനായിപ്പോയി. എന്താണ് ഇതിനർത്ഥം?

പിന്നെ കൂടെക്കൂടെ അവർ കണ്ടു. കാണണമെന്നുവെച്ചല്ല. കാണാതിരിക്കാൻവേണ്ടി ഒഴിഞ്ഞൊഴിഞ്ഞു നടന്നു. കണ്ടുമുട്ടുകയായിരുന്നു പതിവ്.

"ആ!"

"ഉം."

ഒരന്വേഷണവും ഒരു മൂളലും. രണ്ടുപേരും അകന്നുപോകുകയും ചെയ്തു.

പണ്ടത്തെക്കാൾ അധികം തവണ സുകുമാരൻനായർ തറവാട്ടിൽ വന്നു. കാരണവരോടു പണം ചോദിക്കും. കിട്ടിയാൽ വാങ്ങും. ഇല്ലെങ്കിൽ മിണ്ടാതെ പോകും. വഴക്കും വയ്യാവേലിയുമില്ല. എന്നല്ല, പിന്നെപ്പിന്നെ

പണം ചോദിക്കാതെയുമായി. 'സുകുമാരനു തന്റേടം വയ്ക്കുന്നുണ്ടെന്നാ തോന്നുന്നത്.' കാരണവർ സമാധാനിച്ചു. അത് അദ്ദേഹം തറവാട്ടമ്മ യോടും പറഞ്ഞു. അത് അറയിൽനിന്ന് അറയിലേക്കും തളത്തിൽനിന്നു മേലടുക്കളയിലേക്കും അവിടെനിന്ന് ഉരൽപ്പുരയിലേക്കും പ്രചരിച്ചു. പിന്നെ പത്തുദിവസത്തിന് സുകുമാരൻനായർക്കു തന്റേടംവച്ച കാര്യ മായി അവിടെ ചർച്ചാവിഷയം. ഈ അഭിപ്രായം മുറുകിവന്നപ്പോൾ കാരണവർക്ക് ഒരാലോചന. തന്റേടത്തിന് ആണിയിട്ടുറപ്പിക്കാൻ കല്യാണം നല്ലതാണ്. തറവാട്ടമ്മ മുഖാന്തരം സുകുമാരൻനായരോടു ചോദിച്ചു. അയാൾ എതിരല്ല.

"എവിടെയാണ്, സുകുമാരാ, ആലോചിക്കേണ്ടത്?" തറവാട്ടമ്മ.

"എവിടെയുമാകാം."

അത്രയും വലിയ വിട്ടുവീഴ്ച പ്രതീക്ഷിച്ചതല്ല. അവർക്കു സന്തോഷ മായി. കാരണവർക്കും എല്ലാവർക്കും രണ്ടു പത്തായപ്പുരയും ഒരു കയ്യാ ലയും എട്ടുകെട്ടുമാളികയും അഞ്ചു പാമ്പിൻകാവും ഒരു ഭഗവതിമണ്ഡപ വുമുള്ള ഒരു തറവാട്ടിൽ കല്യാണാലോചനയും ചെന്നു.

"കുട്ടിയെ കാണണ്ടേ?" കാരണവർ സുകുമാരൻനായരോടു ചോദിച്ചു.

"വേണ്ട."

"ആ കുടുംബത്തൊന്നു ചെല്ലേണ്ടേ?"

"വേണ്ട."

"കുട്ടിയുടെ കാരണവന്മാരുമായി ഒന്നു പരിചയപ്പെടേണ്ടേ?"

"വേണ്ട. അതൊക്കെ അമ്മാമൻ നിശ്ചയിച്ചാൽ മതി." ഗുരുത്വമുള്ള ചെക്കൻ എന്നുള്ളിൽ കരുതി, കാരണവർ വിവാഹമുറപ്പിച്ചു. ദിവസങ്ങ ളങ്ങനെ നീങ്ങി. രണ്ടുദിവസംകൂടി കഴിഞ്ഞാൽ അയാളൊരു ഭർത്താ വാകും. ആവട്ടെ, സുകുമാരൻനായർ അതിനെപ്പറ്റി ചിന്തിച്ചതേയില്ല. ചിന്തി ക്കാൻ കൊള്ളാവുന്ന വേറെ കാര്യങ്ങൾ തലച്ചോറുനിറച്ചുമുണ്ട്.

അന്ന് സന്ധ്യയ്ക്ക് കളത്തിന്റെ പടിഞ്ഞാറേ മുറ്റത്ത് കൈയും പിമ്പിൽക്കെട്ടി അയാൾ ഉലാത്തുകയാണ്. ഇരുട്ടുചുറ്റും വ്യാപിക്കുന്നേ യുള്ളൂ. പെട്ടെന്ന് ഒരു കാൽപ്പെരുമാറ്റം കേട്ട് അയാൾ തിരിഞ്ഞുചോദിച്ചു:

"ആര്!"

"ഞാൻ!" ആ ഉത്തരം വ്യക്തമായിരുന്നു.

"എന്താണമ്മുക്കുട്ടീ?"

"യാത്ര പറയാൻ വന്നതാണ്."

സ്വല്പനേരത്തേക്കു നിശ്ശബ്ദത.

"എങ്ങോട്ടു പോകുന്നു?"

വീണ്ടും നിശ്ശബ്ദത.

"എന്തിനു പോണു?"

"നില്ക്കണമെന്നില്ലാത്തതുകൊണ്ട്."

സുകുമാരൻനായർ മേല്പോട്ടും കീഴ്പോട്ടും ഒന്നുനോക്കി. എന്നിട്ടു ചോദിച്ചു:

"ഞാനാണോ ഉത്തരവാദി?"

"അതെ."

"ഹേ!" അവളുടെ ആ വാക്ക് അയാൾ പ്രതീക്ഷിച്ചതല്ല. അവളുമായി ശരിക്കും നാലുവാക്ക് സംസാരിക്കുകപോലും ചെയ്തിട്ടില്ലാത്ത താൻ അവളെ ദ്രോഹിച്ചുവെന്നോ? ഒരു നിമിഷം കഴിഞ്ഞ് അയാൾ അന്വേഷിച്ചു:

"ഞാനെങ്ങനെ ഉത്തരവാദിയായി?"

"അറിയാത്ത കാര്യമല്ലല്ലോ."

"ഞാനൊന്നും ചെയ്തില്ല."

"എല്ലാം ചെയ്തു. അതു പോട്ടെ. ഞാൻ പോണു."

"നില്ക്കൂ. പറഞ്ഞിട്ടുപോവൂ."

"ഞാൻ ഒരു ചണ്ണക്കാലിയാണ്. അങ്ങനെ കഴിഞ്ഞുകൂടുകയും ചെയ്തിരുന്നു. പക്ഷേ..."

"പക്ഷേ?"

"എന്നെ പറഞ്ഞു സുന്ദരിയാക്കി. എന്നിട്ട്..." അമ്മുക്കുട്ടിയുടെ തൊണ്ടയിടറി: "എനിക്കാക്ഷേപമില്ല. ഞാൻ തൃപ്തിയോടെയാണ് തിരിച്ചു പോകുന്നത്. എവിടെയെങ്കിലും കടന്നുപോവാം. എന്നെ മനുഷ്യ സ്ത്രീയായി കണക്കാക്കുന്ന ഒരാളെങ്കിലും ഈ ഭൂമിയിലുണ്ടെന്ന് എനിക്ക് ആശ്വസിക്കാമല്ലോ, പോട്ടെ."

ആ മങ്ങലിൽ അവളുടെ മുഖം തെളിഞ്ഞുകാണാൻ വയ്യെങ്കിലും ആ കണ്ണുകൾ നിറഞ്ഞുതുളുമ്പി നിൽക്കുകയാണെന്ന് അയാൾക്കു മനസ്സിലായി. രണ്ടുപേരും ഒന്നും മിണ്ടിയില്ല. വിനാഴികകൾ മുറിഞ്ഞു മുറിഞ്ഞു വീണു. അവൾ വീണ്ടും യാത്രചോദിച്ചു: "ഞാൻ പോട്ടെ?"

"ഞാൻ ആരാണെന്നറിയാമോ?" എന്നായിരുന്നു സുകുമാരൻനായരുടെ മറുപടി.

"അറിയാം."

"എന്നെക്കൊണ്ടു നിനക്കു ദ്രോഹമാകും."

"അതുകൊണ്ടു വിരോധമില്ല. എന്നെ ചവിട്ടിക്കൊല്ലൂ. അതിനെങ്കിലും ഒരാൾ..." അവൾ വാചകം മുഴുമിപ്പിച്ചില്ല. സുകുമാരൻനായർ ഞെട്ടിപ്പോയി.

"ശരി. പൊയ്ക്കോളൂ."

ഒരു നെടുവീർപ്പോടെ അവൾ തിരിഞ്ഞുനടന്നു. രണ്ടടിവെച്ചപ്പോൾ പിന്നിൽനിന്നു വിളിച്ചുചോദിക്കുന്നതു കേട്ടു:

"വണ്ടിക്കൂലിക്കു കാശുണ്ടോ?"

"ഉണ്ട്."

"പണം തരാം."

അതിനു മറുപടി ഉണ്ടായില്ല. കാലടിച്ചുവട്ടിലെ ചവറ്റിലകളുടെ കര ച്ചിലുകൾ അകന്നകന്നുപോകുന്നത് അയാൾ കേട്ടു. സുകുമാരൻനായർ വീട്ടിനകത്തേക്കു കയറി.

മുറിയിൽ അങ്ങോട്ടുമിങ്ങോട്ടും ഉലാത്തി എത്രനേരം അങ്ങനെ ഉലാ ത്തിയെന്ന് അയാൾക്കറിഞ്ഞുകൂടാ. ഒടുവിൽ, പെട്ടെന്നൊരു കുപ്പായമെടു ത്തിട്ടു. പണസഞ്ചി തപ്പിയെടുത്തു വേഷ്ടിയെടുത്തു തലയിൽക്കെട്ടി. പുറത്തേക്കു കടന്നു. വാതിൽ പുറത്തുനിന്നു പൂട്ടി. അയാൾ ഇരുട്ടിലേ ക്കിറങ്ങി. അയാളുടെ പരുക്കൻ കാലടികളിൽ കിടന്നു ചവറ്റിലകൾ ഞെരുങ്ങി. ആ ഞരക്കവും അകന്നകന്നു പോയി.

പിറ്റേന്ന് ആ ദേശത്ത് രണ്ടു വീടുകൾ പൂട്ടിയതായി കാണപ്പെട്ടു.

■

വാടകവീടുകൾ

അടക്കാൻ വയ്യാത്ത അമർഷത്തോടെയാണ് ഞാൻ പുതിയ പാർപ്പിട ത്തിന്റെ കോലായിലേക്കു കയറിയത്. ഇത്ര വേഗത്തിൽ ഒരു വീടുമാറ്റം വേണ്ടിവരുമെന്ന് ഞാൻ ഓർത്തതല്ല. മൂന്നുമാസത്തെ വാടകബാക്കിക്ക് അയാൾ എന്നെ പിടിച്ചു പുറംതള്ളേണ്ട ആവശ്യമൊന്നുമില്ല. ഈ വാടക കിട്ടിയിട്ടു വേണം കഴിഞ്ഞുകൂടാൻ എന്ന സ്ഥിതിയാണ് അയാളുടേതെ ങ്കിൽ തരക്കേടില്ല. ബാങ്കിൽ നിക്ഷേപിക്കാൻ സംഖ്യ തികയാത്തതാണ് അയാളുടെ കുഴപ്പം. നാലുമാസം അയാളുടെ വീട്ടിൽ താമസിച്ചവനാണ് ഞാൻ എന്നൊരു ഭാവം ആ മനുഷ്യനുണ്ടായില്ല. “സാർ, പെട്ടിയും വിരിപ്പു മെടുത്തു പുറത്തുവയ്ക്കണം. അതൊന്നും ഞാൻ പിടിച്ചുവയ്ക്കുന്നില്ല. സ്ഥലം കാലിയാക്കിത്തന്നാൽ മതി!” അയാൾ പറഞ്ഞ ആ വാക്കുകളിലെ സ്വരം! ‘പോടാ പട്ടീ പുറത്ത്’ എന്നു പറഞ്ഞുകൂടായിരുന്നോ? എങ്കിൽ അയാൾക്കു ദേഷ്യംവന്നു പറയുകയാണെന്നു സമാധാനിക്കാമായിരുന്നു. പ്രശാന്തമായിട്ടാണു സംസാരിച്ചത്. ഞാൻ എവിടെപ്പോകുമെന്നാണ് ആ തന്തക്കഴുത ധരിച്ചത്? വേറെ വീടു പണി ചെയ്യിച്ചുവച്ചിരിക്കുന്നോ? എങ്കിൽ ഇവന്റെ എലിമടപോലത്തെ ആ മുറിയിൽ വാടകയും കൊടുത്തു മനുഷ്യൻ കഴിച്ചുകൂട്ടുമോ?

എന്നെപ്പോലത്തെ ഒരു വിടുതിക്കാരനെ കിട്ടാൻ അയാൾ കൊതിക്കും. ഇന്നേവരെ ഒരു കുഴപ്പം ഞാൻ ഉണ്ടാക്കിയിട്ടില്ല. അയൽപക്കക്കാർ ക്കെല്ലാം എന്നെപ്പറ്റി വളരെ നല്ല അഭിപ്രായമായിരുന്നു. ‘ഒരു സാധു ചെറുപ്പക്കാരൻ...!’ എന്നേ അവർ എന്നെപ്പറ്റി പറഞ്ഞിട്ടുള്ളൂ. എന്റെ മുമ്പേ അവിടെ താമസിച്ചിരുന്നത് ഒരു ബ്രോക്കറാണ്. അയാൾ ചരിത്രം സൃഷ്ടിച്ചിട്ടാണ് അവിടെനിന്നു പോയത്. അയൽവീട്ടുകാരെല്ലാം കൂട്ടായി പ്രതിഷേധശബ്ദമുയർത്തി. എല്ലാ തെരുവുതെണ്ടിപ്പെണ്ണുങ്ങളും ഉറങ്ങി യിരുന്നത് അന്ന് ആ മുറിയിലായിരുന്നു. അതിലൊന്നും ഈ തന്ത ക്കഴുതയ്ക്കെതിരുണ്ടായിരുന്നില്ല. കണിശമായി വാടക കിട്ടണം. സമുദാ യത്തിന്റെ സുസ്ഥിതിയെപ്പറ്റി ചിന്തിക്കേണ്ട ഭാരമില്ല.

ഞാൻ അവിടെ താമസം തുടങ്ങിയതിനുശേഷം ഒരു പെണ്ണിന്റെ ശ്വാസംപോലും ആ മുറിയിൽ ഉയർന്നിട്ടില്ല. കുറച്ചു ദിവസം മുമ്പാണ്

കിഴക്കേമുറിയിൽ താമസിക്കുന്ന കിഴവി എന്നെപ്പറ്റി അടുത്ത വീട്ടുകാരിയോടു ചോദിച്ചത്, 'അയാൾ സംസാരിക്കുമോ?' എന്ന്. അത്ര പ്രശാന്തമായ ഒരു ജീവിതമാണു നയിച്ചത്. വല്ലതും ഇരുന്നു ചിന്തിക്കുന്നു, വല്ലപ്പോഴും വല്ലതുമെഴുതുന്നു. അധികസമയവും കിടന്നുറങ്ങുന്നു. ഒരു തവണ ഒരു കവിത ഉറക്കെ ചൊല്ലിപ്പോയിട്ടുണ്ടെന്നു സമ്മതിക്കാം. മനുഷ്യനല്ലേ! അന്ന് അയൽപക്കത്തെ മദ്ധ്യവയസ്ക പുഞ്ചിരിതൂകി ജാലകത്തിൽ വന്നു ചോദിച്ചു: "പാടുകയാണോ?"

അന്നു നിർത്തി. പിന്നെ ശബ്ദമുണ്ടായിട്ടില്ല. ഇക്കാലത്ത് മര്യാദക്കാരനായിട്ടൊന്നും കാര്യമില്ല. ആ ബ്രോക്കറാണു മിടുക്കൻ. അയാൾ വാടക കൊടുത്തതിനു ശരിക്കും മുതലെടുത്തു. എല്ലാവരും പ്രതിഷേധിച്ചു. എന്നിട്ട് അയാൾക്ക് എന്താപത്തു പറ്റി? 'തന്റെ വീടില്ലെങ്കിൽ വേറെ നൂറു വീട്' എന്നു പറഞ്ഞ് അയാൾ കടന്നുപോയി. തന്തക്കഴുതയ്ക്ക് ഒന്നര മാസം മുറിപൂട്ടിയിടേണ്ടിവന്നു. ആ മുറിയെ സംബന്ധിക്കുന്ന ദുർമ്മണം ഒന്നവസാനിപ്പിച്ചത് ഞാൻ താമസിച്ചതുകൊണ്ടാണ്. അതോർത്തുവോ ആ തന്തക്കഴുത? പെട്ടിയും ബെഡ്ഡിങ്ങും പിടിച്ചുവയ്ക്കുന്നില്ലപോലും! പിടിച്ചുവയ്ക്കട്ടെ. തന്തയുടെ കഷണ്ടിമണ്ട ഞാൻ തകർക്കുമായിരുന്നു! അയാളുടെ ആ തടിമാടൻ മകനും മൂന്നു പെൺമക്കളും കൂടി ഒരു വൃന്ദരോദനം നടത്തേണ്ടിവരുമായിരുന്നു.

തന്തയേക്കാൾ അസത്താണ് മകൻ. ആ വസൂരിക്കലയുള്ള മുഖം ഒരു ദുശ്ശകുനമാണ്. വെറുതെയല്ല അയാളുടെ ഭാര്യ ഒഴിഞ്ഞുപോയത്. മനുഷ്യജീവിക്ക് ആ തടിമാടനെ പൊറുപ്പിക്കാനൊക്കുമോ? തന്ത സംസാരിക്കുമ്പോൾ മകൻ പിന്നിലങ്ങനെ നിന്നു. വൃത്തികെട്ട മുഖം! ഇതേവരെ ഒരു പെണ്ണേ അവനെ ഉപേക്ഷിച്ചുള്ളുവെന്നതാണ് അദ്ഭുതം. ഒരു നൂറു പെണ്ണുങ്ങൾക്ക് ഉപേക്ഷിക്കുവാനുള്ള നിസ്തേജത്വമുണ്ട് അവന്റെ മുഖത്ത്. 'ശങ്കരാ...' എന്ന തന്തയുടെ വിളിക്ക്, 'അച്ഛോ..!' എന്നൊരു വിളികേൾക്കലുണ്ട്. ഗർദ്ദഭസ്വരം! കുറെക്കാലമെങ്കിലും ഒരു സ്ത്രീ അയാളെ പൊറുപ്പിച്ചല്ലോ. അതാണ് എനിക്കിപ്പോഴും അദ്ഭുതമായി തോന്നുന്നത്. തന്തയുടെ പിശുക്കും മകന്റെ മന്തത്തവും പൊറുത്തു ജീവിച്ച ഒരു സ്ത്രീ ഒരു ശീലാവതിതന്നെയായിരിക്കണം. എനിക്കവരെ കാണുവാൻ സാധിച്ചിട്ടില്ല. ഞാൻ പാർപ്പുതുടങ്ങുന്നതിന് ഒന്നരമാസം മുമ്പേ അവർ പോയിക്കഴിഞ്ഞിരുന്നു. അത്ര പെട്ടെന്നു പോകുമെന്ന് തന്തയും മകനും ഓർത്തില്ല. അവളുടെ അച്ഛനും വാടകയ്ക്കു കൊടുക്കാൻ വീടും ബാങ്കിൽ പണവുമുണ്ട്. പിന്നെ ഈ പിശുക്കന്മാരെ ബഹുമാനിക്കുമോ? ഇപ്പോഴും അവളെ തിരിച്ചുകിട്ടാൻ മോഹമുണ്ട്. ശ്രമമുണ്ട്. നിഷ്ഫലം. എങ്ങനെ കിട്ടാൻ?

തീർച്ചയായും അവളൊരു സുശീലയായിരിക്കണം. "നിങ്ങളുടെ കൂടെ പൊറുക്കാൻ ചേരയ്ക്കേ കഴിയൂ" എന്നു പറഞ്ഞിട്ടാണത്രെ അവൾ

പോയത്. ചേരയ്ക്കും കഴിയില്ല എന്നതാണ് പരമാർത്ഥം. തന്ത എന്റെ പെട്ടിയെടുത്ത് പുറത്തുവയ്ക്കാൻ പറഞ്ഞപ്പോഴേക്കും മകൻ ബെഡ്ഡിങ്ങ് എടുത്തു പുറത്തുവെച്ചുകഴിഞ്ഞു. 'ഒഴിയാൻ മനസ്സില്ലെടാ' എന്നു പറയാൻ തോന്നായ്കയല്ല. പക്ഷേ, അയൽപക്കക്കാർ എന്നെപ്പറ്റി എന്തു ധരിക്കും? വാടകയും കൊടുക്കാതെ ലഹളയ്ക്കു നില്ക്കുകയാണെന്നാണ് അവർ മനസ്സിലാക്കുക. ആ തന്തയെയും മകനെയുംപോലെ എനിക്കു മാന്യത വിടാൻ നിവൃത്തിയില്ലല്ലോ. കാര്യം വേഗം അവസാനിപ്പിക്കണം. ഒച്ചപ്പാടുണ്ടാക്കരുത്. ഞാൻ അയാൾ പറഞ്ഞവിധം മൂന്നുമാസത്തെ വാടക ബാക്കിക്കു പ്രോനോട്ടൊപ്പിട്ടുകൊടുത്തത് അയാളുടേയും മകന്റേയും സാമർത്ഥ്യംകൊണ്ടാണ് എന്നു തന്തക്കഴുത ധരിച്ചിട്ടുണ്ടാകും. റൊക്കം വാങ്ങിയ വക എന്നു പ്രോനോട്ടിൽ എഴുതിയത് ഞാൻ വായിച്ചു മനസ്സിലാക്കാതെ ഒപ്പിട്ടുവെന്നാണ് അവന്റെ ധാരണ. ധരിക്കട്ടെ. അയൽപക്കക്കാരുണ്ടായിരുന്നില്ലെങ്കിൽ അവന്റെ ധാരണ ശരിപ്പെടുത്തിക്കൊടുക്കാമായിരുന്നു. പോട്ടെ. എല്ലാം അവസാനിച്ചല്ലോ.

എന്നാലും എനിക്കമർഷം തീരുന്നില്ല. ഈ മുറി അന്വേഷിച്ചുതരാൻ ഒരു സ്നേഹിതൻ ഒരുമ്പെട്ടില്ലായിരുന്നെങ്കിൽ എന്റെ സ്ഥിതി എന്താകുമായിരുന്നു? ഈ ചാറൽമഴയത്തു പീടികക്കോലായിൽ കിടക്കുക സാധ്യമാണോ? അതിനെപ്പറ്റി ആ തന്തക്കഴുത ആലോചിച്ചോ? കാട്ടുപോത്തുപോലെയുള്ള ആ ശങ്കരൻ ആലോചിച്ചോ? സമുദായത്തിന്റെ സുസ്ഥിതിയെപ്പറ്റി ആലോചിക്കേണ്ട ഭാരം ആ ക്ഷുദ്രജീവികൾക്കുണ്ടോ?

പുതിയ എടുപ്പിന്റെ കോലായിലേക്കു കയറിയപ്പോഴും എന്റെ ഹൃദയം ശകാരം ഉതിർത്തുകൊണ്ടിരുന്നു. ഞാൻ എന്റെ മനസ്സിലേക്കുതന്നെയാണ് നോക്കിയിരുന്നത്. അതുകൊണ്ട് മുമ്പിൽ ഒരാൾ നില്ക്കുന്നത് പെട്ടെന്നാണ് കണ്ടത്. ഒരു സ്ത്രീ! ഞാൻ ഒന്നു നോക്കി മുമ്പോട്ടടിവച്ചു.

"ഏഴാംനമ്പ്ര് മുറിയിലേക്കു വന്നത് നിങ്ങളാണോ?" അവർ പെട്ടെന്നാണ് ചോദിച്ചത്. വിനീതമായ സ്വരം.

"അതെ. എന്തുവേണം?"

"താക്കോൽ വേണ്ടേ?" കൂടുതൽ വിനീതമായ സ്വരം.

"ഉടമസ്ഥൻ എവിടെയാണെന്നു പറഞ്ഞുതരാമോ?"

"താക്കോലിതാ. സൂക്ഷിക്കണം. ഡ്യൂപ്ലിക്കേറ്റില്ല." എന്നായിരുന്നു ഉത്തരം.

"നിങ്ങളാണോ ഉടമസ്ഥ?"

"അതെ."

"ക്ഷമിക്കണം; എനിക്ക് ആളെ അറിഞ്ഞുകൂടായിരുന്നു."

"അതെനിക്കറിയാം."

“എന്നാൽ ഞാൻ മുകളിലേക്ക് ചെല്ലട്ടെ.” ഞാൻ അവരോടു തത്കാലം വിടവാങ്ങുകയായിരുന്നു. പെട്ടെന്ന് ആ സ്ത്രീ കടന്നുപറഞ്ഞു. “അല്ലെങ്കിൽ, ഞാൻ നിങ്ങൾക്കു മുറി കാട്ടിത്തരാം. അത് അടിച്ചുവാരിയിട്ടുണ്ടോ എന്ന് അറിഞ്ഞുകൂടല്ലോ.”

“അതെല്ലാം ഞാൻ ശരിയാക്കിക്കൊള്ളാം.” ഞാനും വളരെ വിനീതമായാണ് സംസാരിച്ചത്.

“നിങ്ങളുടെ കൈയിൽ ചൂലില്ലല്ലോ.”

ഉണ്ടെന്നു പറയണമെന്നായിരുന്നു മോഹം. പക്ഷേ, ഉണ്ടായിരുന്നില്ല. ഞാൻ നിശ്ശബ്ദനായി നിന്നതേയുള്ളൂ. അപ്പോഴേക്കും പെട്ടിയും ബെഡ്ഡിങ്ങുമായി മുകളിലേക്കു പോയിരുന്ന കൂലിക്കാരൻ മടങ്ങിവന്നു പറഞ്ഞു: “സർ, മുറി തുറന്നിട്ടില്ല.”

“ഞാൻ തുറന്നുതരാം.” അതുപറഞ്ഞത് ആ സ്ത്രീയാണ്. എന്നിട്ട് അവർ ധൃതിയിൽ ഞങ്ങളുടെ മുമ്പിൽ കോണിയിലേക്കു കാലെടുത്തു വച്ചു. ഞാനും കൂലിക്കാരനും പിന്നാലെയും. അവർ ധൃതിയിൽ കോണി കയറുമ്പോൾ അവരുടെ പിമ്പിൽ ചുരുണ്ടുനീണ്ടുകിടന്നിരുന്ന തലമുടി ഇരുട്ടിന്റെ ഓളങ്ങൾ സൃഷ്ടിച്ചു. കുറച്ചുമുമ്പാണ് ആ സ്ത്രീ കുളിച്ചതെന്നു തോന്നുന്നു. ഈറൻ മാഞ്ഞിട്ടില്ലാത്ത തലമുടി. എണ്ണയും വാസനസോപ്പും ചേർന്നുണ്ടാക്കുന്ന മാദകമായ ഒരു ഗന്ധവും ആ മുടിയിൽനിന്നു പുറപ്പെട്ടിരുന്നു. ആ മണത്തെ പിന്തുടരുന്നതു സുഖിതമായ ഒരു കയറ്റമായിരുന്നു.

ഏഴാംനമ്പ്ര് മുറിയുടെ മുമ്പിൽ നിന്നിട്ട് അവർ പറഞ്ഞു: “ആ താക്കോൽ ഇങ്ങോട്ടു തരൂ.”

ഞാൻ അതു കൊടുത്തു. അവർ മുറിതുറന്ന് അതിനുള്ളിലേക്ക് കണ്ണോടിക്കുമ്പോൾ, ഞാൻ ആ സ്ത്രീയുടെ ദേഹത്തിലാകെ കണ്ണോടിക്കുകയായിരുന്നു. ഇരുപത്തിമൂന്നോ ഇരുപത്തിനാലോ വയസ്സു കാണും. ചെമ്പകപ്പൂവിന്റെ വർണ്ണമാണ്. വെളുത്ത കല്ലുവെച്ച കമ്മൽ, തല തിരിക്കുമ്പോഴെല്ലാം, കാതിനടുക്കെ ഒരുതരം ഇടിമിന്നലുണ്ടാക്കിയിരുന്നു.

“ഇതൊന്ന് അടിച്ചു വെടുപ്പാക്കാം. പെട്ടി വെളിയിലിരിക്കട്ടെ. ഈയാളെ പറഞ്ഞയച്ചുകൊള്ളൂ” എന്നു പറഞ്ഞിട്ട് അവർ പെട്ടെന്നു താഴത്തേക്കു പോയി. ഞാൻ കൂലിക്കാരനെ പിരിച്ചയച്ചിട്ട് മുറിയും പരിസരവും ഒന്നു നോക്കി. രണ്ടു വലിയ ജാലകങ്ങളുണ്ട്. അതുകൊണ്ട് ധാരാളം വെളിച്ചം കിട്ടും. ശുദ്ധവായു ശ്വസിക്കാം. ഈ മുറി മനുഷ്യവാസത്തിനു കൊള്ളും. ആ തന്തക്കഴുതയുടെ എലിമാളംപോലെയല്ല. ഉടമസ്ഥയും സ്വല്പം മര്യാദയുള്ള കൂട്ടത്തിലാണെന്നു തോന്നുന്നു. അല്ലെങ്കിൽ അടിച്ചുവാരാനും മറ്റും അവർ ബുദ്ധിമുട്ടേണ്ടതുണ്ടോ? ഈ വ്രാന്തയും കൊള്ളാം. അങ്ങേപ്പുറത്തേക്കു നോക്കിയിരിക്കാം. പച്ചപിടിച്ച ഒരു പ്രദേശത്തേക്കു നോക്കാം.

“നില്ക്കുകയാണോ?” അവർ ചൂലുമായി കയറിവന്നു ചോദിച്ചു. “ഇപ്പോൾ ശരിപ്പെടുത്താം.” അവർ മുറിയിൽ കടന്ന് അടിച്ചുവാരി വെള്ളം തളിച്ചു തുടച്ചു. പെട്ടികളും ബെഡ്ഡിങ്ങും പിടിച്ചകത്തേക്കു വയ്ക്കാൻ എന്നെ സഹായിച്ചു. അപ്പോഴാണ് ഞാൻ ശരിക്കും അവരുടെ മുഖം കണ്ടത്. ആ കണ്ണുകൾ മനോജ്ഞങ്ങളാണെന്നല്ല പറയേണ്ടത്. തീക്ഷ്ണ ങ്ങളായിരുന്നു. കുത്തിത്തറയ്ക്കുന്ന ചോദ്യാവലികൾ ഉയിർക്കൊള്ളുന്ന കണ്ണുകൾ കുത്തിത്തറയ്ക്കട്ടെ. ഞാനതു ശ്രദ്ധിച്ചില്ല.

“ഇതേവരെ നിങ്ങൾ മിസ്റ്റർ ശങ്കരന്റെ വീട്ടിലായിരുന്നു, അല്ലേ?” അവർ ചോദിച്ചു.

“അതെ.”

“എങ്ങനെ കഴിച്ചുകൂട്ടി അവിടെ?”

“കഴിച്ചുകൂട്ടി. അത്രതന്നെ. ഒരു എലിമടയായിരുന്നു.”

“ആ തന്തപ്പെരുച്ചാഴിയെ പൊറുപ്പിക്കയും വേണമല്ലോ?”

“നിങ്ങൾക്കവരെ അറിയാം?”

“അസ്സലായിട്ട്.” എന്നിട്ടവരൊന്നു കുലുങ്ങിച്ചിരിച്ചു: “ആരാണ് വലിയ ചെകുത്താൻ? തന്തയോ മകനോ?”

“ചെകുത്താനും പിശാചും.”

അവർ ഒരിക്കൽക്കൂടി കുലുങ്ങിച്ചിരിച്ചു: “അതെ. മകനൊരു പിശാചു തന്നെയാണ്.”

ഞാനും ചിരിച്ചു. എനിക്കവരുടെ വാക്കുകൾ ഇഷ്ടമായി. എന്നെ പ്പോലെ ചിന്തിക്കുന്ന വേറെയും ആളുകളുണ്ടല്ലോ.

“അയാൾ നിങ്ങളെ പെട്ടെന്നു പിടിച്ചു പുറത്താക്കാൻ ഒരുങ്ങി; അല്ലേ?”

ഇക്കാര്യം അവർക്ക് അറിയുമെന്നു ഞാൻ വിചാരിച്ചതല്ല. അതു സ്വല്പം അസുഖകരമായിത്തോന്നി. എന്റെ സ്നേഹിതൻ ഇത്രയും കാര്യം അവരോടു പറയേണ്ടായിരുന്നു.

“തന്റെ വീടില്ലെങ്കിൽ മനുഷ്യരൊക്കെ നിരത്തിൽ കിടക്കുമെന്നാണോ ആ പിശാചു ധരിച്ചിട്ടുള്ളത്?” അവർ തന്നെയാണ് പറഞ്ഞത്.

“അങ്ങനെയാണ് അയാളുടെ ധാരണ.” ഞാനും സമ്മതിച്ചു.

“അയാൾ മനുഷ്യനാണോ?”

“അല്ല.”

“എനിക്ക് അയാളെ കാണുന്നതേ അറപ്പാണ്.”

“അറപ്പുതോന്നും!” ഞാനും സന്തോഷത്തോടെ പറഞ്ഞിട്ട് അവരുടെ മുഖത്തേക്കു നോക്കി. അവരുടെ കണ്ണുകൾ ആഹ്ലാദംകൊണ്ടു തിളങ്ങി യിരുന്നു. “നിങ്ങളുടെ പേര്?”

"പങ്കജം."

"അച്ഛൻ?"

"ഉണ്ട്. പുറമെ പോയിരിക്കുകയാണ്. ഞങ്ങൾ തൊട്ട കെട്ടിടത്തിലാണു താമസം. നിങ്ങൾക്ക് കൂടുതൽ സൗകര്യങ്ങളെന്തെങ്കിലും വേണമെന്നുണ്ടെങ്കിൽ എന്നെ അറിയിച്ചാൽ മതി."

"ഓ."

പങ്കജം താഴത്തേക്കിറങ്ങിയിട്ടും കുറച്ചുനേരത്തിന് അവരെപ്പറ്റി ചിന്തിക്കാതിരിക്കാൻ സാധിച്ചില്ല. ഞാൻ വരാന്തയിലെ അഴികളും പിടിച്ചങ്ങനെ നിന്നു. പ്രസന്നതയും പ്രസരിപ്പുമുള്ള സ്ത്രീ. അവർക്കു നല്ല കാര്യപ്രാപ്തിയുമുണ്ട്. ഒട്ടും കുഴഞ്ഞാട്ടമില്ലതാനും. സ്ത്രീകളായാൽ ഇങ്ങനെയിരിക്കണം.

"തക്കാളി വേണോ?" താഴെനിന്ന് ഒരു പച്ചക്കറിക്കാരൻ വിളിച്ചുചോദിക്കുന്നതു കേട്ടിട്ടാണ് ഞാൻ ആലോചനയിൽനിന്നുണർന്നത്. മറുപടി പറയാതെ ഞാൻ മുറിയിലേക്കു പോയി. ഒന്നു കുളിക്കണം.

കുളിയും ഉടുപ്പുമാറ്റലും കഴിഞ്ഞു ഞാൻ പുറത്തേക്കു പോകുമ്പോഴും പങ്കജം താഴത്തെ വ്രാന്തയിൽ ഉലാത്തുന്നുണ്ടായിരുന്നു.

"ഊണുകഴിക്കാനായിരിക്കും?" അവർ അന്വേഷിച്ചു.

"അതെ."

ഞാൻ ഇറങ്ങിനടന്നു. പിറ്റേന്നു കാലത്തും പങ്കജം എന്റെ മുറിയുടെ വാതില്ക്കൽ വന്നു. അയൽപക്കത്തെ മുറികളുടെ വാതിൽക്കലെല്ലാം ചെന്നു കുശലമന്വേഷിച്ചിട്ടാണ് അവൾ വരുന്നത്. തൊട്ടടുത്ത മുറിയിൽ താമസിക്കുന്നത് ഒരു മരക്കമ്പനി ഗുമസ്തനാണ്. ഒരു മിണ്ടാപ്പൂതം. ബകധ്യാനമാണ് എപ്പോഴും. അതിന്റെ അങ്ങേ മുറിയിൽ താമസിക്കുന്നത് കൊമ്പൻമീശക്കാരനായ ഒരു തടിയനാണ് (അയാൾ ഒരു ഹെഡ്മിസ്ട്രസ്സിന്റെ ഭർത്താവാണെന്നും ഭാര്യയുമായി പിണങ്ങിവന്നു താമസിക്കുകയാണെന്നും പിന്നീടു ഞാൻ മനസ്സിലാക്കി). മിണ്ടിയാൽ കരയുമെന്നു തോന്നും ആ മുഖം കണ്ടാൽ. മറ്റേവശത്തുള്ള മുറിയിൽ താമസിക്കുന്നത് ഖദർകുപ്പായവും ചപ്രത്തലമുടിയും അവലക്ഷണം പിടിച്ച മുഖക്കലയുമുള്ള ഒരു മനുഷ്യനാണ്. അയാളുടെ മുറിയുടെ മുമ്പിൽനിന്നുള്ള സംഭാഷണം കേട്ടാണ് ഞാൻ നോക്കിയത്. അയാൾ മന്ത്രിമാരേയും രാഷ്ട്രീയനേതാക്കന്മാരേയും ഇടതടവില്ലാതെ ശകാരിക്കുകയാണ്. പങ്കജം മന്ദസ്മിതപൂർവം തലയാട്ടിക്കൊണ്ടു കടന്നുപോന്നു. അവർ എന്റെ മുറിയിലേക്കു കടന്നു വാതിലും ചാരി നിന്നു: "അസൗകര്യമൊന്നും ഇല്ലല്ലോ?"

"ഇല്ല."

“ഒരു എഴുത്തുകാരനെക്കൂടി ഇവിടെ കിട്ടിയതിൽ എനിക്കു വളരെ സന്തോഷമുണ്ട്.”

ഞാൻ ഒരെഴുത്തുകാരനാണെന്ന് അവർ മനസ്സിലാക്കിയിരിക്കുന്നോ? ഇതേവരെ എന്റെ ധാരണ അവർക്ക് എന്നെപ്പറ്റി ഒരു മതിപ്പുണ്ട് എന്നായിരുന്നു. ഞാൻ അർദ്ധവിഡ്ഢിത്തത്തോടുകൂടിയ ഒരു ചിരി പാറ്റിയിട്ടു ചോദിച്ചു: “ആ മുറിയിൽ താമസിക്കുന്നത്?” മന്ത്രിമാരെ ചീത്ത പറഞ്ഞിരുന്ന ആളെയാണ് ഞാൻ ഉദ്ദേശിച്ചത്. അവർ പതിഞ്ഞ സ്വരത്തിൽ അയാളുടെ കഥ പറഞ്ഞു: “പാവം, വെറിപിടിച്ചുപോയി!”

“ഭ്രാന്താണോ?”

“എന്നു പറയാൻ വയ്യ.”

ദേശീയപ്രസ്ഥാനകാലത്ത് നാലുതവണ ജയിലിൽ പോകുകയും പല തവണ തല്ലുകൊള്ളുകയും ചെയ്ത മനുഷ്യനാണ്. അഭിപ്രായ സ്വാതന്ത്ര്യത്തെ രക്ഷിക്കാൻവേണ്ടി എല്ലാ രാഷ്ട്രീയപ്രസ്ഥാനങ്ങളിൽ നിന്നും ഒഴിഞ്ഞു. ഒരു മകനേയുള്ളൂ. അയാൾ ബോംബെയിലാണ്. പണമയച്ചുകൊടുക്കും. അതുകൊണ്ടു കഴിഞ്ഞുകൂടുന്നു. ഉദയാസ്തമനം ലോകത്തെ മുഴുവൻ ശകാരിച്ചുകൊണ്ടിരിക്കും.

“സേർ. നിരാശ മനുഷ്യരെക്കൊണ്ട് എന്തൊക്കെ ചെയ്യിക്കും?” അവർ ചോദിച്ചു.

“പലതും.”

ഞാൻ പങ്കജത്തോട് ഇരിക്കാൻ പറഞ്ഞു. അവർ ഇരുന്നില്ല. പോയതുമില്ല. നിന്നുകൊണ്ടുതന്നെ സംഭാഷണമാരംഭിച്ചു. ആ സംഭാഷണം വളരെ വേഗത്തിൽ ശങ്കരന്റെ അടുത്തേക്കെത്തി. ആ മന്തനെപ്പറ്റി സമഗ്രമായ ഒരു വർണ്ണനതന്നെ അയാളുടെ ഓരോ പ്രവർത്തനങ്ങളിലും നിഴലിക്കുന്ന ക്രൂരതയെപ്പറ്റി അവർ എണ്ണിയെണ്ണി പറയുകയായിരുന്നു. ഞാൻ പെട്ടെന്ന് കടന്നുചോദിച്ചു: “നിങ്ങൾക്ക് അയാളെ നല്ലവണ്ണം അറിയാമെന്നു തോന്നുന്നല്ലോ.”

“അതാണ് എനിക്കു പറ്റിയ അബദ്ധം.”

“എന്നുവച്ചാൽ?” ആ ചോദ്യം ചോദിക്കരുതായിരുന്നുവെന്നു തോന്നി. പക്ഷേ, ചോദിച്ചുപോയി.

“ഒമ്പതുമാസം ആ പിശാചിന്റെ കൂടെ ജീവിച്ചുവെന്നതാണ് എന്റെ ജീവിതത്തിൽ പറ്റിയ വലിയ അബദ്ധം.”

“അപ്പോൾ...?” ഞാൻ എഴുന്നേറ്റുനിന്നുപോയി.

“അതെ. നിങ്ങൾ ഊഹിച്ചതു ശരിയാണ്. ഞാൻ അയാളുടെ ഭാര്യയായിരുന്നു.”

എനിക്ക് ഒന്നും സംസാരിക്കുവാൻ വയ്യായിരുന്നു. എന്റെ അവശത

കണ്ടറിഞ്ഞിട്ടോ എന്തോ, പങ്കജം സംഭാഷണം തുടർന്നു: "ഒരു മനുഷ്യ ജീവിക്ക് അയാളുടെ കൂടെ കഴിച്ചുകൂട്ടുവാൻ സാധിക്കുമോ?"

ഇല്ലെന്ന് അപ്പോൾ ഞാൻ പറഞ്ഞില്ല.

അവർ ചറുപിറുന്നനെ സംസാരിച്ചു. ഞാൻ ശ്രോതാവു മാത്രമായി രുന്നു.

"എത്ര തവണ അപമാനകരമായ വിധത്തിൽ അയാൾ പെരുമാറി യെന്നറിയാമോ? ഞാൻ ഒക്കെ പൊറുത്തു. നാട്ടുകാരെന്തു പറയും? വീട്ടു കാരെന്തു ധരിക്കും? പക്ഷേ, മനുഷ്യന്റെ ക്ഷമയ്ക്ക് ഒരതിരില്ലേ?"

"ഉണ്ട്."

"അതയാൾക്ക് അറിഞ്ഞുകൂടാ."

"എനിക്ക് സഹതാപം തോന്നുന്നു, പങ്കജം." ഞാൻ പറഞ്ഞു.

"തോന്നും. ഹൃദയമുള്ളവർക്കൊക്കെ തോന്നും. നിങ്ങളൊരു സാഹിത്യകാരനാണല്ലോ. നിങ്ങൾക്കു മനുഷ്യമനസ്സിന്റെ ഗതിയെപ്പറ്റി അറിയാം."

ഞാൻ അപ്പോഴും ആ അർദ്ധവിഡ്ഢിച്ചിരിയൊന്നു പാറ്റി വിനയം നടിച്ചിരുന്നു.

"ഞാൻ നിങ്ങളെ ജോലിയെടുക്കാൻ സമ്മതിക്കാതിരിക്കുകയാണ്" എന്നു പറഞ്ഞ് അവർ ഇറങ്ങിപ്പോയി.

പിന്നീട് എല്ലാ ദിവസവും അവർ കാലത്ത് എന്റെ മുറിയിൽ വരും. ലോകത്തിലെ പല കാര്യങ്ങളെപ്പറ്റിയും ചുരുക്കിപ്പറഞ്ഞതിനുശേഷം, ശങ്കരനെ വിസ്തരിച്ചു ശകാരിക്കും.

പതുക്കെ, ഖദർക്കുപ്പായക്കാരനും ഞങ്ങളുടെ സമീപത്തേക്കു വരു വാൻ തുടങ്ങി. "ഈ കാലത്ത് ഇതും ഇതിലപ്പുറവും നടക്കും. മനു ഷ്യർക്കു നെറിയുണ്ടോ?" എന്നാണ് അയാൾ ചോദിക്കുന്നത്.

"നേതാക്കന്മാർക്ക് അനുയായികളെ വിശ്വാസമില്ലാത്ത കാലമാണ്, സേർ. അവർ വലുതായാൽ താങ്കളുടെ നേതൃത്വം പോയെങ്കിലോ എന്നാണ് അവരുടെ പേടി. പുരയ്ക്ക് തൂണെന്നതുപോലെ അനുയായി കൾ നിന്നുകൊടുക്കണം. നടക്കുമോ സാർ, നടക്കുമോ?"

നടക്കുന്നുണ്ടെന്ന് ഞാൻ പറഞ്ഞില്ല.

"സ്വന്തം ഭാര്യയെ ഭർത്താക്കന്മാർക്കു വിശ്വാസമില്ല." പങ്കജം ഇടയിൽ കയറി പറഞ്ഞു.

"ഭാര്യമാർക്ക് ഭർത്താക്കന്മാരേയും." ആ ശബ്ദം പെട്ടെന്നാണു പുറ പ്പെട്ടത്. തിരിഞ്ഞുനോക്കിയപ്പോൾ ഹെഡ്മിസ്ട്രസ്സിന്റെ ഭർത്താവ്, വാതിൽപ്പൊളി പിടിച്ചുനില്ക്കുന്നതാണ് കണ്ടത്. അയാളുടെ കൺപീലി കളിൽനിന്ന് ഒന്നുരണ്ടുതുള്ളി കണ്ണുനീർ തടിച്ച മീശയിലേക്ക് ഇറ്റു

വീഴുകയും ചെയ്തു. അത് അന്തരീക്ഷം മൂകമാക്കി. ശോകസങ്കുലവുമാക്കി. പിന്നീട് ആരും ഒന്നും സംസാരിച്ചില്ല. പതുക്കെപ്പതുക്കെ ആ സമ്മേളനം പിരിഞ്ഞുപോയി. പങ്കജം പെട്ടെന്ന് കീഴ്പോട്ടിറങ്ങി. "മനസ്സാക്ഷിയില്ലാത്ത ജന്തുക്കൾ!" എന്നു പറഞ്ഞുകൊണ്ട് ഖദർക്കുപ്പായക്കാരൻ സ്വന്തം മുറിയിലേക്കു നീങ്ങി. മഹാരാജാവിന്റെ പിൻപിൽ നിലയങ്കിയെന്നതുപോലെ, ശകാരം അയാളുടെ പിൻപിൽ കിടന്നിഴയുന്നുണ്ടായിരുന്നു. മിസ്ട്രസ്സിന്റെ ഭർത്താവ് മറഞ്ഞു. ലോകം എത്ര ശോകസങ്കുലമാണ്! ഒരു ഭാവഗീതമെഴുതാനുള്ള എല്ലാ പ്രചോദനങ്ങളും അപ്പോഴുണ്ടായിരുന്നു. പക്ഷേ, ഉറക്കം വരുന്നു. ഞാൻ വിരിപ്പിൽ ചെന്നുകിടന്നു.

പിറ്റേന്നു സായാഹ്നത്തിൽ ഞാൻ വരാന്തയിൽ ഇരിക്കുകയാണ്. ഏകാന്തശാന്തം. ഹെഡ്മിസ്ട്രസ്സിന്റെ ഭർത്താവു വെളിയിലാണ്. സ്കൂൾ വിടേണ്ട സന്ദർഭത്തിൽ കൃത്യമായി അയാൾ സ്കൂൾപടിക്കലുള്ള വലിയ കാഞ്ഞിരമരം മറഞ്ഞുനിന്ന് ഭാര്യ പോകുന്നതു നോക്കിക്കാണുക പതിവാണ്. അവർ കൺവെട്ടത്തുനിന്നു മറഞ്ഞാൽ കൊമ്പൻമീശയിൽ വീണ കണ്ണീർക്കണങ്ങൾ തട്ടിക്കുടഞ്ഞ്, വീട്ടിലേക്കു തിരിക്കും. ആത്മത്യാഗത്തിന്റേതായ ഒരു സുഖം ആ മനുഷ്യൻ അനുഭവിക്കുന്നുണ്ടാകാം. അന്നും അയാൾ കുരിശു ചുമക്കാൻ പോയിരിക്കുകയാണ്. ഖദർക്കുപ്പായക്കാരന് ഉറക്കം. സാധാരണ പകൽ നാലുമണി മുതൽ രാത്രി എട്ടുമണി വരെയാണ് അയാൾ ഉറങ്ങുന്നത്. പകലൊക്കെ ശകാരിക്കണം; രാത്രി മുഴുവൻ ഇരുന്ന് കത്തുകളെഴുതും. ഓരോ കെട്ട് കത്താണ് നിത്യവും പോസ്റ്റ് ചെയ്യുന്നത്. ബകധ്യാനക്കാരൻ എത്തിയിട്ടുമില്ല. ആ എടുപ്പിൽ ഏറ്റവും മനഃശാന്തിയുണ്ടാക്കുന്ന സമയമിതാണ്. ഞാൻ അഴികൾക്കുള്ളിലൂടെ പുറത്തേക്കു നോക്കിക്കൊണ്ടിരുന്നു. പോക്കുവെയിൽ എല്ലാറ്റിലും പതിഞ്ഞിരിക്കുന്നു. സസ്യപ്രപഞ്ചത്തിനാകെ ഒരു മുഖത്തുടുപ്പ്. അതു നോക്കിക്കൊണ്ടിരുന്നപ്പോൾ ഈ ലോകം അത്ര മോശമൊന്നുമല്ലെന്നൊരു തോന്നലുണ്ടായി. മീട്ടി വിരലെടുത്തു കഴിഞ്ഞ വീണക്കമ്പിയിൽനിന്നു കേൾക്കുന്ന മുഴക്കംപോലെ, പ്രപഞ്ചത്തിൽനിന്ന് അനുസ്യൂതമായി ഒരു ശബ്ദം പുറപ്പെടുന്നുണ്ടോ? അത് എന്റെ ഹൃദയത്തിൽനിന്നു പുറപ്പെടുന്ന ശബ്ദവുമായി കൂടിക്കലർന്നു തിരിച്ചറിയാൻ വയ്യാത്ത വിധത്തിലായിട്ടുണ്ടോ... ഉണ്ടോ... എന്തോ ഒന്നു സംഭവിക്കുന്നു!

"തക്കാളി വേണോ?" പെട്ടെന്ന് താഴെനിന്ന് ഒരു ചോദ്യം. സാധാരണ ഞാനതു കേട്ടുവെന്നു നടിക്കാറില്ല. എങ്കിലും അന്നു മറുപടി പറഞ്ഞു: "വേണ്ട, സഹോദരാ."

"എന്താണു വേണ്ടെന്നു പറഞ്ഞത്?" ആ ചോദ്യം എന്റെ പിൻപിൽ നിന്നുതന്നെ. തിരിഞ്ഞുനോക്കി. പങ്കജം പിൻപിൽ നില്ക്കുന്നു. ഞാൻ എഴുന്നേറ്റു.

"ഇരിക്കൂ."

"വേണ്ട, നിങ്ങളിരിക്കൂ. ഞാനവിടെ ഇരിക്കാം." എന്നുപറഞ്ഞ് അവൾ അടുത്തുകിടന്ന ഒരു ഇരിപ്പിടം നീക്കിയിട്ടു. അവർ മഞ്ഞബ്ലൗസും ചുകന്നൊരു സാരിയും അണിഞ്ഞിരുന്നു. കാതിൽ വെള്ളക്കല്ലു കമ്മൽ ഇടിമിന്നലൊലികളെ ചുമന്നുകൊണ്ടു നില്ക്കുന്നു. സാരിയുടെ ഒളിയും പോക്കുവെയിലുംകൂടി പങ്കജത്തിന്റെ മുഖത്തിനു ചുറ്റും ഒരു തുടുത്ത പരിവേഷം നിർമ്മിക്കുന്നുണ്ടായിരുന്നു. ആ പരിവേഷത്തിനു നടുവിൽ തീക്ഷ്ണമായ കണ്ണുകൾ കത്തിത്തലപ്പുകൾപോലെ മിന്നി.

"ആരോടാണ് നിങ്ങൾ സംസാരിക്കുന്നത്? അവർ വീണ്ടും ചോദിച്ചു.

"തക്കാളിക്കാരനോട്."

"അത്രയേ ഉള്ളൂ." എന്നും പറഞ്ഞ് അവർ നീങ്ങി ഇരുന്നു.

ഞങ്ങൾ അന്നു സംഭാഷണമാരംഭിച്ചതുതന്നെ ശങ്കരനെപ്പറ്റിയാണ്. "ഇപ്പോൾ, അടുത്തുകൂടാനുള്ള ശ്രമമാണ്." അവർ പറഞ്ഞു.

"എന്തു സംഭവിച്ചു?"

"മാധ്യസ്ഥ്യത്തിന് ആളെ വിട്ടിരിക്കയാണ്. മൂപ്പരുടെ ചെറിയമ്മയെ."

"എന്നിട്ട്?"

"കണക്കിനു പത്തുവാക്കു പറഞ്ഞുവിട്ടിട്ടുണ്ട്. അയാളുടെകൂടെ പൊറുക്കപോലും. ഒരു ചേരയ്ക്കു പൊറുക്കാനൊക്കുമോ?"

ഞാൻ മറുപടി പറഞ്ഞില്ല. അവരെ നോക്കിക്കൊണ്ടിരുന്നു.

"അച്ഛൻ ഒന്നും മിണ്ടാതിരിക്കുകയാണ്. ഞാൻ വിടാനോ?" അവർ വീണ്ടും ആ കഥ വിസ്തരിച്ചു.

"അപ്പോൾ ഇത്രമേൽ അകലാനെന്തേ കാരണം?" ഞാൻ ഇടയിൽ ക്കടന്നു ചോദിച്ചു: "ഞാൻ ചോദിക്കുന്നതു മര്യാദകേടാണെങ്കിൽ ക്ഷമിക്കണം."

"അതൊന്നുമില്ല. ഇത്രകാലവും ചോദിക്കാത്തതിലേ എനിക്കു പരിഭവമുള്ളൂ. എനിക്കിതൊക്കെ ഈ പുരപ്പുറത്തു നിന്നു കൂവണമെന്നുണ്ട്. ലോകം അറിയട്ടെ!"

"അപ്പോൾ കാരണം?" ഞാൻ സംഭാഷണം വഴിതെറ്റിപ്പോകാതിരിക്കാൻ സൂക്ഷിച്ചു.

"അയാൾ ഒരടിമയാണ്."

"ആരുടെ?"

"അച്ഛന്റെ; അമ്മയുടെ; ഉമ്മറത്തെ തൂണിന്റെ; എല്ലാറ്റിന്റെയും; കേൾക്കൂ; ഞാൻ ഇന്നതൊന്നു ചെയ്യണമെന്നു പറഞ്ഞാൽ ഉടനെ അയാൾക്കു സംശയം തുടങ്ങി: അച്ഛനത് ഇഷ്ടപ്പെടുമോ? അമ്മയ്ക്കു രസിക്കുമോ? ഒടുവിൽ ഞാൻ ആ കാര്യം മറക്കണം. ഇങ്ങനെ എത്ര മറക്കാം? സിനിമയ്ക്കു പോകണമെങ്കിൽ അമ്മയുടെ സമ്മതം വേണം.

അതിനർത്ഥം പോകലില്ല എന്നാണ്. ഞാൻ അവിടെ ഒരു പാവ. അതൊക്കെ സഹിച്ചു. ഒടുവിലുണ്ടായതു കേൾക്കണോ. അയാളുടെ സ്വന്തം പേരിൽ പത്തു മുറി പീടികയുണ്ട്. ആയിടെയാണ് അതൊഴിപ്പിച്ചു വാങ്ങിയത്. അത് എന്റെ പേരിലാക്കണമെന്നു ഞാൻ പറഞ്ഞു. പണത്തിനു മോഹിച്ചിട്ടല്ല, കേട്ടോ. ഈയാളെ ഒന്നു പരീക്ഷിക്കണമെന്നു തന്നെ."

"എന്നിട്ട്?"

"വടംവലിയായി. ഒരു ഭാഗം അമ്മ; മറുഭാഗം ഞാനും. ഞാൻ വിട്ടില്ല. വാക്കായി; ഉരസലായി; പറഞ്ഞുപറഞ്ഞു മൂത്തു. എന്നെ തല്ലാൻ വന്നു. മാറിനില്ക്കാൻ പറഞ്ഞിട്ടു ഞാൻ ഇറങ്ങിപ്പോരുകയും ചെയ്തു."

"അതുശരി."

"വിശ്വാസമില്ലാഞ്ഞിട്ടല്ലേ എന്റെ പേരിലാക്കാൻ മടിക്കുന്നത്?"

"അതെ."

"പിന്നെ ഞാനെന്തിനവിടെ നില്ക്കണം? പണത്തിനു മോഹിച്ചിട്ടല്ല. ഒന്നു പരീക്ഷിക്കാൻ. ഇന്നലെ അയാൾ അയൽവീട്ടുകാരനോട് നിങ്ങൾക്കു വീടു തന്നതിനെപ്പറ്റി ആക്ഷേപിച്ചു പറഞ്ഞുവത്രേ."

"ഉവ്വോ!"

"എന്റെ വീട് ആർക്കു കൊടുക്കണമെന്ന് ഞാനാണു തീർച്ചപ്പെടുത്താൻ എന്താ?" അവർ എന്റെ മുഖത്തേക്കുതന്നെ നോക്കിയിരുന്നു. ഞാൻ ജാലകത്തിനുള്ളിലൂടെ വെളിയിലേക്കും. പ്രപഞ്ചം കൂടുതൽ തുടുത്തിരിക്കുന്നു!

അവർ വീണ്ടും തുരുതുരെ സംസാരിച്ചു. ഞാൻ എല്ലാം മൂളിക്കേട്ടു. ഒന്നും പറഞ്ഞില്ല. ഒന്നും പറയേണ്ടതുണ്ടായിരുന്നില്ല. അന്നു കോണിയിറങ്ങുമ്പോൾ അവർ തിരിഞ്ഞു ചോദിച്ചു: "നിങ്ങളിന്ന് ഊണുകഴിക്കാൻ പോയില്ലല്ലോ."

"ഇല്ല." ഞാൻ ഒന്നു പരുങ്ങിട്ടു പറഞ്ഞു, "വയറ്റിനു സുഖമില്ല."

"എന്നാൽ ഞാൻ ഒരു ഗുളിക അയയ്ക്കാം. ദഹനത്തിന് അസ്സലാണ്," എന്നും പറഞ്ഞു കീഴോട്ടിറങ്ങിയപ്പോൾ വാസ്തവത്തിൽ എന്റെ വയറു കാളി. ദഹിക്കാൻ കുടലുമാത്രമേ വയറ്റിലുള്ളൂ! എങ്കിലും ഒരു സമാധാനമുണ്ട്. പത്രാധിപർ അന്ന് പത്തുറുപ്പിക തരാമെന്നു പറഞ്ഞിട്ടുണ്ട്. ഞാൻ ആ ഗുളികയും തിന്നിട്ട് അരപ്ലെയ്റ്റു ബിരിയാണി ഇന്നു തിന്നും, തീർച്ച.

അന്നു ഞാൻ പുറത്തുപോയി തിരിച്ചുവന്നപ്പോൾ ഖദർക്കുപ്പായക്കാരന്റെ മുറിയിൽ വലിയ ബഹളം. നാലഞ്ചുപേരുടെ സംഭാഷണം. വാഗ്വാദങ്ങളും ചിരികളും. ഇന്നേവരെ അങ്ങനെയൊരു സ്ഥിതി ആ മുറിയിലുണ്ടായിട്ടില്ല. ഞാൻ ഒന്നൊളിഞ്ഞുനോക്കി. ആറേഴു മനുഷ്യർ നിരന്നിരിക്കുന്നു. ബഹളംതന്നെ. ഞാൻ തിരിച്ചുവന്നു കിടന്നു. അവർ എപ്പോഴാണു തിരിച്ചു

പോയതെന്ന് എനിക്കറിഞ്ഞുകൂടാ. ഞാൻ വെള്ളക്കൽ വെച്ച കമ്മൽ സ്വപ്നം കണ്ടുകൊണ്ടു കിടന്നുറങ്ങി.

പിറ്റേന്നുകാലത്ത് എഴുന്നേറ്റു സുഖിതമായ ഒരു മനോരാജ്യത്തിൽ മുങ്ങി എന്റെ മുറിയുടെ വാതില്ക്കലങ്ങനെ നില്ക്കുകയായിരുന്നു. ഖദർകുപ്പായക്കാരൻ ചിരിച്ചുകൊണ്ട്, ശകാരിച്ചുകൊണ്ടല്ല, എന്റെ നേരെ വന്നു. "അവർ നിർബന്ധിക്കുകയാണ് സേർ. എനിക്കു മറുത്തു പറയാവോ? എന്തായാലും അവരൊക്കെ ചിരകാലസുഹൃത്തുക്കളാണ്." അയാൾ എന്നോടങ്ങനെ പറഞ്ഞിട്ടു ചിരിച്ചു.

"എനിക്ക് ഒന്നും മനസ്സിലായില്ല. ഞാൻ ഒരു ചോദ്യഭാവത്തിൽ മുഖത്തേക്കു നോക്കി.

"ഞാൻതന്നെ നില്ക്കണമെന്ന്."

"എന്ത്?"

"സ്ഥാനാർത്ഥിയായി നില്ക്കണമെന്ന്. കാലത്തിനു മാറ്റം വരുന്നു. ഹ.. ഹ... ഹ..."

"ഇലക്ഷന്റെ കാര്യമാണോ?"

"അതെ. എന്നെ ജനങ്ങൾ പ്രതീക്ഷിക്കുന്നുവെന്നാണു പറയുന്നത്. സേവനത്തിന്റെ സന്ദർഭം വരുമ്പോൾ ഞാൻ ഒരിക്കലും പിന്തിരിഞ്ഞിട്ടില്ല. ഹ... ഹ... ഹ...!"

"നിങ്ങൾ സമ്മതിച്ചോ?"

"സമ്മതിക്കാതെ എന്തു ചെയ്യാൻ? ഹ... ഹ... ഹ...!"

ഞാനും ചിരിച്ചു: "ഹ... ഹ.... ഹ!"

അയാൾ അന്നു മുഴുവൻ തിരക്കുപിടിച്ച ജോലിയിലായിരുന്നു. കത്തുകൾ എഴുതുന്നു. പെട്ടിയും സാധനങ്ങളും കെട്ടുന്നു. കൂലിക്കാരനെ വിളിക്കുന്നു. കോണിയിറങ്ങുന്നു; കയറുന്നു. ആകെ ബഹളം. വൈകുന്നേരം എന്നോടു പറഞ്ഞു: "ഞാനിന്നു താമസം മാറ്റുന്നു."

"നമസ്കാരം!"

"നമസ്കാരം. ഹ... ഹ.. ഹ!" ചിരിച്ചുകൊണ്ടാണ് അയാൾ കോണിയിറങ്ങിപ്പോയത്. ഞാൻ കോണിത്തട്ടുവരെ അയാളെ പിന്തുടർന്നു. പടിവരെ അനുയാത്രചെയ്തു ഹെഡ്മിസ്ട്രസ്സിന്റെ ഭർത്താവ്. തിരിച്ചുപോരുമ്പോൾ ആ കൊമ്പൻമീശയിൽ കണ്ണീർക്കണങ്ങൾ തങ്ങിനിന്നു.

ആ മനുഷ്യന്റെ ശകാരവർഷം നിന്നപ്പോൾ, വല്ലാത്തൊരു നിശ്ശബ്ദത. വിഷാദാത്മകമായ അന്തരീക്ഷമായി. അന്നു വൈകുന്നേരം പങ്കജം കയറിവന്നപ്പോൾ പറഞ്ഞു: "അയാളുടെ ശകാരമൊക്കെ നിന്നു. മനുഷ്യരൊക്കെ ഇങ്ങനെത്തന്നെയാണ്."

"അതേ."

“പക്ഷേ, ഞാനായിരുന്നു അയാളുടെ സ്ഥാനത്തെങ്കിൽ എല്ലാ സുഹൃത്തുക്കളേയും പിടിച്ചു പുറത്താക്കി വാതിലടയ്ക്കും. നിങ്ങളാണെങ്കിലോ?”

ആ ചോദ്യം പ്രതീക്ഷിച്ചതല്ല. സ്വല്പം പരുങ്ങലുണ്ടായി. എന്നാലും വിട്ടുകൊടുത്തില്ല: “വാതിലടച്ചു തഴുതിടും. ഒരാഴ്ചയ്ക്കു പിന്നെ തുറക്കില്ല.”

പങ്കജം മന്ദസ്മിതപൂർവ്വം എന്റെ മുഖത്തേക്കു നോക്കി. എന്നിട്ടു പറഞ്ഞു: “നിങ്ങൾ വല്ലാതെ ക്ഷീണിച്ചിരിക്കുന്നല്ലോ. പോഷകാംശങ്ങളുള്ള ഭക്ഷണം കഴിക്കണം.”

“അതേ.”

“സാമ്പത്തികവിഷമം നിങ്ങളെ ബുദ്ധിമുട്ടിക്കുന്നുണ്ട്, അല്ലേ?”

“ഇല്ലില്ല. അത്രയ്ക്കൊന്നുമില്ല.”

“ഒരെഴുത്തുകാരന്റെ വിഷമം എനിക്കറിയാം. ഞാൻ എല്ലാം ഏർപ്പാടു ചെയ്തിട്ടുണ്ട്. ഇന്നുമുതൽക്ക് നിങ്ങൾക്ക് ഭക്ഷണം ഇവിടെ എത്തും.”

“വേണ്ടായിരുന്നു.”

“നാമൊക്കെ മനുഷ്യരല്ലേ!” എന്നാണ് അവർ അതിനു മറുപടി പറഞ്ഞത്. “എല്ലാ വീട്ടുടമസ്ഥന്മാരും ആ കിഴവനെപ്പോലെയാണെന്നു വിചാരിക്കരുതേ!”

“അതു ഞാൻ വിചാരിച്ചിട്ടില്ല.”

“ഒരു വർത്തമാനം കേൾക്കണോ; ഇന്ന് അയാൾ ഒരാളെ അയച്ചിരിക്കുന്നു.”

“എന്തിന്?”

“പീടികമുറികളിൽ പകുതിയും എന്റെ പേരിൽ എഴുതിത്തരാമെന്ന്.”

“പുരോഗമിക്കുന്നുണ്ട്.”

“നോക്കൂ. അയാളുടെ പിശുക്ക്; പീടികയുടെ ഒതുക്കുകല്ല് എന്റെ പേരിൽ എഴുതിവയ്ക്കാൻ തോന്നാത്തതു ഭാഗ്യമെന്നു ഞാൻ മറുപടി പറഞ്ഞയച്ചു. ആകെ ഇരുന്നൂറ്റയ്മ്പതുറുപ്പിക വാടകവരും. നൂറ്റിയിരുപത്തഞ്ച് എനിക്കും നൂറ്റിയിരുപത്തഞ്ച് കിഴവനും! മനസ്സിലായോ? ഞാൻ നൂറ്റിയിരുപത്തിയഞ്ചുറുപ്പികയുടെ വെപ്പാട്ടിയാകണമെന്ന്! വന്നവനെ ഞാൻ ആട്ടിയില്ല. എന്റെ ക്ഷമയെപ്പറ്റി നിങ്ങൾ എന്തു പറയുന്നു?”

“ക്ഷമിച്ചതു നന്നായി.”

“ആട്ടെ. നിങ്ങൾക്ക് ഞങ്ങളുടെ ഭക്ഷണം പിടിക്കുമോ എന്തോ?”

“വളരെ. പക്ഷേ...”

“ഞങ്ങൾക്ക് ഒരു ബുദ്ധിമുട്ടുമില്ല.”

അങ്ങനെ ഒരു മാസവുംകൂടി കഴിഞ്ഞു. വാടക കൊടുക്കാൻ കഴിഞ്ഞിട്ടില്ല. രണ്ടുമാസത്തെ വാടക ബാക്കി. അതെപ്പോൾ വേണമെങ്കിലും കൊടുക്കാമല്ലോ എന്നൊരു ഭാവം ഞാൻ കൈക്കൊണ്ടു. എപ്പോൾ വേണമെങ്കിലും വാങ്ങാമല്ലോ എന്നൊരു ഭാവം പങ്കജവും കൈക്കൊണ്ടു. എങ്കിലും എന്റെ ഹൃദയത്തിൽ സ്വല്പം പുകച്ചിൽ ഉണ്ടാകാതിരുന്നില്ല.

"നിങ്ങളുടെ വാടക തന്നിട്ടില്ല." ഞാൻ ഒരു ദിവസം ഓർമ്മപ്പെടുത്തി.

"സാരമില്ല. ഞാൻ അയാളെപ്പോലെ പെരുമാറുകയില്ല. ധനവും ദാരിദ്ര്യവും മനുഷ്യർക്കല്ലേ ഉണ്ടാകൂ?"

അവർ കോണിയിറങ്ങുമ്പോൾ, ഞാൻ നോക്കിനിന്നു. ഒരു മഹാലക്ഷ്മിതന്നെ!

മൂന്നു ദിവസം കഴിഞ്ഞു. ഞാൻ ജാലകത്തിലൂടെ നിരത്തിലേക്കു നോക്കിനില്ക്കുകയായിരുന്നു. പ്രഭാതമാണ്. അങ്ങാടിയിൽ തിരക്കു വർദ്ധിച്ചുവരുന്നു. കാറും സൈക്കിളും പിച്ചക്കാരും വിദ്യാർത്ഥികളും തിരക്കിട്ടു സഞ്ചരിക്കുന്നു. ശങ്കരന്റെ രൂപം പെട്ടെന്നാണ് പ്രത്യക്ഷപ്പെട്ടത്. ആ മന്തന്റെ മുഖം ഏതാൾക്കൂട്ടത്തിൽവെച്ചു കണ്ടാലും എനിക്ക് തിരിച്ചറിയാം. അയാൾ ഈ എടുപ്പിന്റെ ഭാഗത്തേക്കാണ് നടന്നുവരുന്നത്. ബാലി ഋശ്യമൂകാചലം കയറാൻ തുടങ്ങിയോ?

ഞാൻ വെളുത്ത ജാലകത്തിൽനിന്നു തലവലിച്ച് അകത്തു വന്നിരുന്നു. അഞ്ചുനിമിഷം കഴിഞ്ഞപ്പോൾ അയാൾ എന്റെ മുറിയുടെ മുമ്പിൽ പ്രത്യക്ഷപ്പെട്ടു.

"ഞാൻ വന്നത് നിങ്ങളെ കാണാനാണ്."

"ആവശ്യം?" ഞാൻ ഞെളിഞ്ഞുനിന്നു ചോദിച്ചു.

"നിങ്ങൾ തരാനുള്ള പണം?"

"ഇപ്പോൾ കൈയിലില്ല."

"എപ്പോൾത്തരും?"

"കിട്ടിയാൽ അങ്ങോട്ടു കൊടുത്തയയ്ക്കാം."

"ഈ പറയുന്നതു മര്യാദയാണോ?"

"മര്യാദ പഠിപ്പിക്കാൻ വന്നിരിക്കയാണോ?" എനിക്കും കലിവരുന്നുണ്ടായിരുന്നു.

"ഞങ്ങളെ വിഡ്ഢിയാക്കിക്കളയാമെന്നാണോ വിചാരം?"

അതിനെത്തുടർന്ന് നല്ലൊരു വാദപ്രതിവാദം നടന്നു. ബഹളം വർദ്ധിച്ചു. ഞാനും ഒഴിഞ്ഞില്ല.

"ഇതാ, ഇത് നിങ്ങളുടെ വീടല്ല." പെട്ടെന്നു പിന്നിൽനിന്നൊരു ശബ്ദം കേട്ടു. ശങ്കരൻ തിരിഞ്ഞുനോക്കി. പങ്കജം തുടുത്ത മുഖവുമായി നില്ക്കുന്നു. ശങ്കരന്റെ നാഡികളെല്ലാം തകർന്നുപോയി!

“ഇവിടെ വന്നും ബഹളമുണ്ടാക്കണോ?” പങ്കജം വീണ്ടും ചോദിച്ചു.

“വരൂ. എനിക്കല്പം സംസാരിക്കാനുണ്ട്. നിന്നെ കാണാൻകൂടിയാണ് ഞാൻ വന്നത്.” ശങ്കരൻ പങ്കജത്തോടു പറഞ്ഞു.

“എന്നെ കാണാൻ നിങ്ങൾ വരുമോ?” പങ്കജം അനങ്ങാതെ നില്ക്കുകയാണ്.

“അതിനാണു വാസ്തവത്തിൽ വന്നത്. വരൂ.” അവർ കോണിത്തട്ടിലേക്കു നീങ്ങി. ഞാൻ ചെവി വട്ടംപിടിച്ചു.

“ഞാൻ അതു കൊണ്ടുവന്നിട്ടുണ്ട്. എല്ലാ പീടികമുറിയും നിന്റെ പേരിൽത്തന്നെ. നോക്കൂ, ഇതാ ആധാരം.”

“നിങ്ങൾക്കെന്നെ വിശ്വാസമായോ?”

“നീ ഇല്ലാതെ ജീവിക്കാൻ വയ്യെന്ന്...” പിന്നെ ഞാൻ കേട്ടില്ല. അവർ കോണിപ്പടി ഇറങ്ങുകയായിരുന്നു.

എന്തു സംഭവിക്കുമെന്ന് ഞാൻ ആലോചിച്ചു. ഇല്ല. പങ്കജത്തിന് അയാളെ തിരിയെ സ്വീകരിക്കാൻ തരപ്പെടുകയില്ല. കനത്ത പത്തു വാക്കുകൾ മുഖത്തേക്കെറിഞ്ഞിട്ട് അവർ അയാളെ പറഞ്ഞയയ്ക്കും. ഒരു ചേരയ്ക്കുപോലും അയാളോടുകൂടി കഴിച്ചുകൂട്ടാൻ തരപ്പെടുകയില്ല.

അന്നും ഭക്ഷണം കൊണ്ടുവന്നു. എനിക്കു കൂടുതൽ ആശ്വാസമായി. പക്ഷേ, എന്തു സംഭവിച്ചുവെന്നറിയാൻ എനിക്കു ധൃതിയായി. പങ്കജം മുകളിലേക്കു വരുന്നില്ലല്ലോ. വൈകുന്നേരം എന്തായാലും വരാതിരിക്കുകയില്ല. ആ തുടുത്ത മുഖവും തീക്ഷ്ണമായ കണ്ണുകളും കമ്മലിന്റെ വെള്ളക്കല്ലൊളിയും നീലകുന്തളവും ഹൃദയത്തിൽ കിടന്നു കളിച്ചു. എല്ലാംകൂടി ഒരു വർണ്ണശബളിമ ഉണ്ടാക്കുകയാണ്, മഴവില്ലുപോലെ!

വൈകുന്നേരം നേരത്തെ വരാന്തയിൽ വന്നിരുന്നു. നിമിഷങ്ങൾ കടന്നുപോവുകയാണ്. ഓരോ ചെറിയ ശബ്ദവും കേട്ടു ഞാൻ ചുറ്റും നോക്കി. അവരല്ല. സന്ധ്യാപ്രകാശം അപ്പോഴും വരാന്തയുടെ അഴികളിൽ പിടിച്ചുനില്ക്കുന്നു. പ്രപഞ്ചത്തിന്റെ മുഖം തുടുത്തിട്ടുമുണ്ട്. എങ്കിലും നോട്ടം സ്വന്തം ഹൃദയത്തിലേക്കു തിരിഞ്ഞുകളയുന്നു. അവിടെ ആ മഴവില്ലാണ്.

അവർ വരാതിരിക്കുമോ? അതിനു കാരണമില്ല. ഞാൻ കാത്തു. തുടുപ്പു പതുക്കെ മങ്ങി. ചാരനിറമായി. ഇരുണ്ടു. അവർ വന്നില്ല.

അല്ലെങ്കിൽ, ഞാനെന്തിനവരെ പ്രതീക്ഷിക്കുന്നു? എന്റെ മുറിയിൽ ചെന്നിരുന്നു. ഒരു പുസ്തകമെടുത്തു മലർത്തി. കവിതാപുസ്തകമാണ്. കവിതയെപ്പറ്റിയും കവിയുണ്ടാക്കുന്ന മാനസികവിക്ഷോഭങ്ങളെപ്പറ്റിയും കാര്യമായി ചിലതു ചിന്തിക്കേണ്ടതുണ്ട്. പക്ഷേ, കല്പിച്ചുകൂട്ടി ചിന്തിക്കുമ്പോൾ, ആലോചനകൾ കയറുകയല്ല വട്ടംചുറ്റുകയാണു ചെയ്യുന്നത്. ഈ കവിത സ്വല്പനേരം മൂളിയാൽ അന്തരീക്ഷം ശരിപ്പെടും:

"ജീവിതപതംഗമേ, ദേഹപഞ്ജരബന്ധം

നീ വിഷാദിപ്പൂ പാരം പാരതന്ത്ര്യത്തെച്ചൊല്ലി.."

ജീവിതപതംഗം ബദ്ധമായിരിക്കുകയാണ്. പിന്നെ?... ച്ഛേ! രസം പിടിക്കുന്നില്ല. പുസ്തകം മടക്കിവച്ചു. എനിക്ക് നല്ലൊരു ഉറക്കമാണ് ആവശ്യം. ഉറക്കം തന്ന നല്ലവനായ ദൈവത്തെപ്പറ്റി ഓർത്തുകൊണ്ടു ഞാൻ കിടന്നു. അപ്പോഴും ചെവിയിൽ എന്തോ മൂളി.

ജീവിതപതംഗമേ... ജീവിതപതംഗമേ... മനസ്സിൽ ഒരു വണ്ടു കയറിയെന്നു തോന്നുകയാണ്. തിരിഞ്ഞുകിടന്നു. മറിഞ്ഞുകിടന്നു. മൂളി മൂളാതെ കിടന്നു. കാൽ വിറപ്പിച്ചു. താളം പിടിച്ചു. ചിന്തിക്കാൻ ശ്രമിച്ചു. അങ്ങനെയങ്ങനെ എപ്പോഴാണ് ഉറങ്ങിപ്പോയത് എന്നറിയില്ല. എഴുന്നേറ്റപ്പോൾ കണികണ്ടത് എന്റെ മുമ്പിൽ ആറിത്തണുത്തിരിക്കുന്ന ഭക്ഷണപദാർത്ഥങ്ങളാണ്. സൂര്യരശ്മി ജനലിലൂടെ ഊർന്ന് അതിന്മേൽ വീഴുന്നു. അതൊക്കെ തട്ടിത്തെറിപ്പിക്കാൻ തോന്നി. പക്ഷേ, ആരായിരിക്കും അതു കൊണ്ടുവന്നുവച്ചത്? പണിക്കാരനാകാനേ ഇടയുള്ളൂ.

ഞാൻ കിടക്കയിൽ എഴുന്നേറ്റിരുന്നു. ഒരു ബീഡി കൊളുത്തി. കാൽപ്പെരുമാറ്റം എന്റെ ശ്രദ്ധ വാതിൽക്കലേക്ക് ആകർഷിച്ചു. ശങ്കരൻ മുമ്പിൽ നില്ക്കുന്നു. ഞാൻ ഒന്നും ചോദിക്കേണ്ടിവന്നില്ല. അയാൾ ഇങ്ങോട്ടു പറഞ്ഞു: "വാടക."

"ഇന്നലെ പറഞ്ഞതിൽ കവിഞ്ഞൊന്നും ഇന്നു പറയാനില്ല."

"അതല്ല. ഈ മുറിയുടെ വാടക."

"അത് അവരുടെ കൈയിൽ കൊടുത്തേക്കൂ." പിൻപിൽനിന്ന് ഒരു വീണാനാദം. അതു പങ്കജമായിരുന്നു. ഞാൻ ശങ്കരനെ നോക്കി. അയാളെ ഉരുമ്മിനില്ക്കുന്ന പങ്കജത്തെ നോക്കി. ചുറ്റും നോക്കി. എന്നിട്ട് ഒന്നും പറയാതെ ബെഡ്ഡിങ് മടക്കിക്കെട്ടി. പെട്ടി പൂട്ടി. രണ്ടും ചേർത്തുവച്ചു.

"ഞാനിന്നു പോണു."

"വാടക?" ശങ്കരൻ വീണ്ടും ചോദിച്ചു.

ഞാൻ മറുപടി പറഞ്ഞില്ല.

"വാടക കൊണ്ടുവന്നിട്ട് നിങ്ങളുടെ ഈ സാധനങ്ങൾ കൊണ്ടുപൊയ്ക്കോളൂ കേട്ടോ." വളരെ മധുരമായിട്ടുതന്നെയാണ് പങ്കജം പറഞ്ഞത്.

ഞാൻ ഷർട്ടു മാറി. പുറത്തേക്കു കടന്നപ്പോൾ പങ്കജം ചോദിച്ചു: "താക്കോലെവിടെ? ഡ്യൂപ്ലിക്കേറ്റില്ലാത്തതാണ്."

"അതാ." ഞാൻ ചൂണ്ടിക്കാട്ടിയിട്ടു തിരിഞ്ഞുനടന്നു. കോണിയിറങ്ങുമ്പോൾ ഹെഡ്മിസ്ട്രസ്സിന്റെ ഭർത്താവു പിന്നാലെ വരുന്നുണ്ടായിരുന്നു. ഗേറ്റിൽവെച്ച് അയാൾ ചോദിച്ചു: "നിങ്ങളും പോകുകയാണോ?"

"അതെ."

അയാൾ ഒന്നു നെടുവീർപ്പിട്ടു. ആ കൺപീലികൾ നനഞ്ഞിരുന്നു. ഞങ്ങൾ പരസ്പരം നോക്കി സ്വല്പനേരം നിന്നു. എന്നെത്തന്നെയാണു മുമ്പിൽ കാണുന്നതെന്നു തോന്നി. അയാൾക്ക് എന്തു തോന്നിയോ?

"തക്കാളി വേണോ?" അടുത്തുനിന്ന് ഒരു ചോദ്യം.

"വേണം." ഞാൻ പോക്കറ്റു തപ്പി. ഒമ്പതിൽച്ചില്വാനം അണയുണ്ട്. രണ്ടു പഴുത്ത തക്കാളി വാങ്ങി. ഒന്നു മിസ്ട്രസ്സിന്റെ ഭർത്താവിനു കൊടുത്തിട്ടു പറഞ്ഞു: "തിന്നോളൂ. വിറ്റാമിനുള്ളതാണ്."

മറ്റേ തക്കാളി കടിച്ചുതിന്നുകൊണ്ടു ഞാൻ റോഡിലേക്കിറങ്ങി. കൈവീശി നടക്കാം. പെട്ടിയും ബെഡ്ഡിങ്ങും പേറണ്ടല്ലോ. ആ കവിതാശകലം ചെവിയിൽക്കിടന്നു മൂളി. ജീവിതപതംഗമേ... ഈ തക്കാളി നന്ന്. ആ കവിതയും നന്ന്.

■

നനഞ്ഞ ഒരു രാത്രി

സന്ധ്യയ്ക്കു കുറെ മുമ്പുതന്നെ മഴ ആരംഭിച്ചിരുന്നു. ഒരു പതിഞ്ഞാട്ടത്തിന്റെ പാകത്തിൽ തുടങ്ങി അടിക്കടി കയറിവന്നു. മഴക്കാലത്ത് വയനാടൻകുന്നുകളിൽ സന്ധ്യ വേഗത്തിൽ വന്നുചേരുന്നു. അതോടെ എന്തെന്നില്ലാത്ത ഒരു ഏകാന്തതയും വിഷാദവും ചുറ്റിപ്പറ്റിക്കൂടുകയും ചെയ്യും. പച്ചക്കടൽപോലെ പരന്നുകിടക്കുന്ന ചായത്തോട്ടങ്ങൾക്കിടയിലുള്ള കൂലിപ്പാടികളിൽനിന്നു കുട്ടികളുടെ കരച്ചിലും തള്ളമാരുടെ ശകാരവും അച്ഛന്മാരുടെ ആവലാതിയും ഇടകലർന്നു കേൾക്കാം. കുന്നിൻ ചെരുവുകളിൽനിന്നു രാത്രിയെ സ്വാഗതം ചെയ്യുന്ന കുറുക്കന്റെ ഓരികൾ ആ വിഷാദമൂകതയ്ക്കു കനംകൂട്ടുകയാണ്. തലയിൽനിന്നു തൂക്കിയിട്ട കരിമ്പടപ്പുതപ്പുമായി വേലകഴിഞ്ഞു തിരിച്ചുപോകുന്ന ചപ്പുനുള്ളുകാരിപ്പെണ്ണുങ്ങൾ, വേദനാനിർഭരങ്ങളായ രാത്രികളെപ്പോലെ, അതിലേ കടന്നുപോയി. ആ കരിമ്പടപ്പുതപ്പിനുള്ളിൽ സ്പന്ദിക്കുന്ന ഹൃദയങ്ങളും അത്ര ഇരുണ്ടവയാണോ? ദൂരെ കുന്നിൻമുകളിലുള്ള ഒരു ബംഗ്ലാവുമാത്രം വെളിച്ചം നിറഞ്ഞ് ആ കുന്നിന് ഒരു കനകക്കിരീടംവച്ചപോലെ നിന്നിരുന്നു. തോട്ടമുടമയുടെ ആ ബംഗ്ലാവിനെയും 'പാടി'കളിലേക്ക് ഇഴഞ്ഞുനീങ്ങുന്ന ഈ ചപ്പുനുള്ളുകാരികളേയും മാറിമാറി നോക്കിക്കൊണ്ടു ഞാൻ കുറേനേരം ഇരുന്ന് ഒന്നുരണ്ടു പുസ്തകങ്ങളെടുത്ത് അങ്ങോട്ടുമിങ്ങോട്ടും മറിച്ചുനോക്കി. ഒന്നും വായിക്കാൻ തോന്നുന്നില്ല. ഹൃദയം അവ്യക്തമായ ഏതോ ദുഃഖംകൊണ്ടു നിറഞ്ഞിരിക്കുന്നു. അവിടേക്ക് പുതുതായി ഒന്നും കടക്കുന്നില്ല. പുറത്തേക്കിറങ്ങാനും സാധ്യമല്ല. കനത്ത മഴ. മുറിയിൽ അങ്ങോട്ടുമിങ്ങോട്ടും ഉലാത്തിക്കൊണ്ടു കുറച്ചുനേരം കഴിച്ചുകൂട്ടി. ഹൗ, എന്തു കടിച്ചുതിന്നുന്ന തണുപ്പ്. ചൂടുപിടിപ്പിക്കാവുന്ന ഒരു ചിമ്മിനി ഈ മുറിയിൽ ഉണ്ടായിരുന്നെങ്കിൽ എന്നു ഞാൻ ആശിച്ചു. ദരിദ്രനായ ഒരെഴുത്തുകാരന്റെ അനേകം വ്യർഥാഭിലാഷങ്ങളിൽ ഒന്ന്! അപ്പോൾത്തന്നെ ആ കൂലിക്കാരുടെ പാടികളെപ്പറ്റിയും എനിക്കോർമ്മ വന്നു. കാലിത്തൊഴുത്തുപോലെ ഓതം കയറിയ നിലത്തു വിരിച്ച ഓലപ്പായയിൽ ചുരുണ്ടുകൂടി, മാറോടു മാർ ചേർന്നു ചൂടുപിടിപ്പിച്ചു കിടക്കുന്ന സ്ത്രീകളും പുരുഷന്മാരും; അര കിടുങ്ങി, വയർ വീർത്ത് നെഞ്ചു

കൂരച്ച്, ഓന്തുകളെപ്പോലെയായ പിഞ്ചുകുട്ടികൾ – അങ്ങനെ രണ്ടു തലമുറയുടെ ദുരിതസമ്പൂർണ്ണമായ ജീവിതം എന്റെ മനസ്സിലൂടെ ഒന്നു നിഴലിച്ചുപോയപ്പോൾ, ഞാൻ എന്നെത്തന്നെ വിളിച്ചു: “എടോ, ഭാഗ്യവാനേ!”

കിടന്നുറങ്ങുവാൻ ഒരു മുറിയുണ്ട്; കുറച്ചൊക്കെ ഭക്ഷണവും കഴിക്കുന്നു. ആകപ്പാടെ സ്ഥിതി മോശമല്ല!

അപ്പോഴും കുന്നിൻമുകളിലെ വെളിച്ചംനിറഞ്ഞ ബംഗ്ലാവ് എന്റെ ദൃഷ്ടയിൽപ്പെട്ടു. ഓ, എത്ര നല്ല വെളിച്ചം! അവിടെ ചൂടുപിടിപ്പിക്കുന്ന ചിമ്മിനിക്കുഴലുകളും കമ്പിളിപ്പുതപ്പുകളും പതുത്ത കിടക്കയും കൈ കഴുകുവാൻ ചൂടുവെള്ളവുമുണ്ടാകും. വറുത്ത ഇറച്ചിയും ചുട്ട റൊട്ടിയും! ഒരു ദിവസം അവിടെ താമസിക്കാൻ കഴിഞ്ഞില്ലെങ്കിൽ! നിഷ്ഫലങ്ങളായ അഭിലാഷങ്ങൾക്കു വിത്തുപാകിക്കൊണ്ട് സമയം കഴിക്കുകയാണ് ഞാൻ.

മഴ അപ്പോഴും ശക്തിയിൽ പെയ്യുകയാണ്. ഇരുട്ടിന്റെ കരിമ്പടം പ്രപഞ്ചത്തെയാകെ മൂടിപ്പുതപ്പിച്ചു കഴിഞ്ഞു. ഊണുകഴിക്കുക എന്നൊരു പണിയുള്ളതും തീർന്നു. ഇനി എന്തു ചെയ്യണം? ഞാൻ വിരിപ്പു നിവർത്തി ക്കിടന്നു. അവ്യക്തങ്ങളായ വീഥികളിലൂടെ മനസ്സു സഞ്ചരിച്ചു. ആ സഞ്ചാരവീഥി ആദിമമനുഷ്യനിൽനിന്നു തുടങ്ങി. ഒരുതരത്തിലല്ലെങ്കിൽ മറ്റൊരുതരത്തിൽ അടർന്നുവീണ ഹൃദയങ്ങളെക്കൊണ്ട് ആ വഴി പാകിയിട്ടുള്ളതായി എനിക്കു തോന്നി. രക്ഷയ്ക്കുവേണ്ടി മനുഷ്യർ കൂട്ടംകൂടി ജീവിച്ച് ഒടുവിൽ ആ കൂട്ടംതന്നെ അവന് ഉപദ്രവമായിത്തീർന്നു. അടിമകളുടെ പുറത്തുവന്നുവീഴുന്ന ചമ്മട്ടികളുടെ ശബ്ദം അപ്പോൾ എന്റെ ചെവിയിൽ വന്നവലച്ചു. മനുഷ്യർ പണ്ടങ്ങളെപ്പോലെ വില്ക്കപ്പെടുന്നു. കഴുത്തുപട്ടകളിൽ കൊളുത്തിയ ചങ്ങലകളോടുകൂടിയ മനുഷ്യാത്മാക്കൾ. അവർ ഇളകുമ്പോൾ കിലുക്കം കേൾക്കാം. ചങ്ങല പൊട്ടിക്കാൻവേണ്ടി മൂരിനിവരുന്നു; അവൻ ശ്വാസംമുട്ടി മരിക്കുന്നു. ജീവൻ കൊടുത്തും ചങ്ങല കളയണമെന്ന് എന്താണിത്ര വാശി? എന്തോ... ഒടുവിൽ ഒരു രാജാവു വന്ന് അവരെ സ്വതന്ത്രരാക്കുന്നു. പിന്നീടു രാജാവിന്റെ പല്ലക്കു ചുമക്കുന്നു. അമാലന്മാരുടെ പാട്ടുകളാണ് അപ്പോൾ കേൾക്കുന്നത്. ആ പാട്ടുകൾക്ക് അക്ഷരമില്ല. ഒരുതരം മൂളൽ മാത്രമേ ഉള്ളൂ. അവർക്കു മൂളിയും ചുമന്നും മടുത്തുവെന്നു തോന്നുന്നു. അവർ പല്ലക്കുകൾ താഴെയിട്ടു. പിന്നെ അടിയും ഇടിയും ചവിട്ടും – കോലാഹലം. എല്ലാം ചെവിയിൽ വന്നു മുഴങ്ങുന്നു. ഛേ! ഞാനെന്തൊക്കെയാണു വിചാരിക്കുന്നത്? ചത്തുപോയ ശബ്ദങ്ങൾക്കു നടുവിൽ ഞാനെന്തിനു ജീവിക്കണം? വർത്തമാനകാലം തന്നെ ആവുന്നത്ര ദുഃഖമുണ്ടാക്കാൻ പോന്നതാണ്. ഞാൻ ചുറ്റും കാണുന്നതെന്തൊക്കെയാണ്? തിരിഞ്ഞുകൊണ്ടിരിക്കുന്ന റാട്ടുകൾ, ചായച്ചെടികൾ, വിളർത്ത കവിളുകൾ, വിഷാദമോലുന്ന കണ്ണുകൾ, ജീവിതത്തിനുനേർക്കു ചോദ്യചിഹ്നങ്ങൾ ഉയർത്തിയപോലെയുള്ള മനുഷ്യശരീരങ്ങൾ, ഞരക്കങ്ങൾ, നിലവിളികൾ,

ശാപവാക്കുകൾ – അങ്ങനെ പലതും ഹൃദയത്തിലൂടെ കടന്നുപോയി. പതുക്കെപ്പതുക്കെ ഉറക്കം കൺപോളകളെ കനപ്പിക്കുന്നുണ്ട്. യാഥാർത്ഥ്യങ്ങളും സ്വപ്നങ്ങളും കൂടിക്കലരുന്ന എന്റെ മനസ്സ്, മുൾനിറഞ്ഞ പനിനീർച്ചെടിപോലെയായി. മുള്ളുകൾ പതുക്കെ കൊഴിഞ്ഞുപോകുന്നു; പൂക്കൾ വിടർന്നുവരുന്നു. അങ്ങനെ എത്ര പൂക്കൾ വിടർന്നുവെന്നറിയില്ല.

ടക്-ടക്-ടക് ആ ശബ്ദം കേട്ടാണ് ഞാൻ ഉണർന്നത്. എന്താണത്? ചെവിയോർത്തു. ആരോ വാതിൽക്കൽ മുട്ടുന്നു. ആരാണ് അർദ്ധരാത്രിക്ക് വാതില്ക്കൽ മുട്ടുന്നത്? ഞാൻ അനങ്ങാതെ കിടന്നതേയുള്ളൂ. അനക്കമില്ലാതെ കാണുമ്പോൾ, മുട്ടിയവൻ അങ്ങു കടന്നുപൊയ്ക്കൊള്ളും.

ടക്-ടക്-ടക് – ആ മുട്ടു തുടരുകയാണ്. എന്നല്ല, മെല്ലെ മെല്ലെ മുട്ടലിന്റെ ഊക്കു വർദ്ധിക്കുകയും ചെയ്യുന്നു. ശല്യം! ഫാക്ടറി വാച്ച്മേൻ തിമ്മയ്യനാവാം. ഉണർന്നു ചെന്നാൽ അവൻ കൈയുംനീട്ടി പറയും: “സാർ, കൊഞ്ചം തുബാക്കോ!”

സാധ്യമല്ല. ഞാൻ കമിഴ്ന്നുകിടന്നു. ഈ പെരുമഴയത്തു റാന്തലുമെടുത്ത് ‘തുബാക്കോ’ വാങ്ങാൻ വന്നിരിക്കുന്നു.

ടക്-ടക്-ടക് – ഓഹോ! ഒഴിയാനുള്ള വട്ടമല്ല. ഈ തണുപ്പിൽ എന്നെ ദ്രോഹിച്ച് എഴുന്നേല്പിക്കുന്നത് അവനു നല്ലതിനാവില്ല. ‘തുബാക്കോ’ കൊടുക്കാനില്ലെന്നല്ല ഞാൻ അവന്റെ പിൻകുടുമ പിഴുതെടുക്കുകയും ചെയ്യും!

വാതില്ക്കലുള്ള മുട്ടു വർദ്ധിച്ചുകൊണ്ടേയിരിക്കുന്നു. “ഞാൻ മരിച്ചുപോയി, തിമ്മയ്യ!” എന്നു കിടന്ന കിടപ്പിൽനിന്ന് ഉറക്കെ വിളിച്ചുപറഞ്ഞാലെന്താണെന്നു തോന്നി. പക്ഷേ, പറഞ്ഞില്ല. എഴുന്നേറ്റു വാതില്ക്കലേക്കു ചെന്നു. വാതിലിനു പിറകിൽനിന്നു ചോദിച്ചു.

“ആരത്?”

“ഈ ബാതിലൊന്നു തുറക്കേ!” മഴയുടെ ഇരമ്പലിന്നിടയിലൂടെ ഒരു നേർത്ത ശബ്ദം കേട്ടു. അതൊരു പുതിയ ശബ്ദമാണല്ലോ. തിമ്മയ്യയുടെ ശബ്ദം പരുക്കനാണ്. ആരായിരിക്കും? വാതിൽ തുറക്കണോ? വീണ്ടും ആലോചിച്ചു. ആശങ്കയും ഉത്കണ്ഠയും. വരുന്നതു വരട്ടെ എന്നുവച്ചു ഞാൻ ചെന്നു വാതിലിന്റെ തഴുതുനീക്കി. എന്റെ മുമ്പിൽ അതാ, ഒരു മനുഷ്യരൂപം!

അതു തിമ്മയ്യയല്ല; എന്നിട്ടും ഞാൻ ഞെട്ടിയില്ല. പക്ഷേ, വാക്കുകൾ തൊണ്ടയിൽ തടഞ്ഞുനിന്നു. ഒടുവിൽ ഞാൻ ചോദിച്ചു:

“ഉം.”

“മയ! അപ്പടി നനഞ്ഞ്, ഇച്ചിരി ഥലം കിട്ടിയാൽ നിക്കായിര്ന്ന്.” അതൊരു സ്ത്രീശബ്ദമായിരുന്നു. ആ അർദ്ധരാത്രിക്ക് എന്റെ മുറിയിലേക്ക് ഒരു സ്ത്രീയെ കടക്കാൻ അനുവദിക്കാനോ? അതും ഏതു

സ്ത്രീയെന്നുപോലും അറിയാതെ. ആളുകളെ ഭയപ്പെടേണ്ടേ! ഞാൻ ഒരാപത്തിന്റെ മുമ്പിൽ വാതിൽ മലർക്കേ തുറന്നിട്ടിരിക്കുകയാണ്. ഈ അർദ്ധരാത്രിക്കു വിളിക്കുന്നത് ഒരു സ്ത്രീയാകുമെന്നു ഞാൻ എങ്ങനെ വിചാരിക്കും? കുറച്ചു 'തുബാക്കോ' വാങ്ങുകയും മൈസൂറിൽ താമസി ക്കുന്ന തന്റെ കൊച്ചുമകളെപ്പറ്റി കുറെ കഥകൾ എനിക്കു നല്കുകയും ചെയ്യുന്ന ആ നല്ലവനായ തിമ്മയ്യയായിരുന്നു മുമ്പിലെങ്കിൽ എത്ര നന്നായിരുന്നുവെന്ന് അപ്പോൾ ഞാൻ ആഗ്രഹിച്ചു. ഒരു കഷ്ണം പുകയില നഷ്ടപ്പെടും. കർണ്ണാടകച്ചുവയുള്ള തമിഴിൽ പറയപ്പെടുന്ന അയാളുടെ കുടുംബകഥ സ്വല്പം കേൾക്കുകയും വേണം. അത്രയേ ഉള്ളൂ. നാളെ ക്കാലത്ത് അത് ഒരാപത്തുംവരുത്തിവയ്ക്കില്ല. പക്ഷേ, ഈ സ്ത്രീയോ?

ആ സ്ത്രീ അപ്പോഴും നനഞ്ഞ കോഴിയെപ്പോലെ ചൂളിപ്പിടിച്ചുകൊണ്ട് എന്റെ മുമ്പിൽ നില്ക്കുകയാണ്. അവൾ നില്കുന്നിടത്തും മഴവെള്ളം വീഴുന്നുണ്ട്.

'ബെറച്ചു ചത്തു പൊഗ്ഗും. ഇച്ചിരി കേറിനിക്കാൻ ഥലം തരണേ!" ദയനീയമായിരുന്നു ആ അഭ്യർത്ഥന. അത് എന്നെ വിചാരങ്ങളിൽനിന്നു തട്ടിയുണർത്തി. അതൊരു മനുഷ്യജീവിയാണ്. ഞാനൊരു മനുഷ്യനും!

"അകത്തുവരൂ." ഞാൻ പറഞ്ഞുപോയി. അവൾ അകത്തേക്കു കടന്നപ്പോൾ, ഞാൻ വാതിൽ ഭദ്രമായി അടച്ചു. എന്നിട്ട് വിളക്കിലെ തിരി നീട്ടി അവളെ ആകെയൊന്നു നോക്കി. വെള്ളത്തിൽ മുക്കിയെടുത്ത ഒരു സ്ത്രീരൂപം. ഉടുതുണിത്തുമ്പിൽനിന്ന് നിലത്തു വെള്ളം ഇറ്റിറ്റു വീഴുന്നു.

"ഇതാ, പിൻപുറത്തെ മുറിയിലേക്കു പൊയ്ക്കൊള്ളൂ. ഇതൊക്കെ പിഴിഞ്ഞെടുക്കുവാൻ അവിടെ സൗകര്യമുണ്ട്."

ഞാൻ വിളക്കെടുത്തു വഴി കാണിച്ചു. മുറിയിലേക്കു കടക്കുമ്പോൾ അവളെ ഒന്നു നോക്കി. ഇരുപത്താറു വയസ്സിലധികമില്ല. വെള്ളത്തുള്ളി കൾ അവളുടെ നാസാഗ്രത്തിൽനിന്നു മിന്നുന്നു. കവിളുകൾ അല്പം തൂങ്ങിയിട്ടില്ലേ? തലയിലിട്ട തട്ടനിൽനിന്നു വെള്ളത്തുള്ളികൾ അവളുടെ ചുമലിൽ ഊർന്നൂർന്നു വീഴുകയാണ്.

"ഉം. ചെല്ലൂ. പിഴിഞ്ഞു തോർത്തൂ."

പിമ്പുറത്തെ മുറിയിലേക്ക് അവളെ കടത്തിവിട്ടുകൊണ്ടു ഞാൻ വാതിൽ ചാരി.

കിലുകിലു-കിലുകിലു... ആ കൈകളിലെ കുപ്പിവളകളുടെ കിലുക്കം എന്റെ മുറിയിലിരുന്നാൽ കേൾക്കാം. തലതോർത്തുകയായിരിക്കണം, കടിച്ചുതിന്നുന്ന ഈ തണുപ്പിൽ ഈറനും ചുറ്റി കഴിച്ചുകൂട്ടിയാൽ, പുലരാറാവുമ്പോഴേക്കും അതു സിദ്ധികൂടും. അയ്യോ, പിന്നെ ഞാനതിനു ജവാബു പറയേണ്ടിവരും. ആകപ്പാടെ ആപത്തായി. എവിടെയെല്ലാമോ പിഴച്ചിട്ടുണ്ട്. ഞാനെന്തിനേ വാതില്ക്കലെ മുട്ടലിനു ചെവികൊടുത്തത്? അല്ലെങ്കിൽ, എന്തിനേ ഇത്രയും താമസിക്കുന്നതുവരെ ഉറങ്ങാതിരുന്നത്?

നേരത്തേ കിടന്നു കാലത്തെ എഴുന്നേല്ക്കുക എന്ന ഉപദേശം വളരെ സാരവത്താണ്. കേട്ടില്ലെന്നുവച്ചു കിടന്നാൽ മതിയായിരുന്നു. തിമ്മയ്യ യായിരുന്നെങ്കിൽത്തന്നെ എന്താണ്? ഞാൻ അയാളെ ഭയപ്പെടണമോ? ആ 'തുബാക്കോ' ഭിക്ഷക്കാരൻ പതിവുകാരനായതാണ് ഈ അബദ്ധം പറ്റാൻ കാരണം. അസത്തു തന്ത!

കിലുകിലു... അപ്പോഴും വളകിലുക്കം അടുത്ത മുറിയിൽനിന്നു കേൾക്കാം. ദ്രോഹം. എന്റെ മുറിക്കുതൊട്ട് ഒരു വളക്കിലുക്കം. ഇതാരുടെ യെങ്കിലും ചെവിയിൽ പെട്ടാലോ! മഴ ശക്തിയിൽപ്പെയ്യുന്നതു നന്നായി. പേമാരിയുടെ ശബ്ദത്തിൽ കൈവളക്കിലുക്കങ്ങൾ മുങ്ങിപ്പോകും.

എങ്കിലും പുലരുന്നതുവരെ ഈ ജീവിയെ ചാവാതെ കഴിക്കണമല്ലോ.

പക്ഷേ, ഞാൻ എന്തു ചെയ്യും? ചുറ്റും നോക്കി. ക്ലോത്ത് സ്റ്റാന്റിൽ കൊടിക്കൂറപോലെ തൂങ്ങിക്കിടക്കുന്ന ഒരു മുണ്ടു വലിച്ചെടുത്ത്, ആ മുറി യിലേക്ക് എറിഞ്ഞു പറഞ്ഞു:

“ഇതാ ഇതെടുത്ത് ഉടുത്തോളൂ!”

“വേണ്ട, ഞമ്മള് ഇതുതന്നെ ഉടുത്തോളാം.”

“ഇതെടുത്തോളൂ.”

“ഇങ്ങക്ക് പുത്തിമുട്ടാവും.”

“ഇല്ല.”

പിന്നെ സ്വല്പനേരത്തിനു നിശ്ശബ്ദത. അപ്പോൾ മറ്റൊരു കാര്യം ഓർമ്മവന്നു. ഉണങ്ങിയ മുണ്ടുടുത്ത് നനഞ്ഞ കുപ്പായമിടാനോ? ഒരവി വാഹിതന്റെ മടയിൽ ബ്ലൗസുണ്ടാകുന്നതെങ്ങനെ? മുണ്ടു മാറ്റിയതു കൊണ്ടു വലിയ പ്രയോജനമൊന്നുമില്ല. എന്റെ ബുദ്ധി കിണഞ്ഞു പരി ശ്രമിച്ചു. ഒരു യുക്തി കണ്ടെത്തി. പെട്ടി തുറന്നു. ടെന്നീസ് കോളറുള്ള ഒരു ബനിയൻ ഞാൻ പുറത്തേക്കെടുത്തു. പകുതി രോമവും പകുതി പരുത്തിയും കൂട്ടി നെയ്ത ആ രസികൻസാധനം എനിക്ക് ഊട്ടിയിലുള്ള ഒരു സുഹൃത്തു സമ്മാനിച്ചതാണ്. ആ ബനിയൻ കൈയിലെടുത്തപ്പോൾ എനിക്ക് ആ സുഹൃത്തിനെ ഓർമ്മവന്നു. അദ്ദേഹത്തിന്റെ കൊച്ചുമക ളുടെ നൊണ്ണുകാട്ടിക്കൊണ്ടുള്ള ചിരിയും. അവശനായ എനിക്ക് അവ രുടെ വീട്ടിൽ രക്ഷനല്കിയതിനെപ്പറ്റിയും ഞാനോർത്തു. അന്നവർ എന്നെ സഹായിച്ചിരുന്നില്ലെങ്കിൽ, ഞാൻ ന്യൂമോണിയ പിടിച്ചു ചത്തുപോയേനെ. മറ്റുള്ളവരുടെ സഹായം കൈക്കൊണ്ട ഞാൻ എന്റെ വീട്ടിൽ കയറി വന്ന ഒരനാഥജീവിയെ തണുത്തുവിറച്ചു ചാകാൻ വിടണോ? ഞാൻ അവ ളുടെ നേരെ ബനിയൻ നീട്ടിയിട്ടു പറഞ്ഞു:

“ഇതു പറ്റുമെങ്കിൽ എടുക്കാം.”

“വേണ്ട,” അവൾ എന്നെ ദയാപൂർവം നോക്കിക്കൊണ്ടു തുടർന്നു: “ഞമ്മള് ഇങ്ങളെ പുത്തിമുട്ടിക്കാ.” ഒടുവിലത്തെ വാക്കുകൾ സ്വല്പം

തൊണ്ടവിറയലോടെയായിരുന്നു. ദയയും ചിലപ്പോൾ മനുഷ്യരെ കരയിപ്പിക്കും. ദയയുടെ നേർക്കു ഞാനും കണ്ണുനീർ തൂകിപ്പോയിട്ടുണ്ട്.

"എനിക്ക് ആവശ്യമില്ലാത്തതാണ്. എടുക്കാം", എന്നൊരു നുണയും പറഞ്ഞു ഞാൻ അത് അവളുടെ നേർക്ക് എറിഞ്ഞു. മിണ്ടാതെ വന്നു. ഞാൻ കുമ്പിട്ടിരുന്ന് എന്തൊക്കെയോ മനോരാജ്യങ്ങൾ വിചാരിച്ചു. ഭയവും അപമാനഭീതിയും അനുകമ്പയും എല്ലാംകൂടി ഹൃദയത്തിൽ കുത്തിമറിയുകയാണ്. ദൂരത്ത് എന്നെ പ്രതീക്ഷിച്ചുകൊണ്ടിരിക്കുന്ന കാമിനിയുടെ പ്രേമലേഖനം നാലാവൃത്തി വായിച്ചിട്ട്, സുഖമായി കിടന്ന് ഉറങ്ങിയിരുന്നെങ്കിൽ! ഉണർച്ചപോലെതന്നെ ആവശ്യമാണ് ഉറക്കവും. രാത്രിയിൽ ഉറങ്ങാതെ പ്രകൃതിയെ വെല്ലുവിളിച്ചതിനുള്ള ശിക്ഷയാണോ ഇത്? നാളെ കാലത്ത് എന്തു സംഭവിക്കും എന്നത് ഒരു പ്രശ്നമായിരിക്കുന്നു. പല മുഖങ്ങളും ഹൃദയത്തിലൂടെ കടന്നുപോവുകയാണ്: എന്റെ അമ്മ, സഹോദി, കാമിനി, സഹോദരപത്നി. എനിക്കു പ്രിയപ്പെട്ട എല്ലാ സ്ത്രീകളുംകൂടി ഹൃദയത്തിലൂടെ ഒരു ഘോഷയാത്ര. അവരെല്ലാം മഴ നനഞ്ഞൊലിച്ചും ഏങ്ങലടിച്ചുമാണ് നടക്കുന്നത്. ഈ അപകടകരമായ നിമിഷത്തിൽ എന്തിനാണ് ഇതെല്ലാം ഓർമ്മവരുന്നത്! ഈശ്വരനുമാത്രം അറിയാം!

"ഇങ്ങള് കിടന്നോളീ. ഞമ്മള് ഇബടെ നിന്നോളാം."

പിൻപുറത്തെ മുറിയുടെ വാതില്ക്കൽ വന്നുനിന്ന് ആ സ്ത്രീ പറഞ്ഞു. മുണ്ടും കോളർബനിയനും അണിഞ്ഞുകൊണ്ടുള്ള ആ നില്പ്, മറ്റൊരു സമയത്താണെങ്കിൽ, എന്നെ പൊട്ടിച്ചിരിപ്പിക്കുമായിരുന്നു.

പക്ഷേ, അപ്പോൾ ഭയമാണു തോന്നിയത്. ഞാൻ അപകടത്തെ വേഷം അണിയിച്ചു നിർത്തിയിരിക്കുകയാണ്.

ആ കണ്ണുകളിൽ വിഷാദം തങ്ങിനിന്നു; പക്ഷേ, ചുണ്ടിൽ പുഞ്ചിരിയാണ്. എല്ലാ സഹാനുഭൂതിയും അർഹിക്കുന്ന പച്ചയായ മനുഷ്യജീവിതം, മുമ്പിൽ. അപ്പോഴും ദൂരെ പ്രതീക്ഷിച്ചിരിക്കുന്ന, കഴുത്തിൽ കാക്കപ്പുള്ളിയുള്ള പെണ്ണിന്റെ രൂപം ഹൃദയത്തിലൂടെ കടന്നുപോയി.

"നിങ്ങളുടെ പേര്?"

"കദീജ."

"രാജ്യം?"

"മഞ്ചേരീല്."

"മഞ്ചേരീലെവിടെ?"

"മഞ്ചേരിയൊക്കെ അറിയോ?"

"ഉം."

"ബാല്യേ പള്ളി അറിയോ?"

"ഉം."

“അബിടന്ന് ഇച്ചിരി കെയ്ക്കോട്ടു പോണം.”

“ഇവിടെ വരാൻ?”

“തോട്ടത്തിലാർന്ന്.”

“എന്നിട്ട്?”

അവൾ കീഴ്പോട്ടു നോക്കി നിശ്ശബ്ദയായി നിന്നു. പുറത്തു മഴത്തുള്ളികൾ ഇറ്റുവീഴുന്ന ശബ്ദം വ്യക്തമായി കേൾക്കാമായിരുന്നു.

“തോട്ടത്തിൽനിന്നു പോവുകയാണോ?”

“തന്നെ.”

“കാരണം?”

“നിക്കാൻ കയ്യൂല. നിന്നാ മയ്യത്താവും.” ഖദീജയുടെ ശബ്ദം ഇടറുന്നുണ്ടായിരുന്നു. അവളെങ്ങാനും പൊട്ടിക്കരഞ്ഞേക്കുമോ? അയ്യോ! ചോദ്യവും വേണ്ട; ഉത്തരവും വേണ്ട. ഞാൻ താടിക്കു കൈയുംകൊടുത്തു നിശ്ശബ്ദനായി ഇരുന്നു.

“ഞമ്മളെ സയ്ത്താൻ പുടിച്ചപ്പളേ ഇമ്മലേലിക്ക് പോരാൻ തോന്നീത്.”

“കൂലി കിട്ടില്ലേ?”

“അതൊക്കെ മേസ്തിരി മേങ്ങും. പിന്നെ ഓരടെ സുമ്മ് സഹിക്കൂല. ഉമ്മീം ബാപ്പീം മരിച്ചപ്പോ ഞമ്മള് കസ്റ്റത്തിലായി. ബല്ലിച്ച പണീം കിട്ടാൻ ഇമ്മിണി തേടി. കിട്ടീല.”

“അവിടെ പണക്കാരായ മുസ്ലീമിങ്ങൾ ഇല്ലേ?”

“പൈക്കുന്നോരടെ അടുത്ത് ഇസ്ലാമും കാഫറും ഒക്കെ ഒന്നുതന്നെന്നു കൂട്ടിക്കോളീ. ഞമ്മള് ഇമ്മിണി ബല്യോലെ കണ്ട്. കൊണം കിട്ടീല. അപ്പൊളാ മേസ്തിരി ബന്നത്. അങ്ങാളു പറഞ്ഞു ബയനാട്ടില് പെരുത്തു സൊഹാന്ന്. നയിച്ചു കയ്യാന്നും ബെച്ചു ഞമ്മളു പോന്ന് ഇബടെ ബന്നപ്പോളല്ലേ കാര്യം തിരിഞ്ഞത്! കുറുക്കനെ പേടിച്ചോടി, നരീന്റെ ബായേച്ചെന്നു ചാടി.”

അവൾ നിർത്തി. തോട്ടങ്ങളിലെ കൂലിക്കാരുടെ ജീവിതത്തെപ്പറ്റി സാമാന്യബോധം ഉണ്ടായിരുന്ന എനിക്ക് ആ വാക്കുകൾ തികച്ചും വിശ്വാസ്യങ്ങളായി തോന്നി. അവിടെ ചായപ്പൊടി സൂക്ഷിച്ചു പാക്കു ചെയ്യുന്നു. മനുഷ്യാത്മാക്കൾ അലഞ്ഞുനടക്കുന്നു.

ഞാൻ വീണ്ടും ഖദീജയെ നോക്കി. പ്രയത്നശക്തി അപ്പോഴും കരിഞ്ഞുപോയിട്ടില്ല.

“നാട്ടിലേക്കാണോ?”

“ഒന്നും ഉറച്ചില്ല.”

“പിന്നെ?”

"ഇമ്മലേന്ന് ഇറങ്ങണം. പടച്ചോനെത്തിച്ചിട്ട്, അതിന്റെ ഇടയ്ക്ക് ഓല് പുടികൂടാഞ്ഞാല് ഞമ്മള് ജയിച്ച്."

"ആരു പിടികൂടാൻ?"

"മേസ്തിരി."

"എന്തിന്?"

"കടം ബാക്കി ഉണ്ടുപോലും."

"കടം വാങ്ങിയിട്ടുണ്ടോ?"

"തോട്ടപ്പണീല് കടം ബീടൂല. മേങ്ങ്യാലും മേങ്ങീലെങ്കിലും പൊഗ്ഗാന്ന് ബെച്ചാല് ഇക്കടത്തിന്റെ പേരും പറഞ്ഞിട്ട് പിന്നാലെ പാഞ്ഞെത്തി പുടിക്കും. പിന്നെ ന്റെ റബ്ബേ! അടീം കുത്തും." അവൾ ഭയപ്പെട്ടു വിറയ്ക്കുന്നതുപോലെ തോന്നി. ഖദീജ ഒന്നു നെടുവീർപ്പിട്ടു.

"ഭയപ്പെടേണ്ട. ഇതൊക്കെ എന്നോടു തുറന്നുപറയാൻ ധൈര്യപ്പെട്ട തെന്തേ?"

"ഞമ്മള് ഇങ്ങളെ നുമ്പേ കണ്ടടക്ക്ണ്. പടച്ചോനെ തേട്ടമുള്ളോരെ കണ്ടാൽ തിരിയൂലേ!"

ആവോ! എനിക്കിതുവരെ കണ്ടതുകൊണ്ടുമാത്രം ഒരാളുടെയും ഹൃദയം അറിയാൻ കഴിഞ്ഞിട്ടില്ല. മറിച്ച്, മേൽവിലാസം കണ്ടു വിശ്വ സിച്ചു കുറച്ചൊക്കെ ചതിപറ്റിയിട്ടുമുണ്ട്. പക്ഷേ, എനിക്കെന്റെ നായയെ മണത്തറിയാൻ വയ്യ. അതു ഞാൻ നടന്നുപോയ വഴി മണത്ത് എന്നെ പിന്തുടരുന്നു!

ഞാൻ കൂടുതൽ സംസാരിച്ചിട്ടില്ല. ഒരു പായ ചുരുട്ടി അടുത്ത മുറി യിലേക്ക് ഇട്ടു.

"ബെള്ള കീറുന്നേന്റെ മുമ്പേ പോണം."

"അതിനിനിയും വളരെ കഴിയണം."

അവൾ പായയുമെടുത്തു വാതില്ക്കൽ നിന്നുപോയി. ഞാൻ വാതി ലടച്ച് അരമയിട്ടു. എന്നിട്ട് വിങ്ങുന്ന ഹൃദയവുമായി എന്റെ വിരിപ്പിൽ ച്ചെന്നു വീണു. അറിയാത്ത ജീവിതങ്ങൾ അപ്രതീക്ഷിതമായി കണ്ടെത്തി മുട്ടിത്തിരിഞ്ഞു പോകുന്നതിനെപ്പറ്റി ഞാൻ ആലോചിച്ചു.

ഞാനെന്തിന് ഈ മുറിയിൽ താമസിച്ചു? അവളെന്തിനിവിടെത്തന്നെ കയറി വന്നു? ഈ പ്രപഞ്ചത്തിൽ യാദൃച്ഛികസംഭവങ്ങൾപോലും, അടുക്കിലും ചിട്ടയിലുമാണോ വന്നുചേരുന്നത്? ആർക്കറിയാം!

ഞാൻ വളരെയധികം അന്നും ചിന്തിച്ചു. എന്നെപ്പറ്റിയായിരുന്നില്ല.

എപ്പോഴാണ് ഞാൻ ഉറങ്ങിയതെന്നറിയില്ല. രാവിലെ വിരിപ്പിൽനിന്ന് കൊട്ടിപ്പിടഞ്ഞ് എഴുന്നേറ്റു. പിൻപുറത്തെ മുറി തുറന്നുനോക്കി. ഖദീജ അവിടെ ഇല്ല. പായ ചുരുട്ടി ഒരു മുക്കിൽവച്ചിട്ടുണ്ട്. പിൻപുറത്തെ വാതിൽ

തുറന്നുകിടക്കുന്നു. അയലിൽ ഒരു കീറിയ കാച്ചിയും തുന്നിക്കൂട്ടിയ ഒരു കുപ്പായവും കിടക്കുന്നുണ്ട്. അവൾ പോയോ? ഹാവൂ, ആശ്വാസമായി!

പക്ഷേ, ഈ കുപ്പായവും കാച്ചിയും എന്തിനിവിടെ ഇട്ടുപോയി? ഇനി ഇതുകൊണ്ട് എന്തുചെയ്യും? എടുത്തു പുറത്തേക്കെറിയാൻ നിവൃത്തിയില്ല. ആളുകൾ കാണും. അന്വേഷണമാകും. ഞാൻ തലേന്നാൾ രാത്രി നടന്ന കഥ മുഴുവൻ വിസ്തരിക്കേണ്ടിവരും. പക്ഷേ, ഞാൻ പറയുന്നത് അവർ വിശ്വസിക്കുമോ? വീട്ടിൽ വച്ചാലോ? സ്നേഹിതന്മാർ കടന്നുവരും. അവർ ഇതെങ്ങാനും കണ്ടെത്തിയാൽ, ഉടനെ വിചാരണ ആരംഭിക്കും. ദുരിതമായി. ഹൗ, ഒരു ചെറിയ ദയയ്ക്കുപോലും സ്വന്തം കുരിശു ചുമക്കണം!

പെട്ടെന്ന് വാതിൽക്കൽ ഒരു മുട്ടുകേട്ടു. ഞാൻ വിറച്ചുപോയി. വല്ല സ്നേഹിതന്മാരുമായിരിക്കും. പിൻപുറത്തെ വാതിലടച്ചു തഴുതിട്ടതിനു ശേഷമേ ഞാൻ മുൻഭാഗത്തെ വാതിൽ തുറന്നുള്ളൂ.

പുകപിടിച്ച ഒരു റാന്തലും കൈയിൽ തൂക്കിക്കൊണ്ട് തിമ്മയ്യയുണ്ടു മുൻപിൽ:

"കൊഞ്ചം തുബാക്കോ, സാർ."

ഞാൻ ഒന്നും പറഞ്ഞില്ല. പുകയില എടുത്തുകൊടുത്തു. അവനു പോകാം. പക്ഷേ, തിമ്മയ്യൻ സംഭാഷണമാരംഭിക്കുകയാണ്:

"കാലം കെട്ടുപോച്ച്, സാർ."

"ഉം." ഞാൻ ഒന്നു മൂളി.

"നമ്പിക്കൈ ഇല്ലേ?"

"ഉം."

"ഇന്നേക്ക് ഒരു പൊണ്ണ് ശെയ്ത വേലൈ പാരുങ്കോ..." അയാൾ വിവരിക്കുകയാണ്. അവൾ വേഷംമാറി മലയിറങ്ങാൻ ശ്രമിച്ചുവെന്നും മേസ്തിരി കണ്ടെത്തി പിടിച്ചുകൊണ്ടുവന്നുവെന്നും അയാൾ വിസ്തരിച്ചു പറയുകയാണ്.

'കോളർബനിയനെല്ലാം പോട്ട് ആൺകോലമാഹേ..."

"അതിനു ഞാനെന്തുവേണം തിമ്മയ്യൻ!" സ്വല്പം ശുണ്ഠിയോടെയാണ് ഞാൻ പറഞ്ഞത്. എന്റെ ശുണ്ഠി തിമ്മയ്യനെയും സ്വല്പം അദ്ഭുതപ്പെടുത്തിയെന്നു തോന്നുന്നു.

"ഇല്ലൈ. നീങ്കൾ ഒന്നും വേണ്ടിയതില്ലൈ. ആന..."

"മതി. തിമ്മയ്യൻ പൊയ്ക്കൊള്ളൂ."

അയാൾ 'തുബാക്കോ' പൊട്ടിച്ചു വായിലിട്ടു റാന്തലും തൂക്കി നടന്നു. ഞാൻ ഉള്ളിൽക്കടന്നു വാതിലടച്ചു.

ആ കാച്ചിയും തട്ടനും അവിടെ അയലിൽ ആടിക്കളിക്കുന്നു. മൂന്നു വർത്തമാനപ്പത്രങ്ങൾ എടുത്തു. ആ കാച്ചിയും തട്ടനും പൊതിഞ്ഞു

ഭദ്രമായിക്കെട്ടി കക്ഷത്തുവച്ചു. വാതിൽ പൂട്ടി. ലോകത്തെ മുഴുവൻ മനസ്സുകൊണ്ടു ശപിച്ചിട്ട് തിരക്കിട്ടു നടന്നു.

ഞാൻ റാട്ടയുടെ മുൻപിലെത്തിയപ്പോൾ ആരോ ചോദിക്കുന്നതു കേട്ടു. “എല്ലി ഹോയിത്തരേ?”

തിരിഞ്ഞുനോക്കി. അഴിച്ചിട്ട പിൻകുടുമയും പുകപിടിച്ച റാന്തലുമായി തിമ്മയ്യൻ ഇളിച്ചുകൊണ്ടു നില്ക്കുന്നു.

“നിന്റെ തലയിലേക്ക്...” എന്നു ഞാൻ അയാളോടു പറഞ്ഞില്ല. മുഖം വെട്ടിച്ചു നടന്നതേയുള്ളൂ.

കുന്നുകയറി മറഞ്ഞു. ചായച്ചെടികൾക്കിടയിലൂടെ വളഞ്ഞുപോകുന്ന ഊടുവഴിക്കു വെച്ചടിക്കുകയാണ്. മൂടൽമഞ്ഞിലൂടെ പാറിവീഴുന്ന സൂര്യ കിരണങ്ങൾ നനഞ്ഞ ചായപ്പൊന്തകളിൽ അലുക്കു തൂക്കിയിട്ടുണ്ട്. അവ യെല്ലാം എന്റെ നേർക്കു പൊട്ടിച്ചിരിക്കുകയാണോ? ഞാൻ വീണ്ടും കയറി പ്പോയി; ഇറങ്ങി. ആ വഴി ഒരു കല്ലുവെട്ടാംകുഴിയുടെ അടുത്തുകൂടെയാ ണെന്ന് എനിക്കറിയാം. അവിടെ എത്തി ചുറ്റുംനോക്കി. കുഴിക്കടുത്തേക്കു നീങ്ങിനിന്നു. കൈ പൊക്കി. കക്ഷത്തുനിന്നു പൊതി താഴെ വീണു. കല്ലുവെട്ടാംകുഴിയിലേക്ക് ഉരുണ്ടുരുണ്ടു പോയി. അതൊരറ്റത്തു ചെന്നു തങ്ങി. ഞാൻ അതു നോക്കി സ്വല്പനേരം നിന്നു.

അപ്പോൾ ഇടിയും ചവിട്ടും സഹിക്കുന്ന ഒരു സ്ത്രീയുടെ രൂപം എന്റെ മനസ്സിലൂടെ കടന്നുപോയി.

ചായത്തോട്ടത്തിലെ കാനൽമരങ്ങൾക്കിടയിലൂടെ, തേങ്ങിക്കൊണ്ട് ഒരു കാറ്റു കടന്നുപോയി. ഞാൻ തിരിഞ്ഞുനടന്നു.

■

വെളിച്ചത്തിനും ഇരുട്ടിനുമിടയിൽ

"ഏടത്തിയമ്മേ!"

"ഓ!"

"എത്ര നേരമാ കാത്തിരിക്കുക?"

"ഞാൻ വിലക്കിയിട്ടാണോ ഊണുകഴിക്കാത്തത്?"

"കാത്തിരുന്നു ഗതികെട്ടു."

"വന്നോളൂ."

ആ സംഭാഷണത്തിന്റെ സ്വരം താഴ്ന്നുതാഴ്ന്നുപോയി. പിറുപിറുക്കുകയാണോ? ഒന്നും കേൾക്കാനില്ലല്ലോ. ചന്തുനായർ കൺമിഴിക്കാതെ തന്നെ കിടന്നു ചെവിയോർത്തു. ഒരനക്കവുമില്ല. കാൽപ്പെരുമാറ്റംപോലും കേൾക്കാനില്ലല്ലോ. വാടിയ പൂക്കളുടെ ദലങ്ങൾ കാറ്റിലൂടെ പാറിവന്നു വീണതുപോലെ കുറെ ശബ്ദങ്ങളിങ്ങു വന്നു. കാറ്റിന്റെ ശക്തിയിൽ എതിർവശത്തെ ജാലകത്തിലൂടെ പാറിപ്പോവുകയും ചെയ്തു. എങ്കിലും ഒരു നേർത്ത പരിമളം അവിടെ വിതറാതിരുന്നില്ല. എതിരായി നില്ക്കുന്ന രണ്ടു ജാലകങ്ങളും ഒരേ മരംകൊണ്ട് ഒരേ വലിപ്പത്തിൽ തീർപ്പിച്ചവയാണെന്ന് ചന്തുനായർ ഓർത്തു. ജ്യേഷ്ഠനാണ് അതുണ്ടാക്കിച്ചത്. ജ്യേഷ്ഠൻ വെറും കാറ്റിന്റെ ഒഴുക്കിനെപ്പറ്റി മാത്രമേ ശ്രദ്ധിച്ചുള്ളൂ. കാറ്റിലൂടെ ശബ്ദങ്ങൾ ഒഴുകിവരുന്നതിനെപ്പറ്റി ഓർത്തിരിക്കുകയില്ല. നേർക്കുനേരെ രണ്ടു ജാലകങ്ങൾ തുറന്നുകിടക്കുന്നതു നന്നല്ല. ശ്രദ്ധിക്കേണ്ട ശബ്ദങ്ങൾ ചെവിയിൽ തങ്ങുന്നതിനുമുമ്പേ ഓടിപ്പോകുന്നു. ഒരു ജാലകം അടയ്ക്കണം. എതിർവശത്തെ ജാലകം.

ചന്തുക്കുട്ടിനായർക്കു മയക്കമാണ്. ഉറക്കം ഒരിക്കലുമില്ല. അതുകൊണ്ടു തെളിഞ്ഞുണരാറുമില്ല. തലയുടെ ഒരു വശത്ത് അപ്പിടി ഇരുട്ടുകയറിയപോലെ തോന്നുന്നു. വലത്തുവശം ആകെ തളർന്നിരിക്കുകയാണ്. വലത്തുകൈ സ്വതന്ത്രമായി കിട്ടിയാൽ ചിലതൊക്കെ പ്രവർത്തിക്കുവാനുണ്ട്. പക്ഷേ, അങ്ങനൊന്നുണ്ടെന്നേ തോന്നുന്നില്ല. കൺമിഴിക്കാതെ തന്നെ ഇടത്തുകൈ പതുക്കെ പൊക്കി വലത്തുവശമൊന്നു തടവിനോക്കി. കൈയുണ്ട്. ഉപേക്ഷിക്കപ്പെട്ടിട്ടും ഒഴിഞ്ഞുപോകാത്ത ഭാര്യയെപ്പോലെ

അതിങ്ങനെ കിടക്കുന്നു. അവിടെ കിടക്കട്ടെ. വൈദ്യൻ പറഞ്ഞതു സത്യമാണെങ്കിൽ? ഒരു ദിവസം അതിലൊരു ചലനം പ്രത്യക്ഷപ്പെട്ടാൽ? ചലനമുള്ള വലത്തുകൈ! അതു വിചാരിക്കുമ്പോൾ ചന്തുക്കുട്ടിനായരുടെ ഹൃദയത്തിൽ ആഹ്ലാദത്തിന്റെ ഒരു ഞെട്ടലുണ്ടായി. ആ ദിവസം എത്ര ബഹളമയമായിരിക്കും! അയാൾ മേഘങ്ങളിൽച്ചെന്നു മുട്ടി തിരിച്ചുവരുന്ന ശബ്ദത്തിൽ വിളിച്ചുപറയും: "ഏടത്തിയമ്മേ! ഓടിവരിൻ! എന്റെ വലത്തുകൈ ഇളക്കാം!"

"നേരോ!"

അപ്പോൾ ജ്യേഷ്ഠത്തിയമ്മ ഈ കൈയെടുത്തു മടിയിൽവച്ചു പതുക്കെപ്പതുക്കെ തടവിക്കൊണ്ടു പൊട്ടിച്ചിരിക്കും. ഒരിക്കലും പ്രസവിച്ചിട്ടില്ലാത്ത അവർക്ക് ഒരു കുട്ടിയുണ്ടായ സന്തോഷം തോന്നും. അവരും ആർത്തുവിളിച്ചുപറയും: "ഇളകി! വലത്തുകൈ ഇളകി!"

ഒരു നിമിഷനേരത്തേക്ക് ഒരു പുഞ്ചിരി ചന്തുക്കുട്ടിനായരുടെ ചുണ്ടിൽ വിടർന്നു. പതുക്കെ അതു വാടിക്കൊഴിയുകയും ചെയ്തു. ഇന്ന് അവർ ചിരിക്കുമോ? 'അസത്തിന്റെ ചത്ത കൈ പിന്നെയും ജീവിച്ചല്ലോ' എന്നു പിറുപിറുക്കില്ലേ? മുഖം വെട്ടിച്ചു കടന്നുപോവില്ലേ? അപ്പോൾ, വാതിൽക്കൽവച്ച് കുട്ടപ്പൻ ചോദിക്കും: "എന്തുപറ്റി?"

കയ്യൊന്ന് ഇളകിപോലും. അതിനുള്ള ആർപ്പും വിളിയുമാണ്. ഒരിക്കലൊന്ന് ഇളകിയെന്നുവച്ചു കൈയിനു ജീവൻ വന്നുവെന്നങ്ങു ധരിച്ചിരിക്കുകയാണ്. കസേരയുടെ കാലും കാറ്റടിക്കുമ്പോൾ ഒന്നിളകും. അവർ അതും പറഞ്ഞു വാതില്ക്കൽ നില്ക്കുന്ന കുട്ടപ്പനെ ഉരസിനീക്കി തളത്തിലേക്കു കടന്നുപോവില്ലേ?

കടന്നുപോകുമോ?

ഇല്ലേ?

അപ്പോൾ കുട്ടപ്പന്റെ മുഖഭാവം എങ്ങനെയിരിക്കും?

ഒന്നും സംഭവിക്കാത്തപോലെ നില്ക്കുമോ? പുച്ഛിക്കുമോ? ഓ, അവന്റെ മുഖഭാവമൊന്നു കാണുവാൻ സാധിക്കുകയില്ല. എഴുന്നേറ്റു തിരിഞ്ഞുനില്ക്കാൻ കഴിഞ്ഞിരുന്നെങ്കിൽ!

എനിക്കൊന്ന് എഴുന്നേല്ക്കണം. ഉടനെ എഴുന്നേറ്റുതിരിഞ്ഞുനില്ക്കാൻ കഴിഞ്ഞിരുന്നെങ്കിൽ!

എനിക്കൊന്ന് എഴുന്നേല്ക്കണം. ഉടനെ എഴുന്നേല്ക്കണം!

"ഏട്ടനെ ഞാൻ പിടിച്ചെഴുന്നേല്പിക്കാം. കുട്ടപ്പൻ കൈയുംനീട്ടി നില്ക്കുന്നുണ്ടാവും. വലിച്ചൊരാട്ടുകൊടുക്കാൻ തോന്നി. അങ്ങനെ വലിച്ചാട്ടാമോ? ചിറി വീണ്ടും കോടിയാലോ? ഇത്രയെങ്കിലും ശരിപ്പെട്ടുകിട്ടാൻ വൈദ്യർ എത്ര പാടുപെട്ടു! എതിർവശത്തേക്കു തിരിഞ്ഞുകിടന്നാൽ മതി. ചുമരിനഭിമുഖമായി കണ്ണുമടച്ചു കിടക്കുക.

"ഏട്ടനെ ഞാൻ താങ്ങാം." കുട്ടപ്പൻ വീണ്ടും പറയും. മധുരവാക്കു പറയുന്നതിൽ അവൻ ഒരിക്കലും പിശുക്കുകാണിക്കാറില്ല. എന്നിട്ട്... പോട്ടെ. തടവിക്കൊല്ലുന്നതിനേക്കാൾ വെട്ടിക്കൊല്ലുന്നതാണ് നല്ലത്!

ഇതാലാചിച്ചപ്പോൾ ഹൃദയത്തിൽ ഒരു നടുക്കം. ചന്തുനായർ കണ്ണ് കുറേക്കൂടി ഇറുകെ ചിമ്മി. ഇരുട്ടുകൊണ്ടു തന്നെ പൊതിയാൻ അയാൾ ആഗ്രഹിച്ചു. ധാരാളം വെളിച്ചമില്ല. ധാരാളം ഇരുട്ടെങ്കിലും ഉണ്ടായാലും മതി. എപ്പോഴും അന്തിവെളിച്ചമാണ് തന്നെ ചൂഴ്ന്നുനില്ക്കുന്നത്. എല്ലാം മറന്ന് ഒന്നങ്ങ് ഉറങ്ങാൻ കഴിഞ്ഞെങ്കിൽ! കടലിന്റെ അടിവരെ ആണ്ടു പോയി അവിടെ പായലുകൾ മൂടിയ പാറകളിൽ തലവച്ചു ദീർഘനിദ്ര കൊള്ളുക! എന്തു സുഖമായിരിക്കും! മുകളിൽ തിരമാലകളും നീർച്ചുഴി കളും കിടന്നു കുത്തിമറിയുമ്പോൾ കീഴെ കിടന്നു കൂർക്കംവലിച്ചുറങ്ങുക! ഇളമീനുകളും പൊരുക്കുകളും കടന്നുപോകും. അവയുടെ ഇളകി ക്കൊണ്ടിരിക്കുന്ന വാൽ മൂക്കിൻതുമ്പത്തും ചെവിയിലും ഒരു പട്ടുറു മാൽപോലെ കിടന്നിഴയും. അപ്പോഴും ഉറക്കം!

ചന്തുക്കുട്ടിനായർ ഉറക്കത്തിന്റെ വിവിധ ഘട്ടങ്ങളിലെ രസത്തെപ്പറ്റി കല്പിച്ചുകൂട്ടി ആലോചിച്ചു: "കണ്ണു പതുക്കെപ്പതുക്കെ അടയുക. ശബ്ദ ങ്ങൾ മങ്ങിമങ്ങിപ്പോവുക. ചലനം കുറഞ്ഞുകുറഞ്ഞുവരിക...

"മധുരമുണ്ട് ഏട്ടത്തിയമ്മേ, പക്ഷേ-"

"ഉം. എന്താ?"

"വേവു ജാസ്തിയായി."

"രുചിയില്ലേ?"

"രുചിയില്ലെന്നു പറഞ്ഞോ?"

"ഇല്ലെങ്കിലും ചെയ്തതിനൊക്കെ കുറ്റമേ ഉണ്ടാകൂ. കുറ്റം കേക്കാ നാണ് എന്റെ തലയിലെഴുത്ത്!"

"ഞാൻ പറഞ്ഞതിനിതാണോ അർത്ഥം?"

"അർത്ഥവും അനർത്ഥവുമൊക്കെ എനിക്കറിയാം. നിങ്ങൾക്കെല്ലാം ഞാൻ ഒരു ഉപദ്രവമാണിന്ന്."

"ഏട്ടത്തിയമ്മ എന്തിനാണ് കരയുന്നത്?"

ചന്തുക്കുട്ടിനായർ ഞെട്ടിയുണർന്നു. ചെവി വീണ്ടും വട്ടംപിടിച്ചു. ആ സംസാരിച്ചത് ആരാണ്? ഞാൻ തന്നെയാണോ? അതോ കുട്ടപ്പനോ? കുട്ടപ്പനായിരിക്കണം. അവൻ എപ്പോഴും ചക്കരവാക്കുകളുമായി ഈ നാലകത്തു ചുറ്റിത്തിരിയുകയല്ലേ ഉള്ളൂ? ഒരു തൊഴിൽ ചെയ്യില്ല. അവ നെന്തുകൊണ്ടു പോയി പട്ടാളത്തിൽ ചേർന്നുകൂടാ? എത്ര ചെറുപ്പക്കാർ പോകുന്നു. അവരൊക്കെ നല്ല സ്ഥിതിയിലെത്തുന്നുമുണ്ട്. നല്ല ബുദ്ധി യൊന്നും തോന്നുന്നില്ല. അവനിപ്പോഴും അവിടെനിന്നു സംസാരിക്കുക യാണോ? ചന്തുക്കുട്ടിനായർ ചെവിയോർത്തു. ഇല്ല! ഒരനക്കവുമില്ല!

ആകപ്പാടെ എന്തൊരല്ലൽ. മനസ്സിനു സുഖമില്ല! എത്രപേർ രോഗമായി കിടക്കാറുണ്ട്. ഇങ്ങനെ ഒരല്ലലുണ്ടാകാറുണ്ടോ? ഉറങ്ങിയാൽ മതി. വളരെ നാളായി കുളിക്കാത്തതുകൊണ്ടാണെന്നു തോന്നുന്നു ഉറക്കം വരാത്തത്. കുളിച്ചാൽ അതോടുകൂടി എല്ലാം അവസാനിക്കുമെന്നാണ് വൈദ്യർ പറയുന്നത്. അവസാനിച്ചാലെന്താണ്? എല്ലാം അവസാനിച്ചാൽപ്പിന്നെ ഇതൊന്നും കാണുകയും കേൾക്കുകയും വേണ്ടല്ലോ. അവസാനിപ്പിക്കാനും വയ്യ. ആത്മഹത്യ ചെയ്യാൻ മറ്റൊരാളുടെ സഹായം വേണം.

പക്ഷവാതമല്ലാതെ മറ്റെന്തെല്ലാം രോഗങ്ങളുണ്ട് ഈ ലോകത്തിൽ? അതൊക്കെ പിടിപെട്ടാൽ ആത്മഹത്യ ചെയ്യാം. അന്ന് ഒരു വയറ്റിൽ വേദനക്കാരൻ കിണറ്റിൽച്ചാടി ചത്തുവെന്നു കേട്ടല്ലോ. ആരാണത്...? ആരോ! ആരായാലും അയാൾ പുണ്യശാലിയാണ്. 'കുട്ടപ്പാ, അനിയാ, എന്നെ ഒന്ന് ആത്മഹത്യയ്ക്കു സഹായിക്കൂ' എന്ന് അവന്ന് അപേക്ഷിക്കേണ്ടതില്ലല്ലോ.

തന്റെ വലത്തെ കൈയുകൊണ്ട് ഇനി ഒന്നും മുറുകെ പിടിക്കുവാൻ സാധ്യമല്ലെന്നു ചന്തുനായർ ഓർത്തു. പിടി അയഞ്ഞപ്പോൾ എല്ലാം വഴുതിപ്പോയി. അയാൾ വലതുകൈ ഒന്ന് അനക്കാൻ ശ്രമിച്ചു. ചുമൽ മാത്രം ഒന്നിളകി.

"കുട്ടപ്പാ! കുട്ടപ്പാ!" അയാൾ ഉറക്കെയൊന്നലറി. "എന്താണ്?" എന്ന ശബ്ദം കേട്ടു. ആ ശബ്ദം കുട്ടപ്പന്റേതല്ല. "എന്തിനാണിങ്ങനെ ഉറക്കെ ഒച്ചയിടുന്നത്?" ജ്യേഷ്ഠത്തിയമ്മയുടെ ശബ്ദം നിഭൃതസുന്ദരമായിരുന്നു.

"കുട്ടപ്പനെയാണ് ഞാൻ വിളിച്ചത്." പരുഷസ്വരത്തിൽ ചന്തുനായർ പറഞ്ഞു.

"കുട്ടപ്പനിവിടെയില്ലല്ലോ. ഇന്നു കാലത്തെ പോയതാണ്."

"നുണയാണ് ഇപ്പറയുന്നത്" എന്നു ചന്തുനായർ ഉള്ളിൽ കരുതിയിട്ടു ചോദിച്ചു: "എവിടെ പോയി?"

"കടവത്തെ പീടികയിലേക്കാണെന്നു പറഞ്ഞു."

"അവൻ കടവു കടക്കുന്നില്ലല്ലോ!" വാക്കുകൾ അയാളുടെ വായിൽനിന്നു ചിതറിവീണു. അതിനു മറുപടിയുണ്ടായില്ല.

"അല്ലെങ്കിൽ അവൻ കടവു കടക്കാൻ വിചാരിച്ചാൽത്തന്നെ അതിനനുവദിക്കുമോ?"

അതിനുള്ള മറുപടി മറ്റൊരു ചോദ്യമായിരുന്നു:

"കുടിക്കാൻ വല്ലതും വേണോ?"

"വേണം."

"കാപ്പിയോ കഞ്ഞിയോ?"

"വിഷം. അതാണ് വേണ്ടത്. സ്വല്പം തന്നാൽ വലിയൊരുപകാരമായിരിക്കും." അതും ചന്തുക്കുട്ടിനായർ പറഞ്ഞതു കണ്ണടച്ചുകിടന്നുകൊണ്ടുതന്നെയാണ്.

"എന്തിനാണ് എന്നോടിങ്ങനെയൊക്കെ സംസാരിക്കുന്നത്?"

"അതോ...?" അപ്പോൾ അയാൾ കൺമിഴിച്ച് ജ്യേഷ്ഠത്തിയമ്മയെ ആകെയൊന്നു നോക്കി. രൂക്ഷമായിരുന്നു ആ നോട്ടം. അവർ ഒന്നും സംഭവിച്ചില്ലെന്ന മട്ടിൽ നില്ക്കുകയാണ്.

അവർക്കൊരു വ്യത്യാസവുമില്ല. പതിന്നാലു കൊല്ലം കടന്നുപോയത് ആ മുഖത്തെ മാംസപേശികൾ അറിഞ്ഞിട്ടില്ല. ജ്യേഷ്ഠൻ മരിച്ച ദിവസവും ആ മുഖം ഇതുപോലെതന്നെയായിരുന്നു. അന്നു നെറ്റിയിൽ ഒരു സിന്ദൂരപ്പൊട്ടുണ്ടായിരുന്നു. ഇന്നതില്ല–അത്രമാത്രം. ചന്തുക്കുട്ടിനായർ ആ മുഖത്തുനിന്നു കണ്ണെടുക്കാതെ വിചാരിച്ചു: "ഈ മുഖത്തിനു വാതവും പിത്തവുമൊന്നും പിടിക്കില്ല." അയാൾ ഒരിക്കൽകൂടി നോക്കി. ആ സ്ത്രീ ഒരു വിഗ്രഹംപോലെ നില്ക്കുകയാണ്. അനേകായിരം വർഷങ്ങളും വേനലുകളും കൊടുങ്കാറ്റുകളും ആ വിഗ്രഹത്തിന്റെ തലയ്ക്കു മുകളിലൂടെ കടന്നുപോയി. ഒരു ഊനമില്ല. താൻ ജനിക്കുന്നതിനു മുമ്പ് അവരുണ്ടായിരുന്നുവോ? താൻ മരിച്ചിട്ടും അവരുണ്ടായിരിക്കും!

"കാപ്പി വേണോ?"

"ഉം." അർത്ഥമാലോചിക്കാതെ അയാളൊന്നു മൂളി. അവർ നീങ്ങാൻ തുടങ്ങുമ്പോൾ ചന്തുനായർ ചോദിച്ചു:

"ഏടത്തിയമ്മ എന്തു ചെയ്യുകയായിരുന്നു?"

"അടുക്കളയിൽ..."

"വിയർത്തിരിക്കുന്നല്ലോ!" വാഴത്തിരുളിൽ പറ്റിനില്ക്കുന്ന മഞ്ഞുതുള്ളികൾപോലെ, അവരുടെ മൂക്കിൻതലപ്പിലുറന്നുനില്ക്കുന്ന വിയർപ്പുതുള്ളികളിലേക്കു കണ്ണോടിച്ചുകൊണ്ടാണ് അയാൾ ചോദിച്ചത്.

"തിയ്യിന്നടുത്താണു ജോലി ചെയ്യുന്നത്."

"അതെ." അയാളും സമ്മതിച്ചു. ആ സ്ത്രീ അടുക്കളയിലേക്കു പോയി.

ചന്തുനായരുടെ കണ്ണുകൾ ശൂന്യതയിൽ കുറെനേരം ഉറച്ചുനിന്നു. പിന്നീടവ ജാലകപ്പഴുതുകളിൽ സഞ്ചരിച്ചു. ജാലകത്തിന്നപ്പുറത്ത് ആരോ എന്തോ ചെയ്യുന്നുണ്ട്. ഓ, കൈക്കോട്ടു മണ്ണിൽ വീഴുന്ന ശബ്ദം കേൾക്കുന്നു. കിട്ടൻ പറമ്പു കിളയ്ക്കുകയാണോ? ശവക്കുഴി വെട്ടുമ്പോഴും ഇതേ ശബ്ദമായിരിക്കും!

കണ്ണുകൾ അലഞ്ഞുനടക്കുകയാണ്. പാറ്റയെ തേടുന്ന ഗൗളികളെപ്പോലെ. പതുക്കെ അവ വളരിന്മേൽച്ചെന്നു ഞെട്ടിപ്പോയി.

അതാ, കൊടുവാൾ ചിരിച്ചുകൊണ്ടു തൂങ്ങിനില്ക്കുന്നു. കണ്ണുകൾ ഉടനെ അവിടെനിന്നു പറിച്ചെടുക്കുമെന്നാണ് മോഹിച്ചത്. എങ്കിലും

അവിടെനിന്നു കണ്ണെടുക്കാൻ കഴിയുന്നില്ല. ജാലകത്തിലൂടെ വരുന്ന ഇളം കാറ്റിൽ അതു പതുക്കെ ആടുകയാണ്. ജാലകത്തിനുനേരേ ഇങ്ങനെ കെട്ടിത്തൂക്കിയതുകൊണ്ട് എപ്പോഴും അതിന്മേൽ വെളിച്ചംതട്ടുന്നു. എപ്പോഴും അതു ചിരിക്കുകയും ചെയ്യുന്നു. അത് അഴിച്ചുമാറ്റാമായിരുന്നു. പക്ഷേ, ഇവിടെനിന്ന് എഴുന്നേല്ക്കാൻ വയ്യല്ലോ. ഇത്രകാലമായിട്ടും അതു കയറ്റു വീഴുന്നുമില്ല. ചേട്ടനാണതു കെട്ടിത്തൂക്കിയത്. ചേട്ടനെന്തും നന്നായി കെട്ടിയുറപ്പിക്കും. അതിന്റെ വായ്ത്തലയ്ക്ക് ഇന്നും എന്തു തിളക്കമാണ്! ചേട്ടന്റെ ചിരി അതിന്മേൽവച്ചാണ് പോയതെന്നു തോന്നും. എത്രകാലം അദ്ദേഹം ഇത് കൈയിൽ കൊണ്ടുനടന്നു! അവസാനം ഈ ജാലകത്തിനു നേരെ എന്തിനു കെട്ടിത്തൂക്കി?

ആ കൊടുവാൾ ഉണ്ടാക്കിക്കൊണ്ടുവന്ന ദിവസത്തെപ്പറ്റി ചന്തുനായർ ഓർത്തു. വലിയ ഒരു കൈക്കോട്ടും ഈ കൊടുവാളും ഒന്നിച്ചാണ് ചാപ്പൻ കൊണ്ടുവന്നത്. ചാപ്പൻ സമർത്ഥനായ ഒരു കൊല്ലനായിരുന്നു. അത്തരം കൈത്തൊഴിലുകാർ ഇന്നില്ല. ചാപ്പൻ ഒടുവിൽ മരിച്ചതെങ്ങനെയാണ്? വാതം പിടിച്ചാണോ? അല്ല. വിറപ്പനിയായിരുന്നോ? അല്ല. ഒന്നും ഓർമ്മ നില്ക്കുന്നില്ല. എങ്ങനെയോ മരിച്ചു. അവൻ മരിച്ചിട്ടും അവനുണ്ടാക്കിയ കൊടുവാൾ ഇവിടെ തൂങ്ങിനിന്നു. ചിരിക്കുന്നു. മനുഷ്യനെക്കാൾ ആയുസ്സുണ്ട് അവൻ സൃഷ്ടിച്ചവയ്ക്ക്!

ഈ കൊടുവാളും ആ കൈക്കോട്ടുംകൂടിയാണ് ചാപ്പൻ ചേട്ടന്റെ മുമ്പിൽ കൊണ്ടുവന്നുവച്ചത്. കരിക്കുമ്മായമിട്ട നിലത്തിരുന്ന് അവ പരസ്പരം നോക്കി രസിക്കുന്നതുപോലെ തോന്നി.

"ഇരുമ്പു നന്നോ ചാപ്പാ?" ചേട്ടൻ.

"ഒന്നാന്തരം. ഊട്ടും നല്ലവണ്ണം ചെന്നിട്ടുണ്ട്." ചാപ്പൻ.

"ഉം." മൂളിയിട്ട് കൊടുവാളിന്റെ വായ്ത്തല തള്ളവിരൽകൊണ്ടൊന്ന് ഇരടിനോക്കി. കൈക്കോട്ടെടുത്തു വീശി കനം നോക്കുകയും ചെയ്തു.

"ഉപകരണെല്ലാമായി. ഉപയോഗിക്കാനുള്ളവനു ശേഷി കഷ്ടം." ചേട്ടൻ പറഞ്ഞത് വിനയംകൊണ്ടു മാത്രമാണ്. ആ കൈയും ആ കൈക്കോട്ടുംകൂടിയാണ് കിഴക്കേ ചരൽക്കുമ്പാരം ഒരു പറമ്പാക്കിയെടുത്തത്.

"എടീ." അദ്ദേഹം എന്നും ഭാര്യയെ വിളിച്ചതങ്ങനെയാണ്. ആ വിളി ഭാര്യയ്ക്ക് ഇഷ്ടപ്പെട്ടതുമില്ല.

"എന്താ?" പരുഷമായിരുന്നു മറുപടി.

"ഇനി രണ്ടുനാളത്തെ പണികൂടി കഴിഞ്ഞാൽ, കിഴക്കേപ്പറമ്പിൽ നിറയെ തൈ വയ്ക്കാമെടീ!"

"വയ്ക്കരുതേ!" ആ പറഞ്ഞതും കർക്കശമായിട്ടായിരുന്നു. തലയിലും ഒരു തൈ നടാം എന്നവൾ പറഞ്ഞില്ല. ചേട്ടൻ മറുപടി ശ്രദ്ധിച്ചുവോ?

അദ്ദേഹം കൈക്കോട്ടിലെ മണ്ണ് കുത്തിക്കളയുകയായിരുന്നു. എന്നിട്ടതു വെള്ളമൊഴിച്ചു കഴുകി ചാവടിയിൽ കൊണ്ടുപോയി വച്ചു. ആ കൈക്കോട്ട് ഇന്നെവിടെ? ആർക്കറിയാം!

അതൊക്കെ നോക്കിനിന്ന ചന്തുനായർ കിണറ്റിനടുത്തുവച്ച് ചേട്ടത്തിയമ്മയോടു ചോദിച്ചു: "തൈ നടുന്നതിനു ജ്യേഷ്ഠത്തിയമ്മ എന്തിന് ദേഷ്യപ്പെടുന്നു?"

അവർ ചന്തുനായരെ അടിമുടിയൊന്നു നോക്കി. തന്റെ തലയിൽ കളിമണ്ണോ ചാണകമോ എന്നു ചോദിച്ചില്ല. ചന്തുനായർ ചൂളിപ്പോയി.

"കാപ്പി."

"ഉം?"

"കാപ്പി ഇതാ."

"എനിക്കിപ്പോൾ വേണ്ട."

"വേണമെന്നല്ലേ പറഞ്ഞത്."

"ഞാനാവില്ല പറഞ്ഞത്."

"പറഞ്ഞു."

"ഇല്ല."

പിന്നീട് തർക്കമുണ്ടായില്ല. അവർ അയാളുടെ തല പൊക്കിപ്പിടിച്ചു കപ്പ് ചുണ്ടോടടുപ്പിച്ചു. ചന്തുക്കുട്ടിനായർ ഒരു കൊച്ചുകുഞ്ഞിനെപ്പോലെ വലിച്ചുവലിച്ച് കുടിച്ചു. എന്നിട്ട് ജ്യേഷ്ഠത്തിയമ്മയെ ഒന്നു നോക്കി.

"ഇനി എന്തുവേണം?" അവർ ചോദിച്ചു. അയാൾ ഒന്നും പറയാതെ കിടന്നതേയുള്ളൂ. ഒരു നിമിഷം കാൽപ്പെരുമാറ്റം അകന്നകന്നു പോകുന്നതു കേട്ടു. അകന്നുപോകട്ടെ.

ചന്തുനായരുടെ കണ്ണുകൾ വീണ്ടും കൊടുവാളിലേക്കു ചെന്നു. അതു കയ്യെത്താവുന്ന ദൂരത്തല്ല. വളരെ താഴ്ത്തി കെട്ടിയിട്ടുണ്ട്? എന്നാലും ഈ കട്ടിലിൽനിന്ന് എഴുന്നേല്ക്കാൻ കഴിയേണ്ടേ? ആ കൊടുവാളിന്റെ വായ്ത്തലയ്ക്കൽ ഒരു നീണ്ട ചിരി ഊറിനില്ക്കുന്നു. ചന്തുനായരും ഒന്നു പതുക്കെ ചിരിച്ചു. കാര്യമുണ്ടായിട്ടല്ല. എത്ര കാലമായി ചിരിച്ചിട്ട്!

ഈ കൊടുവാൾകൊണ്ട് ഇനിയും ഉപയോഗമുണ്ടാക്കാം. കയ്യുള്ളവന് അതെടുത്ത് തന്റെ എല്ലാ ദുഃഖങ്ങളും അവസാനിപ്പിക്കാവുന്നതാണ്. ആരാണതു ചെയ്യാൻ? കുട്ടപ്പന്റെ രൂപം ചന്തുനായരുടെ ഹൃദയത്തിലൂടെ കടന്നുപോയി. അവനതു ചെയ്യാനുള്ള കരുത്തുണ്ടോ? അവൻ തന്റെ അനുജൻതന്നെ. "പക്ഷേ, എന്റെയും ചേട്ടന്റെയും കൈക്കരുത്ത് അവനില്ല. ചലുമ്പു ചെക്കൻ!"

എന്നാലും ഇന്നവർ ചെയ്തേക്കും. വഴിയിൽക്കിടക്കുന്ന ഈ അർദ്ധശവത്തെ തോണ്ടിയെറിയേണ്ടത് ആവശ്യമാണ്. പക്ഷേ, ജ്യേഷ്ഠത്തിയമ്മ

അതു കണ്ടുനില്ക്കുമോ? എന്നിട്ടും ജീവിച്ചിരിക്കുവാൻ സാധിക്കുമോ? സാധിച്ചേക്കും. അടക്കിനിർത്താനും അഴിച്ചുവിടാനും അവർക്കു കഴിവുണ്ട്. അവർ എവിടെ...? പോയോ? ഉം. പോട്ടെ. അയാൾ കണ്ണുകൾ പതുക്കെ അടച്ചു.

"എടീ, നീ എന്താണ് കനപ്പിച്ചു നടക്കുന്നത്?

"നിങ്ങളുടെ കനം എന്റെ മുഖത്തേക്കിങ്ങു കയറിയതാണ്."

"നിനക്കെന്തുപറ്റി?"

"ഭ്രാന്തായിട്ടില്ല; ആകാനുള്ളതെല്ലാം ഒത്തെങ്കിലും."

"ഉം."

"മൂളാതെ ഉറുപ്പിക ഇങ്ങു തരൂ."

"എന്തിന്?"

"ചന്തുക്കുട്ടിക്ക് നൂറുറുപ്പിക വേണം."

"നൂറോ!"

"ആകാശം ഇടിഞ്ഞുവീണോ? ഉറുപ്പികയുണ്ടോ എന്ന്."

"എടീ!"

"എടി എന്തു വേണം?"

"ഉള്ളതെല്ലാം കളഞ്ഞുകുളിച്ചാൽ അവസാനം എന്താകും?"

"ആരുടെ അവസാനം?"

"നിന്റെ. എന്റെ കാര്യം വിട്."

"ഒരൊറ്റ തടിക്കു കഴിയാനാണോ വിഷമം?"

"എന്നും അങ്ങനെയായിരിക്കുമെന്ന് എന്താണുറപ്പ്?"

"ബോധത്തോടെ സംസാരിക്കുകയാണോ? അതോ, സ്വപ്നം കാണുന്നോ?"

നിശ്ശബ്ദം.

അവർ ചവിട്ടിക്കുതിച്ചു നടന്നുപോകുന്നു.

ചേട്ടനെന്തേ തലകുനിച്ചിരുന്നുകളഞ്ഞത്? അകത്തെ പത്തായത്തിന്റെ അടപ്പുവീഴുന്ന ശബ്ദംകേട്ട് അദ്ദേഹം ഞെട്ടിപ്പോയി. ആനപോലെയുള്ള ചേട്ടൻ മുയൽപോലെ ചുരുണ്ടുകളഞ്ഞു!

"കഷായം കുടിക്കേണ്ടേ?" ചോദ്യംകേട്ട് ചന്തുനായർ ഒന്നു ഞെട്ടി. മറുപടി പറയുന്നതിനുമുമ്പേ തല പൊന്തി. വായ പൊളിഞ്ഞു. കഷായം അകത്തെത്തി. ചിറിയും തുടപ്പിച്ചു. കാലടി അകന്നുപോവുകയാണ്.

"ഹാവൂ! കഷായത്തിന് കയ്പില്ലാതായി. നിത്യവും അനുഭവിക്കുകയല്ലേ?

തളർച്ച. ഉറക്കമാണോ? മയക്കമേയുള്ളൂ. കൺപോളകൾക്കെന്തൊരു കനം!

"നീ നിന്റെ അതിരു വിടുന്നു!"

"എപ്പോഴാണിതു കണ്ടുപിടിച്ചത്?"

"കണ്ടുപിടിച്ച സമയമറിഞ്ഞാൽ നീ വിറയ്ക്കും."

"അങ്ങനെ വിറയ്ക്കാവുന്നവളൊന്നും ഇവിടെ വന്നുകയറിയിട്ടില്ല."

"നീ ധിക്കരിക്കാൻ തുടങ്ങിയോ?"

"വിഡ്ഢിത്തം പറയാതെയിരിക്കണം."

"ഞാൻ ശവമാണെന്നു വിചാരിച്ചോ?"

"പിന്നെ ചൈതന്യത്തോടെയല്ലേ ഇരിക്കുന്നത്!"

"ഹെടീ!"

"ഒഴിഞ്ഞുനില്ക്കണം."

നിശ്ശബ്ദത. പതുക്കെ ഒരു ഗദ്ഗദസ്വരം ഉയർന്നു. അതൊരു പുരുഷന്റെ കണ്ഠത്തിൽനിന്നാണ്. ചന്തുക്കുട്ടിനായർ പിടഞ്ഞു കൺതുറന്നു. ഇടതുകൈ പൊക്കി സ്വന്തം കണ്ഠം തടവി. അതു തന്റെ കണ്ഠത്തിൽ നിന്നാണോ പുറപ്പെടുന്നത്? ചേട്ടന്റെ ശബ്ദംപോലെ തോന്നിയല്ലോ. അതോ, താൻതന്നെ സംസാരിച്ചുപോയോ? കണ്ണു നനഞ്ഞിട്ടുണ്ടോ എന്നു തടവിനോക്കി. ഇല്ല, എല്ലാം ഓർമ്മകളാണോ?

ഓർമ്മകൾക്കുകൂടി പക്ഷപാതം പിടിച്ചെങ്കിൽ! ഓർമ്മകൾ ഒരിക്കലും ചാവുകയില്ലേ? അസ്ഥികൾ കഴിഞ്ഞുകഴിഞ്ഞുണ്ടാകുന്ന ചാരം ഓർമ്മകളാണോ? അതു വളമായിത്തീരുന്നു. കഴിഞ്ഞുപോയ ഒരാത്മാവിന്റെ ഓർമ്മകൾകൊണ്ടാണോ പ്ലാശിൻപൂക്കളിലെ തുടുപ്പുണ്ടായിവരുന്നത്? എന്തോ... അപ്പോൾ എന്തേ ആലോചിച്ചുവന്നത്? എന്തെങ്കിലുമാകട്ടെ.

ചന്തുക്കുട്ടിനായർ ജാലകത്തിലേക്കു നോക്കി. ഇപ്പോഴും വെളിച്ചമുണ്ട്. സൂര്യൻ അസ്തമിച്ചുകഴിഞ്ഞില്ലെന്നു തോന്നുന്നു. അസ്തമിച്ചാലെന്താണു വ്യത്യാസം? കുണ്ടിൽച്ചാടിയ നീരുറവപോലെ കാലം ഇവിടെ, ഈ കട്ടിലിനു ചുറ്റും താളംകെട്ടി നില്ക്കുകയാണ്. ഉം, തളംകെട്ടി നില്ക്കട്ടെ.

എങ്കിലും ഉറങ്ങാൻ വയ്യാത്തസ്ഥിതിക്കു വെളിച്ചമുണ്ടാകുന്നതു കൊള്ളാം. ചുമരിന്റെ മൂല കാണാം. വണ്ണാൻവല കാണാം. പരമേശ്വരന്റെ പടം കാണാം. അവസാനം, ആ കൊടുവാളും കാണാം. ഇനി ആ കൊടുവാൾ അവിടെനിന്ന് എടുത്തുമാറ്റിക്കൂടാ. അതു പോയാൽ ഈ മുറി, ഈ മുറിയല്ലെന്നു തോന്നും. അതിനി ഉപയോഗപ്പെടുത്തുകയാണു വേണ്ടത്. ആരുപയോഗിക്കും? കുട്ടപ്പനു ശക്തിയുണ്ടോ? ജ്യേഷ്ഠത്തിയമ്മ സമ്മതിക്കുമോ...? അവരെവിടെ? പോയോ...?

ഉണക്കപ്പുല്ലു കാർന്നുകൊണ്ടു കുന്നിൻചെരിവിലൂടെ പോകുന്ന ആ പാണ്ടിപ്പശു ആരുടേതാണ്? അത് ആ നേന്ത്രവാഴത്തോട്ടത്തിൽ ചാടുമോ? എന്തേ വിചാരിച്ചുവന്നത്? ഛേ, ആലോചന ശരിക്കു നില്ക്കുന്നില്ല... മനസ്സിനു സുഖമില്ല... ആർക്ക്...? ഏ്? കണ്ണിൽ എണ്ണപുരണ്ടതുപോലെ തോന്നുന്നല്ലോ.

"ഞാൻ ഇനി ഒരു നിമിഷം ഇവിടെ നില്ക്കില്ല."

"കാരണം?"

"ഈ ശല്യം സഹിച്ചു മടുത്തു."

"എനിക്കു മനസ്സിലാകുന്നുണ്ട്."

"അതു പറഞ്ഞാൽ മതി."

"ഞാൻ എന്തു ചെയ്യും. ഏട്ടത്തിയമ്മേ?"

"ആരും ഒന്നും ചെയ്യേണ്ട. ഞാൻ എന്റെ വഴിക്ക് ഇറങ്ങിനടക്കും. സഹിക്കാവുന്നേടത്തോളമേ സഹിക്കാൻ കഴിയൂ. ഞാനും ഒരു മനുഷ്യനായിപ്പോയി. അതു മാത്രം ആർക്കും മനസ്സിലാവില്ല."

"അരുതേ; പോവരുതേ!"

"പോകും."

"അയ്യോ!"

"ഒന്നുകിൽ ഈ ശല്യം തീരണം. അല്ലെങ്കിൽ എനിക്കു പോകണം."

"പോകേണ്ട."

"പിന്നെ?"

"ശല്യം തീരും."

ആരുടെ ശല്യം തീരുമെന്നു ചോദിച്ചുകൊണ്ട് ചന്തുനായർ കൺമിഴിച്ചു. ചുറ്റും കണ്ണോടിച്ചു. ആരുമില്ല. ആ സംസാരിച്ചതു കുട്ടപ്പനല്ലേ? അവനല്ലാതെ ആരാണ് അങ്ങനെയൊക്കെ സംസാരിക്കുവാൻ? നല്ലത്. വേഗം വന്നു ശല്യം തീർക്കട്ടെ.

"കുട്ടപ്പാ! കുട്ടപ്പാ! എടാ കുട്ടപ്പാ!" ചന്തുനായർ തുരുതുരെ, ഉറക്കെയുറക്കെ വിളിച്ചു.

"എന്താണു വേണ്ടത്?"

പ്രതീക്ഷിച്ച ശബ്ദമല്ല മറുപടി പറയുന്നത്.

"ഞാൻ കുട്ടപ്പനെയാണ് വിളിച്ചത്."

"അവൻ കടവത്തുനിന്നു വന്നില്ലല്ലോ?"

"ഞാനവന്റെ ശബ്ദം കേട്ടല്ലോ?"

"തോന്നിയതാകും."

"അങ്ങനെ തോന്നാൻ എനിക്കു ഭ്രാന്തുണ്ടോ?"

അതിനുത്തരമുണ്ടായില്ല. കാൽപ്പെരുമാറ്റം അകന്നുപോയി. പോട്ടെ. അവനെ എവിടെ വേണമെങ്കിലും കൊണ്ടുപോയി ഒളിപ്പിക്കട്ടെ. "ഓവറ യിലായിരിക്കും. എനിക്കറിയാം." ആ ഓവറയിൽ ഒരു മനുഷ്യനു നിന്നു തിരിയാൻ ഇടമില്ല. ഒരുതരം വിഴുപ്പുമണം എപ്പോഴും അവിടെ തങ്ങി നിൽക്കും. വേവലാതിപ്പെട്ട മനസ്സുമായി അരമണിക്കൂർ അതിനുള്ളിൽ അടഞ്ഞുനിന്നാൽ ആകെ വിയർത്തുമുങ്ങും. അപ്പോഴായിരിക്കും വാതിൽ തുറക്കുന്നത്. ഒരു തല അകത്തേക്കു നീങ്ങുന്നത്. അല്പാല്പം നര കയറിയ ശിരസ്സാണെങ്കിൽ, വേഗം തിരിച്ചറിയാം. ഒരൊറ്റച്ചാട്ടം. കഴുത്തിൽ രണ്ടുകൈയും ചേർത്തു ഞെക്കണം. ശ്വാസംമുട്ടി പുറപ്പെടുന്ന ശബ്ദ ങ്ങൾ. പിടച്ചിൽ. കാലും കൈയുമിട്ടു തല്ലൽ. തൊണ്ടയിൽനിന്ന് ഒരു ശബ്ദം: ശ്ല... ശ്ല.. ശ്ല... ഹൗ!

"എന്തൊക്കെയാണ് ഞാൻ വിചാരിക്കുന്നത്?" ചന്തുനായർക്ക് വീർപ്പു മുട്ടുന്നതുപോലെ തോന്നി. ദേഹമാകെ തളരുന്നു; എങ്ങോട്ടോ താഴ്ന്നു പോകുന്നതുപോലെ തോന്നുന്നു. കർക്കശമായ ഒരു ശബ്ദം ചുറ്റും വ്യാപിക്കുന്നു. ഇരുമ്പുപട്ടവച്ച ആയിരം ചക്രങ്ങൾ ചരലിൽക്കിടന്നുരസു കയാണോ? ഹാവൂ, ചെവി പൊത്താനും വയ്യല്ലോ. ഒരു ചെവിയേ പൊത്തി ക്കൂടൂ. എന്റെ ഈശ്വരാ!

സ്വല്പം നാമം ജപിക്കണം. രാമ... രാമ... രാമ... ഇടവിടാതെ ജപിച്ചു; ഉറക്കെയുറക്കെ ജപിച്ചു. കർക്കശശബ്ദം കേൾക്കാത്തവിധം ഉറക്കെ. രാമ.. രാമ... രാമ... പതുക്കെപ്പതുക്കെ ശബ്ദകാഹളം അവസാനിച്ചു. മല വെള്ളം ഒഴുകിപ്പോയപോലെ തോന്നുന്നു. ഹാവൂ!

ഇന്ന് ഉറക്കം വരും. അത്രത്തോളം തളർന്നുപോയി. കുട്ടപ്പൻ വന്ന് ഈ കൊടുവാളെടുത്താൽ ഇനി ഉണരാതെ കഴിക്കാം. "എനിക്കു വയ്യ!"

കണ്ണുകളടഞ്ഞു.

"ഏടത്തിയമ്മേ?"

"ഉം?" ഉഗ്രമായ ഒരു മൂളൽ.

"എന്നെ അങ്ങനെ തുറിച്ചുനോക്കല്ലേ!"

"ദുഷ്ടാ!"

"ക്ഷമിക്കണം ഏടത്തിയമ്മേ!"

"ക്ഷമിച്ചു. വല്ലാതെ ക്ഷമിച്ചു."

"നിങ്ങൾ ദുഃഖിക്കരുത്."

"പിന്നെ ചിരിക്കണമോ? ജന്തു!"

"അദ്ദേഹം മരിച്ചു. വാസ്തവം. പക്ഷേ,..."

"വാസ്തവത്തിൽ മരിച്ചോ?... എന്താണ് തലതാഴ്ത്തുന്നത്?"

"ഈ വീടു സ്വന്തം വീടാണെന്നു കരുതണമെന്നാണ് എന്റെ ആഗ്രഹം."

“ആഗ്രഹം സാധിച്ചല്ലോ! തല താഴ്ത്താതെ മുഖത്തേക്കു നോക്കൂ.”

“എല്ലാം അറിയാമല്ലോ.”

“ഇത്രത്തോളം അറിഞ്ഞില്ല.”

“അറിഞ്ഞുവെന്നാണ് കരുതിയത്.”

“എന്റെ ബുദ്ധിക്കു സങ്കല്പിക്കാവുന്നതേ സങ്കല്പിച്ചുകൂടൂ.”

“ബാക്കി എന്റെ ബുദ്ധിക്ക് വിട്ടുതന്നു.”

“പോ നീചാ!”

തന്നെ കൊന്നതിനുശേഷം അവരും കുട്ടപ്പനും തമ്മിൽ എന്തിനു വഴക്കടിക്കുന്നു? കുട്ടപ്പനെന്തിനാണ് വിമ്മിട്ടപ്പെട്ടുകൊണ്ടു നില്ക്കുന്നത്? അവർ കൊടുങ്കാറ്റുപോലെ അടുത്ത മുറിയിലേക്കു പാഞ്ഞുപോകുന്നു. വസ്ത്രത്തിൽ ഓടമ്പല കൊളുത്തിപ്പിടിച്ചതു കണ്ടില്ല. മുണ്ടു കൊളുത്തി വലിച്ചു പൊട്ടിച്ചീന്തി. വാതിൽ ശബ്ദത്തോടെ അടഞ്ഞു. അടഞ്ഞ വാതിലിക്കലേക്കു നോക്കിനില്ക്കുന്നതെന്തിന് അനിയാ!

കരയുകയാണോ? എല്ലാവരും ചുറ്റുമിരുന്നു കരയുന്നു. കരയട്ടെ. കുട്ടപ്പനും കരയുന്നു. മരണത്തെച്ചൊല്ലിയാണോ അവൻ കരയുന്നത്? സംഭ്രമവും വേദനയും അകത്തുനിന്നു തള്ളിത്തള്ളിവരികയാണല്ലോ! കരഞ്ഞോളൂ.

എല്ലാവരും തലയും താഴ്ത്തി ഇരിക്കുകയാണ്. ഈ നിശ്ശബ്ദതയിൽ കുട്ടപ്പൻ മാത്രം കൂട്ടിൽപ്പെട്ട വെരുവെപ്പോലെ അങ്ങോട്ടുമിങ്ങോട്ടും ലാത്തുകയാണ്. ഉലാത്ത്; ധാരാളം ഉലാത്ത്.

എന്താണ് ഒരു കൂട്ടക്കരച്ചിൽ? ‘ഓ, അവർ എന്റെ ചിതയ്ക്കു തീ കൊളുത്തുന്നു. കൊള്ളാം.’ കത്തട്ടെ തീയും പുകയും. പതുക്കെ പുക നീങ്ങുന്നു. തീ കത്തിപ്പടർന്നു എല്ലാം ചാമ്പലായിവരികയാണ്.

കുട്ടപ്പൻ എന്താണ് ഒഴിഞ്ഞുമാറി നടക്കുന്നത്? നടക്കു നടക്കൂ. ഓ, ജ്യേഷ്ഠത്തിയമ്മ മുടി അഴിച്ചിട്ടുകൊണ്ടാണ് അങ്ങോട്ടു ചെല്ലുന്നത്. ഓ, അവർ എന്തു മാതിരിയായിപ്പോയി!

“എന്താണിവിടെ നില്ക്കുന്നത്?”

“എവിടെയെങ്കിലും നില്ക്കണ്ടേ?” കുട്ടപ്പനാണോ സംസാരിക്കുന്നത്? ജ്യേഷ്ഠത്തിയമ്മ എന്താണു മുഖം താഴ്ത്തിയത്? അവർ ആകെ തളർന്നിരിക്കുന്നു.

“വരൂ!”

കുട്ടപ്പൻ അനങ്ങുന്നില്ല.

“വരൂ!”

“വരാം!”

കുട്ടപ്പൻ അവരുടെ പിന്നാലെ പോകുന്നു. അവൻ എങ്ങോട്ടാണു പോകുന്നത്? ഓ, ഇതു കണ്ടുകൊണ്ടിരിക്കാൻ വയ്യ; സഹിക്കാൻ വയ്യ! "അവനെ ഞാൻ കൊത്തിനുറുക്കും" ചന്തുനായർ അട്ടഹസിച്ചു; "എടാ ദുഷ്ടാ."

ഒരു ഭീകരശബ്ദം:

"ബ്ധീം...!

"അയ്യോ! താഴേക്കു വീണോ?" ആരോ വിളിച്ചുപറയുന്നു. ജ്യേഷ്ഠത്തിയമ്മയുടെ ശബ്ദമല്ലേ? താൻ പൊന്തുകയാണ്. ആരോ താങ്ങിയെടുക്കുകയാണോ? കിടന്നു കിടന്നു ചൂടുപിടിച്ച കട്ടിലിലേക്കു വീണ്ടും കിടത്തപ്പെട്ടുവോ? ആരോ നെഞ്ചിൽ കൈവച്ചു നോക്കുന്നു. ആ കൈസ്പർശം ഇപ്പോഴും തിരിച്ചറിയാം.

കാൽപ്പെരുമാറ്റം നീങ്ങുന്നു; ജാലകത്തിനടുത്തേക്കാണോ? വാതിൽക്കലേക്കാണോ?

"ഹയ്യോ! ഈ കൊടുവാൾ എന്റെ നെറ്റി മുറിച്ചു!" ജ്യേഷ്ഠത്തിയമ്മയാണ്.

"എടാ കിട്ടാ!"

"ഓ!" ദൂരെനിന്നാണു വിളികേൾക്കുന്നത്.

"ഓടിപ്പോയി കുട്ടപ്പനെ കൂട്ടിക്കൊണ്ടുവാ. കടവത്തെ പീടികയിലുണ്ടാകും."

"ഓ."

ആരോ അടുത്തുവരുന്നു. ഒരു കൈ നെഞ്ചിൽ തടവുന്നുണ്ട്. തടവിൽ നിർത്തിയോ? ഇല്ല. ചുറ്റും ഇരുട്ടുകയറുന്നു. ഒരു കടലിലേക്കു താഴ്ന്നുപോവുകയാണ്. ഈ ഉറക്കം അവസാനിക്കുകയില്ലേ? താഴ്ന്നു താഴ്ന്നു പോവുകതന്നെയാണ് – ആകെ ഇരുട്ട്!

■

രാച്ചിയമ്മ

പതിനൊന്നു വർഷത്തിനുശേഷം രാച്ചിയമ്മയെ കണ്ടപ്പോൾ, അവളിൽ പ്രത്യക്ഷപ്പെട്ട മാറ്റത്തിലല്ല അദ്ഭുതം, അവൾക്കു മാറ്റങ്ങൾ വന്നിരിക്കാമെന്ന് അതേവരെ ഓർക്കാതിരുന്നതിലാണ്.

നീലഗിരിയിൽനിന്നും പോന്നതിനുശേഷം പലപ്പോഴും ഞാൻ രാച്ചിയമ്മയെപ്പറ്റി ഓർത്തിട്ടുണ്ട്. കരിങ്കൽ പ്രതിമപോലെയുള്ള ആ ശരീരവും ആ ചങ്കൂറ്റവും മനസ്സിൽനിന്ന് ഒരിക്കലും മായുമെന്നു വിചാരിച്ചില്ല. പക്ഷേ കാലമെന്ന ആ വലിയ തമാശയ്ക്കിടയിൽ എല്ലാം മാഞ്ഞുമാഞ്ഞുപോകുന്നു. എന്നാലും വല്ലപ്പോഴുമൊക്കെ ഓർക്കാതിരുന്നിട്ടില്ല.

ഇരുട്ടത്ത് കൈയുംവീശി കുതിച്ചു നടന്നുവരുന്ന രാച്ചിയമ്മയെ കണ്ടറിയുകവയ്യ. കേട്ടറിയാം. കൈകളിലെ അയഞ്ഞ വെള്ളിവളകൾ പൊട്ടിച്ചിരിക്കും.

ഇളംനീല വർണ്ണമായ ആകാശത്തിനു ചുവട്ടിൽ അലംഭാവത്തോടെ കിടക്കുന്ന പച്ചക്കുന്നുകളുടെ കരുത്തും കമനീയതയും രാച്ചിയമ്മ എപ്പോഴും ഓർമ്മപ്പെടുത്തി.

ആ രാച്ചിയമ്മയാണോ മുമ്പിൽ നില്ക്കുന്നത്?

ഞാൻ ഒരിക്കൽക്കൂടി ഊന്നിനോക്കി. കറുത്തുനീണ്ട വിരൽത്തുമ്പുകളിലെ അമ്പിളിത്തുണ്ടുകൾക്ക് ഇന്നും തിളക്കവും ശുചിത്വവുമുണ്ട്. മൂക്കും കണ്ണുമെല്ലാം അതേപോലെതന്നെ. ടോർച്ചടിക്കുന്നതുപോലെയുള്ള ചിരിക്കും വ്യത്യാസമില്ല. ടോർച്ചിലെ ബാറ്ററിക്കു സ്വല്പം ശക്തിക്ഷയം പെട്ടിട്ടുണ്ടെന്നു തോന്നി.

എങ്കിലും രാച്ചിയമ്മയുടെ തലയിൽ ഒന്നുരണ്ടു വെള്ളിവരകൾ. അവ അസ്വാസ്ഥ്യമുണ്ടാക്കുന്നു. വേണ്ടാത്തിടത്താണ് അവ വന്നുകയറിയത്.

കാളക്കുട്ടന്മാരെപ്പോലെയുള്ള പതിനൊന്നു വർഷങ്ങൾ ചുരമാന്തി ഓടിപ്പോയിരിക്കുന്നു. എന്നിട്ടും രാച്ചിയമ്മയ്ക്ക് ഇത്രയൊക്കെയേ സംഭവിച്ചുള്ളുവല്ലോ എന്നായിരുന്നു ആലോചിക്കേണ്ടിയിരുന്നത്. എന്തോ, അങ്ങനെ വിചാരിക്കാൻ കഴിയുന്നില്ല.

മിസ്സിസ് നായർ ഓർമ്മപ്പെടുത്തി: രാച്ചിയമ്മയെ ഓർമ്മയുണ്ടോ?

മറുപടി പറഞ്ഞില്ല. പുഞ്ചിരിക്കൊണ്ടതേയുള്ളൂ. മിസ്സിസ് നായർ വീട്ടുകാരി ചെയ്യേണ്ട മര്യാദ ചെയ്തു.

രാച്ചിയമ്മയെ എനിക്ക് ആരും പരിചയപ്പെടുത്തിത്തന്നതല്ല. നീലഗിരി വയനാട്ടിലേക്ക് ഉദ്യോഗസ്ഥനായി വന്നിട്ടു നാലു ദിവസം കഴിഞ്ഞിട്ടേ ഉണ്ടായിരുന്നുള്ളൂ. അന്ന് അവിടെ ഹോട്ടലില്ല. പീടികയില്ലെന്നു പറഞ്ഞുകൂടാ. ചായത്തോട്ടങ്ങളിലെ വേലക്കാരെ പിടിച്ചുപറിക്കാനും കള്ളക്കടത്തുകൾക്കു സൗകര്യമുണ്ടാക്കുവാനുമായി ഒരു കടയുണ്ട്. അവിടെനിന്നു വാങ്ങിയ സോപ്പു തേച്ചുകുളിച്ചാൽ ദേഹത്തിൽ ഒട്ടലുണ്ടാകും. കടുകുവറ വിട്ടാൽ കറി എലിക്കാട്ടം മണക്കും!

ഞാൻ എവിടെ താമസിക്കും? എവിടെ ഭക്ഷണം കഴിക്കും?

സ്നേഹിതന്മാർ ഒരു വീടും ഒരരിവെപ്പുകാരനേയും ശരിപ്പെടുത്തിത്തന്നു. ആ കെട്ടിടത്തെ വീടെന്നും ആ ചെറുക്കനെ അരിവെപ്പുകാരനെന്നും വിളിക്കാൻ തന്നെയായിരുന്നു എനിക്കിഷ്ടം.

ഞാൻ ഉന്മേഷവാനായിരിക്കുവാൻതന്നെ ആഗ്രഹിച്ചു. ജീവൻ എന്ന ഈ ആകസ്മികവും അനിർവചനീയവുമായ മഹാപ്രവാഹം ഏതെല്ലാം കുന്നിൻചെരുവുകളിലൂടെയും കൽത്തളങ്ങളിലൂടെയും അരുവിക്കരകളിലൂടെയും പാഞ്ഞുപോകുമെന്നോ ആകാശത്തിലെ നിറഭേദങ്ങൾ അതിന് എന്തെല്ലാം രൂപപരിണാമങ്ങളുണ്ടാക്കുമെന്നോ ആർക്കു പറയാൻ പറ്റും?

മൂന്നാംദിവസം ഞാൻ അമ്മയ്ക്കെഴുതി: "എനിക്കിവിടെ സുഖമാണ്. നല്ല പ്രദേശം. നല്ല ആളുകൾ."

എഴുതിവച്ച കത്തിനുമേൽ മേൽപ്പുരയിൽനിന്നു വെൺചിതൽ കൊഴിയുന്നുണ്ടായിരുന്നു.

അപ്പോഴാണ് രാച്ചിയമ്മ വന്നത്. അതിർത്തിയിൽ വേലിത്തറിപോലെ വളർന്നുനില്ക്കുന്ന കാട്ടുചെടികൾ വകഞ്ഞുമാറ്റി, മുറ്റത്തേക്കു ചാടി നിന്നിട്ട് അവൾ വിളിച്ചു:

"എടാ ചെറുക്കാ!"

വിറകു കീറുകയായിരുന്ന എന്റെ അരിവെപ്പുകാരന് ആ വിളി ഒട്ടും ഇഷ്ടമായില്ലെന്നു തോന്നുന്നു. എങ്കിലും മറുപടി പറയാൻ ധൈര്യപ്പെടാത്തതുപോലെ മിഴിച്ചു നോക്കിനിന്നു.

"നിന്റെ യജമാനൻ ഇവിടെയില്ലേ?"

"എന്തുവേണം?"

"നിന്നോടല്ല, നിന്റെ യജമാനനോടാണു പറയാനുള്ളത്. ഇവിടെ ഉണ്ടോ?"

"ഉണ്ട്."

"വിളി."

ഒരു കാട്ടുകൊമ്പു പിടിച്ചൊടിച്ചു വലിച്ചു ചീന്തിയെടുക്കുന്നതിനിടയിൽ അവൾ നിർദ്ദേശിച്ചു.

ഞാൻ എല്ലാം ജാലകത്തിലൂടെ നോക്കിയിരിക്കുകയായിരുന്നു. അവളെ ഏതോ കരിങ്കൽക്കുന്നു പെറ്റ് പുറത്തേക്കെറിഞ്ഞതാണെന്നു തോന്നി.

ചെറുക്കൻ വന്നു പറഞ്ഞപ്പോൾ, ഒന്നും അറിഞ്ഞിട്ടില്ലാത്തതുപോലെ, ഞാൻ കോലായിലേക്കു ചെന്നു. എന്നെ കണ്ടപ്പോൾ അവൾ കുറച്ചു നേരം തറച്ചുനോക്കിയിട്ടു ചോദിച്ചു:

"നിങ്ങൾക്കു പാൽ വേണ്ടേ?"

"വേണം."

"എന്നാൽ അതു പറയാതെ ഞാനെങ്ങനെ അറിയും? എത്ര കുപ്പി?"

"ഒന്നരക്കുപ്പി."

"കാലത്ത് എത്ര?"

"അര."

"ശരി. എടാ ചെറുക്കാ, നാളെ മുതൽക്കു വന്നു വാങ്ങിക്കൊണ്ടു പോന്നോ."

"ഇങ്ങോട്ടു കൊണ്ടുവന്നുകൂടേ?"

"തിളപ്പിച്ചു കുറുക്കി പഞ്ചസാരയിട്ടു കൊണ്ടുവന്നാലോ?"

ചെറുക്കനും എന്തോ പറയണമെന്നുണ്ടായിരുന്നു. അവൻ എന്റെ മുഖത്തേക്കു നോക്കിയിട്ട്, വിറകുകൊള്ളികളുമെടുത്ത് അടുക്കളയിലേക്കു പോയി.

അവൾ പിന്നെയും തുറിച്ചുനോക്കി നില്ക്കുന്നതു കണ്ടപ്പോൾ ഞാൻ ചോദിച്ചു:

"നാളെ മുതൽക്കു പാൽ..."

"തരാം. പക്ഷേ, നിങ്ങളുടെ ചെറുക്കനോടു വാങ്ങിക്കൊണ്ടുവരാൻ പറയണം."

"അവനു സ്ഥലം അറിയില്ലായിരിക്കും."

"വായിൽ നാവില്ലേ? ചോദിക്കട്ടെ. പാൽക്കാരി രാച്ചിയമ്മ എന്നു പറഞ്ഞാൽ എല്ലാവരും അറിയും. മനസ്സിലായോ?"

"ഓ."

അവൾ ഒരിക്കൽകൂടി തുറിച്ചുനോക്കിയിട്ട്, പിന്തിരിഞ്ഞ് കാട്ടുചെടികൾ വകഞ്ഞുമാറ്റി കടന്നുപോയി.

പെട്ടെന്ന് കുറ്റിക്കാടുകളുടെ മറവിൽനിന്നു വിളിച്ചുപറയുന്നതു കേട്ടു: വടക്കേക്കുന്നിന്റെ ചെരിവിലാണു നമ്മുടെ വീട്, ചെറുക്കനോടു പറഞ്ഞേക്കിൻ.

പന്നി പുളയുന്ന നെൽവയലിലെന്നപോലെ, കാടിന്റെ മുകൾപ്പരപ്പിലുണ്ടായ അല വളഞ്ഞുപുറഞ്ഞു ദൂരെ മറഞ്ഞു.

കുട്ടിക്കാലത്തു പഠിച്ച വരി ഞാൻ ഓർത്തു: "ഇവളെപ്പേടിച്ചാരും നേർവഴി നടപ്പീല...!"

പിറ്റേന്നു പാലിനു പോയ ചെറുക്കൻ രാച്ചിയമ്മയുടെ വീടു കണ്ടെത്തിയില്ലെന്നും പറഞ്ഞു മടങ്ങിപ്പോന്നു.

അഞ്ചുനിമിഷം കഴിഞ്ഞില്ല. കാട്ടുചെടികൾക്കിടയിൽനിന്നു രാച്ചിയമ്മ ഒരലുമിനിയപ്പാത്രവുമായി പ്രത്യക്ഷപ്പെട്ടു:

"എടാ ചെറുക്കാ, നീ കുന്നിൻചെരിവിൽ വന്നു മിഴിച്ചുനോക്കിനിന്നു മടങ്ങിപ്പോന്നല്ലോ. പാലിതാ." അവൾ അവന്റെ നേരെ നോക്കിയിട്ടു തുടർന്നു: "നാളെ ഞാൻ കൊണ്ടുവരില്ല. തീർച്ച. ഈ ചെറുക്കനു ബുദ്ധിയില്ലേ?"

ചെറുക്കൻ മുഖം വീർപ്പിച്ചു പാൽപ്പാത്രം വാങ്ങി. അകത്തേക്കു പോകുമ്പോൾ രാച്ചിയമ്മ എന്റെ അരികെ വന്നുപറഞ്ഞു: "മലയാളക്കാരനാണെന്നു പിന്നീടാണു മനസ്സിലായത്."

"ഓഹോ!... രാച്ചിയമ്മയുടെ രാജ്യം ഏതാണ്?""

"മൈസൂർ."

ആ കർണ്ണാടകക്കാരി ഇത്രയും നന്നായി മലയാളം പറയുന്നതു കേട്ടപ്പോൾ അദ്ഭുതം തോന്നി.

"രാച്ചിയമ്മ എത്രകാലമായി ഇവിടെ വന്നിട്ട്?"

"നമ്മൾ വന്നതല്ല."

"പിന്നെ?"

"നമ്മുടെ അമ്മയുടെ അമ്മയെ കൊണ്ടുവന്നു."

"ആര്?"

രാച്ചിയമ്മയ്ക്കു ലജ്ജ. മറ്റെന്തും ഞാൻ അവളിൽനിന്നു പ്രതീക്ഷിത്തിരുന്നു. രാച്ചിയമ്മ പറഞ്ഞു:

"നിങ്ങളുടെ രാജ്യക്കാരൻ കൊണ്ടുപോന്നു."

"മലയാളിയോ?"

"അതെ."

"രാച്ചിയമ്മയുടെ അച്ഛൻ?"

"മുനിയപ്പൻ."

മൂന്നു പ്രവിശ്യകളുടെ സന്തതിയായ രാച്ചിയമ്മയെ നോക്കിനിൽക്കാൻ രസം തോന്നി. അപ്പോഴേക്കും ചെറുക്കൻ പാത്രം തിരിച്ചുകൊണ്ടുവന്നു. പാത്രം വാങ്ങി കാട്ടിലേക്കു കാലെടുത്തുവയ്ക്കുമ്പോൾ രാച്ചിയമ്മ വിളിച്ചുപറഞ്ഞു:

"നാളെ നീ വന്നില്ലെങ്കിൽ, ചെറുക്ക, യജമാൻ പാൽ കുടിക്കില്ല!"

പിറ്റേന്നു ചെറുക്കൻ സ്ഥലം കണ്ടുപിടിച്ച് പാൽ വാങ്ങിക്കൊണ്ടു വന്നു.

ഒരാഴ്ചയ്ക്ക് രാച്ചിയമ്മയെ കണ്ടില്ല.

അന്നു വൈകുന്നേരം ആഫീസു വിട്ടു വരുമ്പോൾ, വഴിക്കുവച്ച് ഒരു ബഹളം കേട്ട് അങ്ങോട്ടു നോക്കി. രാച്ചിയമ്മ ആരെയോ ശകാരിക്കുന്നു: "എടാ തെമ്മാടീ, തുടപ്പക്കട്ടയെടുത്തു ഞാൻ നിന്റെ മുഖത്തലക്കും! പട്ടിണി കിടന്നു പല്ലിളിച്ചപ്പോൾ കാശു കടം തന്നതാണോ തെറ്റ്? കാശു കിട്ടിയപ്പോൾ നമ്മളെ തോല്പിക്കാൻ നോക്കുന്നോ? നമ്മുടെ രൂപം നീ ശരിക്കു കണ്ടിട്ടില്ല!"

രാച്ചിയമ്മയുടെ മുമ്പിൽ നില്ക്കുന്ന ചെറുപ്പക്കാരൻ 'ഷൾഗവ്യ' ത്തിലായിരുന്നു. അയാൾ പരുങ്ങിക്കൊണ്ട് പറഞ്ഞു: "ഞാൻ നാളെ..."

"ഇപ്പോൾ കിട്ടണം എന്റെ കാശ്."

രാച്ചിയമ്മ ആ ചെറുക്കന്റെ കൈയിൽനിന്നു പണം എണ്ണിവാങ്ങി. ആ യുവാവു കനപ്പിച്ച മുഖവുമായി പിൻതിരിയാൻ പുറപ്പെട്ടപ്പോൾ രാച്ചിയമ്മ പറഞ്ഞു:

"നില്ക്ക്."

"ഇനി എന്തിന്?"

"ഇതു മടക്കിയെടുത്തോ. പലിശയൊന്നും വേണ്ട. മുതൽമുടക്കി ത്തന്നല്ലോ. അതുതന്നെ സന്തോഷം, മഹാരാജ!"

ചെറുപ്പക്കാരൻ പണം മടക്കിവാങ്ങാൻ ഇഷ്ടപ്പെട്ടില്ല. അയാളുടെ അഭിമാനം വ്രണപ്പെട്ടിരുന്നുവെന്നു തോന്നി. രാച്ചിയമ്മ ഒരൊറ്റ അലറൽ:

"വാങ്ങിക്കോ!"

അവൻ കൈനീട്ടിപ്പോയി. കാശു കൈയിലിട്ടു കൊടുത്തിട്ടു രാച്ചിയമ്മ രൂക്ഷമായി അവന്റെ മുഖത്തേക്കു നോക്കി. ഓ, ഒരു പ്രമാണി.

ഒന്നും കാണാത്തതുപോലെയും മനസ്സിലാക്കാത്തതുപോലെയും ഓവുപാലത്തിനുമേൽ നിന്ന എന്റെ മുമ്പിലെത്തിയപ്പോൾ രാച്ചിയമ്മ പരുങ്ങിക്കൊണ്ടു പറഞ്ഞു:

"ആ ചെറുക്കൻ സൂത്രക്കാരനാണ്. വാങ്ങിയാൽ കൊടുക്കില്ല. ഇപ്പോൾ അതു വാങ്ങിയില്ലെങ്കിൽ അവനതു മുഴുവൻ ബീർക്കടയിൽ കൊണ്ടുപോയി കലക്കും."

എന്നിൽനിന്ന് ഒരുത്തരം രാച്ചിയമ്മ പ്രതീക്ഷിക്കുന്നുവെന്നു തോന്നിയില്ല. പിന്നെ എന്തിന് എന്നോടിതൊക്കെ ക്ഷമാപണസ്വരത്തിൽ വിവരിക്കുന്നു?

രാച്ചിയമ്മ കടന്നുപോയപ്പോൾ ആ പഴയ വരി ഓർമ്മവന്നു: "അവളെ പേടിച്ചാരും..."

രാച്ചിയമ്മ ഇക്കാര്യമെന്തെങ്കിലും ഓർക്കുന്നുണ്ടാകുമോ? ടോർച്ച ടിക്കുംപോലെയുള്ള ആ ചിരി കൂടെക്കൂടെ ചുണ്ടിൽ വിടരുന്നു. എങ്കിലും ആ പുഞ്ചിരിയെ ഒരു വിഷാദഭാവം വലയം ചെയ്യുന്നുണ്ടോ?

കവിളിലെ തുടുത്ത ഇതളുകൾ വാട്ടിക്കളയുന്നതോടൊപ്പം തലയിൽ കൊച്ചുമുല്ലപ്പൂ ചൂടിക്കുകയും ചെയ്യുന്ന കാലമാകുന്ന വലിയ തമാശ രാച്ചിയമ്മയിൽ പ്രവർത്തിക്കുമെന്നു വിചാരിക്കാൻ സാധിച്ചിരുന്നില്ല.

“നമ്മളെ മനസ്സിലായില്ല?”

“മനസ്സിലായി, രാച്ചിയമ്മ-” ഞാൻ തികച്ചും ക്ഷമാപണസ്വരത്തി ലാണു പറഞ്ഞത്. അതു നുണയായിരുന്നു. നന്ദികെട്ടവനേയെന്ന് എന്നെ ത്തന്നെ വിളിക്കാൻ തോന്നി.

ഞാൻ ചുരം കയറുമ്പോൾപോലും രാച്ചിയമ്മയെപ്പറ്റി ആലോചിച്ചില്ല. ഒന്നിന്റെ ചുമലിൽ മറ്റൊന്നു തലചായ്ച്ചുകൊണ്ടു നിരന്നു കിടക്കുന്ന പച്ചക്കുന്നുകളെയും കാട്ടിനുള്ളിൽനിന്നു പെട്ടെന്നു പ്രത്യക്ഷപ്പെട്ടു പൊട്ടി ച്ചിരിക്കുന്ന വെള്ളച്ചാട്ടങ്ങളേയും കണ്ടപ്പോൾ ഞാൻ എന്തുകൊണ്ടു രാച്ചി യമ്മയെപ്പറ്റി ഓർത്തില്ല?

കാലമൊരു ക്രൂരമായ തമാശതന്നെ. പച്ചക്കുന്നുകൾക്കു വെള്ളക്കര യിടുന്ന നടപ്പാതകൾ പല സംഭവങ്ങളേയും വ്യക്തികളേയും സ്മരണ യിൽ കൊണ്ടുവന്നു. കണ്ണുനീരും രക്തവും ശവങ്ങളും വീണ നടപ്പാത കൾ. ഇവയൊക്കെ ചായച്ചെടികൾക്കു വളമായിരിക്കും. തിരുളുകൾ പൊന്തിവന്നു. ഓറഞ്ചു പീക്കോ! കാസ്പിയൻ കടൽത്തീരത്തോ ക്രിസ്തുമസ് ദ്വീപിലോ ഫ്രഞ്ചുകബേരകളിലോ മധുവിധു കൊണ്ടാടുന്ന യുവതികളും യുവാക്കളും പ്രശംസിച്ചിരിക്കും! സുഗന്ധമുള്ള ഇന്ത്യൻ ഓറഞ്ചുപീക്കോ!

കണ്ണുനീരിലെ ഉപ്പും രക്തത്തിലെ തുടുപ്പും ചേർന്ന്, സുഗന്ധമായി മാറിയ കഥയെപ്പറ്റി ഓർത്തപ്പോഴും രാച്ചിയമ്മയെപ്പറ്റി നിനച്ചില്ല.

എന്തെല്ലാം മാറ്റങ്ങൾ! നിരത്തുവക്കത്തെ പാടികൾ മനുഷ്യർ താമ സിക്കുന്ന സ്ഥലങ്ങളാണെന്നു തോന്നിത്തുടങ്ങി. ആശുപത്രി വലുതായി. കൂടുതൽ കാറും ലോറിയും അങ്ങോട്ടുമിങ്ങോട്ടും ഓടുന്നു. പക്ഷേ, മനു ഷ്യരുടെ തലയിൽനിന്നു കരിമ്പടങ്ങളും കവിളുകളിൽനിന്നു വിളർപ്പും മാറിയിട്ടില്ല. പരിഷ്കാരങ്ങൾ അടച്ചിട്ട വീടിന്റെ പുറംചുമരുകളിൽ അടി ക്കുന്ന വെയിലുപോലെയേ, ഇവിടെ വന്നിട്ടുള്ളൂവെന്നുണ്ടോ?

ഞാൻ സഞ്ചരിക്കുന്ന സർക്കാർവക വലിയ ബസ്സു കാണുമ്പോൾ കുട്ടികളെങ്കിലും തുറിച്ചുനോക്കിനില്ക്കുമെന്നു പ്രതീക്ഷിച്ചു. കണ്ട ഭാവ മേയില്ല. പീടികയുടെ മുമ്പിൽ ബസ് നിന്നപ്പോൾ ചെവി തുളയ്ക്കുന്ന ശബ്ദത്തിൽ ഒരു ചെറുക്കൻ വിളിച്ചുപറയുന്നതു കേട്ടു:

“ആന വന്നു!”

“നിന്റെ തന്ത വന്നു!” ബസ്സിനകത്തുനിന്ന് ആരോ തിരിച്ചടിച്ചു.

"നമ്മുടെ തന്ത ഇത്ര വലുതാ!" ചെറുക്കൻ അദ്ഭുതപ്പെട്ടപ്പോൾ ബസ്സിനകത്ത് ആകെയൊരനക്കം. പിറുപിറുക്കൽ. വിമർശനം. അപ്പോഴേക്കും കറുത്ത ശരീരവും ചുകന്ന പല്ലുകളുമുള്ള ഒരു പെൺകിടാവ് എവിടെനിന്നോ വന്നു ചെറുക്കന്റെ ചെവിക്കുറ്റി കടന്നുപിടിച്ചു വലിച്ചുകൊണ്ടുപോകുന്നതു കണ്ടു.

ആ പെൺകിടാവിന്റെ ചടുലമായ ചലനം ഓർമ്മയുടെ ഏതോ തന്ത്രി മീട്ടുന്നതുപോലെ എനിക്കു തോന്നി!

ഏതു തന്ത്രി?

രാച്ചിയമ്മ എന്ന് ഉറക്കെപ്പറയാൻവേണ്ടി എന്റെ മനസ്സ് വിക്കിവിക്കി നിന്നതാവാം.

ഈ പ്രദേശത്തുള്ള എന്റെ ജീവിതം രാച്ചിയമ്മയോട് അത്രമേൽ ബന്ധപ്പെട്ടതാണ്. എന്നിട്ടും മനസ്സിൽ വ്യക്തമായി അവളുടെ രൂപം പൊന്തിവന്നില്ല.

പക്ഷേ, ബസ് രണ്ടു വളവു തിരിഞ്ഞപ്പോൾ ഓർമ്മ പെട്ടെന്ന് എന്നെ ഞെട്ടിച്ചു. വർഷങ്ങൾക്കുമുമ്പ് ഒരു സന്ധ്യയ്ക്കാണതുണ്ടായത്. മുളകൾക്കും മനസ്സിനും ആണ്ട പൊട്ടുന്ന കാലം. അസ്വസ്ഥമായിരുന്നു മനസ്സ്. അതുകൊണ്ട് എന്തിനെന്നില്ലാതെ തെണ്ടിനടന്നു. ഒടുവിൽ ആണ്ട പൊട്ടിച്ചുതിന്നു ചെവിയും തുമ്പിയുമാട്ടിക്കൊണ്ടു നിന്ന ആ കട്ടപിടിച്ച ഇരുട്ടിന്മേൽ ചെന്നു കയറിപ്പോയേനെ. ഒരടികൂടി വച്ചാൽ മതി. പക്ഷേ, നിന്നു. മുമ്പോട്ട് ഒരടിവെച്ചുകൂടാ. പിമ്പോട്ടു പോകാൻ ശക്തിയുമില്ല. വെറുങ്ങലിച്ച് നില്പ്.

പെട്ടെന്നാണ് ഒരു കൈ എന്റെ കൈത്തണ്ടമേലമർന്നത്. ഞാൻ എന്തുകൊണ്ട് ഉറക്കെ നിലവിളിച്ചില്ല എന്നറിഞ്ഞുകൂടാ. ഭയപ്പെട്ടു തൊണ്ടയടഞ്ഞതുകൊണ്ടാവാം. പ്രകൃതി തടഞ്ഞതാവാം. അഥവാ, ആ കൈകളിൽ സുരക്ഷിതനാണെന്ന അവ്യക്തബോധംകൊണ്ടുമാകാം.

എന്തായാലും ഞാൻ നിന്നു. എന്നെ കാട്ടിനുള്ളിലേക്കു വലിച്ചുകൊണ്ടുപോയി. കുറച്ചുകഴിഞ്ഞാണ് ആളെ നോക്കിയത്.

രാച്ചിയമ്മ!

"ആ ആനയെ പേടിപ്പിച്ചല്ലോ...!" പളുങ്കുമണികൾ വെള്ളത്തിലെറിയുംപോലെയുള്ള അവളുടെ പരിഹാസച്ചിരി കേട്ടപ്പോൾ ആ ചെകിട്ടത്തടിക്കാൻ തോന്നിയില്ല. എന്റെ കൈത്തണ്ട അപ്പോഴും രാച്ചിയമ്മയുടെ പിടിയിൽ അമർന്നിരിക്കുകയായിരുന്നു.

"രാച്ചിയമ്മ എവിടെനിന്നു ചാടിവീണു?"

"ഞാൻ ഇവിടെത്തന്നെയല്ലേ!"

ഇതു പറഞ്ഞിട്ട് രാച്ചിയമ്മ പൊട്ടിപ്പൊട്ടിച്ചിരിച്ചു. ഇടിമിന്നൽക്കഷ്ണങ്ങൾ ചിതറുംപോലെയുണ്ടായിരുന്നു ആ ചിരി.

കാട്ടിലെ ഒറ്റയടിപ്പാതയിലൂടെ അവൾ എന്നെ നയിച്ചു. അപ്പോൾ രാച്ചിയമ്മയെപ്പറ്റി മാത്രമായിരുന്നു എന്റെ ചിന്ത. ഇരുട്ടിന്റെ കരിങ്കൽഭിത്തികൾക്കു നടുവിലൂടെ നീങ്ങുന്ന ഒരു നീലവെളിച്ചം!

ഭൂതകാലസ്മരണകൾ, നനഞ്ഞ മൺഭിത്തികൾപോലെ മനസ്സിലേക്ക് ഇടിഞ്ഞടർന്നു വീഴുകയായിരുന്നു. ഞാനവയിലെ കൽത്തുണ്ടങ്ങളിലേക്കും ചളിക്കട്ടകളിലേക്കും നോക്കിക്കൊണ്ടു നിന്നു. അപ്പോൾ രാച്ചിയമ്മ അന്വേഷിച്ചു:

"എന്തിനിപ്പോൾ വന്നു? പിന്നെയും ഇവിടെയായോ ജോലി?"

"ഇല്ല. ഞാൻ മിസ്സിസ് നായരെ കാണാൻ വന്നതാണ്."

"അതു നന്നായി. നമ്മൾക്കും കാണാറായല്ലോ." രാച്ചിയമ്മ എന്നെ ഒന്നുഴിഞ്ഞുനോക്കിയിട്ടു തുടർന്നു: "ആൾ കുറച്ചു തടിച്ചല്ലോ!"

"പ്രായമാകുമ്പോൾ തടിക്കില്ലേ?"

"നമ്മൾ തടിച്ചില്ലല്ലോ."

"രാച്ചിയമ്മയ്ക്കു പ്രായമായിട്ടുണ്ടാവില്ല."

അവൾ പൊട്ടിപ്പൊട്ടി ചിരിച്ചു. ഇടിമിന്നൽക്ഷണങ്ങൾ ചിതറിവീണു. ആ ഓരോ കഷ്ണവും അഗാധമായ ഏതോ ഇരുൾക്കുഴിയിലേക്കു പതുക്കെപ്പതുക്കെ ഊർന്നിറങ്ങിപ്പോകുന്നതായി കണ്ടു.

ഞാൻ ഒന്നും സംസാരിച്ചില്ല; രാച്ചിയമ്മയും. സംസാരിച്ചില്ലെന്നു തോന്നിയതുമില്ല. എന്റെ മനസ്സ് വാചാലമായിരുന്നു; രാച്ചിയമ്മയുടേതോ?

"രാച്ചിയമ്മ കൂടക്കൂടെ ഇവിടെ വന്നു നിങ്ങളെപ്പറ്റി അന്വേഷിക്കും." മിസ്സിസ് നായർ പറഞ്ഞു. ഉദാരഭാവത്തിൽ അവർ ഇതുകൂടി കൂട്ടിച്ചേർത്തു: "ഞങ്ങൾ എല്ലാം വിസ്തരിച്ചു പറഞ്ഞുകൊടുക്കാറുമുണ്ട്."

മിസ്സിസ് നായർ പൊട്ടിച്ചിരിച്ചപ്പോൾ എന്റെ ഹൃദയത്തിൽ ഒരു നൊമ്പരമാണ് അനുഭവപ്പെട്ടത്. അതവരുടെ കൃത്രിമപ്പല്ലുകളുടെ തിളക്കം കണ്ടിട്ടായിരുന്നില്ല.

രാച്ചിയമ്മ അപ്പോഴും നിശ്ശബ്ദയായി നില്ക്കുകയായിരുന്നു. ഓർക്കുകയാണോ? എന്തായിരിക്കും ഓർക്കുക? രാച്ചിയമ്മയ്ക്കു കുറെ ഓർക്കാനില്ലേ...?

ആ ദിവസങ്ങൾ എന്റെ മനസ്സിലേക്കു തള്ളിക്കടന്നുവന്നു. രണ്ടുമൂന്നു ദിവസം കലശലായ തലവേദന അകമ്പടിയില്ലായിരുന്നുവെങ്കിൽ ആ പനി രസകരമായ അനുഭവമായേനെ.

മൂന്നാംദിവസം കാലത്താണു കണ്ടത് മേലാകെ പൊന്തിയിരിക്കുന്നു. ഇളവെയിൽ കടന്നുവരുന്ന ജാലകത്തിനരികെ പോയിനിന്നു. പുതപ്പെടുത്തുമാറ്റി നോക്കി പവിഴമണികൾ വാരിവിതറിയിരിക്കുന്നു. കണ്ണാടിക്കടുത്തുനിന്നു. മുഖത്തുണ്ടോ? കുറച്ചേയുള്ളൂ. ഇനി പൊന്തുമോ എന്നു പറയാൻ പറ്റില്ല.

എന്തൊക്കെയോ ആലോചിച്ചുകൊണ്ടു കട്ടിലിൽ വന്നിരുന്നപ്പോൾ, അരിവെപ്പുകാരൻ ചെറുക്കൻ വന്നു ചോദിച്ചു:

"കാപ്പി കൊണ്ടുവരട്ടേ?"

"വേണ്ട."

"ചായ?"

"നീ ഇപ്പോൾ പോകണം."

"എങ്ങോട്ട്?"

"നിന്റെ വീട്ടിലേക്ക്."

"എന്തിന്, സാർ?'

"ഒന്നും ചോദിക്കരുത്, ഒരു മാസം കഴിഞ്ഞു വന്നാൽ മതി."

അർത്ഥം മനസ്സിലാകാത്തതുപോലെ സ്വല്പനേരം നിന്നിട്ട് അവൻ പോയി. കുറെക്കഴിഞ്ഞപ്പോൾ രാച്ചിയമ്മയുടെ ശബ്ദം കേട്ടു:

"ഇവിടെ ആളില്ലേ?"

"ഇല്ല." ഞാൻ കിടക്കുന്നിടത്തുനിന്നുതന്നെ വിളിച്ചുപറഞ്ഞു.

"അപ്പറഞ്ഞതു ചെകുത്താനാണോ?"

ചെകിടത്തടിക്കാൻ തോന്നി. വാദപ്രതിവാദത്തിനുവന്ന അവസരം. വീണ്ടും വിളിച്ചെങ്കിലും ഉത്തരം പറഞ്ഞില്ല.

വാതിൽപ്പൊളി നീങ്ങുന്ന ശബ്ദം. രാച്ചിയമ്മയുണ്ടു മുമ്പിൽ:

"എന്താണു മൂടിപ്പുതച്ചു കിടക്കുന്നത്?"

"സുഖമില്ല."

"എന്താണു സുഖക്കേട്?"

"കുരുപ്പ്."

രാച്ചിയമ്മ, എനിക്കു തടുത്തുവെക്കാൻ കഴിയുന്നതിനുമുന്നേ, പുതപ്പെടുത്തു മാറ്റി. ആകെയൊന്നു നോക്കിയിട്ടു പറഞ്ഞു:

"ഇതിനെന്താ, അമ്മവിളയാട്ടമല്ലേ!"

പിന്നീടൊന്നും പറഞ്ഞില്ല. വീടൊക്കെ വെടുപ്പാക്കി, കാപ്പിയുണ്ടാക്കി. തണുത്ത കാപ്പിയുമായി അടുത്തുവന്നു പറഞ്ഞു:

"തണുത്തതേ കഴിക്കാവൂ."

കുറച്ചു കഴിഞ്ഞപ്പോൾ എവിടെനിന്നോ കുറെ പടപ്പഴം കൊണ്ടുവന്നു.

"എല്ലാം തിന്നണം. ഒന്നുകൂടി പനിക്കട്ടെ. പൊന്താൻ ബാക്കിയുള്ളതൊക്കെ പൊന്തട്ടെ."

തണുത്ത കഞ്ഞി, തണുത്ത ചോറ്, തണുത്ത കാപ്പി - രാച്ചിയമ്മയൊഴികെ എല്ലാം തണുത്തതുതന്നെ. ഇറക്കാൻ വിഷമം തോന്നി. പക്ഷേ, രാച്ചിയമ്മ വിട്ടില്ല:

"കഴിക്കാനാണു പറഞ്ഞത്."

തിന്നു; കുടിച്ചു.

പിറ്റേന്നു മുതൽ തണുതണെയുള്ള ഒരുതരം വെള്ളംകൊണ്ടു കണ്ണിൽ ധാര.

ഞാൻ സമ്മതിക്കാനോ പ്രതിഷേധിക്കാനോ പോയില്ല. എല്ലാം നടക്കട്ടെ.

കാലത്ത് എനിക്കു ഭക്ഷണവും തന്നു രാച്ചിയമ്മ പോകും. വൈകുന്നേരം തിരിച്ചുവരും.

ഞാൻ പറഞ്ഞു: "ഇതു പകർച്ചവ്യാധിയാണ്."

"അറിയാം" - രാച്ചിയമ്മ.

"രാച്ചിയമ്മ ഇങ്ങനെ വരുന്നതു ശരിയാണോ?"

"ശരിയാണ്."

"വേണ്ട, രാച്ചിയമ്മേ."

"പിന്ന നിങ്ങളിവിടെ കിടന്നു ചാകാനോ? ആ ചെറുക്കനെ വിരട്ടിയോടിച്ചതുപോലെ, എന്നോടു പറ്റില്ല."

തർക്കിച്ചിട്ടു കാര്യമില്ല.

കുരുക്കളെല്ലാം പൊന്തിക്കഴിഞ്ഞു. മേലെല്ലാം. മൂക്കിന്റെ അറ്റത്തും ഉള്ളിലും നഖത്തിന്റെ ഇടയിലും. പഴുത്തു വീർത്ത് കുരുക്കൾക്കിടയിലുള്ള വിടവു നികന്നു.

വിങ്ങൽ വേദന, ചൊറിച്ചിൽ.

ഞാൻ ഞരങ്ങുമ്പോൾ, രാച്ചിയമ്മ അടുത്തിരുന്നു വേപ്പിൻതൂപ്പുകൊണ്ടു ദേഹത്തിൽ പതുക്കെപ്പതുക്കെ തടവിയിട്ടു പറഞ്ഞു: "ഞരങ്ങാതെ, നാളേയ്ക്ക് ഒക്കെ സുഖമാകും."

ആ കൊച്ചുവാചകം ഏകാന്തതയുടെ മരുഭൂമിയാകെ നനച്ചു. എന്നിട്ടും ഞരങ്ങാതിരിക്കാൻ കഴിഞ്ഞില്ല.

രാച്ചിയമ്മ എവിടെയോ പോയി സ്വല്പം മഞ്ഞൾപ്രസാദം കൊണ്ടുവന്ന് എന്റെ ശിരസ്സിൽ തടവി, മേലാകെ വിതറി. എന്നിട്ട്, ആരോടെന്നില്ലാതെ പറയുന്നതുകേട്ടു.

"അമ്മ, നീ കണ്ടോ!"

പ്രാർത്ഥനയേക്കാൾ അധികം ഭീഷണിയായിരുന്നു അത്. കടം കൊടുത്ത പണം മടങ്ങിവാങ്ങാനുപയോഗിച്ച അതേ സ്വരമായിരുന്നു.

അതു ഫലിച്ചുവെന്നു തോന്നുന്നു. ഇറക്കംവെച്ചു വേദന നിലച്ചു. ചൊറിയും കുറഞ്ഞു. ഞാൻ അല്പാല്പമുറങ്ങുകയും ധാരാളംനേരം മയങ്ങിക്കിടക്കുകയും ചെയ്തു. മയങ്ങിക്കിടക്കുന്ന എന്റെ മുമ്പിൽ അരിയും മഞ്ഞൾപ്പൊടിയും തെച്ചിപ്പൂവും കൂട്ടിയെറിഞ്ഞു ചെകുത്താ

ന്മാരേയും മസൂരി തുടങ്ങിയ വ്യാധികളേയും പുറത്താക്കാൻവേണ്ടി നാട്ടിൽ നടക്കാറുള്ള വെളിച്ചപ്പാടു വന്നു. ഇരുഭാഗത്തേക്കും ചിതറിയിട്ട മുടി. മഞ്ഞക്കുറി. കെട്ടിച്ചുറ്റിയ ചോപ്പ്. അലരിപ്പൂവിന്റെ മണം. വാളിന്റെ തിളക്കം. ചിലമ്പിന്റെ കിലുക്കം. തോറ്റം ചൊല്ലുന്നു. അനേകം മസൂരികളുടെ പേർ. ആനടിയൻ, അത്തിത്താമര, ചേരവളയൻ, അകംതടിയൻ, പുറംതടിയൻ - ഈവിധം തൊണ്ണൂറ്റാറു മഹാവ്യാധികളെ ഒഴിവാക്കാൻ മഹാകാളിയെ വിളിക്കുന്നു. കാളി വരുന്നു. വെമ്പട്ടണിഞ്ഞ്, ചിങ്ങപ്പുറമേറി, വാളിന്റെ മൂർച്ച കണ്ണിലും കണ്ണിന്റെ തിളക്കം വാളിലുമായി നിന്നലറുന്നു. അപ്പോൾ അടിയാർ കേഴുന്നു; മാരിപോലെ വന്നതു മഞ്ഞുപോലെ പോകണേ!

"വേദന മാറിയില്ലേ?"

കൺമിഴിച്ചു നോക്കിയപ്പോൾ കൊച്ചുകാളി മുമ്പിൽ നില്ക്കുന്നു. മിന്നൽപോലെയുള്ള ചിരിയോടെ തുടർന്നു. "മാറി, മാറി. ഇനി ഞരങ്ങിയാൽ നമ്മൾ അടിക്കും." ചിരി വന്നെങ്കിലും ചിരിച്ചില്ല. കണ്ണടച്ചു മിണ്ടാതെ കിടന്നു. മനസ്സിനു മുമ്പിൽ ആ കൊച്ചുകാളിയുടെ വിഗ്രഹം തെളിഞ്ഞുനിന്നു.

"ദാരിയന്റെ ചോരകുടിച്ചലറുന്നോരമ്മേ,

കാൽച്ചിലമ്പു തകർത്തു കുലുക്കീട്ടാടുന്നോരമ്മേ..."

ആ പാട്ട് ഓർമ്മവന്നപ്പോൾ ചിരിക്കാതെ കഴിഞ്ഞില്ല.

"ചിരിക്കുന്നുണ്ട്. വേദന മാറി."

കൺമിഴിച്ചില്ല. എങ്കിലും ആ ചോദ്യത്തിൽ വേദനിപ്പിക്കുന്ന എന്തോ ഒന്നുള്ളതായി തോന്നി. ഇന്നും രാച്ചിയമ്മയുടെ ചോദ്യം കേട്ടപ്പോൾ അതേ വേദനയാണ് ഉണ്ടായത്.

"ഇപ്പോൾ പണമൊക്കെ ഉണ്ടാക്കി, സുഖമായിരിക്കുന്നു, അല്ലേ?"

എന്റെ മിഴികൾ കീഴ്പ്പോട്ടു താഴുന്നതു കണ്ടിട്ടാണെന്നു തോന്നുന്നു രാച്ചിയമ്മ പറഞ്ഞു:

"നിങ്ങൾ സുഖമായിരിക്കുമ്പോൾ നമ്മൾക്കു സന്തോഷം." എന്തിനു സന്തോഷമെന്നു ചോദിച്ചില്ല.

വീണ്ടും മൂകത. പക്ഷേ, അതറിയാത്തവിധത്തിൽ മിസ്സിസ് നായർ വാതോരാതെ സംസാരിച്ചു. പുതുതായി വാങ്ങിയ ഷവർലേ കാറിന്റെ ഗുണങ്ങളെപ്പറ്റി വളരെ പറയാനുണ്ടായിരുന്നു. ഊട്ടിക്കോ ബാംഗ്ലൂർക്കോ ഗുരുവായൂർക്കോ ആദ്ധ്യാത്മികപ്രസംഗങ്ങൾ കേൾക്കാനോ ക്ഷേത്രദർശനത്തിനോ പോകേണ്ടിവരുമ്പോൾ ഒരു വലിയ കാറില്ലാതെ കഴിയില്ല. കാറിൽ കയറിയിരുന്നു കണ്ണടച്ചു നാമജപം തുടങ്ങിയപ്പോൾ എത്തേണ്ടിടത്ത് എത്തിയേ കണ്ണു തുറക്കാറുള്ളൂ. അതിനിടയിൽ വലിയ ഇളക്കവും കുലുക്കവും പാടില്ല.

ഒരു കൊച്ചു കാറുകൂടി വാങ്ങാൻ ഏർപ്പാടുചെയ്തിരിക്കുന്നു. പേർസ്യൻ ഗൾഫിലുള്ള മകളും ഭർത്താവുംകൂടി അടുത്തദിവസം വരും. അവർക്കു ചുറ്റിത്തിരിയാൻ ഒരു കൊച്ചു കാറു വേണം - ഒരു ഫിയറ്റ്.

"എപ്പോൾ പോകുന്നു?" രാച്ചിയമ്മ ഇടയിൽ കടന്നു ചോദിച്ചു.

"നാളെ കാലത്ത്."

"നമ്മൾ കണ്ടുകൊള്ളാം. ഇപ്പോൾ പോകട്ടെ. എരുമയ്ക്കു വെള്ളം കൊടുക്കണം."

മിസ്സിസ് നായർ അപ്പോഴും തന്റെ കാറുകളേയും ഫ്രിജുകളേയും ഒടുക്കത്തെ മകളുടെ സ്വഭാവശുദ്ധിയേയും ബദരീനാഥയാത്രയിലെ ആദ്ധ്യാത്മികാനുഭൂതികളേയുംപറ്റി സംസാരിക്കുകയായിരുന്നു.

എന്റെ മനസ്സ് എരുമകൾക്കു വെള്ളം കൊടുക്കാൻ പോയ രാച്ചിയമ്മയുടെ കൂടെ പോയിരുന്നു.

മസൂരി മാറി കുളിച്ച ദിവസങ്ങളിൽ രാച്ചിയമ്മ എരുമകളേയും എന്നേയും എങ്ങനെ മാറിമാറി ശുശ്രൂഷിച്ചുവെന്നും അപ്പോൾ ഞാനോർത്തു. രാച്ചിയമ്മയോട് ഒരു ദിവസം പറഞ്ഞു:

"ഇനി നാട്ടിൽ പോകാം. ലീവു കഴിയുമ്പോൾ തിരിച്ചുവരാം."

"ഇപ്പോൾ സർക്കീട്ടടിക്കാൻ നമ്മൾ വിടില്ല."

വിടില്ല എന്നു പറഞ്ഞാൽ വിടില്ലെന്നു തന്നെയാണർത്ഥം. രാച്ചിയമ്മ കാലത്തു വരുന്നു, വീടു വെടിപ്പാക്കുന്നു, കാപ്പിയും പലഹാരവും ഉണ്ടാക്കിത്തരുന്നു. ഉച്ചഭക്ഷണം പാകംചെയ്ത് അടച്ചുവെച്ചു വന്ന ധൃതിയോടെതന്നെ തിരിച്ചുപോകുകയും ചെയ്യുന്നു.

"എരുമയ്ക്കു വെള്ളം കൊടുക്കട്ടെ."

"പോത്തിനു തീറ്റയുണ്ടാക്കിവച്ചു, അല്ലേ?"

രാച്ചിയമ്മ കുലുങ്ങിക്കുലുങ്ങിച്ചിരിച്ചു. കുറ്റിക്കാട്ടിനുള്ളിൽ അവളുടെ തല മറഞ്ഞിട്ടും പൊട്ടിച്ചിരി കേൾക്കാമായിരുന്നു.

ആരോഗ്യം വീണ്ടെടുത്ത് ആപ്പീസിൽ പോകാൻ തുടങ്ങിയകാലത്ത് ഒരു ദിവസം രാച്ചിയമ്മ ചോദിച്ചു:

'ഇനി ചെറുക്കൻ വരില്ലേ?"

"ഇല്ലെന്നു തോന്നുന്നു."

"നന്ദികെട്ട ശവം-" രാച്ചിയമ്മ കുറച്ചുനേരം എന്തോ ആലോചിച്ചിട്ടു ചോദിച്ചു:

'പെങ്ങന്മാരുണ്ടോ?"

"ഇല്ല."

"ഉണ്ടായിട്ടില്ലേ?"

"ഒരാൾ ഉണ്ടായിരുന്നു. മരിച്ചു."

ഇതു കേട്ടപ്പോൾ രാച്ചിയമ്മ എന്റെ മുഖത്തേക്കു നോക്കി സ്വല്പ നേരം നിന്നു. ആ കണ്ണിൽ ഒരു വല്ലാത്ത ഭാവമായിരുന്നു. ചെവിയാട്ടാതെ നില്ക്കുന്ന ആനയുടെ കണ്ണുകളെ അതോർമ്മപ്പെടുത്തി. കുറച്ചുനേരം കഴിഞ്ഞിട്ട് രാച്ചിയമ്മ പറഞ്ഞു:

"നമ്മൾക്ക് ഒരാങ്ങളയുണ്ടായിരുന്നു. ചത്തു."

നിശ്ശബ്ദത.

തിരിച്ചുപോകുമ്പോൾ രാച്ചിയമ്മയോടു ഞാൻ ചോദിച്ചു:

"രാച്ചിയമ്മയ്ക്കിപ്പോൾ ആരുണ്ട്?"

"ദൈവം മാത്രം."

അവൾ കടന്നുപോയപ്പോൾ വല്ലാത്ത ശൂന്യത അനുഭവപ്പെട്ടു.

ഇപ്പോൾ, രാച്ചിയമ്മ പോയപ്പോൾ, ആ ശൂന്യത തിരിച്ചുവന്നപോലെ തോന്നുന്നു.

ഇതൊന്നും മിസ്സിസ് നായരുടെ സംഭാഷണത്തെ ബാധിച്ചിരുന്നില്ല. എക്സ്പോർട്ട് ലൈസൻസ് കിട്ടാൻവേണ്ടി തന്റെ ഭർത്താവ് പെടുന്ന പാടു വിവരിക്കുകയായിരുന്നു അവർ. മാസത്തിൽ ഒന്നും രണ്ടും തവണ ദില്ലിക്കു പോകണം. അദ്ദേഹത്തിനാണെങ്കിൽ എല്ലാത്തരം പ്ലെയിനിലും യാത്രചെയ്തുകൂടാ. ബ്ലഡ് പ്രഷറുള്ള മനുഷ്യനല്ലേ! ഈയിടെയായി വലിയ ആളുകൾക്കൊക്കെ ബ്ലഡ്പ്രഷറുണ്ട്. അവരെന്നോടു ചോദിച്ചു:

"ബ്ലഡ് പ്രഷറുണ്ടോ?"

"ഇല്ല."

"ഷുഗറുണ്ടോ?"

"ഇല്ല."

ഉത്തരങ്ങൾ പറഞ്ഞുകൊണ്ടിരുന്നപ്പോഴും മനസ്സിൽ രാച്ചിയമ്മ നിറഞ്ഞുനിന്നു. ഞാൻ അവളെ ഉപദ്രവിച്ചിട്ടുണ്ട്. ആ രംഗം ഉള്ളിലേക്കു പതുക്കെപ്പതുക്കെ കടന്നുവന്നു.

ആപ്പീസിൽനിന്നു തിരിച്ചുവന്നതു നന്നേ ക്ഷീണിച്ചിട്ടാണ്. ഒന്നിനും ഉന്മേഷമില്ല. കുന്നിൻചെരുവിൽ ഒന്നു ചിറ്റിയടിക്കാം. അവിടെ പന്തലിച്ചു നില്ക്കുന്ന സാമ്പ്രാണിമരത്തിനു ചുവട്ടിൽ നിലാവ് കിതയ്ക്കുന്ന പുള്ളി മാനെപ്പോലെ നില്ക്കുന്നു.

ഞാൻ അവിടെയിരുന്നു. മൂകമായ കുന്നിൻചെരിവുകൾ, നീണ്ടുപോകുന്ന ചായത്തോട്ടങ്ങൾ, ഒരൊറ്റ മേഘച്ചുരുളുമില്ലാത്ത ആകാശം. എന്തൊരു ശൂന്യത!

പെട്ടെന്നാണ് രാച്ചിയമ്മ അങ്ങോട്ടു കടന്നുവന്നത്. നെൽവയലിന് അരുപറ്റി വരുന്ന ഒരു കറമ്പിപ്പശുവിനെപ്പോലെയുണ്ടായിരുന്നു. അപ്രതീക്ഷിതമായിരുന്നു ആ വരവ്. രാച്ചിയമ്മ ഒട്ടും അമ്പരപ്പില്ലാതെ എന്റെ അരികെ വന്നിരുന്നു ചോദിച്ചു:

“വ്യസനമാണോ?”

“എന്തിന്?”

“നാട്ടിലുള്ളവരെപ്പറ്റി ആലോചിച്ചിട്ട്.”

“ഇല്ല.”

എന്റെ അമ്മയെപ്പറ്റി, അച്ഛനെപ്പറ്റി, കുടുംബങ്ങളെപ്പറ്റി എല്ലാം രാച്ചിയമ്മ ചോദിച്ചു. എനിക്കും ആരോടെങ്കിലും എന്തെങ്കിലും പറയണമെന്നുണ്ടായിരുന്നു. മടിച്ചുനിന്നിരുന്ന ആമ്പൽമൊട്ടുകളെ നിലാവു തൊട്ടുണർത്തുകയായിരുന്നു.

രാച്ചിയമ്മ എന്നിൽനിന്നകലെ, എന്നോടു ബന്ധമില്ലാതെ, ജനിച്ചുവളർന്നവളാണെന്ന് അപ്പോൾ തോന്നിയില്ല.

നിശ്ശബ്ദത. ഹൃദയമിടിപ്പു കേൾക്കാം.

ചായച്ചെടികൾക്കിടയിലെ സിൽവർ ഓക്കുമരങ്ങളിലൂടെ ചൂളമടിച്ചുകൊണ്ടുപോകുന്ന കാറ്റ്. അതു ദൂരെയുള്ള കോടമഞ്ഞിനെ പുല്കിലയിച്ചുപോയേക്കാം.

രാച്ചിയമ്മയുടെ കൈ കടന്നുപിടിച്ചു. ആ വെള്ളിവളകൾ കലമ്പൽകൂട്ടി.

ലജ്ജയോ പരിഭ്രമമോ പ്രതീക്ഷിച്ചതാണ്. സൃഷ്ടിക്കും സുരക്ഷയ്ക്കുമുള്ള മോഹങ്ങൾ തമ്മിൽ ഒന്നു കൂട്ടിയുരസും.

പക്ഷേ, രണ്ടുമുണ്ടായില്ല.

ഒരു സന്ധ്യാകാലത്തിന്റെ നിഴൽപ്പാടു മുഴുവൻ ആ കണ്ണുകളിലേക്ക് ഊറിക്കൂടിയതുപോലെ തോന്നി.

“രാച്ചിയമ്മ!”

അവൾ തേങ്ങിക്കരയുകയായിരുന്നു.

ഞാൻ ആ കൈ വിട്ടു ദൂരെ മാറിനിന്നു. അപ്പോൾ രാച്ചിയമ്മ എന്റെ കൈ ഇങ്ങോട്ടു കടന്നുപിടിച്ചു ചോദിച്ചു:

“പിണങ്ങിയോ?”

ഞാൻ ഒന്നും പറഞ്ഞില്ല. അപ്പോഴത്തെ എന്റെ മനസ്സ് എനിക്കറിഞ്ഞുകൂടായിരുന്നു.

“നമ്മളോടു പിണങ്ങരുത്.” രാച്ചിയമ്മ തേങ്ങി: “നമ്മളുടെ ആങ്ങള ചത്തതിനുശേഷം സുഖം തോന്നിയതു നിങ്ങളെ കണ്ടപ്പോഴാണ്.”

എന്റെ മറുപടി ആവശ്യമുണ്ടായിരുന്നില്ല.

“തള്ള ചാകുമ്പോൾ പറഞ്ഞ വാക്കാണ്...”

“എന്ത്?”

“നമ്മൾ കാവിൽ പോയി മഞ്ഞപ്രസാദം തൊട്ടു, സത്യം ചെയ്തു,

വഴിപിഴയ്ക്കില്ലെന്ന്.” രാച്ചിയമ്മ തേങ്ങിക്കൊണ്ടുതന്നെ തുടർന്നു: “ഇനി ഇഷ്ടംപോലെ.”

അവളുടെ ഉയർന്ന മാറിയത്തിലേക്കു കണ്ണീർക്കണങ്ങൾ ഇറ്റിറ്റു വീണു ചിതറുന്നതു ഞാൻ കണ്ടു. നിമിഷങ്ങളും ഉടഞ്ഞു ചിതറിപ്പോകുന്നു.

അനങ്ങാതെ നില്ക്കുന്ന എന്റെ മുഖത്തേക്കു നനഞ്ഞ കണ്ണുകൾ ഉയർത്തിയിട്ട് രാച്ചിയമ്മ പറഞ്ഞു: “നിങ്ങൾ ആവശ്യപ്പെടുന്നതെന്തിനും നമ്മൾ വഴങ്ങാം. പക്ഷേ, ഒന്നുണ്ട്-”

“എന്താണ്?”

“അതുകഴിഞ്ഞു നമ്മൾ ജീവിച്ചിരിക്കില്ല. ഇനി ഇഷ്ടംപോലെ!”

വീണ്ടും രാച്ചിയമ്മ കൈകടന്നുപിടിച്ചു. ആ കൈ തട്ടിനീക്കാനോ പിടിച്ചണയ്ക്കാനോ കഴിഞ്ഞില്ല. ‘പെങ്ങളേ’ എന്നു സത്യസന്ധമായി വിളിക്കാനും സാധിച്ചില്ല. ഒരു വേദന മാത്രം മനസ്സിൽ തങ്ങിനിന്നു. സിൽവർ ഓക്കുമരങ്ങൾക്കിടയിലൂടെ മൂളിപ്പോകുന്ന കാറ്റിൽ ആ വേദന പകർന്നതായിത്തോന്നി.

“എന്താണ് ഒന്നും മിണ്ടാത്തത്?” രാച്ചിയമ്മ കൈത്തണ്ട പിടിച്ചു കുലുക്കി. ഞാൻ കീഴ്പോട്ടു നോക്കിക്കൊണ്ടു പറഞ്ഞു:

“ക്ഷമിക്കണം രാച്ചിയമ്മ. ഉപദ്രവിച്ചതിൽ വ്യസനമുണ്ട്.”

ഈ വാക്കുകൾ രാച്ചിയമ്മയെ അധികം കരയിപ്പിച്ചു. നിലാവിന്റെ ഇതളുകൾ കൊഴിയാൻ തുടങ്ങിയപ്പോൾ ഞങ്ങൾ രണ്ടുവഴിക്കു നീങ്ങി. നിഴലുകളും കോടമഞ്ഞും കൂടിക്കുഴഞ്ഞ അന്തരീക്ഷത്തിലേക്കു മറഞ്ഞു പോകുന്ന അവളെ നോക്കിക്കൊണ്ടു നിന്നപ്പോൾ അകത്തുനിന്നൊരു ചോദ്യം: ‘നീ ആരാണമ്മ?’

ഇന്നും ആ ചോദ്യത്തിനുത്തരമില്ല.

മിസ്സിസ് നായരുടെ കഥാകാലക്ഷേപത്തിൽനിന്നു സ്വല്പം ഒഴിഞ്ഞു നില്ക്കണമെന്നു മോഹിച്ചാണു വൈകുന്നേരം പുറത്തേക്കിറങ്ങിയത്. കുന്നിൻചെരിവിൽവെച്ച് രാച്ചിയമ്മയെ കാണുമെന്നു വിചാരിച്ചതല്ല.

തടിച്ച സാമ്പ്രാണിമരത്തിനു പിമ്പിൽനിന്ന് അവൾ പ്രത്യക്ഷപ്പെടുകയാണുണ്ടായത്. കുളിച്ച് ആറാനിട്ട മുടി. അവളുടെ ചന്ദനപ്പൊട്ടിനോ പല്ലുകൾക്കോ അധികം തിളക്കമെന്നു പറയാൻ വയ്യ.

“എന്തുകൊണ്ടു ഭാര്യയെ കൊണ്ടുവന്നില്ല?” അവൾ ചോദിച്ചു.

“ഭാര്യയുണ്ടെന്ന് ആരു പറഞ്ഞു?”

“നിങ്ങൾ അറിയിച്ചില്ലെങ്കിലും നമ്മൾ അറിയും. മകൾ വിജയലക്ഷ്മി സ്കൂളിൽ പോകാൻ തുടങ്ങിയോ?”

"ഉവ്വ്."

എന്നെപ്പറ്റി എല്ലാം അറിഞ്ഞുവെച്ചിരിക്കുന്നു.

"വിജയലക്ഷ്മിയെ കൊണ്ടുവന്നില്ലല്ലോ. നമ്മൾക്ക് ഒന്നെടുത്ത് ഉമ്മ വെക്കാൻ തോന്നുന്നു."

ഞാൻ ചിരിച്ചതേയുള്ളൂ.

"പഴയമാതിരിതന്നെ പണം വെള്ളംപോലെ ചെലവാക്കുന്നു, അല്ലേ? രാച്ചിയമ്മ ചോദിച്ചു.

"അത്രയൊന്നും പണമില്ല, രാച്ചിയമ്മ."

"ഉള്ളത്. വിജയലക്ഷ്മിയെ നല്ല ചെറുക്കന്റെ കൂടെ അയയ്ക്കണം. പണ്ടം കൊടുക്കേണ്ടേ? പണം കൊടുക്കേണ്ടേ? നിങ്ങളെന്താ ചിരിക്കുന്നത്?"

"രാച്ചിയമ്മ പണം സൂക്ഷിക്കുന്നുണ്ടോ?"

"ഉണ്ട്."

"കൈയിലെത്ര പണമുണ്ട്?"

"കൈയിലില്ല. ഒക്കെ ബാങ്കിൽ ഇവിടെ ഇപ്പോൾ ബാങ്കു വന്നല്ലോ. കൈയിൽ വച്ചാൽ കടം ചോദിക്കും. കൊടുത്താൽ മടക്കിക്കിട്ടാൻ ബുദ്ധിമുട്ട്. പിന്നെ ബാങ്കിൽ പലിശ കിട്ടും. നമ്മടെ നാട് ഇപ്പോൾ വലിയ നാടായി. സ്കൂൾ വന്നു, കോടതി വന്നു, പോലീസ് ആപ്പീസു വന്നു, പിന്നെ ടൂറിസ്റ്റാഫീസു വന്നു. ടൂറിസ്റ്റാഫീസിൽ നമ്മൾ പാൽ കൊടുക്കുന്നു." ഇതു പറഞ്ഞിട്ട് രാച്ചിയമ്മ ഒന്നു പൊട്ടിച്ചിരിച്ചു.

"എന്നിട്ടും രാച്ചിയമ്മയ്ക്കു കല്യാണം വന്നില്ലല്ലോ."

ഉത്തരമുണ്ടായില്ല.

"ഇങ്ങനെ എത്രനാൾ കഴിയും?"

"ചാകുന്നതുവരെ."

"സഹായത്തിന് ഒരാൾ വേണ്ടേ?"

"ദൈവമുണ്ടല്ലോ."

"ഒരു സഹായികൂടി ഉണ്ടാകുന്നതല്ലേ നല്ലത്?"

രാച്ചിയമ്മ നിഷേധാർത്ഥത്തിൽ പതുക്കെ തലയാട്ടി.

"പിന്നെ ആർക്കുവേണ്ടി പണം സൂക്ഷിക്കുന്നു?"

"നമ്മളുടെ അവകാശിക്കുവേണ്ടി."

"അതാരാണ്?"

"വിജയലക്ഷ്മി. നിങ്ങളുടെ മകൾ, ബാങ്കിൽ അവകാശിയായി അവളുടെ പേരാണു നമ്മളെഴുതിക്കൊടുത്തിട്ടുള്ളത്."

"എന്ത്!"

"നമ്മൾ ചത്താൽ പണമൊക്കെ വിജയലക്ഷ്മിക്ക്. ചാകുന്നതിനു മുമ്പും എടുക്കാം. പക്ഷേ, നിങ്ങൾക്കു തന്നാൽ ഗുണമില്ല. ഫൂ... ഒക്കെ വെള്ളംപോലെ ഒഴുക്കും."

ഞാൻ രാച്ചിയമ്മയുടെ കൈത്തണ്ട കടന്നുപിടിച്ചു. എന്റെ പെങ്ങളേ!...

രാച്ചിയമ്മയ്ക്ക് ഒരു ഭാവവ്യത്യാസവുമുണ്ടായിരുന്നില്ല. അവൾ ചോദിച്ചു:

"എന്റെ വീട്ടിൽ വരാമോ?"

"തീർച്ചയായും."

പഴയ വീടല്ല. കുറേക്കൂടി ചന്തം വരുത്തിയിരിക്കുന്നു. ഞാൻ തല കുനിച്ച് ഉള്ളിലേക്കു കടന്നു. മിനുസപ്പെടുത്താത്ത പലകകൊണ്ടുണ്ടാക്കിയ ബഞ്ചിൽ ഇരുന്നു.

രാച്ചിയമ്മ തന്ന ചെറുചൂടുള്ള എരുമപ്പാൽ ഊതിയൂതി കുടിക്കുമ്പോൾ, അവൾ എന്നെ നോക്കിക്കൊണ്ട്, കഴിഞ്ഞ കഥകൾ പറയുകയായിരുന്നു. മൂന്നു കല്യാണാലോചന വന്നു. മൂന്നും വേണ്ടെന്നു പറഞ്ഞു.

"കാരണം?"

രണ്ടുപേരും നമ്മുടെ പണം കിട്ടാൻ വന്നതാ."

"മൂന്നാമത്തേവനെ–"

"വേണ്ടെന്നു പറഞ്ഞു."

"കാരണം?"

"കാരണമില്ല." കൂടുതൽ ചോദിക്കുന്നത് ഇഷ്ടപ്പെടാത്തതുപോലെ അവൾ വിഷയം മാറ്റി. എന്നിട്ട് ചെങ്കൽച്ചളിയും കരിയുംകൂടി മോടിപിടിപ്പിച്ച ചുമരിലേക്കു ചൂണ്ടിക്കാട്ടി: "അതു കണ്ടോ?"

അടുത്തുചെന്നു നോക്കി. എന്റെ ഒരു പഴയ ഫോട്ടോ! രാച്ചിയമ്മ ഇടിമിന്നലുപോലുള്ള പുഞ്ചിരി തുരുതുരെ വർഷിച്ചു. ചുറ്റും കനത്തുവരുന്ന ഇരുട്ടിൽ അവ കൂടുതൽ തെളിഞ്ഞു.

രാച്ചിയമ്മ എന്റെ കൈപിടിച്ചിട്ടു പതിഞ്ഞ സ്വരത്തിൽ ചോദിച്ചു:

"നമ്മളെ മറന്നോ?"

"ഇല്ല."

"എന്നിട്ടും ഇത്രകാലവും ഒരു വിവരവും അറിയിച്ചില്ലല്ലോ നമ്മൾ എന്നും വിചാരിക്കും. വരും വരുമെന്ന്."

ദേഹത്തോടുരുമ്മി നില്ക്കുന്ന രാച്ചിയമ്മയുടെ കണ്ണുകളിലേക്കു നോക്കി നിഴലും നിലാവും കൂടിപ്പിണഞ്ഞു കിടക്കുന്ന ആ നീലക്കയങ്ങളിൽ അവ്യക്തമായ ഒരു വെള്ളിമീൻ നീന്തിക്കളിക്കുന്നുണ്ടായിരുന്നു.

"രാച്ചിയമ്മ!"

"നമ്മളെ മറന്നില്ലേ!"

"നീ മഞ്ഞപ്രസാദം തൊട്ടു സത്യം ചെയ്തതല്ലേ?"

"അതെ."

"എന്നിട്ട്?"

"നമ്മൾ ആ മഞ്ഞക്കുറി തുടച്ചുകളഞ്ഞു. നോക്കൂ, നമ്മുടെ നെറ്റിയിൽ ചന്ദനക്കുറിയാണല്ലോ." മന്ത്രിക്കുന്നതുപോലെ അവൾ തുടർന്നു: "നമ്മൾ മനുഷ്യനല്ലേ? മണ്ണുകൊണ്ട് ഉണ്ടാക്കിയതല്ല."

ഈ തത്ത്വജ്ഞാനം എവിടെനിന്നു പഠിച്ചുവെന്നു ഞാൻ ചോദിച്ചില്ല. ഇളകിയ മണ്ണിന്റേയും യൂക്കാലിപ്റ്റസിന്റേയും മണം കൂടിക്കലർന്ന കാറ്റും കടന്നു വന്നു. അതു വയ്ക്കോൽക്കൂമ്പാരത്തിലും വള്ളിപ്പടർപ്പുകളിലും തിരുപ്പിടിച്ചു.

എന്റെ കണ്ണുകളിലേക്കു തറച്ചുനോക്കിക്കൊണ്ടു രാച്ചിയമ്മ പറഞ്ഞു:

"നമ്മുടെ അമ്മയുടെ അമ്മയെ കൊണ്ടുവന്നത് മലയാളിയാണ്."

രാച്ചിയമ്മയുടെ ശിരസ്സിലുണ്ടായിരുന്ന ഒന്നുരണ്ടു വെള്ളിവരകൾ എന്റെ നേരെ പുഞ്ചിരി പൊഴിച്ചു. എനിക്കും പുഞ്ചിരി തൂകാതെ കഴിഞ്ഞില്ല.

വീട്ടിലെത്തിയപ്പോൾ മിസ്സിസ് നായർ കാത്തിരിക്കുന്നതു കണ്ടു. അവർ ചോദിച്ചു: "നാളെ കാലത്തു പോകുന്നോ?"

"ഉവ്വ്."

"ഞങ്ങളുടെ ഷവർലേയിൽ പോകാം."

"നന്ദി! എനിക്കു ബസ്സു മതി."

അവർ കൂടുതൽ സംസാരിച്ചില്ല, ഞാൻ വേഗത്തിൽ ഉറങ്ങുകയും ചെയ്തു.

പിറ്റേന്നു കാലത്ത് ബസ്സ് ചുരമിറങ്ങുമ്പോൾ അവ്യക്തമായ വേദന തിങ്ങുന്ന ഹൃദയത്തിൽ ആ പഴയ വരി പൊന്തിവന്നു: അവളെപ്പേടിച്ചാലും നേർവഴി... ഛെ പെട്ടെന്നു നിറുത്തി. മനസ്സും മറ്റൊരു വരിയോർത്തു: കാൽച്ചിലങ്ക തിമർത്തു കുലുക്കീട്ടാടുന്നോരമ്മേ...

അതു മൂളിക്കൊണ്ടു ചുരമിറങ്ങുമ്പോൾ ചുറ്റും നോക്കി. മനോഹരങ്ങളായ കുന്നുകൾ, ഭൂമിയിലേക്കു താഴ്ന്നുനില്ക്കുന്ന നീലാകാശം, അവ്യക്തസുന്ദരമായ കോടമഞ്ഞ്, മാദകഗന്ധം പരത്തുന്ന യൂക്കാല്പ്റ്റസ് മരങ്ങൾ. വിഷം കുറഞ്ഞ മനോഹരങ്ങളായ ഇഴജീവികളും.

■

സർവ്വേക്കല്ല്

കുട്ടപ്പപ്പണിക്കർ കുഞ്ഞിത്തേയിഅമ്മയെ കല്യാണം കഴിച്ചു. കുട്ടപ്പപ്പണിക്കർക്കു സന്തോഷമായി; കുഞ്ഞിത്തേയിഅമ്മയ്ക്കും. എല്ലാറ്റിലുമധികം സന്തോഷമായത് കുഞ്ഞിത്തേയിഅമ്മയുടെ അമ്മാമനായ ഈച്ചരൻനായർക്കാണ്. തറവാടിനോടു കൂറുള്ള ആ കാരണവർ തന്റെ തറവാട്ടിലെ ഏകസന്തതിയായ ആ മരുമകളുടെ വിവാഹത്തെപ്പറ്റി വേവലാതിപ്പെട്ടിരിക്കയായിരുന്നു. കുഞ്ഞിത്തേയിഅമ്മയിൽ ഒരു പൊടിപ്പുണ്ടായിട്ടുവേണം ആ തറവാടു നിലനില്ക്കാൻ. ഒരു പൂവെടുത്തുപോലും ഏറ്റാതെയാണ് ഈച്ചരൻനായർ അവളെ വളർത്തിയിട്ടുള്ളത്. അമ്മയും അച്ഛനുമില്ലാത്ത ആ പെൺകിടാവ് അമ്മാമന്റെ തണലിൽ വളർന്ന് പതിനെട്ടും കഴിഞ്ഞു പന്തലിച്ചുനില്ക്കുകയാണ്. എങ്ങനെ വേവലാതിപ്പെടാതിരിക്കും?

മക്കളെച്ചൊല്ലി ഈച്ചരൻനായർ ഒരിക്കലും അസ്വസ്ഥനായിട്ടില്ല. 'അവര് നന്നായാൽ അവരുടെ തറവാട്ടേക്ക് എന്നാണ് അങ്ങോരുടെ വിശ്വാസം. കുഞ്ഞിത്തേയി പ്രസവിച്ചു കുട്ടികളുണ്ടായി തറവാടു തളരാതെ നില്ക്കണേ എന്നാണ് ഈച്ചരൻനായർ നിത്യവും പരദേവതയോടു പ്രാർത്ഥിച്ചിരുന്നത്. വരാൻപോകുന്ന ആ തലമുറയ്ക്കുവേണ്ടി കഠിനാദ്ധ്വാനംചെയ്കയും പതിവാണ്. കാലത്തെഴുന്നേറ്റു കഞ്ഞിയും മോന്തി കൈക്കോട്ടെടുത്തു ചുമലിൽവച്ചു കണ്ടത്തിലേക്കിറങ്ങിയാൽ തിരിച്ചുവരുന്നതു സൂര്യൻ തലമറഞ്ഞശേഷമാണ്. കുളിയും ഊണും കഴിച്ച് ഉമ്മറത്തെ ചാരുപടിയിന്മേൽ കിടന്നു സ്വല്പം വിശ്രമിക്കും. അപ്പോഴൊക്കെ മരുമകളെപ്പറ്റിയായിരുന്നു ആലോചന. മരുമകളുടെ ഐശ്വര്യത്തെപ്പറ്റിയും ജാതകഗുണത്തെപ്പറ്റിയുമെല്ലാം പ്രസംഗിക്കാറുണ്ടെങ്കിലും അവൾ അത്രയ്ക്കൊരു സുന്ദരിയൊന്നുമല്ലെന്ന് ഈച്ചരൻനായരുടെ മനസ്സിൽ അടിയിൽ ബോധമുണ്ട്. അതുകൊണ്ട്, കണ്ടു മോഹിച്ച് ഒരു വരൻ വരിക എളുപ്പമല്ല. തേടിത്തിരഞ്ഞു പോകണം. എന്നാൽ, ഇതു വെട്ടാവെളിയായിട്ട് ആരോടെങ്കിലും പറയാമോ? ഈച്ചരൻനായർ മരുമകൾക്കു ഭർത്താവിനെ തേടി നടക്കുന്നുവെന്നു നാട്ടുകാർ പറയുക. ഏയ്, ആ തറവാടിക്ക് അതു വിചാരിക്കാൻ വയ്യ.

കുഞ്ഞിത്തേയിയോ? തനിക്കെന്തെങ്കിലുമൊരു നാണ്യക്കുറ്റമുള്ള തായി ആ പെൺകിടാവു കരുതുന്നില്ല. യൗവനത്തിന് ആകാവുന്നേട ത്തോളം ചിത്രപ്പണികൾ ആ മേനിയിൽ നടന്നിട്ടുണ്ട്. ഏതു കാട്ടുപൊന്ത യേയും പുഞ്ചിരിക്കൊള്ളിക്കുന്ന വസന്തകാലം അവളെ തഴുകിത്തലോടി നില്ക്കുന്നു. ചുരുണ്ടിരുണ്ട തലമുടി, എണ്ണപുരണ്ട ഉഴുന്നിൻമണിയുടെ വർണ്ണം, ചൂണ്ടൽകൊളുത്തുപോലെയുള്ള നോട്ടം, ചവിട്ടിത്തിമർത്ത നടത്തം, 'എനിക്കെന്താപ്പൊ' എന്ന ഭാവം - അവളെ സംബന്ധിച്ചിട ത്തോളം എല്ലാം ശരിക്കുശരിയായിരുന്നു. എങ്കിലും ഉച്ചയ്ക്കിരുന്നു കോടി മുണ്ടിനു കോഴിക്കണ്ണടയാളം കുത്തുമ്പോഴോ, അന്തിത്തിരി തിരയ്ക്കു മ്പോഴോ, അവളുടെ ഹൃദയത്തിലും പിരിമുറുകിവരുന്ന ചില വികാര ങ്ങൾ അടയാളം കുത്താൻ ശ്രമിക്കാറുണ്ട്. അപ്പോൾ, അവ്യക്തമായ ഒരേ കാന്തത അനുഭവപ്പെടുകയും ചെയ്യും.

അന്ന് കുഞ്ഞിത്തേയി കിണറ്റിൻകരയിരുന്ന വെങ്കലപ്പാത്രങ്ങൾ തേച്ചുവെളുപ്പിക്കുകയായിരുന്നു. തലയുയർത്തി നോക്കിയപ്പോൾ പറമ്പി നതിർത്തിയിൽ നില്ക്കുന്ന സർവേക്കല്ലിന്മേൽ ഒരു തലയിൽക്കെട്ട്! ഒന്നു കൂടി ഊന്നിനോക്കി: കുട്ടപ്പപ്പണിക്കരാണ് - അങ്ങേ പറമ്പിന്റെ ഉടമസ്ഥൻ. അവിടെ നടക്കുന്ന കിളയുടെ മേൽനോട്ടം വഹിക്കുകയാണ്. കൂടക്കൂടെ ഓരോ നിർദ്ദേശവും പുറപ്പെടുവിക്കുന്നുണ്ട്: 'ചാത്തപ്പാ, വെയിൽ പാടു തിരിയുമ്പോഴേക്ക് ആ മറി കിളച്ചുകയറണം, കേട്ടോ.' ഘനഗംഭീരമായ ആ ശബ്ദം ശ്രവണസുഭഗമായിത്തോന്നി, കുഞ്ഞിത്തേയിക്ക്. ഒന്നുകൂടി ഊന്നിനോക്കി. രോമം മുറ്റിവിടർന്ന മാറിടം, കടഞ്ഞെടുത്തപോലെ നീണ്ട കൈകൾ, നെടിയ ശരീരം - കുട്ടപ്പപ്പണിക്കർ ഒരു പുരുഷൻതന്നെ. അയാൾ എഴുന്നേറ്റുപോയപ്പോൾ, ആ സർവേക്കല്ല് കതിരരിഞ്ഞ നെൽക്കുറ്റിപോലെ ശൂന്യമായി കുഞ്ഞിത്തേയിക്കു തോന്നി. പിന്നീട് കൂട ക്കൂടെ ആ കല്ലിന്മേല്ക്കു കണ്ണയയ്ക്കാതിരിക്കാൻ കഴിഞ്ഞില്ല. 'ഇതു പണ്ടേ ഇവിടെ ഉണ്ടായിരുന്നൂട്ടോ' എന്നദ്ഭുതപ്പെടുകയും ചെയ്തു.

പിറ്റേന്നു വാതിൽ തുറന്നപ്പോൾത്തന്നെ കുഞ്ഞിത്തേയിയുടെ കണ്ണ് പകുതി കിളച്ച ആ കണ്ടത്തിലേക്ക് ഓടിച്ചെന്നു. തന്റെ ഹൃദയംപോലെ ത്തന്നെയുണ്ട് ആ പറമ്പും! ആ സർവേക്കല്ല് ശൂന്യമായി നില്ക്കുന്നു. എങ്ങുനിന്നോ പാറിവന്ന ഒരു വിറവാലൻകിളി ആ കല്ലിന്മേലിരുന്നു രണ്ടു മൂന്നു തവണ കുണുങ്ങി, മറ്റൊരിടത്തേക്കു പറന്നുപോയി.

കുഞ്ഞിത്തേയിയുടെ കറുത്ത കവിളുകളിൽ കുറെക്കൂടി എണ്ണമയം വന്നു. കണ്ണുകളിൽ പുലർകാലപ്രഭ എത്തിനോക്കി. എന്നിട്ടും ഒരാലസ്യം. കാലത്തെഴുന്നേറ്റാൽ തിരുതകൃതിയായി ജോലിചെയ്യാറുള്ള ആ പെൺകി ടാവിന് ഒന്നു കോട്ടുവായിട്ടാലെന്താണ് എന്നൊരു തോന്നൽ. എന്നിട്ട് ഒരിടത്തു ചാരിക്കിടന്ന് ഓരോന്നങ്ങനെ വിചാരിക്കുക. പക്ഷേ, നിവൃത്തി യില്ല. എല്ലായിടത്തും അവളുടെ കണ്ണെത്തണം. കന്നിനെ നോക്കുന്ന ചെക്കനെ വിളിച്ചു, അടുക്കളക്കാരിയെ ശാസിച്ചു, അടുപ്പിലെ ചാരം വാരി

തീപ്പൂട്ടി. കുളിയും കഴിഞ്ഞ് പരദേവതയോടു പ്രാർത്ഥിച്ചു: 'എന്നെ സഹായിക്കണേ!'

ഈച്ചരൻനായർ കൈക്കോട്ടും ചുമലിൽവച്ചു മേലെ തൊടിയിലേക്കു കയറി. കുഞ്ഞിത്തേയി വീണ്ടും കിളപ്പറമ്പിലേക്കു നോക്കി. പണിക്കാർ നിരന്നുകഴിഞ്ഞു. കിളയ്ക്കലും മറിക്കലും തിരക്ക്. പുതുമണ്ണിന്റെ മാദകമായ പരിമളം. ഭൂമി ഒരമ്മയാവാൻ ചമഞ്ഞൊരുങ്ങുകയാണ്. അവളുടെ കണ്ണുകൾ ആ സർവേക്കല്ലിന്മേലേക്കു പാറിച്ചെന്നു. ആ സർവേക്കല്ലിന്മേൽ ഒരു കാലുമെടുത്തുവച്ചു കുടയും കുത്തിനില്ക്കുകയാണ് കുട്ടപ്പപ്പണിക്കർ. മരത്തിനു പിടികൊടുക്കാതെ ഓടിയ മാർക്കണ്ഡേയൻ ചെന്നു കെട്ടിപ്പിടിച്ച ശിവലിംഗത്തിനു പിമ്പിൽ പ്രത്യക്ഷപ്പെട്ട പരമേശ്വരന്റെ രൂപം കുഞ്ഞിത്തേയിക്ക് ഓർമ്മവന്നു. ആകപ്പാടെ ഒരാശ്വാസം തോന്നി.

പത്തുമണി കഴിഞ്ഞു, പതിനൊന്നായി, പന്ത്രണ്ടും കഴിഞ്ഞു. ആ കൊടുംവെയിലത്തും സർവേക്കല്ലിൽ ചവിട്ടിനില്ക്കുകയാണ് കുട്ടപ്പപ്പണിക്കർ. കിണറ്റിൻകരെ ചെന്നപ്പോൾ കുഞ്ഞിത്തേയിഅമ്മയ്ക്ക് ഒരാലോചന: പണിക്കരൊരു തറവാട്ടുകാരനല്ലേ! തങ്ങളുടെ അതിരിന്മേൽവന്ന് ഇത്രയും നേരം നിന്നിട്ടും ഒരൗദാര്യവും കാണിക്കാതിരുന്നാലോ? പകുതി കിണറ്റിലേക്കിട്ട പാളയും കയറും വലിച്ചെടുത്തു താഴെയിട്ടു. രണ്ടും കല്പിച്ച് അതിർക്കൽ ചെന്നു ചോദിച്ചു: "ദാഹിക്കുന്നുണ്ടോ?"

കുട്ടപ്പപ്പണിക്കർ കുട പൊക്കി തലതിരിച്ചു കുഞ്ഞിത്തേയിയെ ആകെയൊന്നു നോക്കി. എന്നിട്ടു പറഞ്ഞു: "അല്പം."

"കാപ്പിയോ സംഭാരമോ വേണ്ടത്?"

"സംഭാരമായാൽ ഏറെ നന്ന്. പച്ചവെള്ളമായാലും വിരോധമില്ല."

അതിന് കുഞ്ഞിത്തേയി മറുപടി പറഞ്ഞില്ല. അവൾ ചവിട്ടിക്കുതിച്ച് ഒരു നടത്തം. അഞ്ചു നിമിഷത്തിനുള്ളിൽ ഒരു കിണ്ടി സംഭാരവുമായി തിരിച്ചുവന്നു. കുട്ടപ്പപ്പണിക്കർ മുരലിലൂടെ വായിലേക്ക് ഒരു വെള്ളച്ചാട്ടം സൃഷ്ടിച്ചുകൊണ്ടങ്ങനെ നില്ക്കുമ്പോൾ, കുഞ്ഞിത്തേയിയുടെ കണ്ണുകൾ അയാളുടെ തൊണ്ടയിൽ മേല്പോട്ടും കീഴ്പോട്ടും പാഞ്ഞുകളിക്കുന്ന മുഴയിൽ ചുറ്റിപ്പറ്റിനിന്നു. കിണ്ടി തിരിച്ചുകൊടുത്തപ്പോൾ അവൾ ചോദിച്ചു: "മതിയോ?"

"ഇപ്പൊ മതി." കുട്ടപ്പപ്പണിക്കർ പറഞ്ഞു. എന്നിട്ട്, തലയിൽക്കെട്ടിയ മുണ്ടഴിച്ചു നാലാക്കി മടക്കി സർവേക്കല്ലിന്മേലിട്ട് അതിനുമീതെ ഇരുപ്പുറപ്പിച്ചു. ആയത്തിൽ നാല് ഏമ്പക്കവും വിട്ടു.

കിള പിന്നെയും മൂന്നു ദിവസം നീണ്ടുനിന്നു. മൂന്നു ദിവസവും കുട്ടപ്പപ്പണിക്കർക്കു ദാഹമുണ്ടായി. കുഞ്ഞിത്തേയി സംഭാരം കൊണ്ടുപോയി കൊടുക്കുകയും ചെയ്തു. മൂന്നാം ദിവസം അവൾ ചോദിച്ചു: "എന്തിനാ ഈ സർവേക്കല്ലിന്മേലിരിക്കുന്നത്? ഈ ഉമ്മറത്തു കയറിയിരുന്നാലും കിള നോക്കാൻ കഴിയൂലോ."

“പക്ഷേ, ഈ സർവേക്കല്ലിന്മേലിരുന്നാൽ സുഖം കൂടും. ഇതെന്റെ ഭൂമിയുടെ അതിർത്തിയാണല്ലോ. അതിർത്തി വിടാതിരിക്കുന്നത് എപ്പോഴും നല്ലതല്ലേ?”

“അതേരിക്കും.” കുഞ്ഞിത്തേയി അതും പറഞ്ഞ് അടുക്കളയിലേക്കു കയറി. അന്നത്തോടുകൂടി കിള തീർന്നു. പിറ്റേന്നു പുതുമണ്ണിളകിയ ആ ഭൂമി ഏകാന്തമായി ചുടുനെടുവീർപ്പുകൾ വിട്ടു.

നാലുദിവസം അങ്ങനെ കഴിഞ്ഞു. അഞ്ചാംദിവസം കുട്ടപ്പപ്പണിക്കരുടെ മൂത്ത അളിയൻ കയറിവന്നു കുശലപ്രശ്നങ്ങൾക്കു ശേഷം ഈച്ചരൻനായരോടു പറഞ്ഞു: “നമ്മുടെ കുട്ടപ്പയ്ക്ക് ഒരു സംബന്ധം വേണത്രെ.”

“ആ! അതിനൊക്കെ പ്രായമായല്ലോ!” എന്നൊരു ഭംഗിവാക്ക് ഈച്ചരൻ നായരും തട്ടിവിട്ടു. അതിഥി സ്വരമൊന്നു താഴ്ത്തിയിട്ടു തുടർന്നു: ഇവിടത്തെ കുട്ടിയോടുകൂടിയായാൽ തരക്കേടില്ല എന്നുണ്ട്.”

ഈച്ചരൻനായരുടെ ഹൃദയത്തിൽനിന്ന് ആഹ്ലാദത്തിന്റെ ജ്വാല മേല്പോട്ടു തള്ളിക്കയറി. ഇത്രയും അനായാസമായി ഒരാലോചന വന്നു കയറുമെന്ന് അദ്ദേഹം വിചാരിച്ചില്ല. “എനിക്കിതിലും വലിയ ആഹ്ലാദമുണ്ടോ?” എന്നു പറഞ്ഞു ചാടിയെഴുന്നേറ്റ ഈച്ചരൻനായർ പിന്നെ ശരിക്കുമൊന്നിരുന്നതു കുഞ്ഞിത്തേയിയുടെ കല്യാണം കഴിഞ്ഞിട്ടാണ്. അങ്ങനെയാണ് ആ വിവാഹം നടന്നത്.

കുഞ്ഞിത്തേയിയുടേയും കുട്ടപ്പപ്പണിക്കരുടേയും ദാമ്പത്യം പ്രശാന്തമായിരുന്നു. കാലത്തെഴുന്നേറ്റു പല്ലുതേക്കാൻ കിണറ്റിനടുത്തിരിക്കുമ്പോൾ കുഞ്ഞിത്തേയി ചോദിക്കും: “ആ സർവേക്കല്ല് കണ്ടോ?”

“ഉം” - കുട്ടപ്പപ്പണിക്കർ ഒന്നു നീട്ടിമൂളും. ആ സർവേക്കല്ലിന്മേൽ കൊത്തിയ അമ്പടയാളം അർത്ഥവത്തായി അപ്പോഴയാൾക്കു തോന്നി. കുഞ്ഞിത്തേയിയാകട്ടെ ഒരു ശിവലിംഗംപോലെ പരിശുദ്ധിയുള്ളതായി കരുതി ആ കല്ല്.

പല്ലുതേപ്പ് കഴിഞ്ഞ് രണ്ടാംമുണ്ടുമെടുത്തു ചുമലിലിട്ട് കുട്ടപ്പപ്പണിക്കർ സ്വഗൃഹത്തിലേക്കു നടക്കുകയും ചെയ്തു.

രണ്ടാമത്തെ കൊല്ലത്തിന്റെ മദ്ധ്യത്തിൽവച്ച് കുഞ്ഞിത്തേയി ഒന്നു പ്രസവിച്ചു. കുട്ടിയുടെ കരച്ചിൽ കേട്ടപ്പോൾ ഉമ്മറത്തു നിന്നു പരുങ്ങിയിരുന്ന ഈച്ചരൻനായർ അകത്തേക്കു തലനീട്ടി ചോദിച്ചു: “എന്താ കുട്ടി?”

“ആണ്!”

ആൺകുട്ടി പിറന്നാൽ മടൽതല്ലി ആർപ്പുവിളിക്കണം. ഈച്ചരൻനായർ അരമണിക്കൂർതന്നെ ആർപ്പുവിളിച്ചു. എല്ലാവരോടും നടന്നു പറയുകയും ചെയ്തു. “നോക്കിൻ, നമുക്കൊരു മരുമകനുണ്ടായിരിക്കുന്നു. എന്റെ തറവാട്ടിനു കൂമ്പു വന്നു!”

അതിൽപ്പിന്നെ ആ മനുഷ്യൻ അധികമധികം അദ്ധ്വാനിക്കാൻ തുടങ്ങി. മുതിർന്നുവരുന്ന മരുമകനുവേണ്ടി നാലുകാശ് ഉണ്ടാക്കി വയ്ക്കണം. കുട്ടപ്പപ്പണിക്കർക്കും വലിയ സന്തോഷം. ഒരച്ഛന് അത്രയും സന്തോഷമുണ്ടാകേണ്ടതില്ലെന്നാണ് ഈശ്വരൻനായരുടെ പക്ഷം. "അയാളുടെ തറവാട്ടിലേതല്ലല്ലോ ഈ കുട്ടി..."

കുട്ടിയുടെ പേർവിളിയും ചോറൂണുമെല്ലാം പൊടിപ്പനായി നടന്നു. സ്വതേ പിശുക്കനായ ഈശ്വരൻനായർ മടിശ്ശീലയുടെ കയറു നല്ലവണ്ണമഴിച്ചു. ചോറൂണ് ഇതിലും ഗംഭീരമാക്കണമെന്നുണ്ടായിരുന്നു ആ അമ്മാമന്. പക്ഷേ, തോരാതെ കൂടിയ മഴ ഒന്നിനും സമ്മതിക്കുന്നില്ല. ചോറൂണു കഴിഞ്ഞിട്ടും മഴ നിന്നില്ല. എന്നല്ല, മഴയെ തുടർന്നൊരു വെള്ളപ്പൊക്കവും. മദിച്ച കാളക്കുട്ടനെപ്പോലെ വെള്ളം ഇടവഴികളിലൂടെ കുതിച്ചു പാഞ്ഞു. നാടൊക്കെ വെള്ളത്തിനടിയിൽ. ഈശ്വരൻനായർ മാറത്തു കൈവച്ചു: "ഓ! എന്റെ കരിക്കോറപ്പാടം!"

കുട്ടപ്പപ്പണിക്കരും നെടുവീർപ്പിട്ടു: "ഓ, എന്റെ ചീര വിതച്ചത്!"

കുഞ്ഞിത്തേയിഅമ്മ പറഞ്ഞതിങ്ങനെയാണ്:

"ഈ ശീതക്കാറ്റ് എന്റെ മോനു ജലദോഷം പിടിപ്പിക്കും."

മൂന്നുദിവസം കഴിഞ്ഞിട്ടാണ് വെള്ളമൊഴിഞ്ഞത്. പ്രതീക്ഷിച്ചതെല്ലാം സംഭവിച്ചിരിക്കുന്നു. പച്ചപിടിച്ചുനിന്ന ഭൂമിയാകെ വിളർത്തു. കരിക്കോറപ്പാടത്തു ചെളിക്കെട്ട്. ചീരക്കണ്ടത്തിലേക്കു മണൽ കുത്തിയൊലിച്ചിരിക്കുന്നു. കുഞ്ഞിത്തേയി അമ്മയുടെ മകനു ജലദോഷവും. ഈശ്വരൻനായർ പറമ്പിലാകെ നടന്നുനോക്കി. കിണറ്റിനടുത്തുള്ള സർവേക്കല്ല് കടപുഴങ്ങി നീങ്ങിപ്പോയിരിക്കുന്നു. കുഞ്ഞിത്തേയി അമ്മയ്ക്കും അതു കണ്ടപ്പോൾ വലിയ വേവലാതിയായി. അന്നുതന്നെ ഭർത്താവിനെ വിവരമറിയിക്കുകയും ചെയ്തു. പിറ്റേന്നു കാലത്തു കുട്ടപ്പപ്പണിക്കരുടെ പണിക്കാർ വന്നു സർവേക്കല്ല് നിവർത്തിക്കുഴിച്ചിട്ടു. പക്ഷേ, മുമ്പുണ്ടായിരുന്നേടത്തു നിന്ന് ഒരടി തള്ളിയിട്ടാണ് കുഴിച്ചിട്ടത്. ഉച്ചതിരിഞ്ഞപ്പോൾ ഈശ്വരൻനായർ ഇതു കണ്ടു. അങ്ങോർക്കു ശുണ്ഠിവന്നു: "എന്താണീ കാണിച്ചത്! സർവേക്കല്ല് എന്റെ പറമ്പിലേക്കു തള്ളി കുഴിച്ചിട്ടിരിക്കുന്നു, ചോദിക്കാൻ ഇവിടെ ആണും തൂണുമില്ലാതായിട്ടില്ല." ഉടനെ പണിക്കാരെ വിളിച്ചു മുമ്പുണ്ടായിരുന്നിടത്തു നിന്ന് ഒരടി അങ്ങോട്ടു തള്ളി കുഴിച്ചിടുവിച്ചു. പിറ്റേന്നുകാലത്ത് പല്ലുതേക്കുമ്പോഴാണ് കുട്ടപ്പപ്പണിക്കർ ഇതു കണ്ടത്. ഒന്നും മിണ്ടിയില്ല. ഉച്ചയ്ക്കു പണിക്കാർ വന്നു സർവേക്കല്ലു പൊരിച്ചെടുത്ത് ഈശ്വരൻനായരുടെ ഭൂമിയിലേക്കു മൂന്നടി തള്ളിക്കുഴിച്ചിട്ടു. ഈശ്വരൻനായരടങ്ങുമോ? അങ്ങനെ, ഉറച്ചുനിന്ന സർവേക്കല്ല് നടക്കാൻ തുടങ്ങി. കുഞ്ഞിത്തേയിഅമ്മയ്ക്കു വേവലാതിയുമായി. അമ്മാവനും ഭർത്താവും തമ്മിൽ ഒരു വടംവലി നടന്നുകാണാൻ അവരാഗ്രഹിച്ചില്ല.

“അമ്മാമനോടെന്തിനാ വഴക്കിനു പോണത്?” കുഞ്ഞിത്തേയി ഭർത്താവിനോടു ചോദിച്ചു.

“അമ്മാമനെന്തിനാ എന്നോടു വഴക്കിനു വരുന്നത്?” കുട്ടപ്പപ്പണിക്കർ തുടർന്നു: “എന്റെ ഭൂമി ഒരിഞ്ചു ഞാൻ വിടില്ല.”

അവൾ തോറ്റു. അമ്മാവനെ സമീപിച്ചു. അയാളും പറയുന്നത് ഒരിഞ്ചുഭൂമി വിടില്ലെന്നുതന്നെയാണ്. “പിന്നില്ലേ! എന്റെ മരോൻ വലുതാവുമ്പോഴേക്കും ഭൂമിയൊക്കെ അന്യാധീനപ്പെട്ടാൽ പറ്റില്ല.”

“അന്യാധീനപ്പെടുന്നുണ്ടോ? അവന്റെ അച്ഛന്റെ കൈയിൽത്തന്നെയല്ലേ?” കുഞ്ഞിത്തേയി പതുക്കെ ഒന്നു വാദിച്ചുനോക്കി.

“എന്ത്!” ഈച്ചരൻനായർക്കു ശുണ്ഠിപിടിച്ചു: “കുട്ടപ്പയുടെ കൈയിലായാൽ അവന്റെ തറവാട്ടേക്കാ! ങാ!”

വീണ്ടും സർവേക്കല്ലിനു സ്വൈരമില്ലാതായി. ഇളക്കലും പറിക്കലും കുഴിച്ചിടലും മാറ്റിക്കുഴിച്ചിടലും. ആ വഴക്കു മൂത്തു. സർവേക്കല്ലും പണിക്കാരും തമ്മിലുള്ള ഇടപാടു നിന്നു. അമ്മാമനും മരുമകനും തമ്മിലേറ്റു. കുട്ടപ്പപ്പണിക്കരുടെ മകനു സ്വത്തുണ്ടാക്കാൻ വേണ്ടി കുട്ടപ്പപ്പണിക്കർക്കെതിരായി ഈച്ചരൻനായർ കൊണ്ടുപിടിച്ചു വാദിച്ചു. തന്റെ മകനു ഭൂമി കൊടുക്കാതെ കഴിക്കാൻ കുട്ടപ്പപ്പണിക്കരും തീവ്രമായി യത്നിച്ചു. കുഞ്ഞിത്തേയിഅമ്മ നോക്കിനിന്നു കണ്ണീർ വാർത്തു. അവരുടെ ഒക്കത്തിരിക്കുന്ന കുട്ടിയാകട്ടെ എല്ലാമറിയുന്നവനെപ്പോലെ പൊട്ടിച്ചിരിക്കുകയും ചെയ്തു.

വാശി മൂത്തു കേസ്സായി. ഒന്നാംകോടതി കഴിഞ്ഞു, രണ്ടാം കോടതിയിലെത്തിയപ്പോൾ കുന്നിൻപുറത്തെ മരമെല്ലാം മുറിച്ചുവിറ്റ് ഈച്ചരൻനായർ കേസ് നടത്താനുള്ള വക നേടി. കുട്ടപ്പപ്പണിക്കർക്ക് ഒരു കഷ്ണം ഭൂമിതന്നെ വില്ക്കേണ്ടിവന്നു. എന്നിട്ടും ആ രണ്ടു തറവാടികളും ഒഴിഞ്ഞില്ല.

രണ്ടാളും കണ്ടാൽ മിണ്ടാതായി. തലതിരിച്ചു നടന്നുകളയും. കുറച്ചു ദിവസം കഴിഞ്ഞപ്പോൾ കുട്ടപ്പപ്പണിക്കർ സംബന്ധത്തിനുള്ള വരവും നിർത്തി. കുഞ്ഞിത്തേയിഅമ്മയ്ക്ക് വേവലാതിയായല്ലോ. പണിക്കരെന്തിനു സംബന്ധം മാറ്റുന്നുവെന്ന് ഈച്ചരൻനായർക്കു മനസ്സിലായില്ല. മരുമകളെച്ചൊല്ലി വ്യവഹാരമില്ലല്ലോ.

മൂന്നു ദിവസം കുഞ്ഞിത്തേയിഅമ്മ കാത്തു. വരുന്നില്ല. നാലാം ദിവസം അവർ ആ സർവേക്കല്ലിന്റെ അടുത്തുചെന്ന് ഒന്നൊട്ടിനോക്കി. ഇളകുന്നുണ്ട്. കുറെ ദിവസമായി ആ കല്ലിനു നിന്നുറയ്ക്കാൻ സമയം കിട്ടിയിട്ടില്ല. അവർ പണിക്കാരെ വിളിച്ച് അതാട്ടി പറിപ്പിച്ചു, രണ്ടുപേരും കൂടി താങ്ങിപ്പിടിച്ചു കിണറ്റിൽ കൊണ്ടുവന്നു നിക്ഷേപിച്ചു. മരുമകനു വേണ്ടി ഈച്ചരൻനായർ ആ കിണറ്റിൽ വളർത്തിയ ബ്രഹ്മിത്തൈകൾ*

* ഒരുതരം ചെടി. ശോധനവരുത്താനും ഓർമ്മശക്തിയുണ്ടാക്കാനുമായി കുട്ടികളെ ഇതിന്റെ നീര് സേവിപ്പിക്കും. കിണറ്റിൽ വളർത്തുക പതിവാണ്.

അലമാലകളിൽ കിടന്നു ചാഞ്ചാടി. കുഞ്ഞിത്തേയിഅമ്മ തലയുയർത്തി നോക്കി. സർവ്വേക്കല്ലില്ലാത്ത ആ ഭൂമി അവളുടെ ഹൃദയംപോലെ വിശാലമായി കിടക്കുന്നു! എന്നിട്ടു കിതച്ചുകൊണ്ട് ആ സ്ത്രീ പറഞ്ഞു: "ഇതങ്ങട്ട് അവസാനിക്കട്ടെ!"

അന്ന് വൈകുന്നേരം ഈച്ചരൻനായർ സർവ്വേക്കല്ലു നോക്കി. കാണാനില്ല. പരിഭ്രമമായി. മരുമകളെ വിളിച്ചു ചോദിച്ചു: "എവിടെ കുഞ്ഞിത്തേയീ, സർവേക്കല്ല്?"

"എന്റെ നെഞ്ചത്ത്!" സ്വല്പം ക്ഷോഭത്തോടെയാണ് കുഞ്ഞിത്തേയി പറഞ്ഞത്: "അമ്മാമൻ എന്റെ കുട്ടിക്കു സർവ്വേക്കല്ലുണ്ടാക്കി കൊടുക്കാൻ വേണ്ടി അച്ഛനെ കളഞ്ഞു!"

"അച്ഛനില്ലാഞ്ഞാലും പുലരാം. ഭൂമിയില്ലാഞ്ഞാൽ കഴിഞ്ഞുകൂടില്ല." കാരണവർ ഓർമ്മപ്പെടുത്തി.

"ഭൂമിയൊക്കെ കൊടുത്താലും ഒരച്ഛനെ കിട്ടില്ല." കുഞ്ഞിത്തേയി വീറോടെ തുടർന്നു: "ശിവനേ! എന്റെ നെഞ്ചത്തുനിന്ന് ഈ സർവേക്കല്ല് ഒന്നെടുത്തുമാറ്റി തന്നാൽ മതി." കുഞ്ഞിത്തേയിയുടെ ആ വാക്കു ഭൂമിയിൽ ചെന്നുതട്ടി മുഴങ്ങി. ഭൂമിയും അതേറ്റു പറയുന്നതുപോലെ അവൾക്കു തോന്നി.

"എനിക്കതിന്നു നിവൃത്തിയില്ല." കാരണവർ പറഞ്ഞു: "എന്റെ തറവാടു ഞാൻ നശിപ്പിക്കില്ല."

എന്നാൽ, ഞാനെന്റെ ജീവൻ നശിപ്പിക്കും." കുഞ്ഞിത്തേയി സത്യം ചെയ്തു. ഈച്ചരൻനായർ ഞെട്ടിപ്പോയി. അന്നേവരെ ആ തറവാട്ടിൽ ഒരു സ്ത്രീയുടെ ശബ്ദം അങ്ങനെ പൊന്തിയിട്ടില്ല. തന്റെ മരുമകളാണോ ഈ സംസാരിച്ചത്? അയാൾ ആകാശത്തേക്കും ഭൂമിയിലേക്കും ഒന്നു നോക്കി, ചുറ്റും കണ്ണോടിച്ച് ഉമ്മറത്തേക്ക് കയറി ചിന്താധീനനായി ഉലാത്തി. ഭൂമിയുടെ ആണിക്കല്ലുകളൊക്കെ ഇളകുന്നോ? ഭൂമിതന്നെ വഴുതിപ്പോകുന്നോ? കാലിനടിയിൽ ശൂന്യതയാണോ? ഇതോടൊപ്പം തന്റെ തറവാടിന്റെ മൂലക്കല്ലുകളും ഇളകിയൊലിച്ചു പോകുന്നുണ്ടോ? ഈച്ചരൻനായർക്കു കരച്ചിൽ വന്നു. സന്ധ്യ കഴിയുന്നതുവരെ അയാൾ ഉലാത്തിക്കൊണ്ടിരുന്നു. ഒടുവിൽ മരുമകളെ വിളിച്ചു: "കുഞ്ഞിത്തേയീ!"

"എന്താ അമ്മാമാ?"

"നോക്ക്, നീ തൂങ്ങിച്ചാവൊന്നും വേണ്ട. ഞാൻ കേസ് പിൻവലിക്കാം. നിനക്കിഷ്ടമില്ലെങ്കിപ്പിന്നെ അമ്മാമൻ കൂട്ടിയാൽ ഈ തറവാട്ടിലെ ഒരു സർവേക്കല്ലും ഉറപ്പിച്ചുനിർത്താൻ കഴിയില്ല. ഞാൻ ഇപ്പൊത്തന്നെ കുട്ടപ്പനെ കാണാം. വ്യസനിക്കേണ്ട ട്ടോ."

■

പണ്ഡിതന്റെ പ്രഭാതം

ഉച്ചത്തിലുള്ള ഏതോ ശബ്ദം കേട്ടാണ് രാമൻ മൂസ്സ് അന്നു ഞെട്ടിയുണർന്നത്. ആകെയൊരമ്പരപ്പ്. എന്തോ ഒന്നുണ്ടായിട്ടുണ്ട്. പക്ഷേ, എന്താണെന്നു മനസ്സിലാവുന്നില്ല. കിടപ്പുമുറിയിൽ ഒന്നു കണ്ണോടിച്ചു. ഒന്നും കാണാനില്ല. ഇരുട്ട്. ഒരു നിമിഷം കഴിഞ്ഞ് അങ്ങോർ എഴുന്നേറ്റു തപ്പിത്തടഞ്ഞു ജാലകത്തിനടുക്കൽച്ചെന്ന്, അതു തുറന്നു. കിഴക്കു വെള്ള കീറുന്നേ ഉള്ളൂ. ഒരു നേർത്ത പ്രകാശം ഉള്ളിലേക്കു കടന്നു. മൂസ്സിന്റെ കണ്ണു പെട്ടെന്നോടിയത് ഒരരുകിൽ പായിൽ തളർന്നു കിടന്നുറങ്ങുന്ന പിഞ്ചുമകളുടെ അടുത്തേക്കാണ്. ഹാവൂ, അവൾ ശാന്തമായി ഉറങ്ങുന്നു. എന്നാലും ആ കേട്ട ശബ്ദമെന്താണ്?

മൂസ്സ് ജാലകത്തിലൂടെ പുറത്തേക്കു തലയിട്ടു നോക്കി. പ്രഭാതത്തിലെ ഉന്മേഷകരമായ കാറ്റുവന്ന് ഉച്ചിയിൽ കെട്ടിവച്ചിരുന്ന അങ്ങോരുടെ കുടുമത്തുമ്പ് മെല്ലെയൊന്നിളക്കി. അയൽപ്പക്കത്തുനിന്ന് ഒരു കോഴി ഒന്നു നീട്ടിക്കൂവി. കൂവലവസാനിക്കുന്നതിനുമുമ്പേ, ആർപ്പുവിളി വീണ്ടും ഉയർന്നു. കഴുത്തൊന്നുകൂടി വെളിയിലേക്ക് നീട്ടിനോക്കി. നിരനിരയായി വരുന്ന ഒരുപാട് ആളുകളിൽനിന്നാണ് ആ ശബ്ദം പുറപ്പെടുന്നത്. അവർ അത്യുച്ചത്തിൽ ആർത്തുവിളിച്ചു: "ഉത്പാദനം വർദ്ധിപ്പിക്കുന്ന തൊഴിലാളിക്കു ജീവിക്കുവാനുള്ള കൂലി നിജപ്പെടുത്തണം... വിപ്ലവം ജയിക്കട്ടെ." അവരതു വീണ്ടും വീണ്ടും ഉച്ചത്തിലുച്ചത്തിൽ വിളിച്ചുപറഞ്ഞു. കാര്യം മനസ്സിലായി എന്നർത്ഥത്തിൽ മൂസ്സ് ഒന്നു തലയാട്ടി, ജാലകത്തിനടുക്കൽനിന്നു പോന്നു. 'അതാണല്ലേ? വിപ്ലവം! മണ്ണാങ്കട്ടയാണ്. വിപ്ലവമെന്ന വാക്കിന്റെ അർത്ഥമേ അവർക്കു മനസ്സാലിയിട്ടില്ല. വിപ്ലവം, വിശേഷേണയുള്ള പ്ലവമാണ്; പ്ലവമെന്നുവെച്ചാൽ ഇളക്കം.' ആ പണ്ഡിതൻ തന്റെ മനോരാജ്യം തുടർന്നു: "വിപ്ലവവും മണ്ണാങ്കട്ടയും! ലോകം നശിക്കാൻ പോകയാണ്. കലിയുഗം! 'ആട്ടശൂലാജനപദാ ശിവശൂലാഃ ദ്വിജോത്തമാഃ ഒക്കെ ഒത്തുവരുന്നുണ്ട്.'

"എന്താണാ കേട്ടത്, അച്ഛാ?" അഞ്ചുവയസ്സായ മകൾ ഉണർന്നു ചോദിച്ചു.

"ഗൗരി ഉണർന്നോ?" അച്ഛൻ മകളുടെ അടുത്തേക്കു ചെന്നു. അപ്പോഴും

പായിൽ കണ്ണുംമിഴിച്ചു കിടക്കുന്ന മകളെ മൂസ്സ് കൈയ്ക്കു പിടിച്ചെഴുന്നേല്പിച്ചു. "നേരം ഉദിച്ചുപൊങ്ങാറായിട്ടും പിന്നേയും കിടക്കയാണോ?"

"അച്ഛാ, എന്താണ് ആർപ്പു കേട്ടത്?"

"അതു ലോകം നശിപ്പിക്കാനുള്ള ആർപ്പാണ്, കുട്ടീ."

"എന്തിനുള്ളത്?"

"നശിപ്പിക്കാൻ."

"അവര് നമ്മളെ നശിപ്പിക്കുമോ അച്ഛാ?"

"ഏതാണ്ടൊക്കെ നശിപ്പിക്കും എന്നുതന്നെയാ തോന്നുന്നത്."

"നമ്മളീം?" ഗൗരിയുടെ മുഖത്തു ഭയം നിഴലിച്ചു. മൂസ്സ് കട്ടിലിന്റെ ചുവട്ടിൽ നിന്നു ചെല്ലം വലിച്ചു മുമ്പിലേക്കു വച്ചുകൊണ്ടു മൂളി... ഉം.."

"എനിക്കു പേടിയാവുന്നു" - മകളുടെ ഈ വാക്കു കേട്ടപ്പോഴേ, മൂസ്സ് അവളുടെ മുഖത്തേക്കു നോക്കിയുള്ളൂ. അയാൾ മകളെ സമാധാനിപ്പിച്ചു: "ഐ, ഇങ്ങ്ട്ടൊന്നും വരില്ല; ഏഠകള് പോയി."

കുട്ടിക്ക് ആശ്വാസമായി. അവൾ അച്ഛന്റെ അടുത്തുവന്നു, ചെല്ലത്തിൽ നിന്ന് അടയ്ക്കാക്കത്തിയെടുത്തു കളിക്കാൻ തുടങ്ങി.

മൂസ്സ് പലതും മനോരാജ്യം വിചാരിച്ചു. എന്തിനാണ് ഇവറ്റയിങ്ങനെ ആർപ്പു വിളിച്ചു നടക്കുന്നത്? ഓരോരുത്തനും അവനവന്റെ കർമ്മങ്ങളുണ്ട്; അതിന്നനുസരിച്ചു പ്രതിഫലവും കിട്ടും. ഒരാൾ മുതലാളിയാവും; ഒരാൾ തൊഴിലാളിയാവും - അതൊക്കെ കർമ്മഫലമാണ്. അതിനു ലഹള കൂട്ടിയിട്ടെന്താ? അങ്ങനെ പലതും ആലോചിച്ചുകൊണ്ട് കൈവിരലിലെ ചുണ്ണാമ്പു മുണ്ടിൽ തുടച്ചു. ബാക്കി വെറ്റിലയും മറ്റും എടുത്ത് ചെല്ലത്തിൽത്തന്നെ നിക്ഷേപിച്ചു. ആ വെറ്റില ഉണങ്ങിയതായിരുന്നു.

അയൽപക്കത്തുള്ള അഗ്രഹാരത്തിൽനിന്നു ശാസ്ത്രികൾ ഗീതാപാരായണം നടത്തുന്നതു കേൾക്കായി:

"ആത്മവത് സർവഭൂതാനി

യഃ പശ്യതി സ പണ്ഡിതഃ"

അദ്ദേഹം അവിടെ കൂടിയിരുന്ന ജനങ്ങൾക്ക് അതിന്റെ അർത്ഥം വിവരിച്ചുകൊടുക്കയും ചെയ്യുന്നുണ്ട് - ചരാചരങ്ങളായ സമസ്ത ജീവജാലങ്ങളെയും തന്നെപ്പോലെ വിചാരിക്കുന്നവനാണ് യഥാർത്ഥ പണ്ഡിതൻ... ആ വ്യാഖ്യാനം അങ്ങനെ അനർഗ്ഗളമായി, അഭംഗുരമായി ഒഴുകി. ശാസ്ത്രികളുടെ സ്വരമാധുര്യവും വ്യാഖ്യാനവൈദഗ്ധ്യവും മനസ്സിൽ പതിയുന്നവയായിരുന്നു. മൂസ്സ് ചെവിയോർത്തുകൊണ്ടിരുന്നു. പ്രഭാതത്തിലെ ഉന്മേഷകാരിയായ കാറ്റിലൂടെ ആ പവിത്രങ്ങളും ഉത്തേജകങ്ങളുമായ വാക്കുകൾ ചെവിക്കൊണ്ടപ്പോൾ മൂസ്സിനും ഒരുന്മേഷം തോന്നി.

അദ്ദേഹത്തിന്റെ ഹൃദയം ചിന്തകളിലേക്കും തത്ത്വജ്ഞാനങ്ങളിലേക്കും അങ്ങനെ കയറിപ്പോയി.

"അച്ഛാ, പല്ലുതേക്കണ്ടേ?" മകളുടെ ഈ ചോദ്യം മൂസ്സിനെ മനോരാജ്യത്തിൽ നിന്നുണർത്തി. അദ്ദേഹം കുടുമ ഒന്നഴിച്ചുകെട്ടി, കുറ്റിരോമങ്ങൾ മുളച്ച താടി ആകെയൊന്നു കൂട്ടിയുഴിഞ്ഞ് എഴുന്നേറ്റു കിളിവാതിലിനടുക്കൽപ്പോയി ഒന്നു നീട്ടിത്തുപ്പി. അഗ്രഹാരത്തിൽനിന്നു ശാസ്ത്രികൾ അപ്പോഴും വ്യാഖ്യാനിക്കുകയായിരുന്നു:

"ആത്മവത് സർവഭൂതാനി
യഃ പശ്യതി സ പണ്ഡിതഃ"

മകളുടെ കൈ പിടിച്ചുകൊണ്ടു പുറത്തേക്കു കടന്നു. അദ്ദേഹം വേണം ആ കുട്ടിയുടെ കൈപിടിച്ചുകൊണ്ടു നടന്നു വളർത്താൻ. അമ്മ നന്നേ ചെറുപ്പത്തിലേ മരിച്ചു - ക്ഷയരോഗംമൂലം. ആ കാര്യത്തെപ്പറ്റി ഓർത്താൽ മൂസ്സിന് ഇന്നും കണ്ണീർ വരും. "ആവോളം ചികിത്സിച്ചിട്ടാണ് അവൾ മരിച്ചതെങ്കിൽ എനിക്കു വേദനയില്ല." അദ്ദേഹം പറയാറുണ്ട്. കുറച്ചുകഴിഞ്ഞ് ഇങ്ങനെയങ്ങു സമാധാനിക്കുകയും ചെയ്യും: "ഒക്കെ ഈശ്വരനിശ്ചയമാണ്. അല്ലെന്നാക്കിടുവാനാളാരെടോ..." മൂസ്സ് ഒരു ദീർഘനിശ്വാസത്തോടെ ആ ദുഃഖം വിഴുങ്ങും.

മൂസ്സ് ഒന്നാന്തരം സംസ്കൃതപണ്ഡിതനാണ്. അനവധി സംസ്കൃതഗ്രന്ഥങ്ങളുടെ വ്യാഖ്യാതാവുമാണ്. തർക്കം, വ്യാകരണം, നിരുക്തം, വേദം, വേദാന്തം, കാവ്യം, അലങ്കാരം എല്ലാം കടുകട്ടിയാണ്. ഏതു ഭാഗമെടുത്തുചോദിച്ചാലും ചടുന്നനെ വരും ഉത്തരം. മൂസ്സിനു നാവിൻ ത്തുമ്പത്താ സരസ്വതി" - പല പണ്ഡിതന്മാരും പറയാറുള്ളതാണ്. എന്നാൽ ആ ഒരു മേനിയൊന്നും അദ്ദേഹത്തിനില്ല. മഹാവിനീതൻ! ഈ സദ്സ്വഭാവത്തെപ്പറ്റി ആരെങ്കിലും സൂചിപ്പിച്ചാൽ അദ്ദേഹം നിർല്ലോഭമായ ഒരു പുഞ്ചിരിയോടെ ചൊല്ലും:

"ജ്ഞാനേഷ്വാത്മീയ ദോഷപ്രമിതി..." സ്വന്തം ദോഷം ചികഞ്ഞു പഠിക്കാൻ ഉപകരിക്കണം വിജ്ഞാനമെന്ന്. അദ്ദേഹം ഉടനെ നല്ല മലയാളത്തിൽ വ്യാഖ്യാനിച്ചു തരികയും ചെയ്യും. നിങ്ങൾക്കു തികച്ചും മനസ്സിൽ പതിഞ്ഞുവെന്നു ബോധം വരുന്നതുവരെ, ആ വ്യാഖ്യാനം നീട്ടിക്കൊണ്ടുപോവും. ഒടുവിൽ, ഒരു സദുപദേശവും കിട്ടും: "അതാണ് വേണ്ടത്, മനസ്സിലായോ?"

ആ വിനീതനായ ജ്ഞാനവൃദ്ധന്റെ മുമ്പിൽ കേൾക്കുന്നവനും കുറെ വിനയം തോന്നും. വികാരരഹിതമായ ആ മന്ദസ്മിതത്തോടെ അദ്ദേഹം ചോദിക്കും: "മാഘം വായിച്ചിട്ടുണ്ടോ?"

"ഇല്ല" എന്നു നിങ്ങൾ പറഞ്ഞാൽ അദ്ദേഹം ചൂണ്ടിക്കാട്ടും: "വായിക്കേണ്ടതാണ്. ഞാൻ ലളിതമായി വ്യാഖ്യാനിച്ചിട്ടുണ്ട്. പുസ്തകം റപ്പായിയുടെ ഷാപ്പിലുണ്ട്." അവിടെ നിർത്തില്ല: "റപ്പായി നല്ലവനാ.

അയാൾക്ക് ഒന്നും അറിയില്ലെന്നുവച്ചോളൂ. എന്നാലും, അറിയണമെന്നുള്ളവർക്കു വേണ്ട പുസ്തകമൊക്കെ ശരിപ്പെടുത്തും. ആളൊരു സാധുവാണ്..." വീണ്ടും ആ വികാരരഹിതമായ മന്ദസ്മിതം കാണാം.

അദ്ദേഹത്തിന്റെ എല്ലാ പുസ്തകവും റപ്പായിയാണ് അച്ചടിക്കുന്നത്. മൂസ്സു പറഞ്ഞതു ശരിയാണ്. റപ്പായി വളരെ ശാന്തശീലനാണ്. "കിരാതാർജ്ജുനീയം ഒന്നു വ്യാഖ്യാനിക്കാമോ, ഇവടയ്ക്ക്." - റപ്പായി ശാന്തമായി ചോദിക്കും.

"ആവാമല്ലോ." മൂസ്സിന്റെ ആ നിർവികാരമായ പുഞ്ചിരി തെളിയും.

റപ്പായി ഒരു പത്തുറുപ്പിക എടുത്തു കൈയിൽ കൊടുക്കും. "ഇതിരിക്കട്ടെ."

അങ്ങനെ പുസ്തകങ്ങൾ വ്യാഖ്യാനിക്കലും പ്രതിഫലം കിട്ടലും കഴിയും. മൂസ്സിനിതിൽ ഒട്ടും വഴക്കില്ല. എന്നല്ല, റപ്പായിയുടെ നേരെ കുറച്ചൊരു മതിപ്പുമാണ്:

"അവനിതൊക്കെ ചെയ്യുന്നുണ്ടല്ലോ!"

ഭാര്യ മരിച്ചതിനുശേഷം മനോഭാവത്തിൽ വന്ന മാറ്റങ്ങൾകൊണ്ടാവാം, മൂസ്സ് അധികവും വ്യാഖ്യാനിക്കുന്നതു ഭക്തിമാർഗ്ഗ ഗ്രന്ഥങ്ങളാണ്. ഭഗവദ്സ്മരണ നിലനിർത്തിക്കൊണ്ടുപോകാൻ അതൊരു നല്ല വിദ്യയായി അദ്ദേഹം കണ്ടെത്തി. പിന്നെ, ചില ഗ്രന്ഥനിരൂപണങ്ങളുമെഴുതും. പ്രതിഫലമൊന്നും ഉദ്ദേശിച്ചല്ല; എഴുതും.

"അച്ഛാ, ഈർക്കില് കിട്ടിയോ?" പല്ലുതേപ്പിൽ മുഴുകിയിരുന്ന മൂസ്സിനോടു മകൾ ചോദിച്ചു.

"ഞാനെടുത്തോളാം." അദ്ദേഹത്തിനു മകളെ വിഷമിപ്പിക്കാൻ ഇഷ്ടമില്ല. തള്ളയില്ലാത്ത പെണ്ണാണ്.

അദ്ദേഹം പല്ലുതേച്ചു. മുഖം കഴുകി. കാലൊന്നു കഴുകി. ഒന്നുകൂടി മുഖം കഴുകി. പല്ലുതേപ്പ്, കുളി, നാമം, ജപം - ഈ കാര്യങ്ങളിലെല്ലാം മൂസ്സിനു കണിശമാണ്. "അതൊക്കെ സാമാന്യംപോലെ വേണേയ്..." അദ്ദേഹം പറയും.

മുഖത്തെ വെള്ളം വടിച്ചുകളഞ്ഞുകൊണ്ട് അകത്തേക്കു കടക്കുമ്പോൾ ജപിച്ചു: "കൃഷ്ണാ, ഗുരുവായൂരപ്പാ, ഭഗവാനേ..."

പെട്ടെന്ന് ആർപ്പുവിളി; "ഉത്പാദനം വർദ്ധിപ്പിക്കുന്ന തൊഴിലാളിക്കു ജീവിക്കുവാനുള്ള കൂലി കൊടുക്കണം..." അവർ മറ്റൊരു വഴിക്ക് വരികയാണ്. മൂസ്സു ജാലകത്തിനുള്ളിലൂടെ നോക്കി. കൊടിയും മുദ്രാവാക്യങ്ങളുമായി ആ ജാഥ അങ്ങനെ നീണ്ടുനീണ്ടു കിടക്കുന്നു. അവർ അടിവച്ചടിവച്ചു മുന്നോട്ടു പോവുകയാണ്.

"മനുഷ്യന് ഇങ്ങനെ കഥേല്യാണ്ടെയാവരുതേയ്." മൂസ്സു തന്നോടു തന്നെ പറഞ്ഞു: "ഇതിനൊക്കെ എന്താ അർത്ഥം?"

ഇതിനൊക്കെ എന്താ അർത്ഥമെന്ന് ആ പണ്ഡിതന് അറിയാമായിരുന്നില്ല. അനേകം രാജാക്കന്മാർ ഭരിച്ചു പോയിട്ടുണ്ട്; അതും വളരെ ധർമ്മിഷ്ഠന്മാരായ രാജാക്കന്മാർ. അന്നും ഇങ്ങനെയൊന്നും ഉണ്ടായിട്ടില്ല. ഇതിനൊക്കെ എന്താ അർത്ഥം?

"അച്ഛാ, അവരതാ വരുന്നു, നശിപ്പിക്കാൻ." കുട്ടി ഓടി വന്നുപറഞ്ഞു.

"ഏയ്. ഗൗരി പേടിക്കേണ്ട. അവര് നേരംപോക്കു കാണിക്ക്യല്ലേ. നമുക്കു കുളിക്കാ."

അദ്ദേഹം എണ്ണക്കുപ്പി എടുത്തുനോക്കി. അതിന്റെ മൂട്ടിൽ അല്പം എണ്ണ പാറിക്കിടക്കുന്നുണ്ട്. അതു തനിക്കും കുട്ടിക്കുംകൂടി തികയുകയില്ല. മകളുടെ തലയിൽ തേപ്പിച്ചു:

വിസ്തരിച്ചു കുളികഴിഞ്ഞു മൂസ്സ് ഈറൻമുണ്ടും നാമോച്ചാരണവുമായി കോലായിലേക്കു കയറി. സംസ്കൃതത്തിലുള്ള കീർത്തനങ്ങൾ ഇടതടവില്ലാതെ ഉരുവിട്ടു. അദ്ദേഹത്തിന്റെ വയറു മടക്കുമടക്കായി ഉലഞ്ഞുകിടന്നിരുന്നു.

അദ്ദേഹം പ്രാർത്ഥനയ്ക്കിരുന്നു. ഒരു മണിക്കൂറു കഴിഞ്ഞേ ഇനി അവിടെനിന്ന് എഴുന്നേൽക്കുകയുള്ളൂ. അതിനെല്ലാം നല്ല കണിശമാണ്. ഗൗരി അവിടെയൊക്കെ പാഞ്ഞുകളിച്ചു. അവൾ അഴിപോയ ജനാലയ്ക്കുള്ളിലൂടെ തലയിട്ടു, സൂര്യകിരണങ്ങളിൽ തിളങ്ങുന്ന പൂമ്പാറ്റകൾ പാറിപ്പോകുന്നതു നോക്കി; പറമ്പിന്റെ അങ്ങേ അറ്റത്തുകൂടി ഞാവലിൻപഴം കൊത്തിപ്പറക്കുന്ന വണ്ണാത്തിക്കിളികളെ നോക്കി കുറച്ചുനേരം നിന്നു. പിന്നെ, സ്വന്തം കൈവിരലൊക്കെത്തന്നെ ഒന്നെണ്ണിനോക്കി. "ഓ, തലവേറിടുത്തില്ലാ" എന്നപ്പോഴേ ഓർമ്മ വന്നുള്ളൂ. കൈകൊണ്ടുതന്നെ അതൊക്കെ ഒന്നു വേർപെടുത്തി - അവൾക്കൊരു ചീർപ്പുണ്ടായിരുന്നില്ല. എന്നിട്ട് കോലായിൽച്ചെന്ന് അരിച്ചുപോകുന്ന ഒരു തേരട്ടയെ നോക്കി കുറേനേരം നിന്നു. 'തേരട്ടൊക്കെ ആകാശത്തൊ പെറുന്നത്' എന്നൊരു തീരുമാനവുമെടുത്തു. തലപൊക്കി നോക്കിയപ്പോൾ വാഴക്കുലയിലൂടെ ഇറങ്ങിവന്ന് ഒരണ്ണാൻ തേൻ കുടിക്കുന്നതു കണ്ടു. അതു ബഹുരസമായി: "അയ്യോ, പാവം" അവൾ പറഞ്ഞുപോയി: "അതിനു വിശന്നിട്ടാ."

പെട്ടെന്ന്, തനിക്കു വിശക്കുന്നുണ്ടെന്നു ഗൗരിക്കു മനസ്സിലായി. അച്ഛനോടു പറയണം. പക്ഷേ, നാമം ജപിക്കുമ്പോൾ ഉപദ്രവിച്ചാൽ അദ്ദേഹം ദേഷ്യപ്പെടും. ഒരു മിനുറ്റ്... വീണ്ടും പ്രകൃതി ആ കൊച്ചു മനസ്സിനെ ആകർഷിച്ചു.

മൂസ്സു പ്രാർത്ഥന കഴിഞ്ഞെഴുന്നേറ്റ് ഈറൻ മാറ്റി പായത്തടുക്കിൽ ചെന്നിരുന്നു. മുന്നിൽ തടിയൻ പുസ്തകമുണ്ട് - 'കാവ്യാലോകം.' തലേന്ന് അഭിപ്രായമെഴുതാൻ വന്ന പുസ്തകമാണ്. അദ്ദേഹം ആദ്യഭാഗമൊന്നു മറിച്ചുനോക്കി രണ്ടേടു വായിച്ചു. ബഹുരസം. വിഷയാവതരണം അസ്സലായിട്ടുണ്ട്. വായന തുടർന്നു:

"അച്ഛാ, എനിക്കു വെശക്കുണു." ഗൗരി വന്നു പറഞ്ഞു.

"ഓ,ശരി." അപ്പോഴേ അദ്ദേഹം അതിനെപ്പറ്റി ആലോചിച്ചുള്ളൂ. വാസ്തവം, അദ്ദേഹത്തിനും വിശക്കുന്നുണ്ട്. മടക്കുമടക്കായി കിടക്കുന്ന ആ വയറു നന്നേ ചുളിഞ്ഞിട്ടുണ്ട്. അദ്ദേഹം ഒരു വഴിയാലോചിക്കയായിരുന്നു. രണ്ടാഴ്ചയായി ഒന്നും കിട്ടിയിട്ടില്ല. ഇല്ലത്ത് ഒരു കുട്ടിയെ സംസ്കൃതം പഠിപ്പിക്കുന്നുണ്ട്. അതിനു വരേണ്ട സംഖ്യ മുമ്പേ വാങ്ങിക്കഴിഞ്ഞിരിക്കുന്നു. റപ്പായിയുടെ കൈയിൽനിന്ന് ഒന്നും ചോദിക്കാനില്ല. കൃഷ്ണവിലാസം വ്യാഖ്യാനിച്ചു കൊടുക്കുന്നതിനു പതിനഞ്ചുറുപ്പികയോളം അയാൾ തന്നുകഴിഞ്ഞു! പിന്നെ എന്താ വഴി?"

"അച്ഛാ, വെശക്കണു." ഗൗരി കരയുമെന്ന മട്ടായി.

അപ്പോഴും, അഗ്രഹാരത്തിൽനിന്നു ഗീതാപാരായണം മുറയ്ക്കു കേൾക്കുന്നുണ്ട്.

"ആത്മവത് സർവഭൂതാനി

യഃ പശ്യതി സ പണ്ഡിതഃ"

കുചേലനെ രക്ഷിച്ച ഭഗവാനെപ്പറ്റി തെല്ലുനേരം മൂസ്സ് ആലോചിച്ചു. അഗ്രഹാരത്തിലെ അടുക്കളയിൽനിന്നും ദോശ ചുടുന്നതിന്റെ സുരഭിലമായ ഗന്ധം പുറപ്പെടുന്നുമുണ്ട്. അത് അദ്ദേഹത്തിനും രസമായി തോന്നി.

"അച്ഛാ, എനിക്കു ദേശ മേടിച്ചു തരൂ." ഗൗരി മുനിഞ്ഞു.

ആ പാവപ്പെട്ട പണ്ഡിതൻ വീണ്ടും വീണ്ടും ആലോചിച്ചു. ആ തള്ളയില്ലാത്ത പെണ്ണിനെ പട്ടിണികിടത്തേണ്ടി വന്നതാലോചിച്ചപ്പോൾ ആ അച്ഛന്റെ കണ്ണുനിറഞ്ഞു. പക്ഷേ, എന്തുചെയ്യും? അദ്ദേഹം പുസ്തകമടച്ചുവച്ചു. ആ പുസ്തകത്തിന്റെ പുറംചട്ടയിലേക്കുതന്നെ നോക്കിക്കൊണ്ടിരുന്നു. ആ ചട്ട മനോഹരമാണ്; ആ പുസ്തകം നന്നെ പുത്തനാണ്. പെട്ടെന്ന് അദ്ദേഹത്തിനൊരു യുക്തി തോന്നി. അത്രയും വേഗത്തിൽ അതു നിഷേധിക്കുകയും ചെയ്തു: "ഛെ. എത്ര മോശം. കളവാവും..."

"അച്ഛാ, അച്ഛൻ കേൾക്കണില്ലേ, എനിക്കു വെശക്കുണു."

"കുട്ടീ, കുറച്ചു മിണ്ടാതിരിക്ക്." അദ്ദേഹം ശുണ്ഠിയെടുത്തു. അവളുടെ മുഖത്തേക്കു തുറിച്ചുനോക്കി. കുട്ടി പൊട്ടിക്കരഞ്ഞുപോയി. മൂസ്സ് ആ മുഖത്തേക്കു കണ്ണോടിച്ചു - അവൾ അമ്മയുടെ ഒരു കൊച്ചുപതിപ്പാണ്!

അദ്ദേഹം മകളെ പിടിച്ചു മാറോടണച്ചു. ആ അച്ഛന്റെ കണ്ണിൽനിന്നു ധാരധാരയായൊഴുകി.

"ഉത്പാദനം വർധിപ്പിക്കുന്ന തൊഴിലാളിക്കു ജീവിക്കാനുള്ള കൂലി കിട്ടണം..." ആ ആർപ്പുവിളി വീണ്ടും പൊങ്ങി. അതുയർന്നുയർന്നു കേട്ടു. അതു പൊങ്ങിപ്പൊങ്ങി ആകാശഭേദിയായി ഉയർന്നു. ചുറ്റും കിടന്നു മുഴങ്ങിയ ആ ശബ്ദകോലാഹലത്തിൽ അച്ഛനും മകളും പരസ്പരം

മുറുകെ കെട്ടിപ്പിടിച്ചു - അച്ഛൻ വേദനകൊണ്ട്; മകൾ പേടികൊണ്ട്. അദ്ദേഹത്തിന്റെ ആ നെറുകയിലെ കുടുമ മകളുടെ കൈ തട്ടി ഒന്നു കെട്ടഴിഞ്ഞു. ആ അമ്മയില്ലാത്ത പെണ്ണിന്റെ പുറം അച്ഛൻ മെല്ലെ മെല്ലെ തലോടി.

ആ ശബ്ദം പതുക്കെപ്പതുക്കെ നീങ്ങി; അവർ മുമ്പോട്ടു പോവുകയാണ്. അതു വ്യക്തമായിക്കൊണ്ടുവന്നു; കേൾക്കാനില്ലാതെയായി.

"അച്ഛാ!"

"എന്താ മകളേ?"

"അവര് നശിപ്പിക്കോ?"

"ഇല്ല, മകളേ."

അദ്ദേഹം കുട്ടിയെ പതുക്കെ പിടിച്ചുമാറ്റി മുമ്പിൽ കിടന്നിരുന്ന പുസ്തകമെടുത്ത്, അഭിപ്രായത്തിന് എന്നെഴുതിയ ആദ്യത്തെ ഏടു ചീന്തിക്കളഞ്ഞ്, ഒരു കടലാസ്സിൽപ്പൊതിഞ്ഞു. എന്നിട്ട് മകളുടെ പുറം തടവിക്കൊണ്ടു പറഞ്ഞു: "അച്ഛൻ ഈ ബുക്ക്സ്റ്റാളിലൊന്നു പോയിട്ടു വരാം."

"താമസിക്കോ?"

"ഇല്ല. വരുമ്പോൾ ദോശ കൊണ്ടുവരാം."

"വേഗം വരണേ."

"ഓ!" അച്ഛൻ തന്റെ ഉലഞ്ഞ വയറും പുസ്തകക്കെട്ടുമായി പടി കടന്നു.

ഗൗരി വീണ്ടും ആ വീട്ടിലൊക്കെ തെണ്ടിനടന്നു. കട്ടിലിനു ചുവട്ടിലൂടെ ഓടുന്ന ഒരു കൂറയെ കണ്ട് അവൾ പേടിച്ചു നിലവിളിച്ചുപോയി. അതു ചുമരിന്മേൽ ചെന്നലച്ചു. പ്രതിധ്വനി പുറപ്പെടുവിച്ചു. 'എന്തേ, മോളേ' എന്നാരും ചോദിച്ചില്ല. അവൾ അമ്മയില്ലാത്ത പെണ്ണാണ്.

കാൽമണിക്കൂറിനുള്ളിൽ ഒരു പൊതി നിറയെ ദോശയുമായി മൂസ്സ് കയറിവന്നു. മകളുടെ മുമ്പിൽ വച്ചു പറഞ്ഞു: "കഴിച്ചോളൂ."

അച്ഛനും മകളും പ്രാതൽ കഴിച്ചു. മൂസ് ഒന്നു മുറുക്കി ഒരു കഷ്ണം കടലാസ്സെടുത്ത് എഴുതി: "താങ്കളുടെ കാവ്യലോകം എന്ന പുസ്തകം മുഴുക്കെ വായിച്ചു. നന്നായിട്ടുണ്ട്!"

ഒപ്പിടുമ്പോൾ അദ്ദേഹത്തിന്റെ മുഖം, ദയനീയമാംവിധം, ചുളിഞ്ഞു പോയി.

"ഉത്പാദനം വർദ്ധിപ്പിക്കുന്ന തൊഴിലാളികളുടെ കുടുംബം ജീവിക്കണം..." അവർ വീണ്ടും കടന്നുപോവുകയാണ്.

"അച്ഛാ!" കുട്ടി ശബ്ദം കേട്ടേടത്തേക്കു ചൂണ്ടിക്കാട്ടി.

"ഏയ്. അതാളുകളല്ലേ, പേടിക്കാനെന്താ?"

അദ്ദേഹം കുറെനേരം ആലോചിച്ചുകൊണ്ടിരുന്നു. എന്നിട്ടു തന്നോടു തന്നെ ഇങ്ങനെ പിറുപിറുത്തു: "കുടുംബം ജീവിക്കണം... ജീവിക്കണം. ഇതിന്റെ അർത്ഥം?"

വീണ്ടും ആലോചന നീണ്ടുപോയി. കുട്ടി അപ്പോഴേക്കും അടയ്ക്കാക്കത്തി ഒരു വാഴനാരിന്മേൽ കെട്ടിത്തൂക്കി ആട്ടുവാൻ തുടങ്ങി കഴിഞ്ഞിരുന്നു. അഗ്രഹാരത്തിൽനിന്ന് ആ ശബ്ദം വീണ്ടും പുറപ്പെട്ടു:

"ആത്മവത് സർവഭൂതാനി

യഃ പശ്യതി സ പണ്ഡിതഃ"

ആ ശബ്ദത്തിനു വ്യത്യാസമുണ്ടായിരുന്നു. ശാസ്ത്രികളുടേതല്ല ഒരു സാധാരണ അയ്യർ; അന്നത്തെ ഗീതാവ്യാഖ്യാനത്തെപ്പറ്റി ഭാര്യയോടു പറയുകയാണ്.

മൂസ്സ് ഒന്നയഞ്ഞു നെടുവീർപ്പിട്ടു. ■

പച്ചക്കുപ്പായം

അനന്തർ റൈറ്റർക്ക് അന്നൊരു കമ്പിസന്ദേശം കിട്ടി. പണ്ടൊരിക്കലും അത്തരത്തിലൊന്ന് അയാൾക്കു കിട്ടുകയുണ്ടായിട്ടില്ല. പക്ഷേ, ഈയൊന്നുതന്നെ മതിയായിരുന്നു അയാളെ ധാരാളത്തിലധികം അട്ടിമറിക്കുവാൻ: അയാളുടെ അമ്മ മരിച്ചു. ആളുകൾ മരിക്കലും അതിനെപ്പറ്റി കമ്പിവാർത്ത കിട്ടലും സാധാരണമാണ്. അത്രതന്നെ സാധാരണമാണ്, അവയെച്ചൊല്ലിയുണ്ടാകാറുള്ള ദുഃഖവും. എന്നാൽ അനന്തൻറൈറ്ററെ സംബന്ധിച്ചിടത്തോളം ഇതൊരു പൊടിഞ്ഞു തകരലായിരുന്നു.

അയാൾ ആഫീസു മേശമേലേക്കു തല തൂക്കിയിട്ടു. കരയാൻ കഴിയാത്തവണ്ണം അത്ര കനത്തതായിരുന്നു ആ ദുഃഖം. അയാളുടെ അമ്മ മരിച്ചുപോവുക... അതേതാണ്ട് അസംഭവ്യവും തന്മൂലം അവിശ്വാസ്യവുമായിതോന്നി. ആളുകൾ മരിച്ചുപോവാറുണ്ട് എന്നറിയത്തക്കവണ്ണം ബഹിർല്ലോകവുമായി ബന്ധപ്പെട്ടാളാണ് അനന്തൻറൈറ്റർ എന്നല്ല, അയാളുടെ അച്ഛനും ജ്യേഷ്ഠനും മരിച്ചുപോവുകയാണുണ്ടായത്. പക്ഷേ, അമ്മ മരിക്കുക - അതു കാര്യം വേറെ! അയാൾ ആ കമ്പിവാർത്ത ഒരിക്കൽക്കൂടി വായിച്ചു നോക്കി. എന്നിട്ടു പറഞ്ഞു: "ഇതു നേരാവുമോ; എന്റെ ഭഗവാനേ, ഇതു നേരാണെന്നു വരുമോ."

ശാന്തമായി കിടക്കുന്ന ഒരു ജലാശയത്തിലേക്കു പറന്നുവീഴുന്ന ഒരു കല്ലുപോലെയാണ് ഒരു 'കമ്പി'. അതു നല്ലതായാലും ചീത്തയായാലും - ഇന്ദ്രനീലക്കല്ലായാലും വെള്ളാരങ്കല്ലായാലും - അവിടെ കുറച്ചലകളുണ്ടാക്കാതെ അഗാധതയിലേക്കു പോവില്ല. ഈ വർത്തമാനം അത്രമേൽ പ്രശാന്തമായിരുന്ന അനന്തൻറൈറ്ററുടെ ഹൃദയത്തിലും എണ്ണമറ്റ ഓളങ്ങളെ ഇളക്കിവിട്ടു - പക്ഷേ, അവസാനം കാണാത്ത കല്ലോലമാലകൾ.

എത്ര പ്രശാന്തമായിരുന്നു ഇന്നലെവരെയുള്ള ആ ജീവിതം. ഒരൊച്ചപ്പാടുമില്ലാത്ത വിധത്തിൽ ഒരു ചായത്തോട്ടം ഗുമസ്തനായി കഴിഞ്ഞുകൂടുകയായിരുന്നു. ഏതാണ്ട് ഒരു പന്തിരാണ്ടുകാലമായി അയാൾ വയനാട്ടിൽ വന്നുകൂടിയിട്ട്. ഇതിനിടയിൽ ഈ ലോകം വലിയ മാറ്റങ്ങൾ

പലതും കണ്ടുകഴിഞ്ഞു. പക്ഷേ, അനന്തൻറൈറ്ററുടെ ജീവിതമാകട്ടെ, പരിവർത്തനങ്ങളുടെ ഒരു നേർത്ത സ്പർശം കൂടി ഏൽക്കാതെ അങ്ങനെ നിന്നു. പല ചെറുചായത്തൈകളും കൂറ്റൻചെടികളായി; റൈറ്ററും ആകാരത്തിലും ആയുസ്സിലും കുറച്ചു വളർന്നു - അത്രമാത്രം.

ഇക്കാലമത്രയും അനന്തൻ റൈറ്റർ വളരെ തൃപ്തികരമായ വിധത്തിലാണ് ജോലി ചെയ്തിട്ടുള്ളത്. മേലധികാരിമാർക്കൊക്കെ അയാളെപ്പറ്റി വളരെ നല്ല അഭിപ്രായമേ പറയാൻ കഴിയൂ. എന്നല്ല, ഇങ്ങനെയൊരു പ്രവൃത്തിയില്ലാത്ത പക്ഷം ജീവിതത്തെക്കൊണ്ട് എന്താണ് ചെയ്യുക എന്നത് ഇതുവരെയും വാസ്തവത്തിൽ അയാൾക്കു മനസ്സിലാക്കാൻ കഴിഞ്ഞിട്ടില്ല. പല ഞായറാഴ്ചകളിലും അയാൾ ഇങ്ങനെ വിചാരിച്ചിട്ടുണ്ട്; "നേരം പോവുന്നില്ല. സായ്പന്മാർക്കുള്ള ഒരു തരക്കേടിതാണ്. ഞായറാഴ്ച ഒരൊഴിവു ദിവസമാക്കി. അതെന്താ അങ്ങനെ? എല്ലാ ആഴ്ചപോലെയല്ലേ, ഞായറാഴ്ചയും."

വാസ്തവമാണ്; അയാളെ സംബന്ധിച്ചിടത്തോളം എല്ലാം ദിവസങ്ങളും ഒരേ വർണ്ണത്തിലും രസത്തിലുമുള്ളതായിരുന്നു.

കുറെ നേരത്തെതന്നെ ആ യുവാവു നാടുവിട്ടു. പത്താംക്ലാസു പരീക്ഷയിൽ അയാൾ തോറ്റുപോയി. പഠിക്കാത്തതുകൊണ്ടു തോറ്റതല്ല; ആകപ്പാടെ അങ്ങോട്ടു തോറ്റു. ആ ദുഃഖം അയാളെ നാടുവിടുവാൻ പ്രേരിപ്പിച്ചു. നാടുവിടുകയും ചെയ്തു. ഉദ്ദേശ്യശൂന്യമായ ആ യാത്ര ചെന്നവസാനിച്ചത് വയനാട്ടിലെ ഈ ചായത്തോട്ടത്തിലാണ്.

അന്ന്, വയനാട്ടിൽ കിടന്നുതിരിയുന്ന കാലത്ത് ഒരു മലയാളി ചോദിച്ചു: "ഹേ, ചെറുപ്പക്കാരൻ, നിങ്ങൾക്കെന്താണ് വേണ്ടത്?"

"എന്തെങ്കിലും ഒരു ജോലി കിട്ടിയാൽ..." അയാൾ ആവശ്യപ്പെട്ടു.

"ശരി. ഒരു ജോലി-അല്ലേ?" ആ മാന്യൻ ആലോചനാപൂർവ്വം തുടർന്നു: "നിങ്ങൾക്ക് ഒരു തോട്ടം ഗുമസ്തനാവാൻ സമ്മതമാണോ?"

"അതെ."

"എന്റെ കൂടെ വരൂ." അനന്തൻ കൂട്ടിക്കൊണ്ടു പോകപ്പെട്ടു. പിറ്റേന്ന് ആ നേരത്ത് അയാൾ ആഫീസുറിക്കാർട്ടുകൾക്കു മുമ്പിൽ കുമ്പിടുവാൻ തുടങ്ങി; ആ കുമ്പിട്ട ശിരസ്സ് പിന്നീട് എപ്പോഴെങ്കിലും നിവർന്നിട്ടുണ്ടോ; അഥവാ നിവരണമെന്ന് ആശിച്ചിട്ടുണ്ടോ?

ഒരീറ്റുപാമ്പ് തന്റെ കുട്ടികളോടു കാണിക്കുന്ന ഉത്തരവാദിത്വമായിരുന്നു, അനന്തൻറൈറ്റർക്കു തന്റെ ഫയലുകളുടെ നേരെ തോന്നിയിരുന്നത്. എപ്പോൾ നോക്കിയാലും ആഫീസുറജിസ്റ്ററുകളിൽതല പൂഴ്ത്തിക്കൊണ്ടേ നിങ്ങൾക്കയാളെ കാണ്മാൻ കഴിയൂ. ആഫീസിലെ ഘടികാരം വല്ലപ്പോഴും സമയം കുറിക്കുന്നതിൽ ഒന്നു തെറ്റിയെന്നുവരാം. പക്ഷേ, അനന്തൻറൈറ്ററെ സംബന്ധിച്ചിടത്തോളം അങ്ങനെയൊന്നു

സംഭവിക്കില്ല. എന്നല്ല, അയൽപക്കത്തെ കമ്പൗണ്ടറുടെ ഭാര്യ പറയുന്നതു കേൾക്കാം. "നേരം മണി എട്ടായി. അനന്തൻറൈറ്ററതാ ജോലിക്കു പോകുന്നു." ആയമ്മ സ്വന്തം നാഴികമണി ശരിപ്പെടുത്തിവയ്ക്കുകയും ചെയ്യും.

ഒരിരുപത്തഞ്ചുറുപ്പിക ശമ്പളക്കാരനായാണ് അയാൾ ഉദ്യോഗമാരംഭിച്ചത്. ആ മാസപ്പടി അയാളെ സംതൃപ്തനാക്കിയിരുന്നു. അയാളുടെ ചെലവുകൾ ആ ഇരുപത്തഞ്ചിനുള്ളിൽ ഒതുങ്ങുന്നവയാണ്. പിന്നീടൊരിക്കലും ഇളക്കംതട്ടിയിട്ടില്ലാത്ത അയാളുടെ ബഡ്ജറ്റ് ഇങ്ങനെയായിരുന്നു: സ്വന്തം ചെലവിന് 15. അമ്മയ്ക്കയയ്ക്കാൻ 8, സൂക്ഷിപ്പ് 2 കഴിഞ്ഞു; ഇതയാൾ എഴുതിവച്ചിരുന്നുവോ എന്നറിഞ്ഞുകൂടാ. പക്ഷേ, ഈ ക്രമത്തിനു വ്യതിയാനം വരുത്തേണ്ട ഒന്നും അയാളെ സംബന്ധിച്ച് ഉണ്ടായിട്ടില്ല.

കൊല്ലങ്ങൾ കഴിഞ്ഞു. ശമ്പളം മുപ്പതായി, ക്രമേണ മുപ്പത്തഞ്ചായി; ഒടുവിൽ നാല്പതും കടന്ന് അത് ഐമ്പതിലേക്കെത്തി. അയാൾ ആവശ്യപ്പെട്ടിട്ടു കിട്ടിയതല്ല ഈ കൂടുതൽ ശമ്പളം. അതു മുഴുക്കെ അധികൃതന്മാരുടെ സന്മനസ്സിനോടു കടപ്പെട്ടുനില്ക്കുന്നു. അങ്ങനെ ശമ്പളം അയാളെ തേടി അങ്ങോട്ടു ചെന്നു. അഥവാ കർമ്മത്തിലല്ലാതെ ഫലത്തിൽ നമുക്കധികാരമില്ലല്ലോ.

ഏതായാലും അയാളുടെ ബഡ്ജറ്റിന് ഒരിത്തിരി മാറ്റം വന്നില്ല. ഒന്നു മാത്രം: ശമ്പളം കൂടുന്നതിനനുസരിച്ച് അമ്മയ്ക്കയയ്ക്കുന്ന സംഖ്യയും കൂടിവന്നു. കാരണം, അയാളുടെ ജീവിതത്തിലെ പരമോത്കൃഷ്ടമായ സുഖം അമ്മയാണ്. വളരെനാൾ കൂടുമ്പോൾ സംഭവിക്കാറുള്ള മധുരസംഭാഷണവേളയിൽ ഒന്ന് ഇങ്ങനെയായിരുന്നു: "കാണാവുന്ന ഒരേ ഒരു ദൈവമേ ഉള്ളൂ. അതമ്മയാണ്; അമ്മ മാത്രമാണ് അങ്ങനെയുള്ളത്. അല്ലേ, മേനോനേ?" തികഞ്ഞ ഫലിതരസത്തോടുകൂടിയ ഒരു തത്ത്വജ്ഞാനമാണ് താനപ്പറഞ്ഞത് എന്നൊരു നാട്യമുണ്ടാവും ആ മുഖത്ത്.

"ഉം." അയാളുടെ സഹപ്രവർത്തകൻ ചോദിച്ചു: "പക്ഷേ, അച്ഛനോ?"

"എനിക്ക് അച്ഛനില്ലല്ലോ-" അനന്തൻറൈറ്റർ മറുപടി പറഞ്ഞു. തികച്ചും എതിരില്ലാത്ത ഉത്തരം.

പാഠശാലയുടെ പടി കടന്നതോടെ, അയാളുടെ വിദ്യാഭ്യാസവും അവസാനിച്ചു. ഒരു പുസ്തകവും വായിക്കാറില്ല; ഒരു വർത്തമാനക്കടലാസും നോക്കീട്ടില്ല. കുറെ പുസ്തകങ്ങളെ അകത്തേക്കു കുത്തിയിറക്കുകയും അവയെ പരീക്ഷക്കടലാസ്സിലേക്കു ഛർദ്ദിക്കുകയും ചെയ്യാതെ ഒരാൾക്കു പാഠശാലാദ്ധ്യാപനത്തിന്റെ അറുതി കാണ്മാൻ വയ്യാത്തതുകൊണ്ട് അനന്തൻറൈറ്ററും പാഠപുസ്തകങ്ങൾ വായിച്ചു; അവ നന്നേ

വായിക്കുകയും ചെയ്തു. അതിൽപ്പിന്നീട്, ഒരു മനുഷ്യൻ വല്ലതും വായിക്കേണ്ട ആവശ്യമെന്താണ്. തന്റെ സഹപ്രവർത്തകന്റെ മേശപ്പുറത്തിരിക്കുന്ന ഒരിംഗ്ലീഷുപുസ്തകത്തെപ്പറ്റി – അത് ബർനാഡ്ഷായുടെ നാടകങ്ങളോ മഹാത്മാഗാന്ധിയുടെ ജീവിതമോ എന്തോ ആണ് – അയാൾ ഇങ്ങനെയൊരഭിപ്രായം പറയുകയുണ്ടായി: "ഓരോ കള്ളക്കഥകൾ വേറെ പണിയില്ലാത്തവർക്കു കൊള്ളാം." എന്നിട്ട് സഹപ്രവർത്തകന്റെ നേരെ തിരിഞ്ഞു തുടർന്നു: "ഇതിനൊക്കെ വില കൊടുത്തുവോ, മേന്നോ?"

"ഉവ്വ്."

പുച്ഛത്തെക്കാളധികം അദ്ഭുതമായിരുന്നു അനന്തൻറൈറ്ററുടെ മുഖത്ത്.

കലാവിദ്യകളൊന്നുമായി തനിക്കു ബന്ധമില്ല. ഒരു നൃത്തം അയാൾ കണ്ടിട്ടില്ലെന്നു പറഞ്ഞുകൂടാ. സ്കൂൾ വാർഷികോത്സവത്തിനു മണിപൂരക്കാരിയായ ഒരു മാന്യയുടെ നൃത്തമുണ്ടായതു കണ്ടിട്ടുണ്ട്. തനിക്കപ്പോൾ തോന്നിയത് ഇങ്ങനെയാണ്: ഞളിഞ്ഞുപിരിഞ്ഞും തിരിഞ്ഞും മറിഞ്ഞും കളിക്കുക – ഗോഷ്ടിത്തങ്ങൾ നാണമില്ലാത്ത പെൺകിടാങ്ങൾ." അത്തരം ഒരു സന്ദർഭത്തിലാണെന്നു തോന്നുന്നു, ഒരു നാടകവും അയാൾ കാണുകയുണ്ടായി. ദുഷ്യന്തനും ശകുന്തളയുംകൂടി കാണിച്ചുകൂട്ടുന്ന തോന്നിവാസങ്ങൾ കണ്ടപ്പോൾ അയാൾ വെറുത്തു. അയാൾ തനിക്കു പഠിക്കാനുണ്ടായിരുന്ന ഒരു കണക്കുശാസ്ത്രപ്രശ്നത്തെപ്പറ്റി കണ്ണടച്ചിരുന്നാലോചിച്ചു. ഒരു സിനിമ – അത് മിക്കവാറും അയാൾക്കൊരു കള്ളക്കഥയായിരുന്നു.

അനന്തൻറൈറ്റർ നാല്പതാമത്തെ വയസ്സു കടക്കുകയാണ്; എന്നിട്ടും അനൂഢനായിരിക്കുന്നു. ഇത് ലോകം അയാളുടെനേരെ ഉപേക്ഷാഭാവം കൈക്കൊണ്ടതുകൊണ്ടല്ല, അയാൾ ലോകത്തെ ഉപേക്ഷിച്ചതുകൊണ്ട്. ശമ്പളക്കയറ്റത്തിനനുസരിച്ച് വിവാഹാലോചനയും മുറുകി വന്നു. മടിശീലയുടെ കനം ബന്ധുക്കളെ സൃഷ്ടിക്കാൻ വളരെ നന്നല്ലോ. പക്ഷേ, അയാൾ എല്ലാവരോടും മറുത്തു പറഞ്ഞു. സ്വന്തം അളിയനോടുകൂടി അയാൾ ഇങ്ങനെ പറയുകയുണ്ടായി: "എനിക്കു വേണ്ടപ്പോൾ ഞാനങ്ങോട്ടു പറയില്ലേ? അതിനിടയിലെന്തിനാണ്, ഇങ്ങനെ ചാടിക്കടന്നു വിളമ്പുന്നത്." പിന്നെ, അളിയനൊന്നും മിണ്ടിയില്ല. നാട്ടുകാരായ ഗുണകാംക്ഷികളോടു പറയുമ്പോൾ അയാൾ കുറെക്കൂടെ മുമ്പോട്ടുപോയി; "ഇതൊരു വലിയ സൈ്വരക്കേടായല്ലോ. അയാൾ കല്യാണം കഴിക്കാഞ്ഞിട്ടു നിങ്ങൾക്കാണോ ബുദ്ധിമുട്ട്? കൂട്ടരേ, നിങ്ങൾക്കു വേറെ പണിയൊന്നുമില്ലേ?" പിന്നെപ്പിന്നെ, ആരും അയാളോട് അടുക്കാൻ പോയില്ല. അവർ പറഞ്ഞു: "അയാളൊരു പരുക്കൻ ജന്തുവാണ്."

അവരിൽ ജിജ്ഞാസുക്കളായ ചിലരുടെ പിന്നീടുള്ള ജോലി, അയാളുടെ സ്വകാര്യജീവിതത്തിനുചുറ്റും പതിയിരിപ്പു നടത്തുകയായി.

എന്നിട്ടും അവർക്ക് അവസാനം പറയേണ്ടിവന്നു: "എന്തൊക്കെയായാലും തുമ്പില്ലായ്മയൊന്നും അയാൾക്കില്ല."

ഒരു പ്രേമപ്പുഞ്ചിരി, ഒരു കളിമ്പക്കണ്ണേറ്, കരളലിയിക്കുന്ന ഒരു ചുംബനം - ഇത്തരത്തിലുള്ളതെന്തും അനന്തൻറൈറ്ററുടെ പടിവാതിൽക്കലേക്ക് എത്തിനോക്കാൻ ധൈര്യപ്പെട്ടില്ല. ഇതുകൊണ്ട് സഹപ്രവർത്തകന്മാരുടെ മക്കളും മരുമക്കളുമൊക്കെ അവിദഗ്ദ്ധകളായിരുന്നുവെന്നു തെറ്റിദ്ധരിക്കരുത്. അവർ ഒരു പടവെട്ടുതന്നെ കൂട്ടി. പുഷ്പങ്ങൾ വർഷിക്കപ്പെട്ടു. പക്ഷേ, അയാളൊരു കരിമ്പാറയായിരുന്നു - ഏതു സമ്മർദ്ദംകൊണ്ടും പൊളിയാത്ത കരിമ്പാറ.

ഡോക്ടറുടെ മകൾ ഒരിക്കൽ ചോദിച്ചു: "അനന്തൻറൈറ്ററേ, നിങ്ങളെന്താ ഞങ്ങളുടെ വീട്ടിലേക്കൊന്നും വരാത്തത്?"

"ഞാനോ?" അയാൾ അമ്പരന്ന മട്ടിൽ പറഞ്ഞു: "എന്തിന്? എനിക്ക് ആഫീസിൽ പോവേണ്ടേ?"

ആ നവതരുണി പിന്നീടൊന്നും മിണ്ടിയില്ല. അതു നന്നായിതാനും.

ആ ചായത്തോട്ടത്തിന്റെ അധികൃതന്മാർക്കൊക്കെ അയാൾ 'വളരെ നല്ല കുട്ടി'യായിരുന്നു. മൂന്നാളുടെ പ്രവൃത്തി അനന്തൻറൈറ്റർ ഒരാളെക്കൊണ്ടു നടന്നുപോന്നു.

ആ തോട്ടത്തിലെ എല്ലാ ഉദ്യോഗസ്ഥന്മാർക്കുമുള്ളതാണ് കൊല്ലത്തിൽ മൂന്നാഴ്ച കല്പന. അവരെല്ലാം അതുപയോഗപ്പെടുത്തി; ചിലർ ഒന്നുരണ്ടു ദിവസം അധികവും തരമാക്കും. അനന്തൻറൈറ്ററാകട്ടെ നേരെ മറിച്ചായിരുന്നു. അയാൾക്ക് ആകപ്പാടെയുള്ള ഒഴിവുദിവസങ്ങൾ അഞ്ചാണ്: അമ്മയുടെ പിറന്നാൾക്കു നാട്ടിലേക്കു പോവാൻ മൂന്നു ദിവസം -അതനുപേക്ഷ്യമാണ്. തന്റെ ജന്മദിനം-അന്ന് ഉച്ചതിരിഞ്ഞാൽ അയാൾ ആഫീസിൽ വന്നുവെന്നു വരാം. പിന്നെ അച്ഛന്റെ ചാത്തമുണ്ട്. അതിനൊരു ദിവസം വേണം. കഴിഞ്ഞു. ബാക്കിയുള്ള ഒഴിവുദിവസങ്ങൾ എന്തിനാണെന്ന് അയാൾക്കറിഞ്ഞുകൂടാ. അതിനെപ്പറ്റി അയാൾ ഒരിക്കൽ പറയുകയുണ്ടായി: "കല്പനയെടുത്തിട്ട് എന്താണ് ചെയ്യുക? ഉമ്മറത്തുനിന്നു തളത്തിലേക്കും തളത്തിൽനിന്ന് അറയിലേക്കും അങ്ങോട്ടുമിങ്ങോട്ടുമായി നടന്നു കഴിച്ചുകൂട്ടുകയോ?" എന്നിട്ടും ഏതോ അപകടം പിടിച്ച ഒരു കൊല്ലത്തിൽ അയാൾക്കു നാലുദിവസം ഒന്നായി കല്പനയെടുക്കേണ്ടിവന്നു. അമ്മയ്ക്കു നല്ല സുഖമില്ലെന്ന് ഒരു കത്തുകിട്ടി. ഉടനെ പുറപ്പെട്ടു എന്നല്ല, രാത്രിവണ്ടിക്കു നാട്ടിൽചെന്ന അയാൾക്ക് ഏതോ ഇടവഴിയിൽ തടഞ്ഞുവീണു കാലിന്മേലെല്ലാം മുറിവേൽക്കുകയും തന്മൂലം കല്പന ഒരു ദിവസത്തിനു കൂടി നീട്ടിക്കിട്ടുവാൻ അപേക്ഷിക്കേണ്ടി വരികയും ചെയ്തു. ഭാഗ്യമെന്നു പറയട്ടെ, അമ്മയുടെ സ്ഥിതി ഒട്ടും വിഷമമുള്ളതല്ലെന്നു കണ്ട് അയാൾ ആശ്വസിച്ചു. തിരിച്ചെത്തിയപ്പോൾ ഒരു വലിയ കുറ്റക്കാരനെപ്പോലെ അയാൾ മേലധികാരിയോടു

മാപ്പു ചോദിച്ചു: "അതു സാരമില്ല മി. അനന്തൻ" എന്നു സായ്പു മറുപടി പറഞ്ഞപ്പോഴേ അയാൾക്ക് ഒരു സ്വസ്ഥതയുണ്ടായിട്ടുള്ളൂ. സമയത്തെ ക്കൊണ്ടു ധൂർത്തടിക്കാൻ പാടില്ലാത്തതാണ്. എന്നിട്ടും അദ്ദേഹം എനിക്കു മാപ്പുതന്നു. മേലധികാരിമാർ എത്ര ദയയുള്ളവരാണ്.

ചുരുക്കത്തിൽ അയാളുടെ ജീവിതത്തിന് ഒരേ ഒരു വാതിലേ ഉണ്ടായിരുന്നുള്ളൂ-മാതൃസ്നേഹം. അതിലൂടെ ആത്മാവു പുറത്തേക്കു പോവുകയും അകത്തേക്കു വരികയും ചെയ്തു. ഇപ്പോൾ അതു അടഞ്ഞു. ഇരുട്ടായി. അയാൾക്കു വീർപ്പുമുട്ടി.

രണ്ട്

അമ്മയുടെ മരണവാർത്ത അനന്തൻറൈറ്ററെയും മരണവേദന അനുഭവിപ്പിച്ചു. എല്ലാ ബന്ധങ്ങളും തകർന്നപോലെ തോന്നി. ജീവിതത്തിലെ പരമോത്കൃഷ്ടമായ ആ സുഖത്തിൽ നിന്ന് സ്നേഹിക്കപ്പെടലിൽ നിന്ന് അയാൾ നിഷ്കാസിതനായി. അനന്തൻ റൈറ്ററുടെ അമ്പരപ്പ് ഭ്രാന്തിന്റെ നന്നേ അടുത്തുവരെ ചെന്നു.

മനോവേദന എന്തിനാണെന്നു ശരിക്ക് അയാളറിഞ്ഞിട്ടില്ല. അവസാനം അതുവന്നപ്പോൾ അയാളെ അമ്പേ തകർത്തുകളയാനൊരുങ്ങിയാണ് വന്നത്. മേലധികാരത്തിൽനിന്ന് ഉത്തരവു കിട്ടാതെതന്നെ അന്നുച്ചയ്ക്ക് അയാൾ ആഫീസിൽനിന്നു പുറത്തേക്കു പോന്നു. ഒരദ്ഭുതം.

വീട്ടിലേക്കു പോകണമെന്നാണ് ആഗ്രഹിച്ചത്. പക്ഷേ, വീട്ടിന്റെ പടിക്കലെത്തിയപ്പോൾ അങ്ങോട്ടു കയറേണ്ടെന്നു തോന്നി. അയാൾ ചായച്ചെടികൾക്കിടയിലൂടെ വളരെ തിരക്കിട്ട് ഒരു കുന്നിൻചെരിവിലേക്കു നടന്നു. അവിടെ എത്തേണ്ട താമസമേയുള്ളൂ എല്ലാ ദുഃഖങ്ങളും ശമിക്കുവാനെന്നു തോന്നും, ആ നടത്തം കണ്ടാൽ. പക്ഷേ, അമ്മ മരിച്ച എത്രയോ പേരെ കണ്ടതാണ് ആ കുന്നിൻചെരിവുകൾ.

സൂര്യൻ താണു. സന്ധ്യ ഗജാകൃതിയിലുള്ള മൂടൽമഞ്ഞു കുന്നിൻചെരുവുകളിലേക്ക് ഇറങ്ങിവന്നു. അയാൾ ഒരേ ഇരിപ്പിരുന്നു. അയാൾ എന്തൊക്കെയാണ് ആലോചിച്ചിരുന്നത്. എന്തൊക്കെയാണ് ആലോചിക്കാതിരുന്നത് - അതു പറകവയ്യ. തന്റെ അമ്മയുടെ കീഴ്ച്ചുണ്ടിനു ചുവട്ടിലുള്ള ഒരരിമ്പാറയെപ്പറ്റി അയാൾ കുറെനേരം ആലോചിച്ചു.

അനന്തൻറൈറ്ററുടെ ഹൃദയം ഈറ്റുനോവനുഭവിക്കുകയായിരുന്നു; അതിൽനിന്ന് ഇനി ജന്മമെടുക്കുന്നത് എന്തു പ്രവർത്തനമായിരിക്കും?

ഒടുവിൽ തലയോടു കൂടി മൂടിയ കമ്പിളിയും പിന്നിൽ തൂക്കിയിട്ട കൊട്ടയുമായി, നരകത്തിലെ പിശാചുക്കളെപ്പോലെ മൂടൽമഞ്ഞിലൂടെ നീങ്ങുന്ന 'ചപ്പനുള്ളലുകാരായ' തോട്ടംവേലക്കാരികളുടെ കലമ്പൽ

അയാളെ ഉണർത്തി. അനന്തൻറൈറ്റർ എഴുന്നേറ്റു നടന്നു, എങ്ങോട്ടെന്നറിയാതെ എന്തിനെന്നറിയാതെ.

പിറ്റേന്നു പുലർച്ചയ്ക്കുള്ള ബസ്സിന് അയാൾ നാട്ടിലേക്കു പുറപ്പെട്ടു. അപ്പോഴും അനന്തൻറൈറ്ററുടെ മനസ്സു തേങ്ങിക്കൊണ്ടിരുന്നു "എന്റെ അമ്മ പോയി, അമ്മ പോയി... എനിക്കാരുമില്ല..."

ആ ബസ്സിൽ പലതരത്തിലുള്ള ആളുകളുണ്ടായിരുന്നു. കുട്ടികൾ, വയസ്സന്മാർ, പെൺകിടാങ്ങൾ, യൂറോപ്യരായ മാന്യസ്ത്രീകളും മാന്യപുരുഷന്മാരും മാന്യകുട്ടികളും. ചിലർ തമാശ പറയുന്നു; ചിലർ ചിരിക്കുന്നു. കണ്ടക്ടർ കൂലിക്കു പിശകുന്നവരുമായി കലമ്പൽകൂട്ടുന്നു. ക്ലീനർ 'കറുത്താലും വേണ്ടില്ല, വെളുത്താലും വേണ്ടില്ല...' എന്ന ആ പാട്ടു പാടുകയും അടുത്തിരിക്കുന്ന ഒരു കൂലിക്കാരി പെൺകിടാവിനെ തന്റെ വക്രിച്ച കൺകോണുകൊണ്ടു തൊട്ടുഴിയുകയും ചെയ്യുന്നു. അവർക്കാർക്കുമില്ല സവിശേഷമായി എന്തെങ്കിലുമൊന്നു സംഭവിച്ചുവെന്നൊരു ഭാവം. റൈറ്ററാകട്ടെ, തന്റെ ചുറ്റുപാടുകളിൽ ശ്രദ്ധിച്ചതേയില്ല. പിൻപുറത്തെ ഇരിപ്പിടങ്ങളിൽ കൂമ്പാരം കൂട്ടപ്പെട്ട പാവപ്പെട്ടവരുടെ വായാടിത്തത്തിലോ, മുൻപുറത്തിരിക്കുന്ന കനത്ത അന്തസ്സുകളിലോ അയാൾ ഉദാസീനനായിരുന്നു.

ബസ്സ് പാഞ്ഞുപോവുകയാണ്. ചായപ്പൊന്തകളെക്കൊണ്ടു പച്ചക്കമ്പിളി പുതച്ച കുന്നിൻനിരകൾ ഒന്നിനു പിമ്പേ ഒന്നായി കടന്നു മറഞ്ഞു. കുന്നിൻമുകളിൽനിന്ന്, കുലകന്യകളെപ്പോലെ ഒളിഞ്ഞും തെളിഞ്ഞും സ്വച്ഛമായി ഒഴുകിവരുന്ന നീർച്ചാലുകൾ; പുതുപൂക്കളാൽ പണ്ടംകെട്ടി നില്ക്കുന്ന കാപ്പിത്തോട്ടങ്ങൾ; ശ്യാമപ്പുളപ്പെഴുന്ന കുരുമുളകിൻ കൂട്ടങ്ങൾ; തുടുകവിളുകളുമായി നില്ക്കുന്ന മധുരനാരങ്ങകൾ; മുളംകൂട്ടങ്ങൾ; അഗാധങ്ങളായ താഴ്വാരങ്ങൾ; മഞ്ഞിൽ മൂടിയ കൊടുമുടികൾ; കുണ്ടൻകുടയും ചൂടി ബസ്സിലേക്കു തുറിച്ചുനോക്കിക്കൊണ്ടു പാതയരുപറ്റുന്ന 'പണിയന്മാർ' – ഓരോന്നും പിന്നിട്ടുകൊണ്ട് ആ ബസ്സ് പാഞ്ഞു. അനന്തൻറൈറ്ററാകട്ടെ, ഒന്നും നോക്കാതെ ഒന്നും കാണാതെ നിശ്ചലനായിരുന്നു. ഓളങ്ങൾക്കു മീതെ മുന്നോട്ടു നീങ്ങുന്ന ഒരു പൊങ്ങുതടിപോലെയായിരുന്നു അയാൾ.

ബസ്സ് ഒരിടത്തു നിന്നു. ഏതോ ഒരു മനുഷ്യനെ കൂടി അതിൽ കുത്തിനിറയ്ക്കുവാനുണ്ട്. അഥവാ ഏതോ ഒരു പുണ്യാത്മാവിന് അതിൽനിന്നു മോക്ഷം പ്രാപിക്കാറായിരിക്കുന്നു. ഏതായാലും ആ നിർത്തൽ കുറച്ചൊരപകടം ചെയ്തു. അവിചാരിതമായ ആ നിർത്തലിൽ അനന്തൻറൈറ്റർ വീഴാൻ പോയി. എന്നല്ല, അയാളുടെ മൂക്ക്, തൊട്ടുമുമ്പിലിരിക്കുന്ന ഒരാളുടെ പുറത്തുചെന്ന് ഒരു സമ്മർദ്ദം നടത്തുകയുണ്ടായി. ഒരു നിസ്സാര സംഭവം. പക്ഷേ, നിസ്സാരതകളിൽനിന്നാണല്ലോ മഹത്തായതെന്തും മുളയെടുക്കുന്നത്.

അയാളുടെ മൂക്കു ചെന്നുകൊണ്ടത് ഒരു പച്ചനിറത്തിലുള്ള രോമക്കുപ്പായത്തിന്മേലാണ് - മനോഹരമായ പച്ചനിറമായിരുന്നു അതിന്. പക്ഷേ, അതിന്റെ ഉടമസ്ഥയായ ആ ആംഗ്ലോ-ഇന്ത്യക്കാരിയാകട്ടെ, അത്രയ്ക്കൊന്നും മനോഹരിയൊട്ടല്ലായിരുന്നുതാനും.

അവൾ തിരിഞ്ഞുനോക്കി. പക്ഷേ, അനന്തൻറൈറ്റർ അതു സൂക്ഷിച്ചുവോ, ആവോ! അയാൾ 'മാപ്പ്' എന്നു പറയുമെന്നും താനതിനു 'സാരമില്ല' എന്നു മറുപടി കൊടുക്കുമെന്നും ഓർത്തുകൊണ്ടാവാം ആ സ്ത്രീ തിരിഞ്ഞുനോക്കിയത്. എന്നാൽ ആദ്യത്തെ ചടങ്ങുതന്നെ ഉണ്ടായില്ല. പൗഡറടികളാൽ വെളുപ്പുറ്റതും സാമാന്യം ഒട്ടിയതുമായ കവിളുകളും സ്വർണ്ണക്കമ്പികളാൽ ഒരുങ്ങി നിരാശപ്പെട്ടു ചാരനിറത്തിലായിത്തീർന്ന കുറച്ചു ചുരുളൻ തലമുടിയും ഭംഗിയുള്ള മൂന്നുനാലു മുടിപ്പിന്നുകളും ഒരു നീലക്കല്ലുമാലയും വലിയ വലിയ പുള്ളികളോടുകൂടിയ ഒരു കുപ്പായവും അതിനുമീതെ ആ ഹരിതവർണ്ണമായ രോമക്കുപ്പായവും - ഇതൊക്കെയായിരുന്നു അവളുടെ നൈസർഗ്ഗികവും ആഹാര്യവുമായ അലങ്കാരവിശേഷങ്ങൾ.

ആ പച്ചക്കുപ്പായത്തിൽ ചെന്നു മുട്ടിയത് മൂക്കായതു നന്നായി. അയാളുടെ കനത്ത താടിയെല്ലായിരുന്നുവെങ്കിൽ അവൾക്കു വേദനിച്ചേനേ; അയാൾക്കും വേദനിച്ചേനെ.

അനന്തൻറൈറ്റർ ആ കുപ്പായത്തിൽനിന്നു വളരെ വേഗത്തിൽ മൂക്കെടുത്തു. പക്ഷേ, ഈയൊരു നൊടിയിടയ്ക്കുള്ളിൽത്തന്നെ ആ ഹരിതകഞ്ചുകത്തിൽ മയങ്ങിക്കിടക്കുന്ന മാദകമായ പരിമളം അയാളുടെ നാസാരന്ധ്രം ഉൾക്കൊള്ളാതിരുന്നില്ല. പക്ഷേ, ആ മണം എന്തിന്റേതാണ്? പനിനീരിന്റേയോ, മുല്ലയുടെയോ, അത്തറിന്റേയോ, സാക്ഷാൽ കുട്ടിക്കൂറ പൗഡറിന്റെതന്നെയോ? ഇതു മനസ്സിലാക്കുക വിഷമമായിരുന്നു. ഇത്തരം അംഗരാഗവിശേഷങ്ങളുമായി അയാൾക്കൊരിടപാടുമില്ല. ഏതായാലും ആ മധുരമായ മണം, നാസാഗ്രത്തിൽപ്പറ്റിയ ചില്ലറനോവിനെയും പരിഗണിക്കാതെ അയാളുടെ ഹൃദയത്തിൽത്തട്ടി. അനന്തൻറൈറ്റർ ആ പച്ചക്കുപ്പായത്തിലേക്കു നോക്കി; അതെ, ആ പച്ചക്കുപ്പായത്തിലേക്കു മാത്രം.

ഒരു പനിനീർപ്പൂവിന്റെ സുഷമ, ഒരു താമരയുടെ അന്തസ്സ്, ഒരു മുല്ലയുടെ സ്വച്ഛത, ഒരു പെൺകിടാവിന്റെ വിലാസവീക്ഷണം, ഒരു പൈതലിന്റെ നിഷ്കപടമായ തുറന്ന ചിരി - ഇവയൊന്നും അയാളുടെ ഹൃദയത്തെ ഇളക്കുകയുണ്ടായിട്ടില്ല. അത്തരത്തിലുള്ള പലതും, മറ്റെല്ലാവരെയുമെന്നപോലെ അയാളെയും സമീപിച്ചു. പക്ഷേ, അയാളൊരു പാറക്കെട്ടായിരുന്നു; ഇന്നാകട്ടെ, അയാളുടെ ഹൃദയം ദുഃഖത്താൽ പതുത്തതാക്കപ്പെട്ടിരിക്കുന്നു - പൂട്ടിയുർന്നിട്ട ഒരു കണ്ടംപോലെ പതുത്തത്. ഏതു വിഷവിത്തും അവിടെ വല്ലാതെ തെഴുത്തുകിളുർത്തുവന്നേക്കും.

അയാൾ ആ പച്ചക്കുപ്പായത്തിലേക്കുതന്നെ നോക്കി. ആ മാന്യസ്ത്രീ ഇതറിഞ്ഞിട്ടേ ഇല്ല. ആ പച്ചനിറവും ഈഷദുന്മിഷിതമായി അതിൽക്കിടക്കുന്ന പരിമളവും അനന്തൻറൈറ്ററുടെ ഹൃദയത്തിൽ അഭൂതപൂർവങ്ങളും അജ്ഞാതങ്ങളുമായ ചില വികാരകേന്ദ്രങ്ങളെ കിളർത്തിവിട്ടു. അയാൾ പിറുപിറുത്തു: 'നന്ന്... വളരെ നന്ന്... ഒന്നാന്തരം കൗതുകം.'

പച്ചച്ച രോമനൂലുകളെക്കൊണ്ടു മെടഞ്ഞുണ്ടാക്കിയ ആ കുപ്പായം ഒട്ടുമൊരു പിശുക്കില്ലാത്ത കലാവൈദഗ്ധ്യത്തിന്റെ പ്രസ്ഫുടപ്രദർശനമായിരുന്നു. ഒരു പുൽമൈതാനത്തിൽ മേഞ്ഞു മുന്നോട്ടു പോകുന്ന കന്നുകുട്ടികളെപ്പോലെ അനന്തൻറൈറ്ററുടെ കണ്ണുകൾ ആ കുപ്പായത്തിൽ ഉടനീളം സഞ്ചരിച്ചു. അതിൽ ഏതാണ്ടു നന്നാലുവിരൽ അകലെയായി ഇരട്ടമെടച്ചിലുകളെക്കൊണ്ടു നേർത്ത നൂൽത്തിണ്ടുകളിടപ്പെട്ടിട്ടുണ്ടെന്നും അവയ്ക്കിടയിലൂടെ തങ്കനിറത്തിലുള്ള നൂലുകൾ സ്വർണ്ണക്കമ്പികളെപ്പോലെ പാഞ്ഞുപോകുന്നുണ്ടെന്നും അയാൾ കണ്ടുപിടിച്ചു. എത്ര നോക്കിയാലും മതിയാവാത്ത ഒരു കൗതുകം അയാൾക്കു തോന്നി. പുറപ്പെട്ടതിനുശേഷം നൂറാമത്തെ തവണയും പ്രിയതമയുടെ അരികെച്ചെന്നു യാത്രപറയുന്ന ഒരു കാമുകന്റെ ഭാവവിശേഷം കൈക്കൊണ്ടു, അനന്തൻറൈറ്ററുടെ കണ്ണുകൾ.

അത് അദ്ഭുതപ്രദർശനങ്ങളുടെ ഒരു തള്ളിക്കയറ്റമായിരുന്നു. അതോടൊപ്പം എന്തെന്നില്ലാത്ത ഒരാഹ്ലാദാവേശം അയാളുടെ ഹൃദയത്തിൽ ഉറവെടുത്തു.-ദുഃഖപര്യവസായിയായ ഒരു നാടകം കാണുമ്പോഴത്തെ ആ ആഹ്ലാദവിശേഷം. ബസ്സ് പത്തുപതിനഞ്ചു നാഴികക്കല്ലുകൾ പിന്നിട്ടു. എന്നിട്ടും ആ മധുരമായ മണം അയാളുടെ അന്തരീക്ഷത്തിൽ പറ്റിനിന്നു; എന്തു കൗതുകമുള്ള കുപ്പായം; എത്ര ഹൃദയഹാരിയായ പരിമളം.

ആരോ കൈകൊണ്ടു തുന്നിയുണ്ടാക്കിയതാവണം ആ പച്ചക്കുപ്പായം. 'ഹുക്സൂചി'കൊണ്ടു ദ്രുതതരമായി ജോലി ചെയ്യുന്നതും, കൈവളകളുടെ മധുരക്വണിതത്തോടു കൂടിയതുമായ രണ്ടു വെളുത്ത കൈപ്പടങ്ങൾ അയാളുടെ ഭാവനയിൽക്കിടന്നു കളിച്ചു. ആ കൈപ്പടങ്ങളെ സ്മരിച്ചുകൊണ്ട് അയാൾ ആ കുപ്പായത്തിലേക്കൊന്നു നോക്കി; 'ഹാ, എന്തൊരു മധുരപ്പച്ച. അയാൾ തന്നോടുതന്നെ പറഞ്ഞു: "അതെയതെ, നന്നെ വെളുത്ത കൈകൾ... അതെ... അങ്ങനെയാണ്.'

അയാളുടെ മനോരാജ്യം ഉച്ചത്തിലെത്തിയിരുന്നു. പെട്ടെന്ന്, "സാർ, നിങ്ങൾ ഇവിടെ ഇറങ്ങുന്നില്ലേ?" എന്ന കണ്ടക്ടറുടെ ചോദ്യം അയാളെ ഉണർത്തിവിട്ടു. ബസ്സു പതുക്കെയൊന്നു നിന്നു. അയാൾ ചുറ്റും നോക്കി. മലബാറിലേക്കും നീലഗിരിയിലേക്കുമായി പിരിയുന്ന മുക്കൂട്ടപ്പെരുവഴിയാണത്.

"സാർ, നിങ്ങളിറങ്ങിക്കൊള്ളൂ." കണ്ടക്ടർ ആവർത്തിച്ചു.

"അതെ... ശരി... അപ്പോൾ." അയാൾ ആ പച്ചക്കുപ്പായത്തിലേക്ക് ഒന്നുകൂടി നോക്കി: ഇളം തുടുപ്പെഴുന്ന പ്രഭാതകിരണങ്ങൾ അതിനെ തൊട്ടുതടവുകയായിരുന്നു.

"ഞാൻ... ഞാൻ..." അയാൾ എന്തോ പറയാനാരംഭിച്ചു.

"അപ്പോൾ, നിങ്ങളിവിടെ എറങ്ങുന്നില്ലേ, സാർ? പെട്രോൾ കത്തിപ്പോവുന്നു..." കണ്ടക്ടർ തിരക്കി: "ഇറങ്ങുന്നില്ലേ?"

"ഇല്ല" - അയാൾ അങ്ങനെയാണ് പറഞ്ഞത്.

"റൈറ്റ്" എന്ന കണ്ടക്ടറുടെ അടയാളവാക്യം മുഴങ്ങി. ബസ്സ് നീലഗിരിയിലേക്കുള്ള മലഞ്ചെരിവുകൾ കയറാൻ തുടങ്ങി.

അനന്തൻറൈറ്റർക്കു വീണ്ടും ആ പച്ചക്കുപ്പായത്തിലേക്കു നോക്കിക്കൊണ്ടിരിപ്പാൻ സന്ദർഭം കിട്ടി. സൂര്യകിരണങ്ങൾ അഗാധങ്ങളായ താഴ്വാരങ്ങളെ അധികമധികം പ്രകാശമാനങ്ങളാക്കുകയായിരുന്നു.

"എന്തിനാണ് നിങ്ങൾ നീലഗിരിക്കു പോകുന്നത്?" എന്ന് ആരെങ്കിലും അയാളോടു ചോദിച്ചാൽ - അങ്ങനെ ഒരു ചോദ്യം വരാതിരിക്കണേ! - അയാൾക്ക് ഒരു സമാധാനവും പറയാനില്ല. വിവേകത്തിന്റെ വാട്ടം പിടിക്കലില്ലാത്ത വികാരത്തിന്റെ ഓളംവെട്ടലായിരുന്നു അയാളിൽ. അവ എവിടെയൊക്കെയാണ് മറിയുക; എങ്ങനെയൊക്കെയാണ് മറിയുക? ഈശ്വരനറിയാം.

അപ്പോഴും അനന്തൻറൈറ്ററുടെ ഹൃദയത്തിൽ ഒരു തേങ്ങലുണ്ടായിരുന്നു. അതെന്തിനെച്ചൊല്ലിയാണെന്ന് അയാൾക്കപ്പോൾ ഓർമ്മയില്ല.

അത്രമേൽ തനിക്ക് ഇമ്പംതോന്നിയ ആ പച്ചക്കുപ്പായത്തിന്റെ ഉടമസ്ഥയെപ്പറ്റി ഒരു നിമിഷവും അയാൾ ആലോചിച്ചില്ല. അത്തരത്തിൽ ഒരു നീതി താൻ പ്രവർത്തിക്കേണ്ടതുണ്ടെന്നേ അയാൾ ഓർത്തില്ല. എപ്പോഴും അയാൾ വിചാരിച്ചുകൊണ്ടിരുന്നു: 'എന്തു ഭംഗി! വല്ലാത്തൊരു വസ്തു.'

തന്റെ ഞരമ്പുകളിലൂടെ ക്രമപ്രവൃദ്ധമായി വരുന്ന ഒരിക്കിളി പാഞ്ഞുകളിക്കുന്നതായി അയാൾക്കു തോന്നി. നീവിസ്പർശത്തിൽ ഒര നവോഢ അനുഭവിക്കുന്ന ഇക്കിളിയായിരുന്നുവോ അത്?

ആ ബസ്സ് മേല്പോട്ടു കയറിപ്പോയി. സിങ്കോണമരങ്ങൾ, സാമ്പ്രാണി, യൂക്കാലിപ്റ്റ്സ്, മൂടൽമഞ്ഞ് ഉടനീളത്തിലുള്ള കരിംപാറക്കെട്ടുകൾ, ദൂരെ ഭയപ്പെട്ടോടുന്ന മാൻകിടാങ്ങൾ - ഇവയെ പിന്നിട്ടുകൊണ്ട് അയാൾ പോവുകയാണ്. ചുരത്തിന്റെ മേൽവിതാനങ്ങളിൽനിന്നു നോക്കിയാൽ താഴെ തങ്ങൾ കടന്നുപോന്ന നിരത്ത് ഏതോ വഴിപോക്കന്റെ കൈയിൽ നിന്നു വീണുപോയ ഒരു പൊടിപുരണ്ട നീളൻ മുണ്ടുപോലെ കിടക്കുന്നതു കാണാം. ഇവയൊന്നിലേക്കും അനന്തൻറൈറ്ററുടെ കണ്ണു ചെന്നില്ല. അയാളുടെ കണ്ണുകൾ ഒരേ ഒരു ദിക്കിൽ പതിഞ്ഞുനിന്നു - ആ പച്ചക്കുപ്പായത്തിലേക്ക്.

ബസ്സ് ഊട്ടിയിലെത്തി. ആ പുതുപ്രദേശത്തെ ഒരാവൃത്തി നോക്കിക്കാണ്മാൻ അയാൾ മിനക്കെട്ടില്ല. അതിലും എത്രയോ മഹത്തായ ഒന്നിലേക്ക് അയാളുടെ ദൃഷ്ടി സമാകർഷിക്കപ്പെട്ടിരിക്കുന്നുവല്ലോ.

ബസ്സു നിന്നു. ആ പച്ചക്കുപ്പായം ഇളകുന്നതായി അയാൾ കണ്ടു. അത് ബസ്സിൽനിന്നു താഴെ ഇറങ്ങി. ഒരു നിമിഷം; അയാളും താഴെയിറങ്ങി. കണ്ടക്ടർ അയാളെ സമീപിച്ചു: “സാർ ചാർജ്ജ് തന്നിട്ടില്ല.”

അനന്തൻറൈറ്റർ ആ വാക്കിൽ ശ്രദ്ധിച്ചില്ല. കണ്ടക്ടർ ചോദ്യം ആവർത്തിച്ചു. “ഏ്.... ഏ്.... എന്താണ്?” റൈറ്റർ ചോദിച്ചു

“ചാർജ്ജ്” കണ്ടക്ടർ തുടർന്നു: “ചാർജ്ജ് തന്നിട്ടില്ല.”

“തന്നിട്ടില്ല...? ശരി... അപ്പോൾ... ഇതാ.” അയാൾ ഒരഞ്ചുറുപ്പികയുടെ നോട്ടെടുത്തു കൊടുത്തു. ബാക്കി ചോദിക്കാൻ നില്ക്കാതെ ആ പച്ചക്കുപ്പായത്തെ പിന്തുടരുകയും ചെയ്തു.

ആ കുപ്പായം, അതിന്റെ ഉടമസ്ഥയുടെ നടത്തത്തിനനുസരിച്ച്, ചുളിയുകയും നിവരുകയും കൂടുകയും കുഴയുകയുമൊക്കെ ചെയ്തു. ആ നൂൽത്തിണ്ടുകൾക്കുള്ളിലൂടെ ഒളിഞ്ഞോടിപ്പോകുന്ന തങ്കരേഖകൾ, വിലാസിനികളായ നർത്തകികളെപ്പോലെ, കളിച്ചു. മദ്ധ്യാഹ്നത്തോടടുത്ത സൂര്യകിരണങ്ങൾ അവയെ നന്നെ ഒളിമിന്നിച്ചിരുന്നു.

ആ പച്ചക്കുപ്പായം ചെന്നുകയറിയത് മറ്റൊരു ബസ്സിലാണ്. അനന്തൻ റൈറ്ററും കേറി പിന്നാലെ.

“സർ, നിങ്ങൾക്കെവിടെ പോകണം? അവിടെയുമുണ്ട് ചോദ്യക്കാരനായ ഒരു ശനിയൻ-ഒരു കണ്ടക്ടർ.

“ഞാനോ...? ഇതെവിടേക്കാണ്?” റൈറ്റർ ചോദിച്ചു

“കുന്നൂർക്ക്.”

“ഞാനും.”

അരമണിക്കൂറിനുള്ളിൽ ബസ് കുന്നൂരിലെത്തി. പച്ചക്കുപ്പായം അതിൽനിന്ന് ഇറങ്ങുന്നതും നടക്കുന്നതും അനന്തൻറൈറ്റർ സൂക്ഷിച്ചു. അയാളും കൂടി പിന്നാലെ. ആ കുപ്പായം ചുളിഞ്ഞു കയറിയത് ഒരു ബംഗ്ലാവിന്റെ ഒതുക്കുപടികളെയാണ്. പടിവരെ അയാളും ചെന്നു. അവിടെ നിന്നു.

ആ കുപ്പായം ഇരിപ്പറയിലെ ഒരു കസേലയുടെ ചാരിലേക്ക് അഴിച്ചിടപ്പെട്ടത് അയാൾ കണ്ടു - അതവിടെ കുഴഞ്ഞുവീണു. അതങ്ങനെ ഊക്കിൽച്ചെന്നു വീണപ്പോൾ അയാളൊന്നു ഞെട്ടി - എത്ര മൃദുത്വത്തോടെ പെരുമാറേണ്ട ഒരു വസ്തുവാണത്.

മണിക്കൂറുകൾ കഴിഞ്ഞു. അയാൾ ഒരു കാവൽനായയെപ്പോലെ ആ പടിക്കൽ നിന്നു. അതിലെ കടന്നുപോകുന്നവർ അയാളെപ്പറ്റി എന്തു വിചാരിച്ചുവെന്നറിയില്ല.

പെട്ടെന്ന് അയാളുടെ കണ്ണുകൾ ആ ഇരിപ്പുമുറിയിലും പരിസരങ്ങളിലും ഒന്നു പാറിക്കളിച്ചു. ഒരാളുമില്ല. അയാൾ എന്തിനോ ആരംഭിക്കുകയാണ്. മടിച്ചുനില്ക്കാൻ വയ്യാത്ത നിമിഷങ്ങളുണ്ട് – വിവേകം 'വശംകെട്ട' നിമിഷങ്ങൾ. അയാൾ ആ ബംഗ്ലാവിലേക്കു കടന്നു. ആ മുറിയിൽച്ചെന്നു. ആ പച്ചക്കുപ്പായത്തിൽ കൈവെച്ചു. പെട്ടെന്ന് ഒരു കനൽക്കട്ട തട്ടിയവണ്ണം അയാൾ കൈ പിൻവലിച്ചു. വീണ്ടും അതേ പ്രവൃത്തി. അയാൾ ജയിച്ചു. പടികടക്കുമ്പോൾ ആ പച്ചക്കുപ്പായം അയാളുടെ മാറോടമർത്തിപ്പിടിക്കപ്പെട്ടിരുന്നു.

അയാൾ അതൊളിച്ചുവെച്ചില്ല; തികച്ചും വെളിക്കു കാട്ടിയതുമില്ല.

ഹോട്ടലിലെ ഒരു മുറിയിൽ ആ പച്ചക്കുപ്പായത്തിലേക്കു മുഖമമർത്തിക്കൊണ്ട് അയാൾ കിടന്നു. ആവൂ, എന്തൊരു സുഖം. എന്തൊരാനന്ദം, എന്തു സമ്മർദ്ദം, എന്തു വികാരാവേഗം.

അയാൾ നന്നേ ക്ഷീണിച്ചിരുന്നു. തലേന്നു രാത്രി എന്തോ കഴിച്ചതാണ്. ആ പച്ചക്കുപ്പായത്തിൽ മുഖം വെച്ചുകൊണ്ടുതന്നെ അയാൾ ഉറങ്ങി, ശാന്തമായുറങ്ങി. പച്ചക്കുപ്പായമിട്ട ഒരു ദേവകന്യകയുമായി അനന്തൻറൈറ്റർ നക്ഷത്രപഥത്തിലുള്ള ചായത്തോട്ടത്തിലൂടെ നടന്നുപോയി. അവർ പരസ്പരം തൊട്ടില്ല. അയാൾക്കു തൊടാൻ വയ്യായിരുന്നു. ഒടുവിൽ താൻ മരിച്ചുപോയെന്നൊരു കമ്പി ആ കന്യക അയാളുടെ കൈയിലേക്ക് ഇട്ടുകൊടുത്തു.

അയാളുടെ തലയ്ക്കുമുകളിലൂടെ പോലീസ് സ്റ്റേഷനിലേക്കുള്ള ടെലിഫോൺ സന്ദേശങ്ങൾ പാഞ്ഞുപോകുന്നത് ആ നക്ഷത്രപഥത്തെ ആകെ മങ്ങിച്ചേക്കുമോ?

■

www.ingramcontent.com/pod-product-compliance
Lightning Source LLC
LaVergne TN
LVHW090319051026
849518LV00005B/1818
* 9 7 8 8 1 8 4 2 3 2 1 5 8 *